கற்றல் என்பது யாதெனில்

(கல்வி 4.0)

கற்றல் என்பது யாதெனில்

(கல்வி 4.0)

ஆயிஷா இரா. நடராசன்

BOOKS FOR CHILDREN

Kattral Enpathu Yathenil (Kalvi 4.0) (in Tamil)
Ayesha Era. Natarasan
First Published: August, 2021 | 3rd Print: January, 2023
Published by
BHARATHI PUTHAKALAYAM
7, Elango Salai, Teynampet, Chennai - 600 018.
Email: thamizhbooks@gmail.com / www.thamizhbooks.com

கற்றல் என்பது யாதெனில் (கல்வி 4.0)
ஆயிஷா இரா. நடராசன்
முதல் பதிப்பு: ஆகஸ்ட், 2021 | மூன்றாம் அச்சு: ஜனவரி, 2023
வெளியீடு:

BOOKS FOR CHILDREN

புக்ஸ் ஃபார் சில்ரன்
பாரதி புத்தகாலயத்தின் ஓர் அங்கம்
7, இளங்கோ சாலை, தேனாம்பேட்டை, சென்னை - 600 018.
தொலைபேசி : 044-24332424, 24332924, 24330024

விற்பனை நிலையங்கள்

7, இளங்கோ சாலை, தேனாம்பேட்டை, சென்னை - 600 018 | தொலைபேசி : 044-24332424, 24332924, 24330024
அருப்புக்கோட்டை: கதவுஎண் 49 A/4 மெயின் ரோடு, தெற்கு தெரு - 9994173551
ஈரோடு: 39: 39 ஸ்டேட் பாங்க் சாலை - 9245448353
கரூர்: நாரத கானசபா அருகில் (TNGEA OFFICE)- 9442706676
காரைக்குடி : 12, 2 வது தெரு, கம்பன் மணிமண்டபம் பின்புறம் - 9443406150
கும்பகோணம்: 352, ரயில் நிலையம் எதிரில் - 9443995061
கோவை: 77, மசக்காளிபாளையம் ரோடு, பீளமேடு - 8903707294
சிதம்பரம்: 22A / 18B தேரடி கடைத் தெரு, கீழவீதி அருகில் - 9994399347
செங்கல்பட்டு: 1 D ஜி.எஸ்.டி சாலை - 044 27426964
சேலம்: 15, வித்யாலயா சாலை சாலை | பாலம் 35, அத்வைத ஆஸ்ரமம் சாலை 0427 2335952
தஞ்சாவூர்: காந்திஜி வணிக வளாகம் காந்திஜி சாலை - 9655542400
திண்டுக்கல்: பேருந்து நிலையம் - 9942331105, 9976053719
திருச்சி: வெண்மணி இல்லம், கரூர் புறவழிச்சாலை - 9994289492
திருநெல்வேலி: 25A, ராஜேந்திரநகர் - 9442149981
திருப்பூர்: 447, அவினாசி சாலை - 9486105018
திருவண்ணாமலை: முத்தம்மாள் நகர்
திருவல்லிக்கேணி: 48, தேரடி தெரு - 9444428358
திருவாரூர்: 35, நேதாஜி சாலை - 9442540543
நாகர்கோவில்: 699 கே.பி.ரோடு R.V.புரம் - 9443450111
நெய்வேலி: பேருந்து நிலையம் அருகில், - 9443659147
பழனி: பேருந்து நிலையம் அருகில் - 9442883696
பாண்டிச்சேரி : கிழக்கு கடற்கரைச்சாலை, இலாசுப்பேட்டை, 9486102777
பெரம்பூர்: 52, கூக்ஸ் ரோடு - 9444373716
மதுரை: 37A, பெரியார் பேருந்து நிலையம் - 045 22324674 & சர்வோதயா மெயின்ரோடு
வடபழனி: பேருந்து நிலையம் எதிரில் அடையார் ஆனந்தபவன் மாடியில் - 9444476967
விருதுநகர்: 131, கச்சேரி சாலை - 0456 2245300
வேலூர்: பேஸ் III, சத்துவாச்சாரி - 9442553893

நினைத்த நூல்கள்... நினைத்த நேரத்தில்... thamizhbooks.com 8778073949
ரூ.280/-
அச்சு : பிரிண்டெக், சென்னை - 600 005.

கே. நந்தகுமார் IAS.,
ஆணையர்
பள்ளிக் கல்வித் துறை

05.08.2021
சென்னை - 6

அணிந்துரை

இந்த உலகம் நான்கு தொழிற்புரட்சிகளைச் சந்தித்துள்ளது. முதல் தொழிற்புரட்சி 18, 19 ஆம் நூற்றாண்டுகளில் அமெரிக்காவிலும், ஐரோப்பாவிலும் எந்திரமயமாக்கல் காரணமாக ஏற்பட்டது. இரண்டாம் தொழிற்புரட்சி முதல் மற்றும் இரண்டாம் உலகப்போர் நடந்த காலத்தில் மின்சார உற்பத்தி நிலையங்களின் பெருக்கத்தால் நடந்தது. கணினி மயமாக்கல் மூலம் 1980-களில் தொடங்கியது மூன்றாம் தொழிற்புரட்சி. இப்போது நாம் எதிர்கொண்டிருப்பது நான்காம் தொழிற்புரட்சி. இது பன்முகத் தொழில்நுட்பங்களின் கூட்டு நிகழ்வு.

2016-இல் நான்காம் தொழிற்புரட்சி என்ற நூலை வெளியிட்ட கிளாஸ் ஸ்குவாப் என்ற அறிஞரின் கருத்துப்படி, நான்காம் தொழிற்புரட்சியானது, செயற்கை நுண்ணறிவு, எந்திரனியல் என்றழைக்கப்படும் ரோபோடிக்ஸ், செயற்கை மரபணுவியல், குவாண்டம் கணினியியல், தடையற்ற தகவல் தொழில்நுட்பவியல் ஆகிய புதிய தொழில்நுட்பங்களை உள்ளடக்கியது. இத்தகைய நான்காம் தொழிற்புரட்சிக்கால பணிகளுக்கு தேவைப்படும் திறன்களை வழங்கும் கல்வியைத்தான் கல்வி 4.0 என்கிறோம்.

இந்நூலில் ஒவ்வொரு காலகட்டத்திலும், கல்வியில் ஏற்பட்ட அறிவியல் தொழில்நுட்ப முன்னேற்றங்களை ஆசிரியர் விளக்கியுள்ளார். முறையான மற்றும் முறைசாரா கல்விகள் குறித்த விவரிப்புகளைத் தந்துள்ளார். இன்றைய டிஜிட்டல் சந்ததி

குறித்த நுட்பமான பார்வையை வெளிப்படுத்தியுள்ளார். இணையவழிக்கல்வியின் சாதக, பாதகங்களை எடுத்துக் காட்டியுள்ளார்.

சில இடங்களில் ஆசிரியரின் சுவையான நடை நம்மைக் கவர்கிறது. "காலை எழுந்தவுடன் பல் தேய்கிறோமோ இல்லையோ செல் தேய்கிறோம்" என்பது ஓர் உதாரணம். ஏராளமான தரவுகளும் வாழ்வியல் நிகழ்வுகளும் கோட்பாடுகளும் விளக்கப்படுகின்றன. சுந்தர் பிச்சையின் முறைசாரா வகுப்பறை, அசோக் நகரிலிருந்து ஐஐடி செல்வதற்கு அவர் வைத்துக்கொண்ட சைக்கிள் ரிக்க்ஷா என்றும் அவ்வாறு சைக்கிள் ரிக்க்ஷாவில் பயணம் செய்யும் போது சுந்தர் பிச்சை வாசித்த பாடநூல் அல்லாத அறிவியல் தொழில்நுட்ப நூல்களே அவரை சக மாணவர்களிடமிருந்து வேறுபடுத்தியது என்பதையும் ஆசிரியர் விளக்கியுள்ளார். அதே போல விஸ்வநாதன் ஆனந்தின் முறைசாரா வகுப்பறை எது? சகுந்தலா தேவியின் முறைசாரா வகுப்பறை எது? என்பதையும் நீங்கள் இந்த நூலில் வாசித்து தெரிந்து கொள்ளலாம்.

இந்நூல் எழுபத்தைந்திற்கும் மேற்பட்ட கற்றல் செயலிகளை மாணவர்களுக்கு அறிமுகம் செய்து வைக்கிறது. இந்நூலில் பிற்சேர்க்கையாக இடம்பெற்றுள்ள 200-க்கும் மேற்பட்ட கலைச்சொற்கள் கவனிக்கத்தக்கவை

இணையவழிக் கல்வி எந்த அளவு உடல் நலத்தைப் பாதிக்கும் என்பது இந்த சமூகத்தில் பரவலாக முன்வைக்கப்படும் கேள்வி. அதற்கு பல தீர்வுகள் பரிந்துரைக்கப்படுகின்றன. 20-20-20-20 விதி பற்றி தெரியுமா? படித்துத் தெரிந்து கொள்ளுங்கள்.

கொரோனா பெருந்தொற்று காரணமாக இணையவழிக் கல்வி என்பது தவிர்க்க முடியாத தாரக மந்திரமாக மாறிவிட்ட நிலையில் இணையக்கல்வி பற்றிய சரியான புரிதல் நமக்கு தேவைப்படுகிறது. அதற்கு இந்தப் புத்தகம் பெரிதும் உதவும். படித்துப் பயன்பெறுங்கள்.

■

இந்த நூற்றாண்டுக்கல்வியின் அரிய பதிவு

நாம் இன்று வாழும் நான்காம் தொழிற்புரட்சி கால கல்வி பற்றி விரிவாக அலசி விவாதிக்கும் இந்த 'கற்றல் என்பது யாதெனில்' கல்வி 4.0 எனும் நூலை ஒரேமூச்சில் வாசித்து முடித்தேன். ஆயிஷா நடராசனின் எழுத்து ஏக விறுவிறு. கல்வி 4.0 வின் அறிவியல், சமூகவியல். கல்வியியல் கூறுகளை நூல் ஆழமாக பேசுகிறது.

நாம் வாழ்ந்துகொண்டிருக்கும் இந்த தொழில்நுட்ப யுகம்தான் நான்காம் தொழிற்புரட்சியின் காலம் என்று அழைக்கப்படுகிறது. "ஒரு தொழில்நுட்ப புரட்சியின் விளிம்பில் நாம் நிற்கிறோம். அது நாம் வாழும், வேலை செய்யும் மற்றும் ஒருவருக்கொருவர் தொடர்புபடுத்தும் முறையை அடிப்படையில் மாற்றும். இந்த மாற்றம் மனிதகுலம் இதற்கு முன்பு அனுபவித்த எதையும் போலல்லாமல் அதன் வீச்சு, இலக்கு மற்றும் சிக்கலான தன்மை அமையும்" என்கிறார், 'நாலாவது தொழில் புரட்சி' என்ற நூலை எழுதியுள்ள கிளாஸ் ஷ்வாப் (Klaus Schwab). இவர் பன்னாட்டுச் செலாவணி நிதியத்தின் (Word Economic Forum) நிறுவனர் மற்றும் செயல் தலைவர்.

புதிய கல்விக் கொள்கை முதல் அகில உலக கல்வி நிபுணர்கள் வரை அனைவரும் கல்வியின் எதிர்காலம் குறித்து பேசும் போது செயற்கை நுண்ணறிவு, நான்காம் தொழிற் புரட்சி போன்ற சொல்லாடல்களை பயன்படுத்துவது இன்று இயல்பு. கொரோனா முடக்கத்தில் பள்ளிகள் செயல்படாத நிலையில் ஆன்லைன் கல்வியை தர முயற்சி செய்பவர்கள் அனைவரும் மறுபடி பழைய நிலைக்கு அப்படியே திரும்பி விடாது; ஏதாவது விதத்தில் நவீன செய்தி தொடர்பு கருவிகளான திறன் பேசி (Smart Phone) முதலியன, கற்றல் செயலில் கட்டாயம் பயனில் இருக்கும் என அறிவார்கள்.

காலந்தோறும் கல்வியின் இலக்கு மாறி மாறி வந்துள்ளது. அந்தந்த சமுதாய படிநிலை வளர்ச்சி சார்ந்து அந்த வளர்ச்சி அமையும். அடிமை - ஆண்டை எனப் பிரிவுபட்ட சமூகத்தில்

அனைவருக்கும் கல்வி என்ற கருத்தே எழ வாய்ப்பே இல்லை. சாதிய படிநிலை பாகுபாடு மற்றும் நில உடமை சமூகத்தில் அந்தந்த பிரிவினருக்கு எனக் கல்வியிலும் பாகுபாடு இருந்தது. நவீன முதலாளித்துவ வளர்ச்சியின் போக்கில் அனைவருக்கும் கல்வி என்ற ஜனநாயக பார்வை எழுந்துள்ளது. எனினும் இன்றும் கல்வி வாய்ப்பு வசதிகள் சமூகத்தின் அனைத்து பிரிவினருக்கும் சமமாக இல்லை என்பது உள்ளங்கை நெல்லிக்கனி. அதே போல முதலாளித்துவ தொழில் புரட்சி சார்ந்து பொதுக்கல்வியின் உள்ளடக்கம், இலக்கு, கலைத்திட்டம் முதலியவும் காலந்தோறும் மாறி மாறி வருகிறது. நான்காம் தொழில்நுட்ப புரட்சியின் வாயிலில் நாம் இன்று நின்று கொண்டிருக்கிறோம். எனவே, தற்போது உலகம் முழுவதும் கல்வி *4.0* என்ற சிந்தனை வளர்ந்து வருகிறது.

ஏனைய மூன்று தொழிற் புரட்சிகளின் நீட்சி என்றாலும் நான்காம் தொழில் நுட்பப் புரட்சி மிகப்பெரும் அடிப்படை மாற்றங்களைக் கொண்டுவரும் என்கிறார்கள்.

டிஜிட்டல் தொழில்நுட்பம் மற்றும் தகவல் பரவல் தொழில்நுட்பம் தான் நான்காம் தொழிற்புரட்சிக்கு அடிப்படையாய் அமைந்துள்ளது. மீப்பெரு மின்தரவுகள் *(Big Data)*, இணையத்தால் இணைக்கப்பட்ட பொருட்கள் *(Internet of Things)*, முப்பரிமாண அச்சுத் தொழில்நுட்பம் *(3D Printing)*, நானோ தொழில்நுட்பம் *(Nano technology)* என்பன போன்ற மிக முக்கிய அறிவியல் தொழில்நுட்ப வளர்ச்சிகள் நான்காம் தொழில்நுட்ப புரட்சியை உந்தி முன் எடுத்துச் செல்கின்றன. கணினி பயன்பாடுகள் அதிகரித்ததன் விளைவாக மின்தரவுகள் *(digital data)* பெருமளவில் குவிந்தன. இந்த மின் தரவுகளைப் பயன்படுத்தி, பகுத்துச் செயற்கை நுண்ணறிவு *(artificial intelligence)* பொறிகளை உருவாக்கும் தொழில் நுட்பம் நான்காம் தொழிற்புரட்சிக் கட்டத்தில் முக்கிய பங்கு வகிக்க உள்ளது. செயற்கை நுண்ணறிவு, இயந்திர கற்றல், ஆழக்கற்றல் போன்ற நவீன கணினி தொழில்நுட்பம் வழியே மேலும் மேலும் மனித துணையின்றி பல்வேறு பணிகளை மேற்கொள்ள முடிகிற தானியங்கி உற்பத்தி கருவிகளை உருவாக்கி வருகின்றன. கணினி வளர்ச்சியின் படியில் உருவான அதிஉயர் கணினி *(Super Computer)* இவைகளை சாத்தியப்பட செய்தது.

தகவல் சமூகம் (*Information society*)/ அறிவுப் பொருளாதாரம் (*Knowledge Economy*) மற்றும் அறிவாற்றல் மூலதனம் (*Cognitive Capital*) என்பவையெல்லாம் நான்காம் தொழிற்புரட்சி தூண்டும் 'தகவல் பரிமாற்ற மூலதனத்தின்' மாற்றுப் பெயர்கள். இவை அனைத்தும் ஒரே அமைப்பைத்தான் சுட்டுகின்றன என்றாலும் ஒவ்வொன்றும் சில கூறுகளை முன்னிலைப் படுத்துகின்றன. தகவல் பரிமாற்ற வன்பொருள், மென்பொருள் மற்றும் வலைபின்னல்களையும் சுட்டினாலும், "தகவல் சமூகம்" எனும் கருத்துரு உள்ளடக்கத்தை முன்னிலைப் படுத்துகிறது. இதிலிருந்து சற்றே வேறுபட்டு 'அறிவுப் பொருளாதாரம்' என்பதில் 'அறிவு' என்ற கருத்துரு உள்ளடக்கம் மற்றும் செய்திறன்களை பிணைத்து வெளிச்சம் இடுகிறது. செய்திறன் என்பதில் செய்முறை குறித்த அறிவு மற்றும் ஏது எப்படி என்ற அறிவும் இணைந்துள்ளது. மனித மூளையின் சில குறிப்பிட்ட செயல்பாடுகளை 'அறிவாற்றல்' என்று வகைப்படுத்துகிறார்கள். ஸ்தூலமான பொருள்களைக் கையாளாத மூளை உழைப்பை சுட்டுவதாக 'அறிவாற்றல்' எனும் கருத்துரு அமைகிறது. மேலோட்ட பார்வைக்கு ஸ்தூலமான பொருள்களைப் பொருட்படுத்தாதது போலப் புலப்பட்டாலும் அதன் பின்புலத்திலும் உடல் உழைப்பு உள்ளடங்கிய முறையில் யதார்த்தம் மற்றும் சூழல் தாக்கம் முதலியன உள்ளன.

செயற்கை நெருப்பை உருவாக்கிக் கையாள கற்றது, கல்லைச் செதுக்கி கருவிகள் செய்தது முதல் விவசாயம் வரை எல்லாம் ஏதோ வகையில் தொழிற்புரட்சிகள்தான் ஆயினும் வரலாற்றில் முதலாளித்துவ உற்பத்தி முறை வளர அடித்தளமாக விளங்கிய நீராவி எஞ்சின் உருவாகி இயந்திர பொருளுற்பத்தி ஏற்பட்ட காலத்தைத்தான் முதலாம் தொழிற்புரட்சி என்பார்கள். தொழிற்புரட்சியின் தொடர்ச்சியாக விவசாயத்தை அடிப்படையாகக் கொண்ட முந்தைய உற்பத்தி முறையிலிருந்து இயந்திரத்தை அடிப்படையாகக் கொண்ட உற்பத்தி முறைக்கு மாறியது. ஒவ்வொரு தொழிற்புரட்சியும் உற்பத்தி சக்தியை (*Productive force*) முடுக்கிவிட்டுத் தொழிலாளர்களின் உற்பத்தித் திறனை (*Productivity*) பெருக்கியது, உடலை வருத்தும் உடல் உழைப்பிலிருந்து தொழிலாளர்களுக்கு ஓரளவேனும் விடுதலைத் தந்தது. புதிய நுகர்வு பண்டங்கள் சந்தைக்கு வந்தன.

கணினி தொழில்நுட்பம் வளர்ந்து இன்று அதன் நீட்சியாகச் செயற்கை நுண்ணறிவு பொறிகள் உருவாகி வருகின்றன. நம்மை

அறியாமலே நம்மைச் சுற்றி இந்தப் பொறிகள் செயல்பட்டு வருகின்றன. செயற்கை நுண்ணறிவை சார்ந்து இன்று உருவெடுக்கும் தொழிற்புரட்சியை நான்காம் தொழிற்புரட்சி என்கிறார்கள். டிஜிட்டல் மற்றும் தகவல் பரிமாற்ற (communicative) தன்மை கொண்ட இந்தப் புரட்சியின் தொடர்ச்சியாக மூலதனமும், பொருளுற்பத்தி முறையும், முதலாளித்துவ சமூக உறவுகளும் புதிய வடிவங்களை எடுத்து வருகின்றன.

நீராவி எஞ்சின், தந்தி காலத்தைப் போல் இல்லாமல் உலகளாவிய செய்தித் தொடர்பு வலைப்பின்னலை (digital network) கொண்டு இன்றைய டிஜிட்டல் முதலாளித்துவம் செயல்படுகிறது. இணையத்தால் இணைத்து மேலாண்மை செய்ய முடிவதால், மலிவான கூலி கொடுத்துத் தொழில் உற்பத்தியை மூன்றாம் உலக நாடுகளின் சிறப்பு பொருளாதார மண்டலங்களில் மேற்கொள்ள முடிகிறது. கையாளுதல், பொதிதல், கிடங்குகளில் சேமித்தல், வேறு இடத்துக்குக் கொண்டு செல்லுதல், சந்தைக்கு எடுத்துச் சென்று விற்பனை செய்தல் போன்ற பற்பல கூறுகள் அடங்கிய சிக்கல் மிகுந்த தரவு தொழில்நுட்ப பெயர்ச்சியியல் (logistics) கொண்டு கச்சா பொருள்களையும் பண்டங்களை ஓரிடத்திலிருந்து எங்கே சந்தை அல்லது கிராக்கி இருக்கிறதோ அங்கே திட்டமிட்ட வகையில் கொண்டு செல்ல முடிகிறது. பொருளுற்பத்தி தயாரிப்பைச் சொந்தமாக்கி (Standardization) உற்பத்தித் திறனை அதிகரிக்கும் படியான தன்னியக்கவாக்கம் (automation) மூலம் உழைப்பாளிகளின் தேவையைக் குறைத்து லாபத்தைக் கூட்ட முடிகிறது. தரவு மயமாக்கம் (information) சார்ந்த பொருளுற்பத்தி வழிமுறைகள், சடுதியில் படிமுறையியல் வர்த்தகம் (Algorithmic trading) மேற்கொள்ள உதவும் படியான அதிவேக கணினி வலைப்பின்னல்கள் உருவாக்கம், நிதிச் சந்தையில் இழப்புக்காப்பு வணிகம் (hedging) மற்றும் முன்பேர ஒப்பந்தம் (arbitrage) எனப் புதுப்புது முறையில் நிதி மூலதனம் கூடுதல் லாபம் அடைகிறது. நமது இயல்பான சமூக செயல்பாடுகளைக் கூட விட்டுவைக்காமல் சுரண்டும் புதிய ஆற்றலைப் பெற்றுள்ள முதலாளித்துவம் இன்றைய 21 ஆம் நூற்றாண்டு முதலாளித்துவம் டிஜிட்டல் தகவல் பரிமாற்ற தன்மை கொண்டுள்ளது.

எப்படி செய்திகளைப் பரிமாறிக்கொள்கிறோம்; எப்படி வேலை கொள்கிறோம்; ஊதியம் ஈட்டுகிறோம்; எப்படி நமது இயல்பு வாழ்க்கையை வாழ்கிறோம்; எப்படி மற்றவர்களுடன் தொடர்பு

ஏற்படுத்திக்கொண்டு சமூக வாழ்க்கையை கட்டமைக்கிறோம் என்பது வரை சகல அம்சங்களிலும் நவீன தகவல் தொடர்பு சார் அதிஉயர் டிஜிட்டல் தொழிநுட்ப பன்னாட்டு நிறுவனங்கள் பெரும் மாற்றத்தை ஏற்படுத்தியுள்ளது. பெரும் பொருளாதார நெருக்கடிகளைச் சந்தித்த போதும் முதலாளித்துவத்துக்கு டிஜிட்டல் தொழில்நுட்பங்களின் வரவு புத்துயிர் அளித்துள்ளது. இவை முதலாளித்துவ மூலதன திரட்டல், உழைப்பு சுரண்டல் பின்புலத்தில் நடப்பதால் பெரும் மாற்றம் ஏற்படும்போது புதிய முரண்களையும் அபத்தங்களையும் உருவாக்குகிறது.

பருத்தி துணி, இயந்திரக்கருவிகள், பயன்பாட்டுப் பண்டங்கள் போன்ற தொழில் உற்பத்தி கொண்டு தொழில் நடத்தி லாபம் சம்பாதிப்பது, கடன் வட்டி, காப்பீடு போன்ற சேவைகள் வழியே மூலதனத்தில் முக்கியப் பங்காற்றும். நிதி மூலதன லாபம் போலவே டிஜிட்டல் முதலாளித்துவத்தில் 'தரவுகள்' *(Data)* சந்தைப் பொருளாகி லாபம் ஈட்டுகிறது. இதைத்தான் டிஜிட்டல் மூலதனம் *(Digital Capital)* எனலாம். உலகத்தின் மிகப்பெரிய சமூக வலைதள நிறுவனமாக முகநூல் உள்ளது. ஆனால், அதற்கென உள்ளடக்கத்தை அது தயாரிப்பதில்லை. அதன் பயனாளிகளான நாம்தான் காசு வாங்காமல் உள்ளடக்கத்தை அளிக்கிறோம். அதேபோல உலகத்தின் முன்னணி வாடகை டாக்ஸி நிறுவனமான உபர் நிறுவனத்துக்கு ஒரு டாக்ஸி கூடச் சொந்தம் இல்லை. டாக்ஸியை உடைமையாக வைத்திருப்பவர்கள் மற்றும் வாடகைக்கு எடுத்து ஓட்டுபவர்கள்தான் உபருடன் தொடர்பு கொண்டு டாக்ஸி சேவையை வழங்குகிறார்கள். இப்படி செய்யப்படும் அனைத்து தகவல் *(information)* அடிப்படையிலான சேவைகளும் வருங்காலத்தில் டிஜிட்டல் மூலதனத்தில் முக்கியப் பங்காற்றும்.

'உயிருள்ள மனிதர்களுக்குப் பதிலாக அவர்கள் செய்யும் வேலைகள் அனைத்தையும் சற்றே ஏறக்குறைய செயற்கை நுண்ணறிவு கொண்ட ரோபாட்டுகள் என்ற இயந்திர மனிதர்கள் செய்ய முடியும் நிலை உருவாகும்' எனும் ஷ்வாப், 'செயற்கை நுண்ணறிவு பொறிகள் மன உழைப்பு ஊழியர்கள் உட்பட பலருடைய வேலை வாய்ப்பைப் பறித்துத் தாமே செய்யும் திறனைப் பெறும்போது வெகுசில பணிகள் மட்டுமே மனிதர்களால் செய்யவேண்டி வரும்' நிலைஉருவாகும் காலம் வெகுதொலைவில் இல்லை' என்கிறார். மேலும் 'இந்த

மாற்றங்களின் விளைவுகள் எவ்வாறு வெளிப்படும் என்பது இன்னும் தெளிவில்லை. ஆனால், ஒரு விஷயம் தெளிவாக உள்ளது. இந்த மாற்றம் குறித்த நமது எதிர்வினை விரிவானதாகவும் ஒருங்கிணைந்தும் இருக்கவேண்டும். உலகளாவிய அரசியலின் அனைத்துப் பங்குதாரர்களையும் உள்ளடக்கியதாக பொது மற்றும் தனியார் துறைகள் முதல் கல்வி மற்றும் சிவில் சமூகம் வரை அனைவரின் பங்கேற்புடன் அமைய வேண்டும்" என்கிறார்.

செயற்கை நுண்ணறிவு எனும் தொழில்நுட்பம் பாய்ச்சல் வேகத்தில் வளர்ந்து வரும் இந்த நிலையில், நான்காம் தொழிற்புரட்சியின் பின்புலத்தில், கல்வித்துறையில் என்னென்ன மாற்றங்கள் வரும், வரவேண்டும் என இந்த நூல் விவரிக்கிறது. இந்தப் பின்னணியில் என்னென்ன சவால்கள் நமக்கு முன்னே உள்ளன என்பதை அலசி ஆராய்கிறார் இந்த நூலின் ஆசிரியர் திரு. ஆயிஷா நடராசன். மேலும் இந்தியா போன்ற பெரும் ஏற்றத்தாழ்வுகள் உள்ள சமூகத்தில் ஏற்பட வாய்ப்புள்ள கூடுதல் சிக்கல்களையும் இந்த நூல் நமக்கு வெளிச்சமிடுகிறது.

கடந்த காலத்தில் நமது அனுபவங்களிலிருந்து பாடம் கற்று அதனை அடுத்த தலைமுறைக்கு தருவது கல்வியின் ஒரு இலக்கு என்றால், வரும் காலத்தில் உருவாகும் சமூகப் பொருளாதார தொழில்நுட்ப வளர்ச்சியில் பங்கு பெறும் திறனை அளிப்பதும் கல்வியின் இலக்குதான். மேலும் வளரும் தொழில்நுட்பங்களை சிறந்த முறையில் பயன்படுத்தி கல்வியின் அடிப்படை இலக்கான விழிப்புணர்வைத் தூண்டுவதும் அவசியம். நான்காம் தொழில்நுட்ப புரட்சியின் பின்னணியில் இவை குறித்தும் இந்த நூல் நமக்கு அறிமுகம் செய்கிறது.

ஆசிரியர்கள், கல்வியியல் நிபுணர்கள், கல்வி வளர்ச்சி அதிகாரிகள் மற்றும் சமூக ஆர்வலர்கள் கட்டாயம் படிக்கவேண்டிய நூல் இது. இந்த நூலை சரியான நேரத்தில் அனைவரும் படித்து புரிந்துகொள்ளும் விதமாக எளிய முறையில் எழுதியுள்ள ஆயிஷா. நடராசன் அவர்களையும் இந்த நூலை பதிப்பித்து வெளியிடும் பாரதி புத்தகாலய நண்பர்களையும் பாராட்டுகிறேன்.

அன்புடன்,

த. வி. வெங்கடேஸ்வரன்

முதன்மை விஞ்ஞானி,

விக்யான் பிரச்சார், புதுதில்லி.

கல்வி நுணுக்கங்களை அள்ளித்தரும் அமுதசுரபி

கற்றல் என்பது யாதெனில் (கல்வி 4.0) இந்தப் புத்தகம் தமிழகம் மட்டுமின்றி உலகம் முழுவதும் உள்ள ஒவ்வொரு மானுடரின் கையிலும் இருக்க வேண்டிய ஒரு கலைக்களஞ்சியம். இந்தப் புத்தகமானது ஆசிரியருக்கு ஏற்படும் ஐயங்களை உடனடியாக கைபேசியை கொண்டு இன்றைய தலைமுறை எவ்வாறு தருகிறதோ அதுபோல தங்களுக்கு கல்வியில் தகவல் தொழில்நுட்பத்தை இணைத்து கற்பிப்பதற்குத் தேவையான நுணுக்கங்களை அள்ளிக் கொடுக்கின்ற அமுதசுரபியாக இந்த புத்தகம் விளங்குகின்றது என்றால் அது மிகையாகாது.

இப்புத்தகத்தில் மிக அழகாக ஆசிரியர் ஹோமோசேபியன்ஸ் -லிருந்து இன்றைய காலகட்டம் ஹோமோ டிஜிட்டல் யுகத்தில் வாழ்ந்து வருகிறது என்பதையும், இந்த யுகத்தில் உள்ள ஒவ்வொருவருக்கும் தேவையான தகவல்களை உள்ளடக்கிய ஒரு அற்புதமான படைப்பாக இந்தப் புத்தகத்தை வழங்கியுள்ளார்.

இப்புத்தகத்தை படிக்கின்ற ஒவ்வொருவரும் குழந்தைகளைக் கொண்டு இந்த டிஜிட்டல் சாதனங்கள் பயன்படுத்துவதன் மூலம் என்னென்ன விளைவுகள் நடந்துள்ளன, குறிப்பாக என்னென்ன ஆற்றல்கள் அந்தக் குழந்தைக்கு இந்த டிஜிட்டல் சாதனங்களை பயன்படுத்துவதில் உள்ளது என்று உலகம் முழுவதிலும் ஆராய்ச்சியாளர்கள் மேற்கொண்ட ஆராய்ச்சியின் முடிவுகளை அறிந்துகொள்ள இப்புத்தகம் ஒரு டிஜிட்டல் நூலகமாக திகழ்கிறது.

ஆராய்ச்சியின் முடிவாக 58 சதவீத சிறுவர்கள் டி.வி. மற்றும் கைபேசியை ஒரு மணி நேரத்திற்கு மேல் பயன்படுத்துகிறார்கள் என்ற தகவலையும், இரண்டு வயதுக் குழந்தைகளுக்கு உள்ள அற்புதமான ஆற்றல் என்னவென்றால் எண்களை பயன்படுத்தி கடவுச்சொல்லாக கைபேசியில் தன்னுடைய செயல்திறனைக் காட்டுகின்ற அந்தக் குழந்தைக்கு நாம் ஐந்து வயதில் தான் எண்களையே கல்வியில் அறிமுகப்படுத்துகிறோம் என்பது ஒவ்வொருவரும் சிந்திக்க வேண்டிய ஒரு அற்புதமான தகவலாக

உள்ளது. ஒவ்வொரு தலைப்பின் முதலிலும் அறிஞர்கள் தொழில்நுட்ப வல்லுநர்களின் கருத்துகளை வழங்கியுள்ளது கருத்துப் புதையல் என்றே கூற வேண்டும்.

2020 கோவிட் 19 சூழ்நிலையில் உலகெங்கும் பள்ளிகள் மூடியிருக்க, மாணவனை சென்றடைய ஒவ்வொரு நாடும் மேற்கொண்ட பல்வேறு உத்திகளை படம்பிடித்து அழகாக இந்தப் புத்தகம் காட்டியுள்ளது. மேலும் பல்வேறு நாடுகள் பின்பற்றிய முறைகளை நாம் பின்பற்றினால் நம் குழந்தைகளுக்கு பள்ளிகள் மூடினாலும் கல்வி தொடர்ந்து கிடைப்பதற்கு வாய்ப்பு இருக்கும் என்பதில் எந்த ஒரு ஐயமும் இல்லை என்று தெள்ளத்தெளிவாக ஆசிரியர் எடுத்துரைத்துள்ளார்.

இந்தச் சூழ்நிலையில் குழந்தைகள் உலகில் கல்வி கற்க இந்த டிஜிட்டல் தொழில்நுட்பத்தை கையிலெடுத்தால் அன்றி வேறு எந்த ஆயுதமும் நம்மிடத்தில் தற்பொழுது இல்லை என்பது அனைவரும் அறிந்த ஒன்றே, இந்த டிஜிட்டல் ஆயுதத்தை நாம் எவ்வாறு திறம்பட பயன்படுத்துகிறோம் என்பதில்தான் கல்வியின் தாக்கம் மற்றும் கல்வியில் முன்னேற்றம் உள்ளது.

அமெரிக்க அரசு மார்ச் 10, 2020இல் குழந்தைகளிடம் உள்ள டிஜிட்டல் கருவிகளை எடுக்கத் தொடங்கி துல்லியமாகக் கணக்கெடுத்து டிஜிட்டல் கருவிகள் இல்லாத அந்தக் குழந்தைகளுக்கு மக்களிடத்தில் பயன்படுத்தக் கூடிய நிலையில் உள்ள வீணாக வீட்டில் வைத்துக் கொண்டிருக்கக் கூடிய அனைத்து திறன்பேசி களையும் ஒன்றிணைத்து மாணவர்களுக்குக் கருவிகளை வழங்கி உதவி செய்தது; இது நமக்கும் ஒரு பாடமாகும். அதுமட்டுமல்ல, இணைய வகுப்புகளை தொடங்கி இலவசமாக அனைவருக்கும் வழங்கிய செய்தியும் இடம் பெற்றுள்ளது.

அசிம் பிரேம்ஜியின் ஆய்வில் 80 சதவீத மாணவர்கள், ஆசிரியர்கள் கைபேசியை பயன்படுத்தும் திறனைக் காட்டிலும் கைபேசி பயன்பாட்டில் மிகவும் திறமை வாய்ந்தவர்களாக உள்ளார்கள் என்று கண்டுபிடித்து பகிர்ந்துள்ளார். இதன் மூலம் ஆசிரியர்கள் தங்களை மேம்படுத்திக் கொள்வது மிகவும் அவசியம் என்பது நமக்குத் தெரிய வருகிறது.

இந்த ஆய்வில் தோராயமாக இந்தியாவில் 97 சதவீத குடும்பங்களில் செல்போன் உள்ளது. குறைந்தது ஒரு மணி நேரமாவது அதை குழந்தைகள் பயன்படுத்துகிறார்கள் என்றும்

கண்டுபிடிக்கப்பட்டுள்ளது. இன்று உண்மையில் ஆன்லைன் கல்வியில் புரட்சி ஏற்பட்டுள்ளது. இந்த டிஜிட்டல் பாட முறையை தான் கல்வி 4.0 என அறிமுகப்படுத்தி உள்ளார் நூலாசிரியர்.

டிஜிட்டல் பாட முறையை கல்வி தொலைக்காட்சி, கைபேசியில் வாட்ஸ்அப் வகுப்புகள், ஜூம் வகுப்புகள், யூடியூப் வகுப்புகள் என்று பல்வேறு வகையில் பயன்படுத்தப்படும் ஒவ்வொரு பள்ளியின் இணைய வகுப்புகள் சார்ந்த நிகழ்வுகளை தெளிவாக இந்த நூலில் பகிர்ந்துள்ளார் ஆசிரியர்.

எத்தனையோ சந்ததிகள் இவ்வையகத்தில் வாழ்ந்தாலும், இந்த நூற்றாண்டு குழந்தைகள் 2010 சந்ததி மிகவும் விசேஷமான குழந்தைகள் என்று குறிப்பிடுவது அனைவரையும் ரசிக்க வைக்கும். இந்தக் குழந்தைகள்தான் கல்வி கேளிக்கை விளையாட்டு, நட்பு பாராட்டுதல், பொழுதுபோக்கு என்று அனைத்தையும் டிஜிட்டல் மயமாக செய்து வருகிறார்கள் என்பது உண்மைதானே.

இந்த டிஜிட்டல் சந்ததியின் வகுப்பறைகள் டி.வி. வகுப்பு, வாட்ஸ்அப் வகுப்பு, ஜூம் செயலி வகுப்பு என இருக்கின்றது. நேரடி வகுப்புகள் எப்போது தொடங்கும் என்று காத்திருக்கிறார்கள்.

தொழிற்புரட்சி பற்றி ஆசிரியர் குறிப்பிடுகையில், நான்காவது தொழிற்புரட்சியின் மாற்றங்கள் செயற்கை நுண்ணறிவு, மனித இயந்திரங்கள், ஸ்மார்ட் போன்கள், ஸ்மார்ட் நகரங்கள், ஸ்மார்ட் வாட்ச் என எத்தனையோ மாற்றங்கள் வந்துவிட்டன. இந்த கோவிட் சூழ்நிலையில் பரிசுகள் ஸ்மார்ட் வாட்ச்களாகத்தான் இருந்துள்ளன. அதுவும் வயதானவர்களுக்கு தங்களுடைய பிள்ளைகள் இதைப் பரிசாக கொடுத்து இருக்கிறார்கள். இந்த ஸ்மார்ட் வாட்ச்சில் 180 வகையான கருவிகள் இயங்குகின்றன. ஆக்ஸிஜன் சோதிப்பது முதலாக உடலில் உள்ள ஜூரத்தையும் கண்டுபிடித்து விடுகிறது இந்த ஸ்மார்ட் வாட்ச்கள்.

தமிழகத்தில் 1976இல் ஹேட்செஸ் இயக்குநராக இருந்தபோது தொலைக்காட்சியை முதல் முதலில் கல்வியில் அறிமுகப்படுத்திய வரலாற்றையும் மிக அழகாக எழுதியுள்ளார். அவர் செய்த புரட்சிகளையும் குறிப்பிட்டுள்ளார். 1982இல் ஒரு லட்சம் பள்ளிகளுக்கு டிவி மற்றும் ரேடியோக்கள் வழங்கியதை குறிப்பிட்டுள்ளார். 1955இல் ஒருவர் கணினி வாங்க வேண்டும் என்றால் ரூபாய் 10 லட்சத்தை செலவு செய்யவேண்டும். HEC

என்னும் கணினி அவ்வாறு வாங்கி பயன்படுத்தப்பட்டதுதான். அது இன்று கொல்கத்தா அருங்காட்சியகத்தில் உள்ளது. 1979 அண்ணா பல்கலைக்கழகம் தான் முதன்முதலில் MCA என்னும் பாடப்பிரிவினை முதன்முறையாக அறிமுகப்படுத்தி இந்தியாவிற்கு எடுத்துக்காட்டாக விளங்கியது. 1973 சென்னை ஐ.ஐ.டி. கணினிகளை பயன்படுத்தி கல்வி கற்பிக்கும் யுக்தியை கையாளத் தொடங்கியது. 1980இல் தமிழில் பயன்படுத்தும் முறை அறிமுகமாகத் தொடங்கியது. 1980 அர்த்தநாரி என்பவர் தமிழ் இண்டர்பேசை உருவாக்கி அறிமுகப்படுத்தினார். கனடாவைச் சார்ந்த ஸ்ரீனிவாசன் என்பவர் 1984இல் தமிழ் உள்ளீட்டு முறையை அறிமுகப்படுத்தினார். அன்றைய நாட்களில் மலேசியா, சிங்கப்பூர் ஆகிய நாடுகள் பாரதி என்னும் மென்பொருளைப் பயன்படுத்தினர். இப்படி பல்வேறு தகவல்கள் தமிழ் கணினியில் ஆரம்பித்த நாட்களை அசை போட்டுள்ளார்.

கல்வி 4.0 என்பது வன்பொருள், மென்பொருள், இ-லர்னிங் கற்றல் உள்ளடக்கியது. தமிழகத்தில் பயன்படுத்தப்படும் LMS இணையதளமான EMIS என்னும் இந்த தளமானது இந்தியாவிற்கு புள்ளிவிவரங்களை வழங்கும் ஒரு Big data வாக உள்ளதை குறிப்பிட்டுள்ளார்.

பிரிட்ஜ் அடிமைகள் தனது மல்டிமீடியா கற்றல் என்னும் நூலில் பள்ளிகள் எப்படி இருக்க வேண்டும் என்பதை தெளிவாக எடுத்து வைத்திருப்பதை நூலில் குறிப்பிட்டுள்ளார். அதில் ஒருவர் கற்றல், கற்றதை துறத்தல், புதியன கற்றல் என்னும் மூவகை சாராம்சத்தை கல்வி 4.0 க்கு உள்ளடக்கி வழங்கியவர் ரிச்சர்ட் ஈ மேயர் என்பதை சுட்டிக்காட்டியுள்ளார்.

புளூம் 2001 புகைபிடித்தல் மாற்றங்கள் முதல் ஆன்லைன் பள்ளியை நிறுவவும் இவைதான் காரணமாக அமைந்துள்ளது. அதுமட்டுமன்றி இந்தக் கல்வி 4.0 வில் MOOC, OER, இணைய வகுப்பு எடுப்பதற்கு ஆசிரியர்கள் பயன்படுத்தும் ஜூம், கூகுள் மீட், மைக்ரோசாஃப்டின் டீம்ஸ், கூகுள் கிளாஸ் ரூம், என்னென்ன பயன்படுத்தலாம் என்பதையும், என்னென்ன பயன்படுத்துகிறார்கள் என்பதையும் பட்டியலிட்டுள்ளார்.

ஆசிரியர்கள் இந்த டிஜிட்டல் வகுப்பறைக்கு பாட திட்டம் எழுதுவதற்கு தொழில்நுட்பத்தில் உள்ள பல்வேறு நுணுக்கங்களையும் வரைந்துள்ளார். அதுமட்டுமின்றி பாட

துணைக் கருவிகளும் இதே டிஜிட்டல் தொழில்நுட்பம் நமக்கு கொடையாக வழங்குகிறது என்னும் அரிய தகவலையும் ஆசிரியர் பகிர்ந்து உள்ளார்.

நாம் புதுமையான கல்வி என்றவுடன் எப்பொழுதும் பின்லாந்தை குறிப்பிடுகிறோம். டென்மார்க் கல்வி முறையும் குறித்து அறிய வேண்டும் என்று அவர் இதில் சிறப்பான சில அம்சங்களை குறிப்பிட்டுள்ளார். அதில் எனக்குப் பிடித்த சில விஷயங்கள்: மாணவர்கள் இந்த கோவிட் நேரத்தில் தேர்வுகள் நேரடியாக வந்து எழுத முடியாத நேரத்தில் ஆசிரியர்கள் ஏழு செயல்திட்ட தலைப்புகளை வழங்கி அதைச் செய்து வழங்குமாறு கூறியுள்ளனர். பிறகு பெற்றோர்களுக்கு பத்து நாட்கள் உதவி செய்து அதை வீடியோவாக படம் பிடித்து ஆசிரியருக்கு அனுப்ப செய்துள்ளனர். அதன் தொடர்ச்சியாக மரம் நடுதல், மரத்தை பராமரித்தல், தங்களுடைய பகுதியை தூய்மைப்படுத்துதல் என கற்றல் வளர்ந்து உள்ளதை ஆசிரியர் குறிப்பிட்டுள்ளார்.

இந்தப் புத்தகத்தில் மறுக்கமுடியாத ஒரு உண்மைத் தகவலாக இணையத்தில் 0 கல்வியாண்டு என ஒருவர் தட்டச்சு செய்தவுடன் இந்தியா என பதில் வருவது நமக்கு சற்று வேதனை அளித்தாலும், நாம் இணைய கல்வியைப் பயன்படுத்தி திறம்பட எவ்வாறு கல்வி புகட்டலாம் என்பதையும் பகிர்ந்துள்ளார். பள்ளிகளை மூடினாலும் தடையின்றி மாணவர்கள் கல்வி கற்பதற்கான வழியை நாம் ஆராய்ச்சி செய்ய வேண்டும். சிங்கப்பூரில் இந்த சாதாரண சூழ்நிலையிலும் டெலிபோன் இன்டர்வியூ என்னும் முறையை பயன்படுத்தி தேர்வு வைத்திருப்பதைக் குறிப்பிட்டுள்ளார்.

2030ஆம் வருடத்தில் SDG-4 இருக்க வேண்டும் என்பதை கூறியுள்ளார். 1912இல் முதல்முதலாக தொடக்க கல்விச் சேவையை தொடங்கி அனைவரின் கவனத்தையும் ஈர்த்த சென்னை மாநகராட்சி தான் 2000ஆம் ஆண்டில் அனைத்துப் பள்ளிகளுக்கும் கணினியை வழங்கி கணினி வழிக் கல்வியையும் அறிமுகப்படுத்தியுள்ளது.

பல நாடுகளில் பின்பற்றப்படும் மிகச்சிறந்த டிஜிட்டல் கல்வி முறைகளில் குறிப்பிடத்தக்கதை ஆசிரியர் எழுதி இருப்பதும் விமர்சனம், திரையரங்கு பாடல் அங்கு கலந்துரையாடல், டிஜிட்டல் நூலகம், ஆய்வு திரையரங்கம், ஓட்டி அரங்கம் போன்றவைகளையும் குறிப்பிட்டு எழுதியுள்ளார்.

மத்திய அரசு இணைய சேவைகளாக கல்விக்கு என்று ஆரம்பிக்கப்பட்டுள்ள திக்ஷா இ-பாடசாலை சுவயம் போன்றவை அனைவராலும் பயன்படுத்தப்பட வேண்டும்.

மாணவர்கள் மற்றும் இந்த டிஜிட்டல் முறையில் பயிலும் அனைவருக்கும் அவர்களின் ஆரோக்கியத்தை மேம்படுத்துவதற்கான பல்வேறு விஷயங்களை கூறி முடித்துள்ளார். இந்த டிஜிட்டல் கல்வி முறையில் பயிலும் மாணவர்களின் பெற்றோர்கள் அனைவருக்கும் உள்ள பொதுவான கேள்வி, தனி கைபேசியை தொடர்ந்து எவ்வளவு நேரம் நம்முடைய குழந்தை பயன்படுத்த வேண்டும் என்பதே. இதற்கான பதிலாக இரண்டு முதல் ஐந்து வயதுள்ள குழந்தைகள் தினமும் ஒரு மணி நேரமும், அதன் பிறகு 6 முதல் உள்ள குழந்தைகளின் ஆரோக்கியத்திற்கு ஏற்ப பயன்படுத்த வேண்டும் என்ற தெளிவையும் வழங்கியுள்ளார். இந்த டிஜிட்டல் கல்வி முறையால் உடல் மற்றும் மனம் சார்ந்து என்னென்ன கேடுகள் உருவாகின்றன என்பதையும் டிஸ்லெக்சியா, டிஸ்கேல்குளியா, டிஸ்கிரேபியா போன்ற அனைத்திற்கும் இதில் தீர்வுதான் என்ன என்பதும் கேள்வியாக விட்டுள்ளார்.

இறுதியாக, கணினி தமிழ் சார்ந்த சொல்லாக்கம், கலைச்சொற்களை இணைப்பாக வழங்கியுள்ளார். அனைவருக்கும் நிச்சயம் ஒவ்வொரு ஆங்கில கணினி சார்ந்த சொல் இருக்கும். அதற்கு இணையான தமிழ்ச்சொல் அறிவதற்கான சொற்களஞ்சியம் ஆக இருக்கிறது. இரண்டாவது இணைப்பாக ஆசிரியர்கள் தமது வகுப்பிற்கு கற்றல் சார்ந்த முக்கிய செயலிகளை பயன்படுத்தலாம் என்றும் பட்டியலையும் வழங்கியுள்ளார்.

இவை நிச்சயம் ஒரு ஆசிரியருக்கு வழங்கப்பட்டுள்ள சிறந்த இலவசப் பரிசாகவே நான் நினைக்கிறேன். இந்தப் புத்தகத்தில் இணையம், டிஜிட்டல் யுகம், டிஜிட்டல் கல்வி முறை, டிஜிட்டல் பாடத்திட்டம் என்று அனைத்தும் டிஜிட்டல் ஆக உள்ளது. இது ஒரு டிஜிட்டல் ஆசிரியருக்கு மட்டும்தான் என்று நினைக்க வேண்டாம்; இன்றைய சூழ்நிலையில் ஒவ்வொரு ஆசிரியரும் டிஜிட்டல் ஆசிரியர்தான் என்பதை நாம் உணரவேண்டும். ஒவ்வொரு பெற்றோரும் தங்களுடைய மாணவர்களுக்கு டிஜிட்டல் கல்வியை வழங்கிட இவை உதவி செய்யும். எனவே இந்தக் கல்வி 4.0 நூலானது, ஒரு இணையம் சார்ந்த கல்வி கற்றல் கற்பித்தலுக்கான ஒரு நூல் மட்டும் அல்ல, இது ஒரு நூலகம் என்று சொன்னால் அது மிகையாகாது.

அனைவருக்கும் விலையில்லா இ-கல்வி எட்டிட
வாய்ப்புகளை உருவாக்கி விடுவோம்!

இந்தப் புத்தகத்தை வாசித்து முடிக்கும்போது சுயமாக
ஒவ்வொருவரும் ஒரு கற்றல்
தொழில்நுட்பவாதியாக உருவாகுவோம்!.

நம் தமிழக டிஜிட்டல் சந்ததியின்
ஆசிரியர் என்பதில் பெருமைகொள்வோம்!

கல்வி 4.0 வை அனைவருக்குமான
மக்கள் இயக்கமாக நிச்சயம் மாற்றி விடுவோம்!

ஸ்ரீ. திலீப்
தேசிய நல்லாசிரியர் விருது பெற்றவர்
அரசு மேல்நிலைப் பள்ளி, சத்தியமங்கலம்,
விழுப்புரம் மாவட்டம், தமிழ்நாடு.

உள்ளடக்கம்

என்னால் எந்த என் உறுப்பையும் அசைக்க முடியாது என்றாலும் என் மனம் நினைப்பதையும் கணக்கிடுவதையும் கண்டுபிடிப்பதையும் - செயற்கை நுண் அறிவு சாதனங்கள் வழியே உலகிற்கு என்னால் வெளியிட முடிகிறது என்றால், 21ஆம் நூற்றாண்டு கல்வியின் முகம் எப்படி இருக்கும் என்பதை என்னால் ஊகிக்க முடிகிறது.

-ஸ்டீபன் ஹாக்கிங்ஸ்
(அறிவியல் அறிஞர்)

தேர்வு நடத்துவது... தேர்வுக்கு வருவதை மட்டுமே நடத்துவது, தேர்வில் வெற்றி தோல்வி என மனிதனை பிரிப்பது இவற்றை தூக்கி எறிந்த உண்மையான அறிவு வளர்ச்சி - தேடல்- சுய கற்றல் - ஒப்பற்ற சமதளத்தை பேணுதல் கூடவே அவரவரது வேகத்திற்கு கற்க அனுமதித்தல் - இதுதான் கல்வியின் அடுத்த படிநிலையாக இருக்க வேண்டும். தொழில் நுட்பம் தரும் வசதிகளை நாம் அதற்காக பரிசீலிக்கலாம்.

- நோம் சாம்ஸ்கி
(மொழியியல் அறிஞர்)

இருபத்தோராம் நூற்றாண்டு குழந்தைகளுக்கு வகுப்பறை என்பது - நான்கு சுவர்களுக்குள் இருக்காது அவர்களது கைவிரல் தூரத்தில் - செயற்கைக்கோள் உதவியோடு மெய்நிகர் யதார்த்தமாக இருக்கும் 21ஆம் நூற்றாண்டு செயற்கை நுண்ணறிவு யுகம்.

- எலிஸர் யுட்கோவ்ஸ்கி
(செயற்கை நுண்ணறிவு வல்லுநர்)

1

டிஜிட்டல் - சந்ததி!

ஹோமோ சாப்பியன்ஸ் அடைந்துள்ள அடுத்த பரிணாமம்தான் உலக விஞ்ஞானிகள் குறிப்பிடும் ஹோமோ டிஜிட்டல்ஸ் எனும் நவீன 21ஆம் நூற்றாண்டு மனிதன். அதாவது டிஜிட்டல் சந்ததி.

- ***செயற்கை நுண்ணறிவு***
- ***மெய்நிகர் யதார்த்தம் (விர்ச்சுவல் ரியாலிட்டி)***
- ***மிகை மெய்மை யதார்த்தம் (ஆகுமெண்ட் ரியாலிட்டி)***
- ***மெய்கலப்பு டிஜிட்டல் யதார்த்தம் (மிக்ஸ்சட் ரியாலிட்டி)***
- ***தொகு - பெருந்தரவு (பிக் - டேட்டா)***
- ***தன்னியக்கம் - (ஆட்டோமேஷன்)***
- ***இணையச் செயலிகள்***
- ***தகவல் தொடர்பு செயற்கைக் கோள்கள்***
- ***உயர் கலப்பு யதார்த்தம் (ஹைப்பிரிட் ரியாலிட்டி)***

இவை பயன்படாத நாடு என்பது இன்று உலகில் இல்லை. இரும்பு யுகம், பனி யுகம், மின்சார யுகம் ஏன் அணு ஆயுத யுகமெல்லாம் ஹோமோ சாப்பியன் மனிதனை லேசாக அசைத்ததோடு சரி. ஆனால், இன்றைய டிஜிட்டல் யுகம் புதிய வகை மனிதனையே உருவாக்கிவிட்டது என்பதே உண்மை.

காலையில் பல் தேய்க்கிறீர்களோ இல்லையோ முதலில் செல்-தேய்க்கிறீர்கள் என்பது நிஜம்தானே. அன்றைய உலகம் இன்றைய உலகம் ஒரு சிறிய அட்டவணையை பரிசீலிப்போமா?

அன்று	இன்று
1. நேரடி நட்பு	- முகநூல் நட்பு, இன்ஸ்டாகிராம்
2. தபால் (கடிதம்)	- இ-மெயில் \ வாட்ஸ் அப்
3. தியேட்டரில் சினிமா	- கைபேசியில் சினிமா, ஹோம் தியேட்டர்
4. அகராதி	- கூகுள்/ விக்கிபீடியா
5. ஸ்டுடியோவில் புகைப்படம்	- செல்ஃபி
6. எழுதுதல்	- டெக்ஸ்டிங்
7. கடையில் வாங்குதல்	- ஆன்லைனில் ஆர்டர்
8. வீட்டுச் சமையல்	- ஸ்விகி/சொமாட்டோ ஆர்டர்
9. புத்தகம் வாசித்தல்	- இ-புக், இ-பாட், ஐ-பாட்
10. காகித பணம்	- இ-பே அல்லது ஏ.டி.எம்.கார்டு
11. பார்த்து நோட்ஸ் எழுதுதல்	- டவுன்லோடு செய்தல்

2010க்குப் பிறகு பிறந்தவர்களை 2010 கிட்ஸ் எனலாம். அவர்களைத்தான் முழுமையான 'ஹோமோ டிஜிட்டல்ஸ்' எனும் வகைப்பாட்டிற்குள் அழைக்கிறார்கள்.

அவர்கள் நிலா பார்த்து சாப்பிடவில்லை...

அம்மா செல் பார்த்து சாப்பிட்டு வளர்ந்தார்கள்

அவர்கள் பாட்டி கதை கேட்டு தூங்கவில்லை

ஐ-பாட் ஆடீயோ இயர்போன் வைத்து தூங்கினார்கள்

அவர்கள் கண்ணாமூச்சி ஆடி களைக்கவில்லை

வீடியோ கேம் ஆடித் தள்ளுகிறார்கள்.

அவர்களுக்கு டெடி கரடி பொம்மை தேவைப்படவில்லை.

ஐ-பாட் அவர்களது தோழன் ஆகியது.

பாதி மனிதன் - பாதி கருவி என 50:50 ஆக இவர்கள் வாழப்போகிறார்கள் என்று மனித வாழ்வியல் அல்லது மானுட இயல் (ஆந்த்ரோ-பாலாஜி) நிபுணர் டேவிட் கிரைபர் எழுதுகிறார். அவரது சமீபத்திய புல்ஷீட் ஜாப்ஸ் : எ தியரி (2018) நூலில் இனி ஒருபோதும் தேவைப்படாத வகை பணியிடங்களைப் பற்றி அவர் எழுதுகிறார். டிஜிட்டல் யுகத்திலேயே பிறந்தவர்கள் என 2010

கிட்ஸ் வகைப்படுத்தப்படுகிறார்கள். இவர்களது காலத்தில் மனிதன் சம அளவு பாதி பாகமாகவே கேட்கஸ் எனப்படும் மின்னணு தகவல் தொழில்நுட்ப கருவிகள் மாறிவிடும். அதுதான் ஆன்லைன் யுகம்.

இரண்டு பரிசோதனைகள்

முதலாவது மானுடவியல் பரிசோதனை. நிகழ்த்தப்பட்ட இடம் ஹாங்காங் - 2010க்கு பிறகு பிறந்த சிசுக்களிடம் கைபேசி, ஐ-பாட் போன்ற தகவல் கருவிகள் தரப்பட்டு அவர்களாகவே செயல்பட வைத்து 1000 குழந்தைகளிடம் சிஸிலியா பிலாத் எனும் பெண் விஞ்ஞானி ஆறு மாதங்கள் ஆய்வு நடத்தினார். குழந்தைகளை வயது அடிப்படையில் பிரித்தார் அவர். பிறகு அவர்களது வர்க்க அடிப்படை. பிறகு ஆண் பெண் என பாலின அடிப்படை.

- **ஒரு வயதுக்குள் குழந்தைகள் ஐ.பாட்/கைபேசி இவைகளை யாருமே சொல்லித்தராமலே ஆன்/ஆஃப் செய்தன.**
- **ஆண்/பெண் குழந்தைகள் தேடிச் சென்று செயலிகளை 2 வயதிலேயே இனம் காண முடிகிறது.**
- **ஒன்றரை வயது குழந்தை, தான் ஃபாலோ செய்த ஒரு குறிப்பிட்ட இணைய சங்கதியை மறுபடி பிரவுஸ் (தேடி) எடுத்து தொடர்ச்சியை பின் தொடர்கின்றது... (பராமரிப்பாளர் உதவியுடன்)**
- **கைபேசி /ஐ-பாட்/ இ-பாட்களில் தாங்கள் விரும்பும் விஷயங்களை தாங்களே ஓப்பன் செய்திட 2 வயதில் சுய - கற்றல் நடந்து - தகவலை பரிமாறும் (அனுப்புக்) அளவுக்கு முன்னேற்றம்.**

மேற்கண்ட ஆய்வுமுடிவுகள் ஏழை - செல்வந்தர், இன பேதம்; பாலின வேறுபாடு கடந்து 92%-2010 குழந்தைகளின் உண்மை நிலை. புதிதாக கைபேசி போன்ற மின்னணு தகவல் சாதனங்களை கையாள தனியே கற்கும் அவசியம் அந்த சந்ததிக்கு இல்லை.

அந்த வயதில் நடக்கும் தகவல் - கருவிகளை கையாள அவர்கள் கைக்கொள்ளும் வேகம் பற்றிய வயது அடிப்படை முன்னேற்ற பதிவுகள் கீழ்க்கண்ட அதிர்ச்சிகளை கொடுத்தது. சிஸிலியா இவை தனக்கே ஆச்சரியங்களை கொடுத்ததாக சொல்கிறார்.

- **3 1/2 வயதில் இவர்களால் ரயில் டிக்கெட் முன்பதிவு செய்ய முடியும்.**

- *4-5 வயதில் தங்களது ஐ-பாட் கைபேசியில் வரும் தகவல்களை, - தான் இனம் காணும் பிற எண்களுக்கு ஃபார்வேர்டு செய்ய முடிகிறது.*
- *தனக்கான மன-விருப்ப கேம்களை யாருடைய உதவியும் இன்றி பிரவுஸ் (தேடல்) செய்து உள்ளே புகுந்து சென்று - திறந்து தானாகவே விளையாட முடியும்.*
- *தொலைக்காட்சி அல்லது கணினி மானிட்டரை பயன்படுத்தி விளையாடும் - வீடியோ கேம்களில் தன்னைவிட வயதில் மூத்தவர்களை எளிதில் தோற்கடிக்க முடிகிறது - அந்த 5-6 வயதில்.*

இதை தர்க்க - திறன் அல்லது மூளை - கை குறித்த கூட்டு- இணைவு என்று முதலில் அழைத்தார்கள். இது செல்வந்தர் வீட்டு சிறார்களிடம் - அதாவது இத்தகைய கருவியியல் பயன்பாட்டிற்கு வாய்ப்பும் வசதியும் உள்ள வீட்டு குழந்தைகளிடம் அதிகம் காணலாம் என்பது ஒருவகை வாதம்தான் - வாய்ப்பு மறுக்கப்பட்ட வகை சிறார்களிடம் கைபேசி உட்பட மின்னணு தகவல் தொடர்புகளை வழங்கியபோது மேற்கொண்ட அதே முடிவுகளை 90% குழந்தைகளிடம் சிஸிலியாவால் அடைய முடிந்தது. இன்னும் சொல்லப்போனால் - வாய்ப்புகளை பயன்படுத்தி முன்னேறுதல் குறித்த - தற்காப்பு அனிச்சை (சர்வைவல் இன்ஸ்டிங்க்ட்) முதல்வகை குழந்தைகளைவிட இவர்களின் திறன்கள் அதிகமாவதை ஊக்குவித்து விடுகின்றன.

இப்போது இரண்டாவது ஆய்வுக்கு செல்வோம். இது வித்தியாசமானது. ஒரு நரம்பியல் நிபுணர்கள் குழுவில் மேற்கொள்ளப்பட்ட ஆய்வு. 2020இல் 10 வயது முதல் ஆறு வயது நிரம்பும் எனும் நிலையில் உள்ள சிறார்களிடம் மேற்கொள்ளப்பட்ட நேரடி நரம்பியல் பரிசோதனை. மொத்தம் நான்கு மருத்துவ ஆய்வாளர்கள். 100 சிறார்களிடம் நடத்தியது.

முதலில் சிக்கல் அதிகம் இல்லாத வகை மின்னணு தகவல் தொடர்புகளில் தொடங்கி 50 சிறார்களுக்கு படிப்படியாக சிக்கல்களை அதிகமாக்கி இறுதியாக பிரவுசிங்கில் இருந்து கேம் - செயல்பாடு விதிகள் உட்பட அதி சிக்கல் கொண்ட அமைப்பை கொடுத்தார்கள்.

அதே அடுத்த 50 சிறார் குழுவிடம் எடுத்த எடுப்பிலேயே அதி சிக்கல் மின்னணு தகவல் அமைப்பு - தொடர்பியை கொடுத்தார்கள்.

படிப்படியாக குழு ஒன்று கடைசி வகை அதி சிக்கல் அமைப்பை கட்டுடைத்ததற்கும் குறைவான நேரம் எடுத்துக் கொண்டு நேரடியாகவே அதி சிக்கல் கருவி பெற்ற சிறார்குழு பிரச்சனையை தீர்க்க முடிந்தது.

அதிலும் தனி சிறார்களாக மற்றும் ஒரு குழுவாக செயல்பாட்டு வேற்றுமை மிக மிகக் குறைவு.

ஆஸ்திரேலியாவில் நடத்தப்பட்ட இந்த 2018ஆம் வருட ஆய்வின் பிரதான நரம்பியலாளர் பேராசிரியர் ஆன்ட்ரு கார்ன்பெர்க் இந்த சோதனைகளை தங்களது சொந்த இல்லங்கள், தீம்பார்க் களியாட்ட நிலையங்கள் மற்றும் விமானத்தில் பறந்தபடி என இடம் மாற்றி அமர வைத்து கையில், மின்னணு கருவிகளை கொடுத்தும் பார்த்தார். ஆறு முதல் பத்து வயது சிறார்களின் கவன ஒருங்கிணைப்பு, குவிப்பு பற்றிய ஆய்வு செய்வதே உண்மை நோக்கம். யானை முதல் ராக்கெட் தளம் வரை, அவர்கள் தங்கள் கையில் மின்னணு சாதனம் தரப்பட்டு சுதந்திரமாக அவற்றை கையாள அனுமதிக்கப்பட்டால், எந்த விஷயத்திலும் கவன-ஆர்வம் பெறுவது இல்லை. மின்னணு கருவி அவர்களது முழு ஆர்வத்தையும் ஈர்த்து விடுகிறது. மிட்டாய் முதல் பொம்மை வரை அவர்களை ஈர்க்கும் பொருட்கள் முக்கியத்துவத்தை இழந்து விட்டன. மின்னணு கருவி எதிரில் இருந்தால் 89.8% சிறார்கள் அதில்தான் ஆர்வம் கொள்கின்றனர்.

இந்த ஆய்வு முடிவுகளை வெளியிட்ட பேராசிரியர் ஆன்ட்ரூ கார்ன் பெர்க் இன்னொரு அதிர்ச்சி தகவலையும் தந்தார். எப்படி இந்த ஆன்லைன் சந்ததி தன்னை தகவல் தொழில்நுட்ப கருவிகளுக்கு தக்க தகவமைத்துக் கொண்டுள்ளனரோ அதே போல இந்த சந்ததி வளர வளர நேனோ தொழில்நுட்பம் அவர்களது வேகத்திற்கு ஈடுகொடுக்கும் விதமாக அந்த வளர்ச்சியை அடைகிறது என்பதும் அடிப்படை முடிவுகளில் ஒன்று.

இந்த ஆய்வுகள் எல்லாம் அயல்நாட்டில் நடத்தப்பட்டவை. நம் இந்தியாவில் இந்த 2010 சந்ததியினரை வைத்து ஆய்வுகள் - வாழ்க்கை பற்றிய தரவுகள் உண்டா என நாம் இப்போது தேடலாம்.

2012, 2014 மற்றும் 2018 ஆகிய ஆண்டுகளில் ஆய்வுகள் நடத்தப்பட்டதற்கான ஒரு புள்ளி விவரப் பட்டியல் நம்மிடம் உள்ளது. இந்திய நாட்டில் 21ஆம் நூற்றாண்டிலும் வறுமை

கோட்டிற்கு கீழே வாடியபடி வாழ்வோர் 26 சதவிகிதம் பேர். ஒரு ஸ்மார்ட் போன் எனும் கைபேசி 72 சதவிகித மக்கள் தொகையிடம் (குடும்பத்திற்கு ஒன்றாவது) உள்ளதாக 2019 கணக்கீடு ஒன்று கூறுகிறது. சாட்டிஸ்டா - டாட்காமின் தரவுகளின்படி 340 மில்லியன் இந்தியர்களிடம் கண்டிப்பாக ஒரு ஸ்மார்ட் போன் உள்ளது.

இந்தியா உலகின் இரண்டாவது அதிக மக்கள் தொகை கொண்ட நாடு மட்டுமல்ல. 2018 கணக்கீட்டின்படி இரண்டாவது ஆகப்பெரிய இணையப் பயனாளிகள் கொண்ட நாடு. 483 மில்லியன் மக்கள் நம் நாட்டில் இணையத்தை அன்றாட வாழ்வில் பயன்படுத்துகிறார்கள். இந்த எண்ணிக்கை கொரோனா ஊரடங்கு உட்பட பல சம்பவங்களுக்கு பிறகு 500 மில்லியனைவிட அதிகரித்து 2020இல் உச்சத்தை தொட்டுள்ளது. அதில் 73 சதவிகிதம் கைபேசி பயனாளிகளால் நடக்கும் இணைய பயன்பாடு ஆகும்.

இப்போது நம் நாட்டில் 2010 சந்ததியிடம் நிகழ்த்தப்பட்ட முதல் ஆய்வுக்குச் செல்வோம். செயற்கை நுண்ணறிவும் - இந்திய குழந்தை வளர்ப்பும் என்பது அந்த முதல் ஆய்வின் தலைப்பு. மருத்துவ ஆராய்ச்சியாளர்கள் குழு ஒன்று செய்த ஆய்வுகள் அவை. கர்நாடகாவின் கடக் மருத்துவ கல்வியகம் சார்ந்த மருத்துவ ஆய்வாளர்கள் ரூபாவதி ஷ்ரவாந்தி மற்றும் அரவிந்த கரினகனவர் ஆகியோர் இணைந்து - மின்னணு- தகவல் தொடர்புகளை அதிகம் பயன்படுத்துவதால் குழந்தைகளின் உடல் - மன ஆரோக்கியம் பாதிக்கப்படுகிறதா என்பதை பிரி - ஸ்கூல் சிறார்கள் மத்தியில் ஆராய்வது என்று முடிவு செய்தனர். பிரி-ஸ்கூல் என்றால் பிரி-கேஜி.

இந்த ஆய்வின் முதல் முடிவு இந்தியாவில் அதிகம் பயனாகும் மின்னணு தகவல் தொடர்பு கருவிகள் எவை என்பது பற்றிய புள்ளி விவரமாக உள்ளது. பெரும்பாலும் கைபேசி எனும் ஸ்மார்ட் போன்கள், தொலைக்காட்சி, வீடியோகேம், டி.வி.டி என்று அந்தப் பட்டியல் செல்கிறது.

பெரும்பாலான குழந்தைகளின் மின்னணு தகவல் கருவி பயன்பாடு அவர்கள் பிறந்த பதினோராவது மாதத்தில் தொடங்குகிறது.

- **இந்திய குழந்தைகளில் 60 சதவிகிதம் பேருக்குத்தான் பிறந்த பதினோராவது மாதத்திலேயே பெற்றோரின் கைபேசி உட்பட மின்னணு சாதனங்கள் அறிமுகமாகி விடுகிறது.**

- *8 மாத குழந்தைகளில் 57 சதவிகிதம் பேர் பெற்றோர் மடியில் அமர்ந்து குறைந்தபட்சம் ஒருமணி நேரமாவது அன்றாடம் தொலைக்காட்சி பயன்பாட்டாளர்களாக அறிமுகம் ஆகிறார்கள்.*
- *இந்த இரு வகை குழந்தைகளிலும் மத்திய தர வர்க்க (மிடில் கிளாஸ்)த்தினர் 92 சதவிகிதம் பேர் என்பது குறிப்பிடத்தக்கது.*

அடுத்த ஆய்வு 2014ஆம் வருடத்து ஆய்வு. 2010 மற்றும் அதற்கு பிறகு பிறந்த சந்ததி குறித்த ஆய்வுகளில் முக்கியத்துவம் வாய்ந்த இந்திய ஆய்வு. ராமா மருத்துவ கல்லூரி காசியாபாத்தைச் சேர்ந்த குழந்தைகள் மருத்துவ உதவிப் பேராசிரியர் சஞ்சய் வர்மா தலைமையில் லட்சக்கணக்கான இந்திய சிறார்களிடம் ஜெய்ப்பூர், ஜோத்பூர் தொடங்கி மும்பை, சென்னை, ஆக்ரா என விரிந்து கோவை, மதுரை, சண்டிகர் என பரந்து விரிந்த ஆய்வு ஒன்று நிகழ்த்தப்பட்டது. அதன்படி கீழ்க்கண்ட முடிவுகளை அறிவித்தார்கள்.

- *ஒன்றரை வயதில் இந்தியக் குழந்தைகளால் தொலைக்காட்சி ரிமோட்டை - சரளமாகப் பயன்படுத்த முடிகிறது.*
- *பள்ளி செல்வதற்கு (3 வயது) முன்னாலேயே வீடியோ கேம் 32% குழந்தைகளை ஆக்கிரமிக்கிறது.*
- *இரவு உறங்கச் செல்லும் முன் டிவி அல்லது கைபேசியுடன் ஒரு மணி நேரத்திற்கு மேல் கழிக்கும் சிறார்கள் 58%.*
- *3-4 வயதில் கைபேசியினை கடவுச்சொல் அல்லது ஐ.டி. எனும் சமிக்ஞை எண் பதிவு செய்து (பெற்றோரின் ரகசிய சமிக்ஞை) தானாகவே இயக்கிட 43% குழந்தைகளால் முடிகிறது.*

மேற்கண்டவற்றில் கடைசியாக உள்ள ஒரே ஒரு முடிவை பரிசீலிப்போம். 2010 என்பது கடவுச் சொல் ஐ.டி. எனில் அந்த எண்களை கண்டறிந்து அழுத்திட 2-4 வயது குழந்தையால் முடிகிறது என்பது எதைக் காட்டுகிறது?

இவர்களுக்கு நமது பாடமுறை எண்களை 5 வயதில்தான் அறிமுகம் செய்கிறது. நான்கு இலக்க எண் மூன்றாம் வகுப்பில் அதாவது எட்டு வயதில் அறிமுகம் ஆகிறது. 3-4 வயதில் கடவுச்சொல் ஐ.டி.யை லாகவமாக அறிந்து அப்பாவின் கைபேசியை ஆப்பரேட் செய்யும் ஒரு சந்ததிக்கு நீங்கள் தரும் கல்வி எப்படி இருக்கிறது என்பதைப் பாருங்கள்.

நமது கொரோனா யுகம் எனும் உச்சக்கட்ட காட்சிக்கு இப்போது வருகிறோம். மார்ச் 24, 2020. அந்த நாளோடு பள்ளிக் கல்லூரிகள் மூடப்பட்டன. 2010 சந்ததி பள்ளியிலும் 2000 சந்ததி கல்லூரியிலும் இருக்கிறது. லாக்டவுன் எனும் பொது ஊரடங்கு என்பதை நமது இந்திய தமிழக குழந்தைகள் பார்த்தது கிடையாது. அதுவே 2010 சந்ததிக்கும் 2000 சந்ததிக்கும் தரப்பட்ட அற்புதமான பரிசோதனை.

ஏற்றத்தாழ்வு மிக்க நமது நாட்டில் நான்கு வகை குழந்தைகளை இந்த நோய் யுகம் ஏற்படுத்தியது என்பது **சமூக ஆர்வலர்களின் குற்றச்சாட்டு.**

- **பள்ளிகளோடு மதிய உணவு திட்டமும் மூடப்பட்டதால் வறுமையில் வாடிய லட்சக்கணக்கான பள்ளிக் குழந்தைகள் கைவிடப்பட்டன.**
- **பல குழந்தைகள் தாய் - தந்தை செய்யும் தொழிலில் - ஒரு உதவியாளராக மீன் பிடிக்கவும் வயல் வேலைக்கும் செல்லும் அவல நிலை.**
- **குழந்தை தொழிலாளர்களாக - காய்கனி கடை முதல் உணவு விடுதியில் பார்சல் மடிப்பது வரை வேலைக்கு போய் விட்ட சிறார்கள்.**
- **கோவிட் - 19 நோயால் பாதிக்கப்பட்ட குழந்தைகள் மற்றும் பாதிப்பு பகுதிகள் எனும் கன்டெய்ன்மென்ட் பகுதியில் அச்சத்தோடு வாழும் சிறார்கள்.**

இவற்றை நாம் வீட்டில் இருக்க வேண்டிய அவசியம் திணிக்கப்பட்ட ஆனால், மேற்கண்ட பிரச்சனைகள் இல்லாத மத்தியதர வர்க்க - மற்றும் அதற்கு மேற்பட்ட வசதி கொண்ட குழந்தைகளோடு எண்ணிக்கை ரீதியில் ஒப்பிட வேண்டும்.

தமிழகத்தில் 1.9 கோடி குழந்தைகள் உள்ளனர். அதாவது 14 வயதுக்கு உட்பட்டோர் அதில் 12 சதவிகிதம் பேர் வறுமை கோட்டுக்கு கீழே வாழுகின்ற குழந்தைகள். 16 சதவிகிதம் பேர் பள்ளிக்கல்வியை கைவிடும் அபாயம் உள்ளவர்கள். இது மிக சாமர்த்தியமாக எடுக்கப்பட்ட புள்ளி விவரம். அசிம் பிரேம்ஜி பல்கலைக்கழகத்தின் கள ஆய்வுக்குழு 2020 செப்டம்பரில் இந்த பிரமாண்ட சமூக ஆய்வை மேற்கொண்டது.

இந்தியா முழுதும் நிலை என்ன? இந்தியா ஒரு பிரமாண்ட தேசம். 165 மில்லியன் குழந்தைகள் இந்தியாவில் உள்ளனர். அதாவது 16.5 கோடி. எட்டு கோடி குழந்தைகள் கிராமப்புரத்தில் வறுமை கோட்டுக்கு கீழோ விளிம்பு நிலையிலோ வசிக்கின்றனர். ஆறு கோடி குழந்தைகள் நகரங்களில் வசிக்கின்றனர்.

அசிம் பிரேம்ஜி பல்கலைக்கழகம் மேலும் நுணுக்கமான ஒரு ஆய்வை மேற்கொண்டது. அதுதான் இணையக்கல்வி, ஊடகக்கல்வி, ஆன்லைன் கல்வி (எப்படி வேண்டுமானாலும் அழைக்கலாம்) பற்றிய ஆய்வு. அதுகுறித்து பிறகு வருவோம்.

உலகளவில் ஒரு நாடு கூட பள்ளிக்கூடங்களை 2020 மார்ச் முதல் நடத்த முடியவில்லை. எட்டு பில்லியன் குழந்தைகள் (பெரும்பாலும் 2010 சந்ததி) பள்ளி இன்றி வீட்டில் கழிக்கிற நிலைமை. இதுபோல இத்தனை குழந்தைகள் ஏறக்குறைய ஒரு முழு கல்வி ஆண்டையே - வீட்டில் கழிக்கும் நிலை பள்ளி என்கிற ஒன்று உருவானதிலிருந்து வரலாற்றில் நடந்தது கிடையாது. இந்தியாவில் பல அவலங்களை இந்த பேரிடர் லாக் டவுன் கொண்டு வந்ததை பார்த்தோம். பிற மாநில வேலையை கைவிட்டு தன் சொந்த ஊருக்கு நடந்தே சென்ற தொழிலாளர்களை யாராவது மறப்பார்களா? மற்ற நாடுகளில் என்ன நடக்கிறது.

பெரும்பாலான இந்திய அதிகாரிகள், அரசியல் தலைவர்கள், முன் உதாரணமாக காட்டும் அமெரிக்காவை எடுத்துக்கொள்வோம். அதிலும் மகா செல்வந்த மாகாணங்கள் பரம ஏழைகள் அதிகம் கொண்ட மாகாணங்கள் என எதுவாகினும் பள்ளி நடக்கிறதோ இல்லையோ அமெரிக்காவில் மதியம் ஒவ்வொரு பள்ளி வளாக வாசலிலும் மாணவர் பிளஸ் ஒரு பாதுகாவலர் இருவருமாக வரிசையாக நின்று உணவுப் பொட்டலம் பெறுவதைக் காணலாம். அங்கே அது அம்மா திட்டம் அய்யா திட்டம் அல்ல... குழந்தை உரிமை.

நம் நாட்டிலேயே அதிகமான குழந்தைகள் கொண்ட மாநிலம் உத்திரப்பிரதேசம். 18% குழந்தைகள் சராசரி பள்ளி நாளில் அங்கே பள்ளியை விட்டு வெளியே உள்ளனர். இன்ன பிற விஷயங்கள் குறித்து நான் சொல்ல வேண்டியது இல்லை. இரண்டாவது குழந்தைகள் அதிகம் கொண்ட மாநிலம் மகாராஷ்டிரா 76% பேர் பள்ளி போகிறார்கள். கொரோனா - லாக்டவுனில் அதில் 51% பேர் ஆன்லைன் கல்வி பெறுகிறார்கள்.

அமெரிக்காவில் உயர்ந்தபட்ச எண்ணிக்கையிலான குழந்தைகள் புளோரிடா எனும் மாகாணத்தில் இருக்கிறார்கள். இந்த கொரோனா யுகத்தில் கல்வி பயில அவர்களுக்கு அரசு எடுத்திருக்கும் முனைப்புகள் பற்றி பார்க்கும் முன் நாம் ஒன்றை தெரிந்துகொள்ள வேண்டும். புளோரிடா கறுப்பின குழந்தைகள் அதிகம் உள்ள பகுதி மட்டுமல்ல, பெரும்பாலும் மக்கள் மிகக் கடுமையான வறுமையில் வதங்கியவர்கள்.

அமெரிக்க டிரம்ப் அரசு மார்ச் 10 அன்று ஊரடங்கு தொடங்கியது. புளோரிடா மாகாண அரசு மார்ச் 8ஆம் தேதி ஒவ்வொரு பள்ளியிலும் ஒரு கணக்கெடுப்பை நடத்தியது. பள்ளிக்கூட மின்னணு சாதன கணக்கெடுப்பு. எந்தெந்த மாணவரின் வீட்டில் ஒரு ஸ்மார்ட் போன்கூட இல்லை, எந்த மாணவர் இணைய - இணைப்பு இல்லாத அதாவது இன்டர்நெட் வசதி அற்ற இடங்களில் வசிக்கிறார்கள் என்று துல்லியமாகக் கணக்கிட்டார்கள். மூன்று படி நிலைகளில் கல்வியை அனைவருக்கும் கொண்டு சேர்க்க புளோரிடா திட்டமிட்டு வெற்றி கண்டது.

1. **முதலில் தன்னார்வலர்கள், செல்வந்தர்கள், அறக்கட்டளைகள் என புதிய அல்லது ஏற்கெனவே பயன்படுத்தப்பட்ட உபரி ஸ்மார்ட் போன்களை திரட்டிட - வீதிதோறும் குழுக்கள் அமைக்கப்பட்டன.**

2. **13 இணைய - தகவல் தொடர்பு தனியார் குழுமங்களிடம் அரசு ஒப்பந்தம் ஒன்றை ஒப்பமிட்டு, இணையத் தொடர்பு இல்லாதவர்களுக்கு ஆரம்ப செலவினம் இன்றி இணைப்பு வழங்க வகை செய்தது.**

3. **மார்ச் 13 அன்று மின்னணு தகவல் தொடர்புகளை - ஸ்மார்ட் போன், ஐ-பாட், லேப்-டாப்-என்று பலரும் அளித்திருந்த உதவி மூலம் - பள்ளிக்கு அப்படிப்பட்ட கருவிகள் இல்லாத - மாணவர்களை வரவழைத்து சத்தமில்லாமல் அவர்களிடம் அவற்றை ஒப்படைத்தார்கள்.**

இப்படி ஒரு அற்புதம் இந்தியாவில் நடக்கவில்லையே என உங்களுக்கு எரிச்சல் ஏற்படுவது இயற்கை. இந்திய - தமிழக அரசிடம் இருக்கும் நமது வரிப்பணத்தில் ஒவ்வொரு குழந்தைக்குமே - அரசே அவற்றை வழங்க முடியும். அதைச் செய்ய அவர்கள் முன்வரவில்லை. தனியார் கார்ப்பரேட்களிடம் இணைய - கல்வியை ஒப்படைத்திருப்பது நியாயமா? என கேட்கிறோம்.

அனைத்து வகை குழந்தைகளுக்கும் அதை செயல்படுத்த அரசின் மீதான நிர்ப்பந்தம் தொடரவே செய்கிறது.

சென்னை மாநகராட்சி நிர்வாகம் தன் மாநகராட்சி பள்ளிகளில் பத்து பன்னிரண்டாம் வகுப்பு மாணவர்களுக்கு ஒருவர் விடாமல் ஸ்மார்ட் போன் விலையின்றி வழங்கி ஆன்லைன் கல்வியை தொடர வழிவகுத்தது என்பது மிக நல்ல முன்னுதாரணம். இது குறித்து விரிவாக நாம் பிறகு பார்க்க இருக்கிறோம்.

இப்போது நாம் அசிம் பிரேம்ஜி பல்கலைக்கழக பிரமாண்ட ஆய்வுகளுக்குத் திரும்புவோம். நமது அரசுகள் நினைத்தால் கல்வியை முழுமை அடைய வைக்க முடியும் என்பதற்கான பல அழுத்தமான தரவுகளை அந்த ஆய்வுகள் முன் வைக்கின்றன.

தற்போது பள்ளியில் இருக்கும் 2010 சந்ததியின் மின்னணு தகவல் தொடர்பு கருவிகள் பற்றிய திறன்களை ஏற்கெனவே பட்டியலிட்டோம். இந்தியாவின் வறுமைக் குழந்தைகளின் திறன்களை நாம் குறைத்து மதிப்பிடக்கூடாது என்பதற்கான கீழ்க்கண்ட தரவுகளை அந்த ஆய்வு அளித்துள்ளது.

- **கிராமப்புறத்தில் 82 சதவிகித குழந்தைகள் ஸ்மார்ட் போன் வழங்கப்பட்டபோது அதை ஒரு மணி நேரத்தில் லாகவமாக கையாள கற்றனர்.**
- **அரசுப்பள்ளி (பப்ளிக் ஸ்கூல்) மாணவர்களில் 80 சதவிகிதம் பேரால் தங்களது ஆசிரியர்களின் கைபேசிகளை - பழுது நீக்குவது, புதிய செயலிகளை செயலாக்க வைப்பது என சிக்கலான செயல்பாடுகளை செய்ய முடிகிறது. ஆசிரியர்களை விட அவர்களிடம் திறன் அதிகம்!**
- **அகில இந்திய அளவில் ஒரு குடும்பத்திற்கு ஒன்று என்கிற அளவில் 91 சதவிகித குடும்பங்களிடம் ஒரு ஸ்மார்ட் போன் எனும் வசதி உள்ளது. அவற்றை ஒரு நாளைக்கு ஒரு மணி நேரமாவது குழந்தைகள் ஆப்பரேட் செய்கின்றனர்.**

2010 சந்ததியை 'டிஜிட்டல் சந்ததி' என்று நாம் அழைப்பதற்கு இன்னொரு முக்கிய காரணம் உண்டு. இது வாட்ஸ்அப் சந்ததியாக வளர்ந்தது. ஃபேஸ்புக் குழந்தைகளாக உருவானது...

கொரோனாவில் வீட்டிலே கட்டுண்டபோது இது கல்வியில் கூட ஆன்லைன் வகுப்பறையை அடைந்தது. இன்று உலகம் முழுதுமே கல்வியில் ஆன்லைன் புரட்சி ஏற்பட்டிருப்பதை யாருமே மறுக்க முடியாது. இது அனைத்து வகைக் குழந்தைகளையும்

சென்று அடையவேண்டும் என்பது நமது போராட்டம். ஆனால், மறுபடி பள்ளிகள் திறந்தாலும் கல்வி முன்போல இருக்கப்போவது கிடையாது. ஏனெனில் டிஜிட்டல் - பாட முறைக்கு இன்று அவர்கள் பழகிவிட்டார்கள். இதுதான் கல்வி 4.0 என்று அழைக்கப்படுகிறது.

அரசுப் பள்ளிகளில் பள்ளிக் கல்வித்துறை கல்வி - தொலைக்காட்சி வழியே பாடங்களை தனது மாணவர்களிடம் கொண்டு செல்கிறது. தனியார் பள்ளிகள், நர்சரி பள்ளிகள் ஏன் மழலையர் பள்ளிகள் கூட பாடங்களை டிஜிட்டல் மயமாக்கி மாணவர்களுக்கு அனுப்புகின்றன.

ஜூம் (ZOOM) கூகுள் கிளாஸ் ரூம் என இணைய கூட்டங்கள் மூலம் பாடம் கற்பிக்கிறார்கள். எத்தனையோ சந்ததிகளை மனித இனம் பார்த்துள்ளது. 2010 சந்ததிதான் கல்வி, கேளிக்கை, பொழுது போக்கு, வாசிப்பு, நட்பு வட்டம் என யாவற்றிலும் முழுமையான டிஜிட்டல் சந்ததியாக வளர்கிறது. தனது பள்ளிக் கட்டணத்தை கூகுள் பே - வில் கட்டுவது முதல் தன் உணவைக்கூட ஸ்விகி சொமாட்டோவில் ஆன்லைனில் ஆர்டர் தருவது வரை இந்த சந்ததிதான் கருவி - மைய சந்ததியாய் முழுமை அடைந்தது.

இதன் வேகத்தோடு ஆசிரியர்களால் ஈடுகொடுக்க முடிகிறதா?

வகுப்பறையில் நேரடியாக மாணவர்கள் இருக்க கரும்பலகை - ஒரு சாக்பீஸ் வீதம் - தனது வாக் (நடை) சாக் (எழுத்து) டாக் (உரை) மூலம் பாடம் நடத்திய காலங்கள் இப்போது காலாவதி ஆகிவிட்டதாகவே தெரிகிறது. 'கவனி... பேசாதே' என சதா பதறிய வகுப்புகளின் - இரைச்சல்களை நாம் திரும்ப சந்திக்கத்தான் போகிறோம். ஆனால் அப்படியே இயல்பான வகுப்பறை திரும்ப வந்தாலும் இந்த ஒரு வருட டிஜிட்டல் வகுப்பின் பல தரவுகள் இனி நிற்காமல் மேம்பாடு அடையும்.

உலகில் பல பள்ளிகளில் இன்று என்ன நடந்திருக்கிறது? பின்லாந்தில் ஆன்லைன் வகுப்பு நுணுக்கங்களை பள்ளிக்கு சில குழந்தைகளை வரவழைத்து அவர்கள் மூலம் ஆசிரியர்களுக்கு பாடமாக நடத்தி பயிற்சி கொடுத்த சம்பவத்தை என்ன சொல்ல. 2010 சந்ததி ஏன் டிஜிட்டல் சந்ததி என்பதற்கு இதுபோன்ற சம்பவங்களும் சாட்சி.

தமிழக பள்ளிக்கூடங்கள் பற்றி தனியே நாம் சொல்ல வேண்டும். மார்ச் 24ஆம் நாள் (2020இல்) நம் பள்ளிகள்

மூடப்பட்டன. பத்தாம் வகுப்பு தேர்வுகள் பற்றி அரசு பலவாறு முடிவு எடுக்க முடியாமல் திணறியது. அப்போது சி.பி.எஸ்.சி பள்ளிகளை முந்திக்கொண்டு மெட்ரிக் பள்ளிகள் மாணவர்களின் கைபேசி எண்களை வைத்து வாட்ஸ்அப் வகுப்பறைகளை உருவாக்கின. வீடியோ வகுப்புகள். ஆசிரியர்கள் தங்கள் வீடுகளில் பாடம் நடத்தி அதை தங்களது ஸ்மார்ட் போனில் வீடியோ பதிவு செய்து அந்த குழுக்களில் வகுப்பு வாரியாக ஃபார்வர்டு செய்தனர். நான் முந்தி நீ முந்தி என்று புதிய புதிய வீடியோ வடிவங்கள் அடையப்பட்டன. தங்கள் குழந்தைகள் பள்ளிக்குப் போகாமல் சும்மா இருந்ததை பத்து நாட்கள் கூட மத்தியதர வர்க்க பெற்றோர்களால் தாங்க முடியவில்லை. பல காரணங்கள். வீடுகளில் தாத்தா, பாட்டிகள் இல்லை. கோடை விடுமுறையில் கூட நீச்சல் கம்ப்யூட்டர் என சான்றிதழ் தரும் சம்மர் - கேம்ப் அனுப்பி பழகிய இந்த புதியரக மத்தியதர வர்க்கம், குழந்தைகளை வீட்டில் எப்படி நடத்துவது என்பதை அறியாமல் திணறியது.

எனவே சுயநிதி பள்ளிகளின், கட்டாயம் வாட்ஸ்அப் வழியே வீட்டுப்பாடம் எனும் விஷயத்தை ஏதோ வரப்பிரசாதம் போல ஏற்றார்கள். மெல்ல வாட்ஸ்அப் என்பது போதாது ஜூம் *(ZOOM)* மிற்கு மாறலாம் என்றும், இன்னும் இணையத்தில் கொட்டிக்கிடக்கும் பலவகை செயலிகளை பயன்படுத்தி பாடம் நடத்த வேண்டும் என்றும், மெட்ரிக் மற்றும் சி.பி.எஸ்.சி பள்ளிகளிடையே போட்டா போட்டி ஏற்பட்டது. அப்போது அரசு பள்ளிகள் தொலைக்காட்சி வழிபாடம் என்பதை தொடங்க வேண்டி இருந்தது.

இதன் விளைவுகள் ஆசிரியர்களைத்தான் பாதிக்கின்றன. டிஜிட்டல் சந்ததியை இது ரொம்பவே மகிழ்ச்சியடைய வைத்து - மின்னணு சாதனங்களின் குட்டி சக்கரவர்த்திகளாக்கியது. இந்த டிஜிட்டல் சந்ததிக்கு டிஜிட்டல் வகுப்பறைகளை நடத்த ஆசிரியர்கள் எந்த அளவிற்கு தயாராகி இருந்தார்கள்.

டிஜிட்டல் உலகிற்குள் தன்னை பொருத்திக்கொள்ள முடியாத ஆயிரக்கணக்கான ஆசிரியர்கள் தங்களது வேலையை இழந்தார்கள். பலருக்கும் என்ன நடக்கிறது என்பது பிடிபடுவதற்குள் மிக வேகமாக டிஜிட்டல் யுகம் அவர்களது வேலைகளை ஆக்கிரமித்து விட்டது. வீட்டிலிருந்தே பணி செய்தல் எனும் வொர்க் ஃபிரம் ஹோம் - என்பது சுகமான அனுபவமாக இருக்கும் என்று நம்பிய

பலரை வேலை இல்லாமல் வீட்டிலேயே இருப்பவர்களாக ஆன்லைன் கல்வி யுகம் மாற்றியது.

மாணவர்கள் பல மைல் வேகத்தில் முன்னேறுகிறார்கள். 'கையை கட்டு வாயை பொத்து' என்று தன் வேகத்திற்கு வகுப்பறைகளை வைத்திருந்த ஆசிரியர்களில் இந்த டிஜிட்டல் வகுப்பறைகளை கைக்குள் அடக்கி வெற்றி கண்டவர்கள் பலர். யூடியூப், வாட்ஸ்அப்களில் கச்சேரி, பாட்டு, வடிவேல் ஜோக் என இருந்த இவர்கள் இன்று திரும்பிப் பார்க்கப்படுகிறார்கள். பல இணைய ஆன்லைன் கல்வி ஜாம்பவான்களை மிஞ்சிய சூப்பர் ஆசிரியர்களாக இவர்கள் மிளிர்வதைப் பார்க்கிறோம். அரசுப் பள்ளி, தனியார் பள்ளி என வித்தியாசமின்றி இந்த ஆன்லைன் வித்தகர்கள் இன்று எங்கு பார்த்தாலும் முளைத்துள்ளனர்.

அரசு பள்ளிகளின் டி.வி.வகுப்புகளாகட்டும் 64% தனியார் பள்ளிகளின் வாட்ஸ்அப் வகுப்புகள் ஆகட்டும் மீதிப் பள்ளிகளின் - செயலி வழி நேரடி வகுப்புகளாகட்டும் இவை அனைத்துமே பள்ளி திறந்தாலும் இயல்பு நிலை திரும்பினாலும் - ஏதோ வகையில் இனி தொடரவே போகின்றன. ஏனெனில் டிஜிட்டல் சந்ததியின் வகுப்பறைகள் அவை.

டிஜிட்டல் சந்ததிகளின் டீச்சர் கண்டிப்பாக ஒரு டிஜிட்டல் டீச்சராகவே இருக்க வேண்டும். யார் இந்த டிஜிட்டல் டீச்சர்? அவர்களில் ஒருவராகிவிட நாம் அறியவேண்டியவை என்ன?

ஆனால் கல்வியின் வரலாறு எவ்விதமெல்லாம் பரிணாமம் அடைந்து செயற்கை - நுண்ணறிவு கல்வியாக மாறியது என்பதை உணர்ந்து அறிந்து புரிந்து கொள்வதுதான் அதற்கான முதல்படி. ஏனெனில் வகுப்பறையின் இந்த புதிய பரிமாணத்தின் பின்னணியில் அரசியல் வர்த்தகம் மற்றும் அறிவியல் தொழில்நுட்பம் யாவும் கலந்து கிடக்கின்றன. இன்று கற்றல் என்பது என்ன?

பள்ளிக்கல்வி அல்லது வகுப்பறை என்கிற ஒன்றின் தோற்றமே அரசியலும் அறிவியலும் பின்னி வரலாறான பின்னணியை கொண்டதுதான். ஒரு டிஜிட்டல் டீச்சராக நாம் அங்கிருந்து தான் தொடங்க வேண்டும். அப்போதுதான் கல்வி 4.0 பிடிபடும்.

துணை நின்றவை

1. இன்டர்நெட் யூஸ் அண்டு சைல்டு டெவலப்மெண்ட் இணையக்கட்டுரை *eric-ed.gov - 2019*

2. டெக்னொ - மைக்ரோசிஸ்டம் - குழந்தைகள் வாழ்வில் இணையம் *espace.curtin.edu.au - handle.2020*

3. இந்தியக் குழந்தைகளின் ஸ்மார்ட்போன் பயன்பாடு. ஒரு சர்வே ரிப்போர்ட் - *w.w.w.hindustantimes.com*

4. சில்ரன் இன் டிஜிட்டல் வேர்ல்டு *(children in a digital world) - UNICEF* அறிக்கை - (215 பக்கம்) புத்தகம் யுனிசெஃப் வெளியீடு 2017, 2018, 2019.

5. இர்ரெசிஸ்டபுள் *(Irresistible)* - ஆடம் ஆல்டர், வெஸ்டன்ஸ் புக்ஸ் - 2019.

6. குளோ கிட்ஸ் - நிக்கொலஸ் கர்டாராஸ், செயின்ட் மார்ட்டின்ஸ் கிரிஃபின், 2017.

7. யு ஆர் நாட் எ கேட்கட் *(You are not a gadget)* ஜரான் லானியர், பென்குயின் வெளியீடு - 2018.

--

'கல்வி இனி வகுப்பறையில் நடக்க வேண்டிய அவசியம் இருக்கிறதா. அறிவை அனைவருக்குமானதாக ஜனநாயகப்படுத்தியதில் இன்றைய கணினியுகம் பெருவெற்றி அடைந்துள்ளது. அறிவு இனி தனிப்பட்ட சொத்து அல்ல. ஒரு சாதி ஒரு ஆதிக்க வர்க்கம் கையகப்படுத்தும் அதிகாரத்தை - அடையாளத்தை பிடுங்கி - உலகை தகவல் தொடர்பு மயமாக்கி மானிடத்தை வெற்றிப் பாதையில் இணையம் செலுத்தி விட்டது.'

- *இயான் கில் பர்ட்*
(கூகுள் இருக்கும்போது ஆசிரியர் எதற்கு)

அரசு கல்வியை அனைவருக்கும் பொதுவானதாக வைக்க வேண்டுமாயின் நாம் கட்டற்ற - கட்டுப்பாடற்ற சமநிலையை - கல்வியின் ஆன்மாவாக ஆக்க வேண்டும். அறிவியல் தொழில்நுட்பம் பெண் கல்வியை சாதிக்கும் என்பது வெறும் கனவு அல்ல.
இன்றைய யதார்த்தம் அது.

- *மலாலா யூசுஃப்சாய்*
(நோபல் - போராளி)

வீட்டில் ஒரு குழந்தை பல்வேறு நவீன தொழில்நுட்பங்களோடு பழகி கற்கிறது. அது தொலைக்காட்சி முதல் விதவிதமான ஊடகங்களால் சாத்தியமாகிறது. நாம் நமது வகுப்பறைக்குள் நுழையும் குழந்தையை ஒரு தகவல்- தொடர்பு யுகத்தின் பயனாளியாக பார்க்க வேண்டும். ஏற்கெனவே அவர் சேமித்து வைத்திருக்கும் அறிவை மேம்படுத்துவது மட்டுமே நமது வேலை.

- *பேரா. யஷ்பால்*
(யஷ்பால் குழு அறிக்கை)

நமது கல்வி கடந்து வந்த பாதையை நாம் அறிதல் எந்த அளவிற்கு அவசியமோ அதே அளவிற்கு - கல்வி எதை நோக்கி பயணிக்கிறது என்பதை அறிவதும் அதற்காக நம் சமூகத்தை தயார்படுத்துவதும் அவசியம். உண்மையான ஆசிரியன் உலகத்தை உற்றுநோக்குவதை நிறுத்துவதே இல்லை.

- *மிகுவல் டையாஸ் - கெனல்*
(கியூப அதிபர்)

2

டீலார் அறிக்கை வரை... கல்வி

(ஒரு மானுடவியல் பார்வை)

உலகக் கல்வியின் வரலாறு மனித இனத்தின் போராட்ட வரலாறு ஆகும். கல்வியில் மாற்றங்கள் வந்தபோதெல்லாம் வரலாறும் மாற்றம் கண்டது. மூன்று கால கட்டங்களாக கல்வியை வரலாற்றாளர்கள் பிரிக்கிறார்கள். அதில் தற்போது உள்ள அர்த்தத்தில் பள்ளி / கல்லூரி என்பவை எல்லாம் 1600 கி.பி.க்கு பிறகு வந்து சேர்ந்த விஷயங்கள். மூன்றாம் காலகட்டம்.

உலகப் பொருளாதாரக் குழுமம் 2016இல் நான்காவது தொழிற்புரட்சி என ஒன்றை அறிவித்தது. இன்று எல்லாமே பொருளாதாரத்தின் அடிப்படையில்தான் பார்க்கப்படுகின்றன. நான்காம் தொழிற்புரட்சி காலகட்டத்தில் நாம் வசிக்கிறோம் என்கிறார்கள். ஏற்கெனவே மூன்று தொழிற்புரட்சிகளை உலகம் கண்டது என்பது உண்மைதானா?

கல்வி பற்றி பேச வந்துவிட்டு தொழிற்புரட்சி பற்றி எதற்காக நாம் உரையாட வேண்டும் என்று உங்களுக்குத் தோன்றலாம். மிக முக்கியமான அம்சம் இது. இன்று கல்வி பற்றி பேசும் பலர் தொழிற்புரட்சிக்கும் கல்வி - முறைக்குமான தொடர்பை விவாதிப்பதே இல்லை. கல்வி என்பது சமூகத்திலிருந்தும் உலகத்திடமிருந்தும் பிரிந்த தனி செயல்பாடு அல்ல.

‘கல்வியின் மூன்றாம் புரட்சி’ என்று சமீபத்தில் ஒரு புத்தகம் வாசித்தேன். லீ பென்சன் மற்றும் ஐரா ஹார்க்வே இணைந்து எழுதியது. அனைவருக்குமான பொதுக்கல்வியை உலகம் எட்டி ஐ.நா.சபை, நாடுகளின் ஒட்டுமொத்த கல்வி அறிவு எவ்வளவு என்பதை வைத்து நாடுகளின் வளர்ச்சி விகிதத்தை கணக்கிடுவது

என்பது ஒரு நிர்ப்பந்தமாக திணிக்கப்பட்ட காலகட்டம் அது. பல பணக்காரர்கள் ஒரே நாட்டில் குடி புகுவது வளர்ச்சி அல்ல. பல அறிஞர்கள் அறிவியல் சாதனையாளர்கள், ஒரே நாட்டில் போய் வாழ்வதும் வளர்ச்சி அல்ல. ஒரு நாட்டின் அனைத்து பிரஜைகளும் சம அளவு சரிவிகித எழுத்தறிவு பெறுவதே உண்மையான வளர்ச்சி.

ஏனெனில் கல்வி எங்கே வெகுஜனங்களை சென்று அடைகிறதோ அங்கே உழைப்பு - வேலை செய்யும் திறன் முனைப்பு போன்றவை அதிகரிக்கின்றன. இதனால் உற்பத்தி மேம்படுகிறது. அந்த நாட்டில் உற்பத்தி ரீதியான தனிநபர் வருமானம் மேம்படுகிறது. இதனால் அங்கே வறுமை விடைபெற்று வளர்ச்சிக் கூடுகிறது. இது நமக்கு அமர்த்தியா சென் எனும் நம் நோபல் அறிஞர் ஆய்வுகளின் மூலம் அறிவியல்பூர்வமாக நிரூபித்த உண்மை. எனவே தன் பிரஜைகள் யாவருக்கும் எந்த பாரபட்சமும் இன்றியும் விலையின்றியும் கல்வி புகட்டும் நாடுகள் வெகுவேகமாக வளர்ச்சி ஏணியில் எங்கோ உயரத்திற்கு செல்கின்றன. அதற்கான முன் உதாரணங்கள் நிறைய உள்ளன.

ஆனால், இன்றும்கூட அதை சாதிப்பதற்கு போராட்டங்கள் நிர்ப்பந்தங்கள் தொடர்கின்றன. எனவே உலகக் கல்வியின் வரலாறு என்பது இந்த விஷயத்தை நோக்கிய போராட்ட வரலாறாக நம்மால் பார்க்க முடியும். காலங்காலமாக கல்வி மறுக்கப்பட்டவர்களே வறுமைக் கோட்டுக்கு கீழே வாழ்பவர்களாக இருந்தனர், இருக்கின்றனர்.

யுவால் நோவா ஹராரி வருங்காலத்தில் கல்வி எப்படி இருக்கப் போகிறது என்பது பற்றி எழுதியுள்ளதை நாம் பின்னர் ஒரு அத்தியாயத்தில் விவாதிக்க இருக்கிறோம். இப்போது நமது நோக்கம் உலகக் கல்வியின், இது வரையிலான கல்வியின் போக்கை புரிந்து கொள்ளுதல். அதற்கு தனது சாப்பியன்ஸ் நூலில் சமூக அறிவியல் வரலாற்றாளரான ஹராரி கல்வி எப்படி மனிதர்களிடையே தோன்றியது என குறிப்பிடும் கருத்துகளை ஆராய்வோம். நான்கு காலகட்டங்களாக அவர் கல்வியை பிரிக்கிறார்.

ஏனைய விலங்குகளின் பறவைகளின் பிறந்த குட்டிகள் பிறக்கும் போதே நடக்கின்றன. சில வாரங்களில் பறக்கின்றன. சில மாதங்களில் தனித்து இயங்குகின்றன. ஒரு வாத்துக்குஞ்சு அல்லது

ஒரு ஆட்டுக்குட்டி போன்றவை பிறந்த சில நாட்களில் தனது இனத்தின் அடிப்படை அறிவை பெற்று உய்விக்கின்றன. மனிதனோ பிறக்கும்போது எந்தவித பலமும் இன்றி கண்டிப்பாக பராமரிப்பு இன்றி வளர முடியாதவனாக பிறக்கிறான். முழு மனிதனாக வளர்ந்திட 18 வருடம் ஆகிறது. ஒரு மனிதனை பரிணாமம் அடைய வைத்து தன் சமுதாயத்திற்கு பயனுள்ள ஒருவனாக மாற்ற ஆதி மனிதன் கண்டுபிடித்த சாதனம்தான் கல்வி.

கல்வி என்ற சொல் எங்கிருந்து வந்தது? கல் என்றால் ஆராய்தல் என தமிழகராதி சொல்கிறது. ஆங்கிலச் சொல் education எடுகாஷியொ எனும் லத்தீன் மொழியிலிருந்து எடுக்கப்பட்டது. அதாவது, எடுகாஷியோ என்றால் வளர்த்தல் என்று பொருள். பயிற்றுவித்தல் என்பதற்கும் லத்தீன் மொழியில் எடுகோ தான். கல்வி என்பது வாழ தேவையான திறன்களை கற்றுக்கொள்வது. ஆதிமனிதன் தன் குழந்தைகளுக்கு வேட்டையாடவும் வேட்டைக்கருவிகளை பயன்படுத்தவும் கோடை, குளிர், மழை பற்றியும் தீ மூட்டுதல் குறித்தும் ‘கல்வி’ அளிக்க வேண்டி இருந்தது.

பிறகு உணவு தேடி சேகரித்து வைத்து ஒரு பெரிய குழுவாக வாழ்ந்த மனிதன், உணவு சேகரித்தல் அதற்காக நெடுந்தொலைவு திரியும் போது தற்காத்துக் கொள்ளவும் பிற குழுக்களிடமிருந்து சேகரித்த உணவைக் காப்பாற்றவும் உத்திகளை கற்க வேண்டி இருந்தது. ஒரு கட்டத்தில் தன்னிடம் என்ன பொருள் எவ்வளவு உள்ளது என்று எண்ணி வைக்க அவன் எண்களையும் கண்டடைகிறான்.

அடுத்த காலகட்டம் சுயமாக பயிரிட்டு அவன் வாழ்ந்த ஒரு காலகட்டம். பருவநிலை மாறுபாடுகள் பயிரிடும் முறைகள் நிரந்தரமான தங்கும் இடங்கள் நதிப்புர நாகரிகங்கள் தோன்றுகின்றன. பொழுது போக்கு, சடங்குகள், மக்களை குழுக்களாக வைத்திருக்க நம்பிக்கைவாத கற்பனை ததும்பும் தொன்மங்கள் உருவாகின்றன. சமூக கட்டுப்பாடுகளை விதிக்கும் சட்டங்கள் தோன்றுகின்றன. அவற்றை அடுத்த சந்ததிகளுக்கு சொல்லித் தருகிறார்கள். கல்வி விரிவடைகிறது.

பண்டைக்கால கல்வி என்பது குழுவாய் இணைந்து சிந்திக்க சொல்லிக்கொடுப்பதே ஆகும். இதைத்தான் கல்வியின் முதல் படிநிலை என்று நாம் அழைக்கிறோம். தாங்கள் வேட்டையாடும் விலங்குகளின் சதையை அறுத்து எப்படி சுட்டு உணவாக புசிப்பது

என்பதை அடுத்த சந்ததிக்கு 2.5 மில்லியன் ஆண்டுகளுக்கு முன் குகை ஓவியமாக தீட்டும் அளவு ஆதி மனித கற்றல் கற்பித்தல் செயல்பாடுகளுக்கு இன்று வரை சாட்சிகள் உள்ளன.

ஹோமோ எரக்டஸ், நியாண்டர்தால் வகை மனித முன்னோர்கள் தங்களது சந்ததியை கற்றலில் மேம்பாடு அடையவைத்து ஹோமோ சாப்பியன்ஸ் எனும் உயர்நிலை மனித இனமாக மாற்றினார்கள் என்றும் கூட மானுடவியல் (Anthropology) கோட்பாடு ஒன்று இருக்கிறது. முதல் கல்வி காலகட்டத்தில் அன்றாட வாழ்க்கையே பெரிய சோதனையாக இருந்தது. உயிர்த்து மிஞ்சி இருத்தல் என்பதே கற்றலை வேகமாக அறியவும் அறிய வைக்கவுமான முதல் நோக்கமாக இருந்தது. 1.8 மில்லியன் ஆண்டுகளுக்கு முன் சஹாரா - ஆப்பிரிக்காவிலிருந்து ஹோமோ எரக்டஸ் வகை மனித மூதாதைகள் மெல்ல மெல்ல இடம் பெயர்ந்து வட-ஆப்பிரிக்கா மற்றும் ஐரோப்பாவை ஒரு மில்லியன் முதல் 5 லட்சம் ஆண்டுக்கு முன் அடைகிறார்கள். மற்றொரு குழு சீன ஆசிய மண்ணை அடைகிறது.

இருநூறு ஆயிரம் ஆண்டுகளுக்கு முன் அவர்கள் நியாண்டர்தால் எனும் நிலையை அடைந்து பின் ஹோமோ சாப்பியன் எனும் தற்கால மனிதர்களாகி 100 ஆயிரம் அதாவது ஒரு லட்சம் ஆண்டுகளுக்கு முன் ஆப்பிரிக்காவில் இருந்து கிளம்பி - ஆஸ்திரேலியா நோக்கி நகரத் தொடங்கினார்கள். முன்பிருந்த மனித இன மூதாதையர்களிலேயே ஹோமோ சாப்பியன்ஸ் மட்டும் எந்த தட்பவெப்பநிலையிலும் இயற்கையின் சோதனையிலும் தாங்கி இன்றுவரை உயிர்த்திருக்கக் காரணம் அதன் சூழலுக்கு ஏற்ப தன்னை தகவமைக்கும் தன்மை ஆகும்.

ஹோமோ சாப்பியன்ஸ் உருவான காலகட்டத்தில் பெருமூளை மெல்ல தற்போதுள்ள அளவை அடைந்தது. மனிதனின் குரல்வளையின் வளர்ச்சி மாறுதல்கள் ஏறத்தாழ 75,000 ஆண்டுகளுக்கு முன் மொழி ஓசைகளை ஏற்படுத்தும் உயிரியாக ஹோமோ சாப்பியன்ஸை மாற்றி இருக்க வேண்டும். அடுத்தடுத்த சந்ததிக்கு தனது முழு அறிவையும் கடத்தி தக்க வைக்க கல்வி எனும் தகர்க்க முடியாத உறவு நிலை பேணப்பட்டதால் ஹோமோ சாப்பியன் மனிதர்கள் புவியின் வெற்றியாளர்கள் ஆனார்கள்.

'மனிதன் எங்ஙனம் பேராற்றல் மிக்கவன் ஆனான்' என்று ஒரு புத்தகம் இருக்கிறது. சோவியத் பேரறிஞர்கள்

எம். இலியின் மற்றும் யா. ஸெகால் (பாரதி புத்தகாலயம்) ஆகியோர் இணைந்து எழுதியது. அதில், ஆதி மனிதர்களின் கடுமையான சோதனைகள் விவரிக்கப்படுகின்றன. காடுகளை தனது இருப்பிடங்களாக மாற்றிட ஆரம்பத்தில் குகைகளிலும் வெட்ட வெளியிலும் வாழ்ந்த மனிதர்கள் பிறகு இலைகளால் மரக்கிளைகளால் இல்லங்கள் அமைத்தும் - மெல்லப் பயிரிடும் மனிதர்களாக மாறுவதையும் வர்ணிக்கும்போது பிரமாண்ட காட்டு விலங்குகளைத் தன் கட்டுக்குள் கொண்டு வர எப்படியும் வளைந்து கொடுக்கும் மிக தந்திரமான உயிரியாக மனிதன் எப்படி உருவெடுக்கிறான் என்று விளக்குகிறார்கள். நிமிர்ந்து நிற்கும் இரு கால்நடை மற்றும் விடுவிக்கப்பட்ட கைகளின் விரல் உத்திகள் கூடவே பெருமூளை வளர்ச்சி இவை வர்ணிக்கப்படுகின்றன. ஆனால், மனிதனை உலகின் பேராற்றல் மிக்கவனாக ஆக்கிய ஒரு அம்சத்தை நாம் சுட்டிக்காட்ட வேண்டுமானால் அது கல்விதான் என்கிறது அந்த அற்புத மனிதவள வரலாற்று நூல்.

என்ன மாதிரி கற்றல்கள் அப்போது நடந்திருக்கும்? கல்வியின் அந்த முதல் காலகட்டத்தில்

அ. குழுவாக இணைந்து கற்றல்

ஆ. சுயமாக கற்றல்

இ. முயன்று / தோற்று கற்றல்

ஈ. நேரடி அனுபவம் மூலம் கற்றல்

உ. ஐம்புலன் வழியேயும் கற்றல் என்பவை நடந்துள்ளன.

இதை இந்தந்த வயதில் கற்பது என்றில்லாமல் கல்வி விவரம் அறிந்த நாளில் இருந்தே - முதுமைவரை தொடர்ந்தது. மேற்கண்ட நூலில் எனக்கு மிகவும் பிடித்தமான பகுதி ஒன்று உண்டு. ஆறு மனித சிறார்கள் ஒரு மாலையில் தீ மூட்ட விறகு குச்சிகள் சேமித்து வர அனுப்பப்படுவார்கள். மனித குழுவில் முதியவர்கள் இருவர் பின் தொடர்வார்கள். தொலைவிலிருந்து கண்காணிக்கும் முதியவர்கள் என்ன நடந்தாலும் ஆறு சிறார்களின் அருகே உதவி எதற்கும் போகக்கூடாது. இரவில் சூறாவளியுடன் கடும் மழையில் அவர்கள் சிக்கி மலை காட்டாற்று வெள்ளத்தை போராடி யார் வெல்ல முடிகிறது என்பதே மீதி. சிறார்களோடு இருந்த முதியவர்கள் அடித்துச் செல்லப்படுவார்கள். பல விலங்குகள், பறவைகள் எல்லாம் ஆற்றில் போகும். சிறார்களில் மூவர் மிஞ்சுவார்கள். அவர்கள் ஒரே ஒரு பெரிய மரத்தின் பிரமாண்ட

வேரை பயன்படுத்தி மிதந்திருப்பார்கள். அடுத்த முறை தீ மூட்ட விறகுக்குப் போகும் முன் ஒரு சிறுவன் அருகில் உள்ள மேட்டில் ஏறி வானத்தை மழை வருமா என நோட்டமிடுவான். இப்போது கற்றல் நடந்திருக்கிறது. மூன்று விஷயங்களை நமக்கு இது உணர்த்துகிறது.

1. **கற்றல் என்பது மனிதனின் சொந்த உணர்வுகள் அனுபவங்கள் வழியே நடக்கும் தனி - மனித செயல்பாடு.**
2. **சுய முயற்சி இல்லாமல் கற்றல் நடக்க வாய்ப்பில்லை.**
3. **கற்றல் - அனுபவம் புதிய அறிவை உருவாக்குகிறது.**

- இவை நமது டிஜிட்டல் கல்விக்கும் பொருந்தும்.

கற்றலின் இரண்டாம்படி நிலையில்தான் மனித சமூகம் இளம் தலைமுறையை கற்றலில் ஈடுபட வைக்க பிரத்யேக கட்டடங்களை உருவாக்கியது எனலாம். ஆனால், இரண்டாம்படி நிலை சமூக அவலங்களால் ஆனது. விரைவில் நதிபீடங்களில் உருவான நாகரிகங்கள் மன்னர்களையும் அதிகாரபீடங்களையும் உற்பத்தி செய்தன. கி.மு.10,000 ஆம் வருடம், உதாரணமாக, விவசாயம் நிலைபெற்ற ஒரு காலகட்டமாக அடிமைகளை வாங்கி விற்கும் முறைகள் உட்பட தனிமனித சொத்து சேகரிப்பிலிருந்து எல்லா வகை எதேச்சதிகார அம்சங்களும் முளைத்தன. வரலாற்றில் முதல் முறையாக மனிதர்கள் ஒரே இடத்தில் நிரந்தரமாக வாழும் கிராம, நகர அமைப்புகளை கட்டினார்கள். பயங்கரமான ஆக்கிரமிப்பு யுத்தங்கள் தோன்றுகின்றன.

நைல் நதி பீடத்தில் எகிப்து; டிக்ரிஸ் மற்றும் யூபரேட்ஸ் பள்ளத்தாக்கில் மெசபடோமியா; மஞ்சள் ஆறு பீடத்தில் ஒரு சீனம்: எழுத்து வடிவங்கள், எண்கள் முளைக்கின்றன. சுமேரியர்களின் கூட்டல் முறை வருகிறது. இப்போது சமூகமாக மனிதன் வாழ்கிறான் குழுக்களாக அல்ல. ஆரம்பகால மனித சமூகங்கள் கொடுமையானவை. அந்த காலகட்டத்தை யுவால் ஹோவா ராரி போன்ற அறிஞர்கள் அநீதிகளின் காலம் என்று எழுதுகிறார்கள். இந்த காலகட்டத்து சமூக சட்டங்கள் பிற்கால சடங்குகளாகும் வரை கட்டாயமாக பேணப்பட்டன. அவையாவுமே அதிகார குழுக்களின் காட்டுமிராண்டி தர்பார் ஆகும். கி.மு.1776இல் உருவாக்கப்பட்ட ஹமூராபி சட்டவடிவுதான் முதல்படி. அதிலிருந்து கி.பி.1776இல் வந்த அமெரிக்க-அரசியல் சாசனம்

வரையும் அதன் தொடர்ச்சியாகவும் இரண்டாம் கல்விபடிநிலை நீள்வதாக வரலாறு சொல்கிறது.

முதலில் நாம் பாபிலோனியாவிலிருந்து தொடங்க வேண்டும். அங்குதான் கொடிய ஹமூராபி சட்டம் (code of Hammurabi) சமூகத்தை ஆண்டது. மன்னர்தன் பிரஜைகள் (உலகின் அப்போதைய மிகப்பெரிய நகரம் - ஒரு மில்லியன் பிரஜைகள்) யாவரையும் மூன்றாக பிரித்தாளும் சட்டம்.மேன்மையானவர்கள், சராசரி ஜனங்கள், அடிமைகள் என்று பிரஜைகள் பிரிக்கப்பட்டார்கள். மன்னர்களின் குடும்பம், அதிகாரிகள், பூசாரிகள், அமைச்சரவை பிரமுகர் யாவரும் மேன்மையானவர்கள். படைவீரர்கள் முதல் கடை வியாபாரிகள் வரை சராசரி மக்கள். இந்த இரு குழுக்களுக்கும் எடுப்பு வேலை பார்க்கிறவர்கள் என அடிமைகள். கல்வி என்பது அரசு, அமைச்சு மற்றும் மத சடங்குகளை மேன்மை குடிமக்களுக்கு கற்றுத்தருவது ஆகும். நடுநிலையில் இருந்த சராசரிகள் தங்களது விதிக்கப்பட்ட பரம்பரை தொழிலை தங்களது குழந்தைகளுக்கு சொல்லிக் கொடுப்பதே - கல்வி. அடிமைகளுக்கு கல்வி என்கிற ஒன்று கிடையாது. அடிமைகள்தான் பெரும்பான்மை மக்கள், இது ஆயிரம் வருடங்கள் தொடர்ந்தது.

நாம் சீனாவை அதே காலகட்டத்தில் பார்த்தால் வரிவசூல் செய்பவர்கள் - நகை வியாபாரிகள் என சிலவகை கூட்டம் அந்த மேன்மையானவர் பட்டியலில் சேர்க்கப்படுகிறது. கம்பூசியஸின் ஐந்துறவு சட்டம் அது. உலகிலேயே ஆட்சி அதிகாரம் தந்தையிடம் இருந்து மகனுக்கே (மகளுக்கு அல்ல), கணவன் ஆட்சியில் மனைவியின் பங்கு என தனித்தனி விபரணை. நிலவுடைமை என்பது ஒரு போக்காக மாறுகிறது. எனவே சமூகத்தை கம்பூசியஸ் நான்காக பிரித்தாளுகிற அதிகாரத்தை அரசர் குயூன் பரம்பரைக்கு வழங்குகிறார். எனவே மேன்மையானவர் என்பவர் நிலவுடைமையாளர் மற்றும் மன்னர் குழாம், பிறகு வணிகர்கள் விவசாயிகள் மற்றும் கைவினைஞர்கள் எனும் கடைசிபடி நிலை மக்கள். அவரவர்களுக்கு அவரவர்களின் நிலை மாறாமல் தரப்பட்ட கல்வி.

இந்திய தீபகற்பத்தில் ஆரிய படையெடுப்பு முடிந்து மனுஸ்மிருத்தியின் வர்ணாசிரம ஆதிக்கம் அறிமுகமான காலகட்டம். சமூகம் நான்கு வர்ணங்களாக பிரிக்கப்பட்டது. பிராமணர்கள், வைசியர்கள் (வியாபாரிகள்) சத்திரியர்கள் (போர் வீரர்கள்) மற்றும் சூத்திரர்கள். இவர்களது கலப்பால் உருவான

ஆக கடைசி படிநிலை சேரி ஜனங்கள் பின்னர் வந்த பிற்சேர்க்கை. கல்வி எப்படி இருந்தது. அக்கல்வி குருகுல கல்வி. குரு எப்போதும் பிராமணர். அவர் மன்னர் குலம் மற்றும் ஓரிரு உரிமைபெற்ற உயர் அந்தஸ்து அந்தணர், வைசியனுக்கு மட்டுமே தன் குருகுலத்தில் சேர அனுமதிக்க முடியும். இந்தியாவில் கல்வி சாதிபடி நிலை கல்வி. குலக்கல்வி.

மற்ற சாதியர்கள் தங்களுக்கு விதிக்கப்பட்ட குலத்தொழிலை தனது அடுத்த சந்ததிக்கு சொல்லித் தருவதுதான் கல்வி. இந்த சாதிய படிநிலைகளை அப்படியே காப்பாற்றுவதுதான் கல்வியின் நோக்கம்.

இன்று ஜென்டில்மேன் வேடம் புனையும் அமெரிக்கா தொடங்கி ஐரோப்பா வழியே நீங்கள் ஆப்பிரிக்காவரை போகலாம். அங்கெல்லாம் கல்வி எப்படி இருந்தது. அதற்குதான் கி.பி.1776இல் அமெரிக்க சாசனத்தை நான் குறிப்பிட்டேன். அதை வாசித்தால் அசந்து போவீர்கள். ஹமூராயின் பிரகடனம் கி.மு. இது கி.பி. ஆனாலும் நிலைமை மாறியதா 'சக மனிதனை நாங்கள் எங்களில் ஒருவராகவே பாவிப்போம் சம விடுதலை சம அந்தஸ்து சம உரிமை' என அமெரிக்க பிரகடனம் அறைகூவல் விடுக்கிறது. ஆனால் யார் சக மனிதன் என்பதுதான் பிரச்சனை. எல்லா சம அந்தஸ்து மனிதர்களும் வெள்ளையர்கள். மற்றவர்கள் கறுப்பின மக்கள். கறுப்பின மக்களுக்கு அடிமைகளாக இருப்பதை தவிர யாவுமே மறுக்கப்பட்டது. நாம் அவர்களது கல்வி பற்றி பேசவே வேண்டியது கிடையாது.

வெள்ளையர்கள் யாவரும் சம அளவு கல்வி வாய்ப்பும் பெறவில்லை. நிலப்பிரபு வேறு அவரிடம் வயல் வேலைகள் பார்த்த கூலி வெள்ளையர் வேறு. இருவரும் வேறுவகையான கல்வி பெற்றார்கள். இந்திய வர்ணாசிரம பிரிவுகளிலும் அப்படித்தான். பிராமணர்கள் யாவரும் சம அளவு உரிமை பெற முடியாது. வர்ணத்திற்கு உள்ளே பல சாதிகள் உண்டு. சமையல்கார பிராமணர் ஈமசடங்கு செய்பவர், குருகுலம் போக முடியாது. அவரவர் அவரவரது தொழிலைத்தான் தன் அடுத்த பரம்பரைக்கு கற்பிக்க வேண்டும். அனைத்து வகை வர்ணத்திற்குள்ளும் பலநூறு சாதிகள் ஒளிந்திருந்தன. ஒவ்வொரு சாதிக்கும் ஒரு தொழிலை மனு சட்டம் திணித்தது போலவே அமெரிக்க சாசனத்தின் அடிப்படை விரைவில் வர்க்கமயமாகி வர்க்கத்திற்கு ஒரு கல்வியை முன்மொழிந்தது. எப்படி இந்திய மண்ணில் சூத்திரர்கள் கல்விக்கு

வெளியே இருந்தார்களோ அதே போல கறுப்பின மக்கள் சமூக பொருளாதார மற்றும் கல்விக்கு வெளியே வைக்கப்பட்டார்கள்.

ஏ.ஜி.குட் மற்றும் ஜெ.டி, டெல்லர் ஆகியோர் இணைந்து எழுதிய 'உலகக் கல்வி வரலாறு' நூல் படித்தேன். அழகான கீழ்க்கண்ட கல்விசார்ந்த சாராம்சங்களை இரண்டாம் காலகட்ட கல்வி சாதித்தது என்பது அவர்களது கூற்று.

1. **உலகெங்கிலும் பிரதான மொழிகளில் எழுத்து வடிவம் அறிமுகமாகி எழுதுவது என்பதை கற்றுக்கொள்முதல் கல்வியின் அங்கமாக்கப்பட்டது.**

2. **ஒவ்வொரு மொழிக்குழுவிலும் கிடைத்த ஊடகம் வழியே நூல்களை படைத்தார்கள்.**

3. **எண் வடிவங்கள் கற்பிக்கப்படுகின்றன. குறிப்பாக வரி முதல் ஆட்சியாளர்கள் பலவற்றை கணக்கெடுக்கும் முறை அமலுக்கு வந்திருந்ததால் கணக்காயர்களாவது என்பது கல்வியின் நோக்கமாக்கப்பட்டது.**

சுமேரியர்களின் கோனிபாரம் - எனும் கூம்பிகள் தமிழர்களின் ஓலைச்சுவடிகள் - களிமண் டேப்லட் என்று அழைக்கப்பட்ட கிரேக்க எழுது பலகைகள் சீனத்தின் அபாக்கஸ் உட்பட கற்றலில் கருவிகள் அறிமுகம் ஆகின.

மூன்றாவது காலகட்டம் மத அடிப்படைவாத கல்வி காலகட்டம் என்று அழைக்கப்படுகிறது. மதங்கள் தோன்றிய காலம் தொட்டே மத அடிப்படை கல்வி இருந்து வருகிறது. டையர்ட்ரே ராப்டரி எனும் இசுரேலியபெண் கல்வியாளர் மதங்களும் - உலகக் கல்வியும் என்று ஒரு ஆய்வு நூலை எழுதி இருக்கிறார். கி.மு.300களிலேயே மத - கல்வித் தொடங்கி விட்டது. பண்டைய ரோமாபுரிதான் மத-அடிப்படைவாதக் கல்வியின் தொடக்க மையம். கிறித்தவம், இசுலாம், யூதமதம், பவுத்தம் என மதக்கல்வி இடத்திற்கு இடம் வேறுபட்டது.

கல்வியை மட்டுமல்ல உலக அரசியலையும் ஆட்சி அதிகாரத்தையும் எந்த மதம் தன் கைப்பிடியில் வைத்திருப்பது என்பது குறித்து கடுமையான போட்டிகள் நடந்தன. மதக்கல்வி என்றால் என்ன? ஒரு குறிப்பிட்ட மதத்தின் - போதனைகள், சடங்குகள், புனிதமாக்கப்பட்ட நூல்கள், பழக்கவழக்கங்கள், குறித்த போதனை மத கல்வி எனப்படுகிறது. ஆனால், அதையும்

கடந்து சமூகத்தில் யாருக்கு மதக் கல்விக்கு உரிமை இருக்கிறது என்பதில் இருந்து மன்னர் பரம்பரை ஆட்சி முறை, தொடங்கி போர் பயிற்சி பிற துறைகள் என யாவையுமே மதக்கல்வி இணைத்துக் கொண்டது. சமூகங்களின் மீது முதலில் மதச் சட்டங்களை கொண்டு வந்தார்கள். மத சட்டங்களை மீறுபவர்கள் யாராக இருந்தாலும் கடுமையான தண்டனைகள் வழங்கப்பட்டன. அரசுகள் ஆட்சி மதம் என்ற ஒரு மதத்தை தழுவின. அதனடிப்படையில் கல்வி உருமாற்றப்பட்டது. ஆட்சி மதம் என்பது தன்னகத்தே மத அடிப்படை அதிகாரங்களை கொண்டிருந்தது. ஒரு இசுலாமிய தேசத்து அதிபர் அல்லது மன்னர் அந்த மத தலைவர்களின் ஆணைப்படி ஆலோசனைப்படி ஆட்சி செய்பவர். மத கோட்பாடுகள் இருப்பது போலவே மத சட்ட நூல்களும் இருக்கின்றன.

கிறித்தவமதம் ஏறக்குறைய ஐரோப்பா முழுதும் கல்வியை கி.பி.400இல் கையிலெடுத்து விட்டது. கல்வியை மத அடிப்படைவாதத்தை நிலை பெறவைக்க ஒரு ஆயுதமாக அது பிரயோகித்தது. போர்ச்சுகீசியர்கள், டென்மார்க்காரர்கள் மற்றும் பிரித்தானியர்கள் உலகின் பிற நாடுகளுக்கு சென்று ஆக்கிரமித்து கிறித்தவமதத்தை உலகெங்கும் ஸ்தாபிக்க கிறித்தவ மிஷினரி கல்வியைத்தான் சார்ந்திருந்தார்கள் என்பதை நாம் மறந்துவிடக்கூடாது. ஒவ்வொரு தேவாலயமும் ஒரு கல்விச்சாலையால் ஆனதாக இருக்க வேண்டும் என்று தாமஸ் அக்வினாஸ் அறிவித்தார். தர்க்கம், கணிதம், இயற்கை தத்துவ இயலோடு - கிறித்தவமத பைபிள் பாடமாக சேர்க்கப்பட்டது. பாதிரியார்களே போதிப்பாளர்கள்.

இசுலாமிய கல்வி என்பது கடும் கட்டுப்பாடுகள் நிறைந்த கல்வி, பழங்கால இசுலாமிய கல்வி சாலையை நாம் அசர்பைஜானில் பார்க்கிறோம். மார்க்கக் கல்வி என்று இசுலாம் அதை அழைக்கிறது. சிலுவைப் போர்களில் லட்சக்கணக்கான மனிதர்களை மதவாதப் போர்கள் கொன்று குவித்தன. 17-18ஆம் நூற்றாண்டுவரை கூட நேரடி யுத்தங்கள் மூலம் மத - ஆட்சிகள் தங்களது எல்லைகளை விஸ்தரித்தன. இசுலாமிய கல்வி அரேபிய மொழிசார்ந்த புனித குரான் நூலை மையமாகக் கொண்டது. மதரசா இஸ்லாமியா என்பது கல்விக் கூடங்களின் பெயர். அங்கே முல்லாக்கள் என்போர் போதிப்பாளர்களாக இருந்தனர். இசுலாமிய மத சட்டப்படி இக்கல்வியில் தேறியவர்கள் மட்டுமே மன்னராக

மட்டுமல்ல நீதிபதிகள் முதல் மருத்துவம் கட்டட நிபுணத்துவம் எதிலும் நுழைய முடியும். இசுலாமிய மத சட்டங்களின்படி மதக்கல்வியில் தேர்ச்சி அடையாதவர்களை சிரச்சேதமும் செய்யுமளவு தண்டனை சட்டங்களை உள்ளடக்கியது.

யூதர்களின் சைனகாக் வகை கல்வியில் ராபி என்று அழைக்கப்படும் மத-பூசாரிகளின் ஆதிக்கம் அதிகம். அடுத்த சந்ததிக்கு யூத மதத்தை எடுத்துச் செல்லவே கல்வி என்று ராபிக்கள் பிடிவாதமாக அனைத்து மதத்தினரையும் தங்கள் கல்வியில் இணைத்தார்கள். கி.மு.75இல் யூத மதம் ஆரம்பகல்வி என பிறந்து 2 வருடங்களே ஆன குழந்தையை இக்கல்வியில் திணித்தது. அக்கால கட்டத்தின் அலெக்சாந்தர் ஜீலஸ் மன்னனின் அவையில் இருந்த சைமோன் பென் ஷொடக் எனும் ராபி (எகிப்து) மூன்றுபடி நிலைகள் கொண்டதாக யூதமத கல்வியை முழு நாட்டிற்கும் திணிக்கிறார். ஜுடியா எனும் நகரத்தில் யெஷிவோட் எனப்படும் யூத கல்வி சாலைகளில் தொடக்க கல்வி (10 வயது வரை) நடுக்கல்வி (11 - 14 வயது) யூதர் வாழ்வியல் கல்வி (14 வயதுக்குப் பிறகு) என பிரித்தார். எகிப்து முழுதும் யூதக்கல்வி இன்றி யாரும் எந்த பதவிக்கும் வர முடியாது.

ஏறக்குறைய இந்த நிலைதான் சீனாவில் கல்வி இதே காலகட்டத்தில் நடைமுறையாக இருந்தது. சீனக்கல்வி பவுத்தமத கல்வியாக மாறியது. சீன பவுத்தத்தின் பொற்காலம் மூன்று பேரரசு காலங்களுக்கு தொடர்ந்தது. அவற்றில் மிகவும் குறிப்பிடத்தக்கது டாங் - பேரரசு காலம் ஆகும். சீன பவுத்தம் 10 வகை கல்விகளை கொண்டிருந்தது. அபிதர்மம், ஷாலூன், தியன்-டாய், ஹாங்யங், ஷாங், லு, ஷென்யென், ஹுவாயென் ஷ்யூ-யெஸ், ச்சிஸ்-டூ ஆகியவை அவை. ஒவ்வொன்றுமே லேசான மாறுதல்களோடு பவுத்த மத அடிப்படைகளை சந்ததிகளுக்கு போதிக்க உருவாக்கப்பட்டவை. திரி-தகாஸ் எனப்படும் பவுத்தத்தின் மூன்று அடிப்படைகளான வினாய பித்தக்கா (நடத்தை விதிகள்) சுத்தபித்தக்கா (புத்தரின் போதனைகள்) அபிதம்ம பித்தக்கா (பவுத்த தத்துவங்கள்) என கல்விகளின் சாரம்சம் சொல்கிறது. குழந்தைகளுக்கு (12 வயது வரை) சித்திரஸ்து எனும் பவுத்த நூலை பாடமாக கொண்ட கல்வி இருந்தது. கல்விக் கூடங்கள் 'விஹாரா' என்று அழைக்கப்பட்டன.

இந்தியாவில் இந்த காலகட்டத்தில் இசுலாமிய மதராஸா, சாதி

அடிப்படை வர்ணகுருகுலம், பவுத்த விஹாராக்கள் என்று மதக்கல்வி பல்கிப் பெருகி இருந்தது. இந்துமதம் எனும் ஒருமதமாக அறியப்படவில்லை. சைவமதக் கல்வி, வைணவ மதக்கல்வி, சமண மதக்கல்வி என பிரிந்து உணரப்பட்டன.

உலகின் மூன்றாவது கல்விப்படி நிலை இன்றும் கூட சில நாடுகளில் தொடர்கிறது. ஆனால் அடிப்படையில் மத-அடிப்படைக் கல்வி குறித்து கல்வியாளர் எஸ்.என்.கிராமர் (தி டெஸ்டாமென்ட் ஆஃப் எஜுகேஷன்) இந்த கால கட்டத்தில்தான் பள்ளி என்கிற ஒன்று உருவானது என்கிறார். ஸ்கூல் எனும் ஆங்கில சொல்லுக்கு கிரேக்க மொழியின் ஸ்கோஷ்லே எனும் சொல்லை வேர் சொல்லாக அவர் அறிவிக்கிறார். இதற்கு உரை நிகழும் இடம் அல்லது தத்துவ அறை என்று பொருள். பெய்டியா எனும் சொல்லை கிரேக்கர்கள் கல்வி கற்றலுக்கு பயன்படுத்தினார்கள். இதிலிருந்து பெடகாகி என்கிற சொல் தோன்றியது. இதெல்லாம் மதக்கல்வி காலகட்டத்தின் பரிசுகள்.

1. இந்த காலகட்டத்தில்தான் பள்ளிகளும் பண்டைக்கால பல்கலைக்கழகங்களும் தோன்றின.

2 கல்வி ஆண்பிள்ளைகளுக்கு மட்டுமே என எழுதப்படாத சட்டத்தை அனைத்து மதங்களுமே கடைப்பிடித்தன.

3. ஆசிரியர் என்பவர் உருவாகி இருந்தார். பெரும்பாலும் மதபோதகர்களே உபாத்யாயர் ஆகி இருப்பினும் ஆசிரியர்களின் பிரதான அம்சங்களை கொண்ட 'பள்ளி-தந்தை' (உண்மையான அப்பா வீட்டுத்தந்தை) உருவாகி இருந்தார். அதுவரை வரலாற்றில் முழுநேர ஆசிரியர் என்று யாரும் கிடையாது.

இப்போது கல்வியின் நம் கால, நான்காவது கட்டத்திற்குள் நுழைவோம். முந்தைய கல்விகளின் மைய நோக்கத்தை நினைவு கூர்தல் எளிது. ஆதிமனிதனின் கல்வி உயிர்த்திருத்தல் என்பதை மையமாகக் கொண்டது. பிறகு இரண்டாம் படிநிலையில் கல்வி - சமூக ஏற்றத்தாழ்வு அமைப்பின்படி குலத் தொழிலை காப்பாற்றும் நோக்கம் கொண்டது. மூன்றாம்படி நிலையான மதவாதக்கல்வி - அந்தந்த மதங்களின் சடங்கு மற்றும் அடிப்படையை காப்பாற்றவும் பரப்பிடவும் வந்த கல்வி ஆகும்.

கிரேக்கத்தில்தான் நம் காலத்தின் 'அறிவு' மையக் கல்வி

தோன்றியது. அதாவது உண்மையான கல்வியின் நோக்கத்தை கண்டடைந்த ஆரம்ப அறிஞர்கள் சாக்ரடீசு வழிவந்தவர்கள்... பிளாட்டோ தனது ‘அகாடமியா’ எனும் கல்விக் கூடத்தையும் அரிஸ்டாட்டில் தனது ‘லீசியம்’ பள்ளியையும் நிறுவினார்கள். அங்கே குலத்தொழில் கல்வியோ மத அடிப்படைவாதக் கல்வியோ இருக்கவில்லை. கணித மேதை பித்தாகரஸ் ‘செமிசர்க்கிள்’ என்ற புகழ்பெற்ற பள்ளியை நடத்தினார்.

மனிதர்களுக்கு பாரபட்சமின்றி அனைவரையும் கற்பிக்க வைக்கும் ஒரு அம்சம் மெக்சிகோவில்தான் முதலில் தோன்றியது என்று வரலாறு பதிவு செய்து வைத்துள்ளது. அது ஆஸ்டெக் எனப்படும் மிசோ-அமெரிக்க கலாச்சாரத்தைக் கொண்ட ஒரு குழுவிடமிருந்து தோன்றியது. இந்த ஆஸ்டெக் மக்களின் மொழி நவ்ஹாட்டி மொழி. அந்த மொழியில் ஒரு சொல் உள்ளது. ட்லச்சாவுவாப்பா ஹவுவாலிட்ஸ்டி எனும் பெரிய சொல். இதன் பொருள் மனிதர்களை கற்றல் மூலம் மேம்படவைக்கும் கலை - ஆஸ்டெக் மக்கள் கல்வி வீட்டிலிருந்தே தொடங்குகிறது என்று இன்றும் கருதுகிறார்கள்.

அந்த மொழியின் மற்றொரு சொல் நீக்ஸ்ட லாமாச்சிலிஸ்ட்லி எனும் சொல். அறிவு வளர்ச்சியே மனித கல்வியின் நோக்கம் என்பதே இந்த சொல்லின் பொருள். மெக்சிகோவின் இந்த ‘அனைத்து மக்களுக்கும் கல்வி’ என்பதைக் கேட்டு ரோமாபுரியிலிருந்து முழு ஐரோப்பாவிலும் பரவிய எழுச்சி அலைகள் தனது ‘கத்திட்ரால்’ பள்ளிகளில் வித்தியாசம் இல்லை, அனைத்து கிறித்தவருக்கும் கல்வி என்று போப்பாண்டவரை மெக்சிகோ அலறவைத்தது.

எகிப்தில் 1210 வாக்கில் பொதுப் பள்ளிகளை உருவாக்க முயன்றார்கள். உலகின் பல இடங்களிலும் கணிதம், தர்க்கம், இயற்கை தத்துவ ஞானம், உலக வரலாறு என்று பொது பாடங்களுக்கு அதிக முக்கியத்துவம் தரப்பட்டது. பிளாட்டோ, அரிஸ்டாட்டில் வரிசை உலகில் அறிவியல் எழுச்சிக்கான மறுமலர்ச்சி ஆண்டுகளை விரைவில் சாதித்து இருந்தது.

1436இல் குட்டன்பர்க் அச்சு எந்திரத்தை அறிமுகம் செய்து காகித அச்சாக்கத்திற்கு வழி வகுத்திருந்தார். அதிலிருந்து நாம் நமது தற்கால கல்வி காலகட்டம் தொடங்கியதாகக்கூட கருதலாம். ஆனால் 1543இல் நிக்கோலஸ் கோபர் நிகஸ் - தனது சூரியன் மையக் கோட்பாட்டை வெளியிட்டதில் இருந்து அது

தொடங்குகிறது என்றும் நாம் எடுத்துக் கொள்ளலாம். அந்த காலகட்டம் அறிவு குழுமத்திற்கும் மத கோட்பாட்டு வாதிகளுக்கும் இடையே நடந்த கடும் போராட்ட காலம் ஆகும். கலிலியோ முதல் டார்வின் வரை வாட்டிகானின் போப்பாண்டவரால் தண்டிக்கப்பட்ட அறிவு ஜீவிகளே அதற்கு சாட்சி.

கணிதம் இயற்பியல் வேதியியல் உயிரியல் என தனித் தனியாக துறைகள் எப்போது தோன்றினவோ அதுவே நமது நான்காம் கல்வியின் அதிவேக பாய்ச்சலாக உருவெடுத்த காலம். இந்த யுகத்தில்தான் ஜாம்பவான்கள் முளைத்தார்கள். கான்ஸ்டண்டி நோபில் மன்னன் வீழ்ந்த ஆண்டான 1453இல் அது தொடங்கியது எனலாம். அறிவுத்தேடல் புதிய அறிவை மனிதனின் புரிதலில் இணைத்தல் இவையே கல்வியில் நோக்கம் என்று உருமாற்றிய பொற்காலம் அதுதான்.

லியோனர்டோ டாவின்சி ஓவியக்கலையில் கணிதத்தையும் அதே சமயம் நிகழ் அறிவியலில் தனது நாட்டத்தை செலுத்த மாற்றத்தை விதைத்தார். அரிஸ்டாட்டில் முதல் டாலமி வரை அனைவரது கண்டுபிடிப்புகளும் கேள்விக்கு உட்படுத்தப்படும் ஒரு காலமாக அது உருவெடுத்தது. கோபர்நிகஸ்க்கு அடுத்து, கர்டானோ, பிரான்ஸிஸ் பேக்கன், டெகார்த்தே என்று ஒருவர் பின் ஒருவராக கண்டுபிடிப்பு யுகத்திற்கு பாதையிட்டார்கள். கலிலியோவின் 16 கண்டுபிடிப்புகள் தொலைநோக்கியை வான் நோக்கி திருப்பிய திருப்புமுனை ஆண்டுகளை கொண்டு வந்தது.

அதே போல நியூட்டனின் 'பிரின்சிபியா' எனும் ஒரு படைப்பு 32 புதிய புதையல்களை அறிவு தளத்திற்கு வழங்கிய ஆண்டு 1687. வெறும் ரசவாதமாக இருந்த தனிமங்களின் துறையை 1789இல் ஆண்டோன் லவாய்சியர் வேதியியல் துறையாக மாற்றுகிறார். அறிவியல் என்று அறிவியலுக்கு பெயர்சூட்டிய வில்லியம் விவால் உலகின் முதல் அறிவியல் வரலாற்றாளர் என்று அழைக்கப்படுகிறார். இவர்தான் விஞ்ஞானி (சயின்டிஸ்ட்) எனும் சொல்லையும் உலகிற்கு கொடுத்தவர். டாக்டர் வில்லியம் விவால் உண்மையில் ஒரு கிறித்தவ பாதிரியாராக தன் வாழ்க்கையை துவங்கியவர். ஆனால் இயற்பியல் துறைக்கு பெயரிட்டார். வானியலை விரும்பி ஏற்றார். விரைவில் தேவாலயத்தைவிட அறிவியலில் புகுந்து முழுதும் புதுவிதமான கல்வியகம் ஒன்றை கட்டி எழுப்பினார். மதவாதம் இல்லாத முதல் பாடசாலை அது.

கல்வியின் முகத்தை மாற்றிய அடுத்த மாமனிதர் பிரான்ஸிஸ்பேக்கன். கல்வியில் எதிர்கால நோக்கம் என்பதை சேர்த்தவர் அவர். வருடம் 1625. ஒருவர் உயிரியலாளர் ஆவதற்கு படிக்கலாம். வேதியியலாளர் ஆவதற்கு படிக்கலாம். கணிதவியல் மேதை ஆவதற்கும், இலக்கியவாதி ஆவதற்கும் தனித்தனி படிப்புத் தேவை. மதபோதகர் ஆவது குலத்தொழில் கற்பது இதெல்லாம் தானாகவே முடிவுக்கு வருகிறது. அறிவியல் ஆய்வு சாலை எனும் விஷயத்தை கல்விக்கும் நுழைத்தவர் அவர்.

நான்காம்படி நிலையான தற்கால கல்வி மாற்றம் என்பது கல்வி மட்டுமே சம்பந்தப்பட்டது அல்ல. மருத்துவ உலகிற்கு ஒரு காலன், வில்லியம் ஹார்வே, ஆண்டிரியஸ் வெஸாலியஸ், வேதியியலுக்கு ஒரு ராபர்ட் பாயில், ஜார்ஜ் அக்ரிகோலா, வானியலுக்கு ஒரு டைக்கோ பிராஹே, ஜொஹானஸ் கெப்ளர், இயற்பியலுக்கு ஒரு கிறிஸ்டியன் ஹைஜன்ஸ், ஓவியத்திற்கு ஒரு மைக்கெலேஞ்சலோ, இலக்கியத்திற்கு ஷேக்ஸ்பியர் என இந்த பட்டியல் உலகையே புரட்டிப்போட்டது.

டாக்டர் வில்லியம் கில்பர்ட் காந்தவியலை அடைந்து மின்சாரம் (எலெக்ட்ரிகா) என புதிய உலகை பயணிக்க முதல் படியை எடுத்து வைக்கிறார். ஓட்டோ ஹானின் மின்னூட்ட சோதனைகள் வெற்றியடைகின்றன. ஜெனரேட்டர் எனும் மின் உற்பத்தி சாதனம் வருகிறது.

நமது கருவியுகம் மெல்ல உருவெடுத்தது. அது உருவெடுத்ததே ஒரு கல்வி நிலையத்தில்தான். இடம் ஆக்ஸ்போர்டு பல்கலைக்கழகம். அதுதான் எட்மண்ட் குண்டர் கண்டுபிடித்த குண்டர்-ஸ்கேல், எந்த எண் அளவீட்டை கொடுத்தாலும் அதை வைத்து, சைன், கொசைன் மற்றும் டான் ஜென்ட் கணக்கீட்டை அடையலாம்.

அதுதான் முதல் கணக்கீட்டுக் கருவி. வருடம் 1617. சற்றே தள்ளி பாரீஸ் பல்கலைக்கழகத்தின் முதலாமாண்டு மாணவராக இருந்த பிளெயிஸ் பாஸ்கல் - தானியங்கி கணக்கீட்டு இயந்திரத்தை 1642இல் கண்டுபிடித்து நமது செயற்கை நுண்ணறிவை பள்ளிக் கல்லூரி வளாகத்தில் அடி எடுத்து வைக்க உதவுகிறார். பாஸ்கலின் கண்டுபிடிப்பை அடுத்த படிநிலைக்கு எடுத்துச் சென்ற லீப்னிஸ் 1685இல் அதையே அரித்மோ மீட்டராக மாற்றி அதில் கூட்டல், கழித்தல், பெருக்கல் இவற்றோடு வகுத்தலையும் சேர்த்தார்.

1. ஒரு ஆசிரியர் பிறப்பது இல்லை. அவர் கற்று உருவாகிட வேண்டும். பிறப்பின் காரணமாக குரு அந்தஸ்து பெறுவது முடிவுக்கு வந்தது.
2. 20 முதல் 30 மாணவர் வரை உட்கார்ந்து தங்களது ஏற்றத்தாழ்வுகளை மறந்து எதிரில் நின்று பாடம் நடத்தும் ஆசிரியரை கவனிக்கும் வகுப்பறைகள் உருவாகின்றன.
3. பள்ளிகளிலும் கல்லூரிகளிலும் பாட வேளைகள் அதன் பாடப்பகுதிகள் வயது அடிப்படையில் பிரித்து வழங்கப்பட்டன.
4. பரந்துபட்ட சமூகத்தின் அனைத்து வகை மக்களும் வசதியும் வாய்ப்பும் இருந்தால் அவர்களுக்கு ஒரே மாதிரி கல்வி அதற்கான சான்றிதழ்கள் / பட்டம் போன்றவை அறிமுகமாயின.

ஆனாலும் கல்விக் கூடங்களின் மீதான மதத்தின் பிடி விடுபடவில்லை. ஐரோப்பிய கல்வியை தேவாலயங்களே தங்கள் பிடியில் வைத்திருந்தன. முதல் உலகப்போர் அரசுகளின் மீது நிர்ப்பந்தங்களை திணித்தபோது, தன் பிரஜைகளின் பாதுகாப்பும் வளர்ச்சியும் அந்தந்த அரசுகளின் பொறுப்பு எனும் முடிவை ரஷ்ய புரட்சியும், அதைப் பின்தொடர்ந்து உலக விடுதலை எனும் காலனித்துவத்திற்கு எதிரான எழுச்சியும்தான் சாதித்தது. அப்பொழுது தான் அனைத்து வகை பிரஜைகளுக்கும் கல்வி அளிப்பது அந்தந்த அரசுகளின் கடமை என்பது நடைமுறைக்கு வருகிறது.

இந்தியாவின் கல்வியை அதை ஆக்கிரமித்த ஆங்கிலேயர்கள் பொது வகுப்பறைகளாக மாற்றினர். அந்த வகுப்பறைகளில் உருவாகும் ஒருவரே தனது அரசில் வேலைபார்க்க தகுதி படைத்தவர் என அறிவித்து சட்டமாக்கினார். பிறந்தது இந்தியாவில் பொதுக்கல்வி. 1834இல் மெக்காலே அறிமுகம் செய்த கல்வியில் பல ஓட்டைகள் இருக்கலாம். ஆனால், அதுதான் வர்ணாசிரம கல்விக்கு முற்றுப்புள்ளி வைத்தது என்பதை மறுக்க முடியாது.

இங்கிலாந்தில் மட்டுமல்ல ஐரோப்பாவின் 75 பெருநகரங்களில் அச்சிடும் இயந்திரங்கள் ஸ்தாபிக்கப்பட்டன. தமிழ் உட்பட புத்தகங்கள் அச்சிட்டு வெளிவந்தபோது பாடப்புத்தகம் அறிமுகம் ஆனது. 1897இல் நம் நாட்டில் எல்லா பள்ளி வகுப்புகளுக்கும் பாடப்புத்தகங்கள் முழுமையாக வந்திருந்தன. 1833இல் இங்கிலாந்து

பாராளுமன்றத்தில் தொடங்கிய பள்ளிக்கல்வியை அரசுடைமை ஆக்கி சர்ச்சிடமிருந்து பிடுங்கி அரசு தனது கட்டுப்பாட்டிற்கு எடுத்துக்கொள்ளும் சட்ட திருத்தங்கள் 1870 மற்றும் 1902லும் முழுமை அடைந்தன. ஆனால், அவை முழுமையாக அமலாக்கம் பெற்றது 1920களுக்கு பிறகே ஆகும். நம் தமிழ் சூழலில் நவீன கல்வி என்பது எப்படி எப்போது வந்தது என்பதை தனி அத்தியாயத்தில் பார்க்க இருக்கிறோம்.

இந்தியக் கல்வியின் முகம் மட்டுமல்ல, உலகக்கல்வியை மாற்றிய கல்விக்குழுக்கள் பல. உலகின் முதல் திருப்புமுனையை கல்வியில் சாதித்த கல்விக்குழு நடேஷ்ஷா குருப்ஸ்காயா எனும் அறிஞரின் தலைமையில் 1929இல் அமைக்கப்பட்ட சோவியத் கல்வி மேம்பாட்டுக்குழு ஆகும். அவரது புத்தக புரட்சித் திட்டம் என்பது ஒரு பள்ளிக்கூடத்தில் என்னவெல்லாம் இருக்க வேண்டும். அதை சுற்றி என்ன இருக்க வேண்டும். ஒரு கல்லூரி வளாகம் என்பது என்ன என பலவகையான முன் மொழிவுகளை கொடுத்தது. புத்தக புரட்சி என்பது ஒவ்வொரு வீதியிலும் ஒரு நூலகத்தை அமைத்தல் ஆகும். அந்த நூலக கட்டடத்திலேயே அந்த வீதிக் குழந்தைகளுக்கான ஆரம்ப பாடசாலை அமைத்தல். இப்படி பல. குருப்ஸ்காயா கல்வி சீர்திருத்தங்கள் உலக நாடுகளால் உடனடியாக பின்பற்றப்பட்டன. அதை முன் வைத்து அனைத்து சிறார்களுக்குமான கட்டாய கல்வி அறிவு எனும் ஒற்றை நோக்கத்தை ஐ.நா. சபை ஒருவழியாக 1968இல் பெற்றது. 1982இல் சர்வதேச குழந்தைகள் நல ஆண்டாக அது அறிவித்தது. யுனெஸ்கோ சர்வதேச குழந்தைகள் ஆண்டு முதல் குருப்ஸ்காயா கல்வி விருது எனும் உலகக் கல்வி விருதை அறிவித்து வழங்கி வருகிறது. குருப்ஸ்காயா சோவியத் தலைவர் லெனினின் துணைவியார் ஆவார்.

இந்தியக் கல்வியை சீர்திருத்துவது அவ்வளவு எளிதாக இருக்கவில்லை. 1854இல் இந்தியா வந்த சார்லஸ் உட்கல்விக்குழு இந்தியாவில் ஒவ்வொரு குடி மகனுக்கும் கல்வியில் சமவாய்ப்பு என அறிவித்தது. எல்லா மாவட்டங்களிலும் பள்ளி திறந்தது. 1882இல் அமைக்கப்பட்ட வில்லியம் ஹண்டர் தலைமையிலான கல்விக்குழு பெண் கல்வியை ஆதரித்து விருப்பமுள்ள பெண் குழந்தைகள் கண்டிப்பாக கற்றலில் ஈடுபட தடை செய்யக்கூடாது என்று அறிவித்தது. ஆனால், கடுமையான எதிர்ப்புகளை சந்தித்தது. இந்திய கல்வியின் தற்போதைய நல திட்ட அம்சங்கள் பல நமக்கு கோத்தாரி கல்விக்குழு மூலம் கிடைத்ததாகும். 1964இல்

அமைக்கப்பட்ட அந்த கல்விக்குழு தனது சீர்திருத்தங்களை 1968இல் சமர்ப்பித்தது. பள்ளிகள்தோறும் ஆய்வகங்களும் அது கொடுத்ததுதான். 2000ஆம் ஆண்டின் யஷ்பால் கல்விக்குழுவும் 2009ஆம் ஆண்டு கல்வி உரிமை சட்டமும் குறிப்பிடத்தக்கவை. ஆனால், 1984இல் கல்வியை தொழில்நுட்பமயமாக்கி கணினியை பள்ளிகளுக்குள் வரவழைத்த ராஜீவ் அரசின் கல்விக் கொள்கை அந்த விஷயத்தில் ஒரு திருப்புமுனை ஆகும். இருந்தும் அனைவருக்கும் தரமான- கல்வி எனும் இலக்கை நம்மால் எட்ட முடியவில்லை. அதற்கான போராட்டம் தொடர்கிறது.

இன்று உலகக் கல்வியின் பாதையை யுனெஸ்கோ அமைப்பு திட்டமிட்டு முன்மொழிவுகளை உலக நாடுகளோடு தனது வருடாந்திர கல்வி - மாநாடுகளில் விவாதித்து - எழுத்தறிவு சமநிலையை பேணிட நிதி ஆதாரங்களையும் வசதி இல்லாத நாடுகள் பெற - முதல் நிலை செல்வந்த நாடுகள் அமைப்புகளிடம் பேசி நல திட்டங்களையும் கூட அமல்படுத்துகிறது. 193 நாடுகள் உறுப்பினர்களாக அங்கம் வகிக்கிறார்கள். அதன் தலைமையகம் பாரீசில் உள்ளது. 1945இல் அமைக்கப்பட்ட ஐக்கிய நாடுகள் சபையில் அதே ஆண்டு உருவாக்கப்பட்ட கல்விக்கான அமைப்பு யுனெஸ்கோ.

21ஆம் நூற்றாண்டில் கல்வி எப்படி இருக்க வேண்டும், அக்கல்வியின் உடனடி வருங்கால நோக்கம் என்ன என்பதை முன் மொழிய யுனெஸ்கோ ஐரோப்பிய கூட்டமைப்பின் தலைவர் ஜாக்குஸ் டீலார் தலைமையில் ஒரு கல்விக்குழுவை அமைத்தது. இந்த சர்வதேசக் கல்விக்குழு 1990இல் பணி தொடங்கியது. ஜாக்குஸ் டீலார் பிரான்ஸ் நாட்டை சேர்ந்தவர். 14 உறுப்பினர்கள் குழுவில் சேர்க்கப்பட்டனர். இந்தியாவில் இருந்து கல்வியாளர் டாக்டர் கரன்சிங் சேர்க்கப்பட்டார். ‘கற்றல்: உள்ளார்ந்த புதையல்’ எனும் அறிக்கையை குழு சமர்ப்பித்தது.

கல்வி மனித இனத்தின் இதயத்துடிப்பு என்று அது அறிவிக்கிறது. கல்வி டீலார் கல்விக்குழுவின் அறிக்கைப்படி நான்கு தூண்களால் ஆனதாக 21ஆம் நூற்றாண்டில் கட்டமைக்கப்பட வேண்டும்.

1. அறிந்து கொள்ள கற்றல்(Learning to Know)
2. செயல்படக் கற்றல் (Learning to do)
3. இணைந்து வாழக் கற்றல் (Learning to live to-gether)

4. உய்வித்திருக்க கற்றல் (Learning to be)

எனவே மனித இனத்தின் ஆதிகாலம் முதல் இன்று வரையிலான கல்வி வரலாற்றின் சாறு பிழிந்து தரப்பட்டிருக்கிறது. ஆதிமனிதனின் கற்றல் உய்வித்திருக்க கற்றல்; அதன் பிறகான பாகுபாட்டு கல்வி தந்த பாடம் - இணைந்து வாழ கற்றல்; அறிவுப் பிரதான அம்சமான பிறகு வந்தது அறிந்து கொள்ள கற்றல். இறுதியாக - நாம் செயல்பட கற்றலுக்குள் நுழைகிறோம். எதை செய்ய கற்க வேண்டும். செயல்படுதல் எப்போது வந்தது. கற்றலின் நோக்கம் - செய்தல். செயல்களின் மூலம் நமக்கான பொருளீட்டுதல். வேலை உத்திரவாதம் பெறுதல். கல்வியின் நோக்கம் செயல் என்பதை சாதித்ததுதான் தொழிற்புரட்சி. இந்த அத்தியாயத்தின் தொடக்கத்தில் இப்போது நடப்பது நான்காம் தொழிற்புரட்சி என்று பார்த்தோம். உலகின் போக்கையே புரட்டிப்போட்ட தொழிற்புரட்சிகள் கல்வியை மட்டும் விட்டு வைத்திருக்குமா என்ன? தொழிற்புரட்சி மையக்கல்வி பற்றி நாம் அறியும் தருணம் வந்துவிட்டது. ஏனெனில் கல்வி 4.0வின் ஆன்மாவை கண்டுபிடிக்க அதுவே முதல்படி.

துணை நின்றவை:

1. அஃபிஷியல் நாலெட்ஜ் (Official Knowledge) மைக்கெல் டபிள்யூ. ஆப்பிள் (டெமோக்ரடிக் எஜுகேஷன் வெளியீடு) UK.
2. கல்வி அன்றும் இன்றும் - ஹென்னா அரந்த் (1961) (கல்ச்சர் - பப்ளிஷர்ஸ், ஆஸ்திரேலியா).
3. பிட்வீன் சர்ச் அண்டு ஸ்டேட் (Between Church and State) - ஜேம்ஸ். டபிள்யூ ஃபிரேசர். வெளியீட்டாளர்கள், பல்கிரேவ் மாக்மிலன், அமெரிக்கா.
4. சாலி தாம்லிசன் கல்வியும் இனவெறியும், பாலிசி பிரஸ் வெளியீடு, USA.
5. சோவியத் கல்வியின் அரசியல், ஜார்ஜ் இசட் பர்டே பென்னர் புக்ஸ் UK.
6. டீலார் கமிஷன் ரிப்போர்ட், யுனிசெஃப் வெளியிட்ட இறுதி அறிக்கை.
7. லர்னிங் - தி டிரெஷர் வித்-இன்-யுனெஸ்கோவின் 2018 கல்வி அறிக்கை (Learning - The treasure with in).

தொழில்நுட்பம் என்பதே கல்வி அல்ல. தொழில்நுட்பம் கருவிதான். மாணவர்களை ஊக்கப்படுத்தவும், ஈடுபாடு கொள்ள வைப்பதும் ஆசிரியர் கையில்தான் உள்ளது. ஆசிரியரே கல்வியில் தொழில்நுட்பத்தை விட முக்கியமானவர்.

- *பில்கேட்ஸ்*

ஒவ்வொரு தொழிற்புரட்சியும் தன் கூடவே ஒரு கற்றல் புரட்சியையும் கொண்டதாக இருக்கிறது.

- *அலெக்சாந்தர் டி க்ரேட்*
  ஸ்பானிய கல்வியாளர்

இன்று உலகே ஒரு கிராமமாக சுருங்கி விட்டது. இந்த டிஜிட்டல் யுகத்தின் குழந்தைகள் முகநூலில் ஆன்லைனில் வளர்க்கப்படுகிறார்கள் என்பது துயரமான விஷயம் - இவ்வளவுக்கு வளர்ச்சி கண்டு என்ன பயன். உலகில் குழந்தைகள் விளையாட வெட்டவெளி குறைந்துவிட்டது.

- *ரஸ்கின் பாண்டு*
  எழுத்தாளர்

உலகின் பெரும்பான்மை மக்களுக்கு ஸ்மார்ட்
போன் எனும் கைபேசிதான் அவர்களது முதல் கம்ப்யூட்டராக உள்ளது.

- *இங்கா பீகிள்*
  முதன்மை இயக்குநர், லாயிட்ஸ் கணினி நிறுவனம்

3

நான்காவது தொழிற் புரட்சியும் கல்வியும்

அடிப்படை - அறிவியலில் நடந்த எழுச்சி மத அடிப்படைவாதத்தில் இருந்து அனைவருக்குமான கல்வியை மீட்டெடுத்ததை சென்ற அத்தியாயத்தில் பார்த்தோம். கல்வியின் அடிப்படை நோக்கம் மாற்றப்பட்டதால்தான் சமூக மாற்றம் நிகழ்ந்தது. ஆனால், இயற்பியலாளர், உயிரியலாளர், வேதியியல் அறிஞர் ஆவது என்பது மட்டுமே நோக்கமாக இருந்த காலகட்டம் மிக குறுகிய காலகட்டமே.

வெறும் அடிப்படை கணக்கீடு, தர்க்கம், இலக்கணம், மத இலக்கியம் என்று இருந்த பாடங்கள் கணிதம், இயற்பியல், வேதியியல், உயிரியல் என உடனே மாறிவிடவில்லை. நடுவில் இயற்கை தத்துவ இயல் மட்டும் சிலகாலம் பிரதான பாடமாக இருந்தது. அதிலிருந்து இன்றைய கணினியுகம் எத்தனை வேகமாக வந்து சேர்ந்தது என்பதை அறிந்தால் ஆச்சரியமாகவே உள்ளது. கல்விக்குள் ஒரே ஒரு அச்சிட்ட பாடபுத்தகம், மற்றபடி மனப்பாடமாகவே ஏனைய விஷயங்களை கையாண்ட ஐநூறு வருடங்களுக்கு முந்தைய கல்வி ஒரு கையடக்க கைபேசிக்குள் வந்த வரலாறு, நாம் இப்போது அறிந்துய்ய வேண்டிய அறிவியல் தொழில்நுட்ப புரட்சிகளால் ஆனது.

நாம் இன்று தொழில்நுட்ப யுகத்தில் வாழ்கிறோம். ஒரு முந்நூறு ஆண்டுகளுக்கு முன்புவரை புத்தர், ஏசு, முகம்மது அல்லது கம்பூசியஸ் போன்றவர்களிடம் எல்லா பிரச்சனைக்குமே தீர்வு இருப்பதாகத்தான் மக்கள் நம்பினார்கள். ஆனால், பெரும் பஞ்சங்கள், கொடிய நோய்கள், வறுமை என உலகில் லட்சக்கணக்கான மரணங்கள் நிகழ்ந்தபோது, தீர்வு அறிவியலிடமே இருந்தது என்பதை மனிதர்கள் விரைவில் உணர்ந்தார்கள்.

1620இல் பிரான்சிஸ் பேக்கான் தி நியூ இன்ஸ்ட்ருமென்ட் (ஒரு புதிய கருவி) எனும் தலைப்பில் அறிவியல் அறிக்கை ஒன்றை வெளியிட்டார். அறிவுதான் ஆயுதம், அறிவுதான் ஆற்றல் என்று அதில் குறிப்பிடப்பட்டுள்ளது. இன்று அடிப்படை அறிவியல் இல்லாமல் தொழில்நுட்பம் வேலை செய்யாது என்பதை நாம் உணர்ந்திருக்கிறோம். ஆனால், 1,500 ஆண்டுகளுக்கு முன் அறிவியலும் தொழில்நுட்பமும் முற்றிலும் வேறு வேறாக இருந்தன. அறிவியலை பள்ளிக் கல்லூரிகளில் பாடமாக நடத்தினார்கள். ஆனால் தொழில்நுட்பமோ, சாயப்பட்டறை, இரும்பு பட்டறை இப்படியான இடங்களில் குலத்தொழிலாக முடங்கிக் கிடந்தது. அறிவியலை தொழில்நுட்பத்தோடு இணைத்தவர்களில் உயிரியலாளர்களும் மருத்துவர்களும் அடங்குவர்.

மின்னலை நோக்கி பட்டம் விட்டு அதில் மின்சாரமே கடத்தப்படுகிறது என்று நிரூபித்த பெஞ்சமின் பிராங்கிளின் அந்தக் கூட்டத்தின் முன்னோடி. மின்னல் கடவுளின் ஆயுதம் அல்ல. அது ஒரு அறிவியல் நிகழ்வு என அன்று நிரூபிக்க எத்தனை துணிச்சல் இருக்க வேண்டும். விரைவில் தேவாலயங்களில்கூட மின்னல் தாக்காமல் இருக்க அவரது இடிதாங்கிகளை அமைத்தார்கள். அறிவியலை தொழில்நுட்பத்தோடு இணைத்த முதல் கருவி இடிதாங்கி என்று சொல்லலாம்.

தொழிற்புரட்சிகள் என்பவை எத்தனை துரித மாற்றங்கள் என்பதை உணர ஒரு உதாரணத்தைப் பார்ப்போம்.

ரிப்வேன் விங்கிள் கதையை கேள்விப்பட்டிருப்பீர்கள். ஸ்பானிஷ் மொழி படைப்பு. ஸ்பெயின் தேசத்து விவசாயி ரிப்வேன் விங்கிள். வேலை செய்த களைப்பில் தப்பான குடிநீரை அருந்தி வயல்புரத்திலேயே படுத்து குட்டித்தூக்கம் - களைப்பு போக - உறங்கலாம் என தூங்குவார். பிறகு எழுந்து பார்த்தால் பல நூறு வருடங்கள் கடந்திருக்கும். சுவாரசியமான கதை. நாம் பாடத்தில் நடத்தும் கதைதான்.

ரிப்வேன் விங்கிள் கி.பி.1000மாம் ஆண்டு உறங்கி 500 வருடங்கள் கழித்து கொலம்பஸ் கப்பலின் சாண்டா மரியாவில் விழித்தெழுந்தால் எப்படி இருக்கும். அந்த 500 வருடங்களில் உலகம் ரொம்ப மாறி இருக்காது. சில மனித நடத்தைகள், உடை, அலங்காரம், ராணுவம் சில புதிய கலாச்சாரங்கள் என சிலவற்றில்

மாற்றம் - மற்றபடி ரிப்வேன் குழப்பத்திற்கு ஆளாக வேண்டியதில்லை. அவரால் உலகை துய்த்து உணரமுடியும்.

அதே ரிப்வேன் கொலம்பஸ் கப்பல் சிப்பந்தியாக இருந்து அதில் 1492இல் உறங்கி 500 வருடங்களுக்கு பிறகு 21ஆம் நூற்றாண்டு கை-பேசி ரிங்டோனுக்கு விழித்தெழுந்தால் என்ன ஆகும்? கண்டிப்பாக ரிப்வேன் திக்குமுக்காடிப் போவார். விமானம் முதல், மெட்ரோ ரயில் வரை, கைபேசி முதல், ஐ-பாட், கணினி, தொலைக்காட்சி, எஃப்.எம் வானொலி, ராக்கெட், செயற்கைக்கோள், அடுக்குமாடி குடியிருப்பு பதினாலு வழி சாலை... ரிப்வேன் விங்கிள் மயக்கமடிந்து விழுவார். இது வேறு கிரஹமா? சொர்க்கமா... இல்லை நரகமா? என வியந்து அலறுவார். இந்த மாற்றம் எத்தனை துரிதமானது. ஒரு சிறிய கணக்கீடு இதோ:

கி.பி.1500இல் இந்தப் புவியில் நாம் ஹோமோ சாப்பியன்ஸ் 500 மில்லியன் பேர் இருந்தோம். இன்று புவியின் மனிதர் - தொகை 7 பில்லியன்! 1500இல் மனிதர்களின் வருடாந்திர சரக்குகள் மற்றும் சேவைகள் உற்பத்தி (இன்றைய விலையில்) 250 பில்லியன் அமெரிக்க டாலர். இன்று ஒரு வருடத்தின் உலக அளவிலான மனித உழைப்பின் உற்பத்தி அளவு 60 டிரில்லியன் டாலர்கள். 1500இல் மனித இனம் நாளொன்றிற்கு 13 டிரில்லியன் கலோரி உணவை உட்கொண்டது, இன்று ஒரு நாளைக்கு உலகம் உட்கொள்ளும் உணவு 1500 டிரில்லியன் கலோரிகள். அதாவது மனித-தொகை 14 மடங்கு அதிகமாகி இருக்கிறது. உற்பத்தி 240 மடங்கு உயர்ந்திருக்கிறது. உணவு உட்கொள்வது 115 மடங்கு அதிகரித்து இருக்கிறது. 30 வருடம் என்பதில் இருந்து மனிதனின் சராசரி ஆயுட்காலம் இன்று 60 வருடம் என உயர்ந்துள்ளது.

21ஆம் நூற்றாண்டில் இருந்து பின்நோக்கி ஒரே ஒரு நவீன போர் கப்பல் கொலம்பஸ் காலத்திற்கு சென்றால் போதும், இந்தப் புவியை போரில் வெற்றி கொள்ள அதுபோதும். அந்த அளவிற்கு பேரழிவு ஆயுதங்களின் நவீன உற்பத்தி உச்சத்தை அடைந்து விட்டது. கொலம்பஸ் காலத்தில் அதாவது கி.பி 1500களில் உலகத்தில் இருந்து எல்லா நூலகங்களின் எல்லா புத்தகங்களையும் ஒரு வரி விடாமல் ஒரு கையகல கைபேசியிலோ ஒரு கணினியிலோ அடக்கி விடலாம். ஒரே ஒரு வங்கி இன்று வைத்திருக்கும் பண சேவை என்பது உலகின் அந்த காலகட்டத்தின் எல்லா பிரமாண்ட மகாராஜாக்களின் மொத்த சொத்தை விட இன்று அதிகம்.

இந்த பிரமாண்ட - அதிவேக மாற்றங்களின் ஒற்றை காரணிதான் தொழிற் புரட்சி.

தொழிற்புரட்சி எனும் பதம் இன்று சர்வ சாதாரணமாகி விட்டது அல்லவா. இந்த பதத்தை முதலில் பயன்படுத்தியவர் யார்? மார்க்சிய அறிஞர் தத்துவ ஆசான் பிரெடரிக் ஏங்கெல்ஸ் தான் அவர். 1844இல் இங்கிலாந்தில் 'தொழிலாளர் வர்க்கத்தின் வாழ்க்கை நிலை' என்ற தலைப்பில் ஜெர்மன் மொழியில் எழுதிய நூலில் தொழிற்துறை எனும் புதிய துறையே உருவாகியுள்ளதை குறிப்பிட்டு 'இந்தத் தொழிற் புரட்சி - சிவில் சமூகத்தையே புரட்டிப்போடும்' என்று குறிப்பிட்டார். இதன் மூலம் தொழிற்புரட்சி எனும் சொல்லாக்கம் உலகம் முழுதும் பரவியது.

ரிப்வேன்-விங்கிள் தன்னை 21ஆம் நூற்றாண்டில் முற்றிலும் ஆச்சரியமூட்டும் ஒரு விஷயமாக பள்ளிக்கூடத்திற்கு அதிகாலையில் எழுந்து கிளம்பி - சீருடை மாட்டிக் கொண்டு - ஒரு ஊர்தியைப் பிடித்து பரபரப்போடு ஓடும் சந்ததியை பார்த்து மிரண்டு போவார். ஏனெனில் 'கல்வி - தொழிற்சாலை' (Factory Schools) எனும் நமது நவீன பள்ளிகளைப் பற்றி 1500களில் அவர் கேள்விப்பட்டிருக்கக்கூட மாட்டார். எல்லாரும் வீட்டிலேயே கல்வி கற்றார்கள்.

தொழிற்புரட்சியின் விதைகள் கி.பி.1700களில் தூவப்பட்டன. வெறும் போக்குவரத்து வாகனங்களை உதாரணமாக எடுத்துக் கொள்வோம். கடந்த 300 வருடங்களில் மனிதர்கள் பில்லியன் கணக்கான விதவிதமான வாகனங்களை உற்பத்தி செய்துள்ளனர். மோட்டார் சைக்கிள் எனும் இரு சக்கர வாகனம் என்றால் ஸ்கூட்டி முதல் புல்லட் வரை விதவிதமாக உண்டு. அதேபோல விதவிதமாக ரயில், பலப்பல சொகுசுக்கார்கள், கனரக லாரி, விவசாய டிராக்டர் அப்படியே சூப்பர்சானிக் ஜெட் உட்பட பல வகை விமானங்கள், ஸ்பேஸ் ஷட்டில் இப்படி. இப்போதும் நாம் குதிரை மற்றும் மாட்டு வண்டிகளையும் கூட உருவாக்கியே வருகிறோம். 1700களில் தொழிலாளர்கள் தங்களது கைகளால் சொந்த பட்டறையில் சில கார்களைக்கூட (ஆரம்ப வகை) உருவாக்கினார்கள். அதற்கு அவர்கள் மரம் மற்றும் இரும்பு போன்றவற்றை நம்பி இருந்தார்கள். அந்த ஆரம்ப கார்கள் மனித தசை ஆற்றலால் - ஆசாரிகள் மற்றும் கொல்லர் துணை கொண்டு உருவாக்கப்பட்டவை.

இன்று கார்கள் தொழிற்சாலையில் உற்பத்தி செய்யப்படுகின்றன. உருவாக்குதல் வேறு, உற்பத்தி செய்தல் வேறு என்பது முதலில்

எனக்குப் பிடிபடவில்லை. நான் 'தொழிற்புரட்சியின் மக்கள் வரலாறு - விடுதலையின் விடியல்' என்று ஒரு புத்தகம் வாசித்தேன். எழுதியவர் எம்மா கிரிபின் எனும் வரலாற்று பெண் அறிஞர். இந்த நூல் ஒரு பிரமாண்டம். தொழிற்சாலை பணியாளர்கள் முதல் நவீன பொறியியலாளர்கள் வரை ஆயிரக்கணக்கானவர்களின் நேரடி அனுபவங்கள் 250 பக்கங்களில் தரப்பட்டுள்ளன.

எம்மா கிரிபினின் சொற்களில் கூறுவதானால், ஒரு வாரம் இரண்டு வாரம் காலம் எடுத்துக்கொண்டு ஒரு பட்டறையில் ஆசாரி முதல் இரும்பு பட்டறையாளர் வரை படிப்படியாக ஒரு காரை கட்டுதல் - உருவாக்கம். தொழிற்சாலையில் பல நூறு பேர் இணைந்து பலநூறு இயந்திரங்கள் உதவியோடு அதே இரண்டு வாரத்தில் இப்போது அறுபது கார்களை கட்டி வெளியே அனுப்புவது - உற்பத்தி. இன்று நாம் புதிய கட்டுமான வேதிப் பொருட்களான பிளாஸ்டிக், ரப்பர், அலுமினியம் மற்றும் டைட்டானியம் என்று விதவிதமாக பயன்படுத்துகிறோம். டொயோட்டா தொழிற்சாலை, போயிங் விமான கட்டுமானம் எல்லாமே அப்படி இருந்தது. (உருவாக்கம்) இப்படி (உற்பத்தியாக) மாறிவிட்டது. இந்த தயாரிப்பு முறை மாற்றம் தொழிற் புரட்சி என்று அழைக்கப்படுகிறது.

அதன் வரலாற்றுப் போக்கில் இப்போது நடப்பது நான்காம் தொழிற்புரட்சி ஆகும்.

- **நமது 'பள்ளிக்கூடம்' என்ற ஒன்றை உருவாக்கியது முதல் தொழிற்புரட்சி.**
- **ஒவ்வொரு தொழிற்புரட்சியும் தனது தேவைக்கு ஏற்ப நம் பள்ளியை உருமாற்றம் செய்தது.**
- **மணி ஒலிப்பது, கால அட்டவணை, மதிய உணவு இடைவேளை... இயற்கை உபாதை கழிக்க ஒரு இன்டெர்வெல் எல்லாமே தொழிற்புரட்சியின் பரிசுகளே ஆகும். பாடப் புத்தகம் புத்தகப்பை எல்லாம் அது கொடுத்ததே.**

முதல் தொழிற்புரட்சி இந்தியாவை மையமிட்டே தொடங்கியது என்றால் நம்புவது கஷ்டம். உலக அளவிலான தொழிற்புரட்சியின் தொடக்கம் காலனி ஆதிக்கத்தோடு தொடர்பு உடையது ஆகும். 16ஆம் நூற்றாண்டில் தெற்கு ஆப்பிரிக்கா வழியே கடல் வழியை அறிந்து இந்தியா வந்து முதலில் வர்த்தக உறவுகளை ஏற்படுத்திய

போர்ச்சுகீசியர்கள், டச்சு கிழக்கிந்திய கம்பெனி என்கிற ஒன்றை உருவாக்கினார்கள். இதுதான் உலகின் முதல் சர்வதேச - பன்னாட்டு நிறுவனம். இதுதான் முதலில் பொது மக்களது பங்கு வர்த்தக கம்பெனியாகவும் அறிமுகம் ஆனது. இந்தியாவிலிருந்து கச்சாப்பொருட்கள் தங்கள் நாட்டில் தொழிற்சாலை என்பதே இலட்சியம். ஆனால், பிரிட்டிஷ்காரர்களான ஆங்கிலேயர்கள் தங்களது கிழக்கிந்திய கம்பெனியை - ஆறு நாடுகளின் சிறு சிறு நிறுவனங்களின் கூட்டு நிறுவனமாக உருவாக்கியதும். விக்டோரியா ராணியின் மண் ஆசை மற்றும் கிறித்தவ சபையின் மதப் பரவல் நோக்கம் என பரவலாக ஆதிக்கத்தால் டச்சுக்காரர்கள் முதல் டென்மார்க் - பிரெஞ்சு என யாவரும் தோற்று ஓடிட பிரிட்டிஷார் காலூன்றினார்கள்.

உலக தொழிற்புரட்சியின் முதல் வரலாற்று மையமாக இங்கிலாந்து இருந்தது என்பதே இந்தியாவினால்தான் என்பதை வரலாற்றாளர்கள் சுட்டிக்காட்டுகிறார்கள். நீராவி இயந்திரங்களை தனது நிலக்கரி சுரங்கங்களில் சோதனை செய்துவிட்டு அதை தொழில்நுட்பவாதிகளான ஜேம்ஸ்வாட் போன்றவர்கள் நகரும் சக்கரங்களில் பொருத்தி ரயிலாகவும் பெரிய பிற வகை இயந்திர இயக்கத்திற்கும் தகவமைத்து பருத்தி ஆலைகளை உருவாக்கிய போது தொழற்சாலைகள் பிறந்தன. ரிச்சர்டு ஆர்க் ரைட் நீராவி மற்றும் நீர் ஆற்றலால் இயங்கும் பருத்தி இயந்திரங்களை அடைந்து ஒரே தொழிற்சாலையில் பருத்தியிலிருந்து விதைகளை அகற்றுதல் நூலாக்குதல் தானியங்கி நெசவு என்ற கூட்டு தொழிற் கூடங்களை நிறுவுகிறார். இங்கிலாந்து முழுவதுமே இது பரவத் தொடங்கியது. இந்தியாவிலிருந்து மட்டும் பிரித்தானியர்கள் 2.5 மில்லியன் பவுண்டு எடைகொண்ட பருத்தியை தங்கள் நாட்டிற்கு எடுத்துச் செல்லத் தொடங்கினார்கள்.

இரும்பு உருக்கு தொழிற்சாலை முதல், காலணி தயாரிப்பது வரை எல்லாமே ஆலை உற்பத்தியானபோது எதிலும் இங்கிலாந்தே முதன்மை வகித்தது. காரணம் மீண்டும் இந்தியாவில் இருந்து அவர்களால் நம் காடுகளின் கனிமங்களின் இயற்கை கொடையை விலையின்றி சுரண்டி எடுத்துச் செல்ல முடிந்தது.

1. முதல் தொழிற்புரட்சி

இந்த காலகட்டம்தான் முதல் தொழிற்புரட்சி என்று அழைக்கப்படுகிறது. கைகளால் உருவாக்கம் செய்வதை

தொழிற்சாலையில் உற்பத்தி செய்யும் முறைக்கு மாறிய காலகட்டம் அது. பிரிட்டன் மட்டுமல்ல ஜெர்மனி, பிரான்சு, டென்மார்க், ஜப்பான், அமெரிக்கா என்று பல நாடுகளில் தொழிற்சாலை உற்பத்தி தொடங்கியது. நீராவி - ஆற்றலே பெரும்பாலும் பயன்படுத்தப்பட்டது. இந்த நீராவியை வரவழைத்து இயந்திரங்களை சுழற்ற நீரும் அதை கொதிக்க வைக்க நிலக்கரியும் தேவைப்பட்டன.

முதல் தொழிற்புரட்சி சந்தை பொருட்களில் அடிப்படை விஷயமான துணி, ரயில் பயணத்தை சாத்தியமாக்கிட இரும்பு உற்பத்தி, கண்ணாடி பொருட்கள், காலணி என்பவற்றோடு, துப்பாக்கி பீரங்கி என ஆயுதங்களையும் உற்பத்தி செய்து தள்ளியது. இதனால் தொழிற்சாலைகளில் உழைக்கும் தொழிலாளர் வர்க்கம் என்ற ஒன்று உருவானது. இதுதான் பிற்காலத்தின் மத்தியதர வர்க்கம்.

உலகெங்கிலும் பள்ளிக்கூடங்கள் இந்த காலகட்டத்தில்தான் உருவாகின என்றாலும் நாம் இந்தியாவை வைத்தே அதை புரிந்து கொள்ள முடியும். இந்திய மண்ணில் ஆங்கிலேயர்களுக்கு முந்தைய கல்வி எப்படி இருந்தது என்பதைப் பற்றி சென்ற அத்தியாயத்தில் பார்த்தோம். மத அடிப்படைவாத சாதி அடிப்படைவாத கல்வியாக அது பேணப்பட்டது.

ஏற்கெனவே நாம் கண்டது போல தனது தொழிற் துறை உற்பத்தி நோக்கங்கள், பிரிட்டிஷ் மகாராணியின் காலனி ஆதிக்க நோக்கம் மற்றும் கிறித்தவ மத பரப்புதல் என பலவகை நோக்கங்களுடன் ஆங்கிலேயர்கள் இந்தியாவில் தங்களது பள்ளிகளை திறந்தார்கள். காலனித்துவ கல்வியை மெக்காலே முன்மொழிகிறார். கிறித்தவ போதனையே கல்வி என்று மிஷனரிகள் அறிவிக்கிறார்கள் ஆனால் நிலை பெற்ற கல்வியோ வேறாக இருந்தது. லிவர்பூல், மான்செஸ்டர், டப்லின், வாட்டர் ஃபோர்டு போன்ற தொழில் நகரங்களில் அறிமுகமான கல்வியையே நம் நாட்டிலும் அறிமுகம் செய்யும் நிர்ப்பந்தம் அவர்களுக்கு ஏற்பட்டது. இங்கே சார்லஸ் உட் தலைமையிலான கல்விக்குழு, 1854இல் அதை சாதித்தது.

- **தனது தொழிற்புரட்சிக்குத் தேவையான தொழிலாளர்கள் மற்றும் ஏனைய பணியாளர்களை உற்பத்தி செய்யும் குட்டி தொழிற்கூடமாக அவர்கள் பள்ளியை பார்த்தார்கள்.**

- **அதற்கு தக்கவாறு பள்ளி என்கிற இடம் கட்டப்பட்டது. பிரிட்டிஷ்காரர்கள் நமது கச்சா பொருட்களை குவித்து ஒரு இடத்திலிருந்து அளவீடு செய்து வாகனங்களில், ரயில்களில் ஏற்றி துறைமுகங்களுக்கு எடுத்து செல்ல வேண்டும். அங்கிருந்து அவை இங்கிலாந்திற்கு கப்பலேறும். அதற்கான அளவீட்டாளர்கள் (Surveyers) கணக்காளர்கள் (Accountants) அறிக்கை சமர்ப்பிப்பவர்கள் (Writers) மேற்பார்வையாளர் (Supervisors) உட்பட பல பணியாளர்களை உருவாக்கி தரும் கட்டடமே பள்ளிக்கூடம்.**
- **கொடவுன்கள், கச்சாப்பொருட்களை எடுத்துச்செல்லும் வாகனங்கள், கப்பல் ஏற்றும் கிரேன்கள், பாதுகாப்பு தளவாடங்கள் இவற்றை உற்பத்தி செய்யும் கட்டுமான, இயந்திரவியல் பொறியாளர்களும் அவர்களுக்கு தேவைப்பட்டனர்.**
- **எந்த கச்சாபொருளை இங்கிலாந்து எடுத்துச் செல்வது கடினமோ அவற்றை கொண்டு இயங்கும் தொழிற்சாலைகளை இங்கேயே அமைத்தபோது அந்த தொழிற்சாலையின் பணியாளர்களை உருவாக்கும் கல்வியகங்கள் கட்டமைக்கப்பட்டன.**

உலகெங்கும் இதுதான் நிலைமை. தொழிற்புரட்சி அறிமுகம் செய்த கல்வி சான்றிதழ் தரும் கல்வி. ஆரம்ப காலத்தில் தொடங்கப்பட்ட தொழிற்சாலைகளில் யார் வந்தாலும் தொழிலாளியாக சேர்த்துக் கொண்டார்கள். தாய் தந்தை இருவருமே தொழிற்சாலைகளுக்கு போய்விட, சும்மா இருந்த சிறார்கள் சாலைகளிலே திரிந்தார்கள். அந்த சிறார்கள் கொஞ்ச காலத்திற்கு பணி செய்ய தொழிற்சாலைகளில் அனுமதிக்கப்பட்டதும் உண்டு. ஆனால் எந்தவித பயிற்சியும், அடிப்படை கல்வி அறிவும் இல்லாத வெறும் உடல் உழைப்பு தொழிலாளர்களால் உற்பத்தி பாதிக்கப்படுவதை தொழிற்துறை விரைவில் உணர்ந்தது.

சிறார்களை வருங்காலத்திய தொழிற்சாலைகளின் பணியாளர்களாக்குதல், இந்தியாவில் பிரிட்டிஷ் ஆட்சி அதிகாரத்திற்கு தேவைப்பட்ட பணியாளர்களை உருவாக்குதல் இதுதான் பள்ளி எனும் அமைப்பின் நோக்கம். கூடவே இந்திய கல்வி, பிரிட்டிஷ் காலனியாதிக்கத்தை நேசிக்கும் பிரஜையை உருவாக்குதல் மற்றும் கிறித்தவ மதபோதனையை ஊக்குவித்தல் போன்ற அம்சங்களையும் கொண்டு இயங்கியது. சான்றிதழ்

பெறுதல், இதுவே நோக்கம். எஸ்.எஸ்.எல்.சி. (பதினோராம் வகுப்பு) ஈ.எஸ்.எல்.சி. (எட்டாம் வகுப்பு) இண்டர் இப்படி சான்றிதழ் தருவார்கள். வசதி இருந்தால் வாய்ப்பு கிடைத்தால் கல்லூரி; அங்கும் சான்றிதழ். அதாவது பட்டம். அவற்றை கொண்டு போய் கொடுத்தால் தொழிற்சாலை, கொடவுன், ரயில்வே துறை, அரசுத்துறை எதிலாவது வேலை ஒதுக்குவார்கள் சான்றிதழ் தகுதியின் அடிப்படையில்.

இதுதான் கல்வி. அறிவாளி ஆவது, இயற்பியல், வேதியியல் என துறைகளில் வல்லுனர் ஆவது, மதபோதனை வித்தகராவது இதையெல்லாம் தூக்கி எறிந்துவிட்டு, தொழிற்துறையில் வேலைக்கு செல்ல நடக்கும் கல்வியாக பள்ளிக்கல்வியை முதல் தொழிற்புரட்சி செதுக்கியது.

2. இரண்டாம் தொழிற்புரட்சி

இரண்டாம் தொழிற்புரட்சியின் அடிப்படை மின் உற்பத்தி. என்றைக்காவது நினைத்திருக்கிறீர்களா இருநூறு வருடங்களுக்கு முன் நமது பொருளாதாரம் முதல் அன்றாட வாழ்க்கை வரை மின்சாரம் எந்த ஒரு பங்கும் வகிக்கவில்லை என்று. ஆனால், இன்று நாம் ஒரு சுவிட்சை அழுத்தினால் போதும் அது புத்தகம் அச்சிடுகிறது, துணி துவைக்கிறது, நமது காய்கறிகளை பசேலென்று குளிர்பதன பெட்டிகளில் பேணுகிறது, நமது உணவை அவண்களில் சமைக்கிறது, தகவல் பரப்புகிறது, பாடல் இசைக்கிறது, இரவை இருளின்றி ஒளியேற்றுகிறது. இத்தனைக்கும் அது எப்படி இயங்க முடிகிறது என்பது நம்மில் சிலருக்கே தெரிகிறது. அது இல்லாமல் இனி வாழ்வது எப்படி என்று நம்மில் யாருக்குமே தெரியாது.

எதைஎதையோ மாற்றிய மின்சாரம் தொழிற்சாலைகளின் உற்பத்தி முறையையும் மாற்றியது. இப்போது இரு உலகப் போர்களுக்கு இடைப்பட்ட காலகட்டத்திற்குள் நாம் செல்கிறோம். உற்பத்தி - சந்தை - நுகர்வு எனும் அமைப்பாக்கம் சார்ந்து அனைத்துமே மேலும் சிக்கலானவையாக மாறுகின்றன.

பொருட்கள் அதீத எண்ணிக்கையில் இயந்திரங்களால் உற்பத்தி செய்யப்படும் காலகட்டத்தில் அவ்விதம் ஆயிரக்கணக்கில் ஒரே நாளில் உற்பத்தி செய்து தள்ளப்பட்ட முதல் பொருள் எது தெரியுமா? கை துப்பாக்கி. ஆனால், இந்த புதிய வகை உற்பத்தி முறையை அறிமுகம் செய்து பிரபலமாக்கிய பெருமை ஹென்றி ஃபோர்டையே சாரும்.

ஒரு இடத்தில் நிற்க வைத்து பல உதிரிபாகங்களை தயாரித்து அந்த இடத்திற்கு கொண்டுவந்து ஒரு காரை உருவாக்குவதற்கு நீண்டகாலம் பிடித்தது என்பதை அவர் உணர்ந்தார். காலத்தை மிச்சப்படுத்தி உற்பத்தியை பெருக்க பலவாறு யோசித்து கன்வேயர் பெல்ட் உற்பத்தி முறையை அவர் அறிமுகம் செய்தார். அதன்படி காரின் கைப்பிடியை ஒரு இடத்திலும் முன்பின் இருக்கைகளை ஒரு இடத்திலும் கதவுகளை ஒரு இடத்திலும் மேற்கூரையை வேறொரு இடத்திலுமாக தனித்தனியே தயாரித்து அங்கேயே பொருத்தி விடுவார்கள். வெறும் நான்கு சக்கரங்களுடன் கன்வேயர் தடத்தில் நகர்த்தி செல்லப்படும் கார் ஒவ்வொரு பொருத்தும் இடமாய் கடந்து இறுதியில் முழுமை பெற்று காராக மாறி சந்தைக்குச் செல்கிறது.

கன்வேயர் தட உற்பத்திதான் இரண்டாம் தொழிற்புரட்சியின் மைய மாற்றம். இதனால் சந்தையில் பொருட்கள் குவிந்தன. சந்தை பொருளாதாரம் என்கிற ஒன்றை இது உற்பத்தி செய்தது. விளம்பர யுகம் பிறந்தது. பிராண்டு எனப்படும் வணிகக் குறியாக்கம் வந்தது. சாதாரண உற்பத்தி வெகுஜன உற்பத்தியாக மாறிய காலகட்டத்தில் சந்தைகளை கையகப்படுத்திட யுத்தங்கள் மூண்டன. இரண்டாம் உலகப்போரின் அடிப்படை சந்தை ஆக்கிரமிப்பு அரசியலாகும்.

விமான போக்குவரத்து உட்பட அனைத்து வகை நவீன போக்குவரத்தும் அறிமுகமானது, இரண்டாம் தொழிற்புரட்சி காலத்தில்தான். பலவகை தொழிற்கூடங்கள் வந்தன. ஒரு கருவி பழுதானால் கருவியையே தூக்கி எறிந்து விடாமல் பழுதடைந்த உதிரி பாகத்தை மட்டுமே மாற்ற முடிந்த சந்தை உருவானது. அதேபோல இயந்திரங்களை கழட்டி மாட்டிட சாதனங்கள் (Tools) வந்தன. ஏ.சி, டி.சி.மோட்டார் உற்பத்தி வந்தது. பெட்ரோலிய தொழிற்துறை வளர்ந்தது.

1. **இரண்டாம் தொழிற்புரட்சி கால கல்வியில் கன்வேயர் வழித்தட உற்பத்திபோலவே ஆண்டுக்கு ஒரு வகுப்பு தாவும் படிநிலை பாடமுறை அறிமுகமானது. இறுதிவகுப்பில் வெளியேறும் மாணவர் 'உற்பத்தி செய்யப்பட்ட பொருளாக' (Product) பாவிக்கப்பட்டார்.**

2. **தொழிற்சாலைகள் (தொழிற்சங்கங்களின் போராட்டங்கள் காரணமாக) ஷிப்டுமுறை மணி ஒலித்தல், இடையில் கால**

அட்டவணைப்படி ஒரு டீ-டைம், மதிய உணவு காலம் என அமைக்கப்பட்டதால் அதே முறையில் பாடத்திற்கு இத்தனை நேரம் மணி ஒலிப்பது, காலை இன்டெர்வல், மதிய உணவு வேளை எல்லாம் இரண்டாம் தொழிற்புரட்சி காலத்தில் பள்ளிகளில் அறிமுகம் ஆனது.

3. நமது புத்தகங்களுடன் நோட்டு புத்தகங்கள் வந்தன. வெகு ஜன உற்பத்தி கொடுத்த பவுண்டன் பேனா, பென்சில், ரப்பர் கூடவே ஜியாமெட்ரி பாக்ஸ் உட்பட எல்லாம் இரண்டாம் தொழிற்புரட்சி கொடுத்ததே.

4. இரண்டாம் தொழிற்புரட்சி காலத்தில் நிகழ்ந்த முக்கிய மாற்றம் ஆசிரியர் பயிற்சி நிலையங்கள் திறக்கப்பட்ட விஷயம் ஆகும். இங்கிலாந்தில் 1833லும் 1870லும் மற்றும் 1902லும் கொண்டு வரப்பட்ட கல்வி சீர்திருத்தங்களால் அரசு கல்வி என்பது முழுமை அடைந்தது. மாணவர்களை பயிற்றுவிக்க ஆசிரியர்களுக்கு தனிப்பயிற்சி தரும் ஆசிரியர் பயிற்சி நிலையங்கள் திறக்கப்பட்டன. இதன் மூலம் குரு-சீடன் முறை தகர்ந்தது. ஆசிரியர் மாணவர், பயிற்சியாளர் பயிற்றுனர் முறை அறிமுகம் ஆனது. ஆசிரியர் மையப்பொருளாக இல்லாமல் பயிற்றுவிக்கப்படும் பாடப்பகுதி மைய வகுப்பறைகள் வந்தன.

சமூகம் பொருளாதார அடிப்படையில் பிரிக்கப்பட்டபோது இரண்டாம் தொழிற்புரட்சி சேவைத்துறை என்கிற ஒன்றையும் சேர்த்தே ஏற்படுத்தியது. இந்த காலகட்ட தொழிற்புரட்சி தனக்கு தேவைப்பட்ட கருவியியல் பொறிமுறையாளர், இயந்திரவியல் வல்லுநர், பழுதுநீக்கும் சாதாரண மின்மெக்கானிக் என்று உருவாக்கும் உபரியான தொழிற்கூட கல்வி (தொழிற்பயிற்சி) யையும் அறிமுகம் செய்தது. எனவே விவசாயம் பிரதான பொருளாதார உற்பத்தி துறையாக இருந்தாலும் அதில்கூட உரம், பூச்சிக்கொல்லி தயாரித்தல், அரிசி மில்கள், வேளாண் தளவாட உற்பத்தி என தொழில்துறை இணைந்தது. தொழில்துறையை சார்ந்திருக்கும் ஒன்றாக விவசாயத்துறை மாறியது.

தொழிற்புரட்சி ஏற்படுத்திய பள்ளிக்கூடங்கள் அரசை தவிர யாரும் தலையீடு செய்ய முடியாத பொது நிறுவனங்களாகிப் போயின. சாதிமத வேற்றுமையில்லாத பொது வகுப்பறைகளை அது ஏற்படுத்தியது. குடும்பம் கூட சிறுசிறு துண்டுகளாக

உடைந்து கொண்டிருந்தது. நகர்ப்புற தொழிற்பேட்டைகளின் வளர்ச்சி கூட்டுக்குடும்பங்களை உடைத்ததால் அதுவும் நுகர்வு கலாச்சாரத்தை உருவாக்கிட பெரிய பங்கு வகித்தது.

வெறும்புத்தகம், போதனை, ஏட்டு சுரக்காய் என்று இருந்த கல்வி செய்முறை கல்வியானது இரண்டாம் தொழிற்புரட்சி தேவைகளுக்காகத்தான். வீட்டில், குழல்விளக்கு, மின் விசிறி, இருசக்கர வாகனம், தண்ணீர் ஏற்றும் மோட்டார் இவை வந்த காலம் அது.

அமெரிக்காவில் டெய்லரிசம் என்கிற வகை கல்வி அறிமுகமானது. உலக அளவில் பள்ளிகளை, கல்லூரிகளை டெய்லரிசம் மாற்றியது. அதை அறிமுகம் செய்தவர் அமெரிக்க இயந்திரவியல் பொறியாளர் ஃபெடரிக் வின்ஸ்லா டெய்லர். தொழில்துறை திறனாக்கம் என்று தனது கல்விக் கொள்கையை அவர் அழைத்தார். உற்பத்தியை பெருக்குதல் மற்றும் தரமானதாக மாற்றுதல் இவை இரண்டுமே அவரது பயிற்சிக்கல்வியின் நோக்கம்.

1911இல் எழுதப்பட்ட அவரது நூல் விஞ்ஞான நிர்வாக இயலின் அடிப்படை கொள்கைகள் எனும் புத்தகத்தை இந்த அத்தியாயத்திற்காக நான் முழுமையாக வாசித்தேன். பல ஆச்சரியங்கள் காத்திருந்தன. 2001இல் சர்வதேச நிர்வாகவியல் அகாடமி இந்த புத்தகத்தை இருபதாம் நூற்றாண்டின் நம்பர் ஒன் வழிகாட்டி நூல் என்று தேர்வு செய்தது.

நான்கு கோட்பாட்டு விதிகளை அவர் முன் வைத்தார் :

1. **கட்டைவிரல் விதி. விரல்களின் வேலை இயக்கத்தில் கட்டை விரலின் முக்கியத்துவத்திற்கு இணையான முதன்மை குழு ஊக்குவிப்பாளரை பயிற்றுவித்தல்.**

2. **அறிவியல் முறைப்படி அந்தந்த வேலைக்கு பொருத்தமான வரை பள்ளிக் கல்லூரியிலேயே உருவாக்கி, தேர்வானதும் துல்லிய பயிற்சி அளித்து பணியில் இணைத்தால், தங்களை தாங்களே பயிற்றுவித்துக்கொள்ள யாரையுமே அனுமதிக்கக்கூடாது.**

3. **ஒவ்வொரு பணியாளருக்கும் வேலைகுறித்த துல்லிய இலக்கு நிர்ணயிக்கப்படவேண்டும். இலக்கை நோக்கி முழு கவனத்துடன் உழைத்தலுக்கான பயிற்சி பள்ளிகளிலேயே தொடங்கி விட வேண்டும்.**

4. மொத்த உற்பத்தி வேலையை தனித்தனியாக பிரித்து அவரவர் தன் பணியில் மட்டுமே முழுமையாக ஈடுபட பழக்குவது மிக அவசியம். தன் பணி என்ன என்பதை உணர்ந்து அதையே கற்று மேம்படுத்தி விரைவுபடுத்திட வைத்தல்.

நான்காவது விதி தொழிற் துறையையே புரட்டிப் போட்டது.

சார்லி சாப்ளினின் மாடர்ன் டைம்ஸ் படம் நினைவிருக்கிறதா? வெறும் நட்டுகளை அவை வரும் வேகத்தில் திருகி டைட் ஆக்குவதே அவரது பணியாக இருக்கும். இரு கைகளிலும் ஸ்பேனர் இருக்கும். அந்த ஒரு வேலையை அவர் செய்தால் போதும். ஒரு யுவதியின் பனியன் பித்தான்களை திருகப்போகும் அவரது சேட்டைகளை மறந்துவிடுங்கள்.

ஆனால் நட்டு செய்பவர் திருகுபவர் அவரது பணியை மட்டும் மேம்படுத்தினால் போதும், கதவுக்கு தாழ்ப்பாள் அணிவிப்பவர் அதை மட்டும் அறிந்தால் போதும்; காரின் கிளச்சுக்காரருக்கு அதை பொருத்த மட்டுமே தெரிந்து அதை துரிதமாகவும் தரமாகவும் செய்தால் போதும். இப்படி டெய்லரிசம் செயல்பட்டது.

பயிற்சி பட்டறை, துரிதகால இலக்கு, அதை அடைய பயிற்சி என்றானபோது அதை பள்ளிகளிலேயே மனநிலையாக மாற்ற தனித்தனி துறை சார்ந்த பாடங்கள் வார மாத சிலபஸ் அதை இலக்காக்கி முடித்து தேர்வு வைத்து இலக்கை மதிப்பெண் பெற்று அடைந்து காட்டும் தொழிற்துறை மனநிலையை இரண்டாம் தொழிற்புரட்சி நம் பள்ளிக்கல்வியில் இணைத்தது.

3. மூன்றாம் தொழிற்புரட்சி

மூன்றாம் தொழிற்புரட்சி தொழில்நுட்பப்புரட்சி என்று அழைக்கப்படுகிறது.

அணுகுண்டு யுகம்

மின்அணு யுகம்

செயற்கைக்கோள் யுகம்

என பலவாறு நாம் அதை அழைக்கின்றோம். 1940களின் இறுதியில் அது தொடங்கியது. இரண்டாம் உலகப்போரின் மத்தியிலேயே அது ஓரளவு உருவெடுத்து இருந்தது. இருபதாம் நூற்றாண்டின் வாழ்க்கை முறையையே மூன்றாம் தொழிற்புரட்சி புரட்டிப்போட்டது என்று சொன்னால் அது மிகை இல்லை.

அறிவியல் - தொழில்நுட்ப புரட்சி என்பதும் மூன்றாம் தொழிற்புரட்சி என்பதும் வேறு வேறல்ல. பெல் ஆய்வகம் எனும் நிறுவனத்தை உருவாக்கியவர் அலெக்சாண்டர் கிரஹாம்பெல், தொலைபேசியின் அடிப்படையை கண்டுபிடித்தவர். பெல் ஆய்வகத்தில் பணிபுரிந்த முதன்மை விஞ்ஞானி கிளாட்ஹெனான் கணிதவியல் நிபுணரும்கூட. டிஜிட்டல் இயல் குறித்த 1948ஆம் ஆண்டு நூலான தகவல் தொடர்பு குறித்த ஒரு கணிதக் கோட்பாடு எனும் நூலை எழுதினார். அந்த ஆண்டிலிருந்து மூன்றாம் தொழிற்புரட்சி தொடங்கியது எனலாம்.

முதல் காலகட்டம் : 1948 முதல் 1969 வரை

- முதல் தொலைக்காட்சி பெட்டியை ஜான் ஜே-வோடு அறிமுகம் செய்கிறார். முழுமையான தொலைக்காட்சி ஒளிபரப்பு கலிபோர்னியாவில் தொடங்குகிறது.
- ஜெ-பர்டீன் வில்லியம் ஷாக்வே மற்றும் வால்டர் பிராட்டேயின் ஆகியோர் இணைந்து டிரான்சிஸ்டர் எனும் குறை கடத்தியை *(Semi Conductor)* அறிமுகம் செய்கிறார்கள். டிரான்சிஸ்டர்களை மேம்படுத்திய பெருமை முகம்மது அட்டாலாவை சேரும். டையோடு டிரையோடுகள் அளவில் பெரிய வால்வு பல்புகள், டிரான்சிஸ்டர் விரல் அகல அதிசயமாகப் பார்க்கப்பட்டது.
- எலக்ட்ரானிக் யுகத்தை புரட்சியாக மாற்றிய ஒருவரை காட்ட வேண்டுமானால் நாம் அக்கியோ மோரிடாவை காட்டலாம். மூன்றாம் தொழிற்புரட்சியின் ஓட்டுநர் அந்தஸ்தை ஜப்பானுக்கு கடத்தி சென்ற சூரர் அவர்தான். ஜப்பான் மீது அமெரிக்கா அணுகுண்டுகளை வீசி மிகப்பெரிய அழிவை ஏற்படுத்தி இரண்டாம் உலக யுத்தத்தை முடித்து வைத்தது. ஜப்பான் அமைதியாக தோல்வியை ஏற்றது. ஆனால், மூன்றாம் தொழிற்புரட்சி வழியே அது அமெரிக்காவை வேறு விதமாக தாக்கியது. குட்டி ரேடியோக்கள், பாக்கெட் டேப்ரிக்கார்டர் (வாக்மேன்) விரலகல மின்னணு வெப்பமானி முதல் வித விதமான மின்-அணு சாதனங்களை - மேட் - இன் - ஜப்பான் என்று அச்சிட்டு அது அமெரிக்காவின் ஒவ்வொரு இல்லத்திலும் அலுவலகத்திலும் நுழைத்தது. சந்தைகளை மின் அணு சந்தைகளாக மாற்றி உலகை உலுக்கியது. அக்கியோ மோரிடா தனது சோனி நிறுவனத்தின் மூலம் மின் அணு சாதனங்கள் செய்வதை ஜப்பானிய கிராமங்களின் குடிசை தொழிலாக்கி இருந்தார்.

- இதே காலகட்டத்தில் தனது ஸ்புட்னிக் செயற்கைக் கோளை ஏவி சோவியத் ரஷ்யா செயற்கைக்கோள் யுகத்தை தொடங்கி வைக்கிறது. பலநாடுகள் பலவகையில் புவியின் வட்டப்பாதையை அடைந்து காட்டினாலும் அமெரிக்காவின் நீல் ஆம்ஸ்ட்ராங் சந்திரனில் இறங்கியதோடு முதல் - யுகம் முடிவுக்கு வந்தது.

இரண்டாம் யுகம் - 1970 முதல் 1989 வரை

மைக்ரோ சிப்ஸ் பயன்பாடுகளை மூர் - விதி எனும் வினோத முன்னீட்டு அமைப்பாக்கத்தைக் கொண்டு மின் - அணு சாதனங்களை மேம்படுத்துவது அதிவேகமாக முன்னெடுக்கப்பட்டது. டிஜிட்டல் கேமரா, டிஜிட்டல் முறை ரயில் முன்பதிவு, தானியங்கி கதவுகள் முதல் டேட்டா என்ட்ரி வரை அறிமுகம் ஆகிறது.

நகலெடுத்தல் வருகிறது (ஜெராக்ஸ்) பிரமாண்ட சூப்பர் கம்ப்யூட்டர்கள் வருகின்றன. ரிமோட், ஒயர்லெஸ் எல்லாம் அறிமுகமாகிறது.

மூன்றாம் தொழிற்புரட்சியின் இரண்டாம் யுகம் கல்வியில் தலையீடுகள் செய்த யுகம். முதல் யுகமான 1960களில் நம் நாட்டில் பாலிடெக்னிக்குகள் வந்தன. பள்ளிகளில் தொழிற்கல்வி எனும் வெக்கேஷனல் பாடங்கள் அறிமுகமாயின.

இரண்டாம் யுகம் இந்தியாவில் பொறியியல் கல்லூரிகளை வரவழைத்தது. பில்கேட்ஸ் போன்றவர்கள் உருவாக்கிய கணினி யுகம் இந்த காலகட்டத்தில்தான் தொடங்கியது.

மூன்றாம் யுகம் - 1989 முதல் 1999 வரை

விளையாட்டுகளின் நேரடி ஒளிபரப்பு தொடங்கிய யுகம். வீடுகளுக்கு மேசை கணினி அமெரிக்காவில் அறிமுகம் ஆனது. டிஜிட்டல் புரட்சியின் உச்சமாக கணினிவழி கடிதப் போக்குவரத்து, அலுவலகங்கள், வங்கிகள் யாவும் கணினி மயமானது.

இந்தியாவின் - தொழில் மையக் கல்வியை இந்த யுகம் சாதித்தது. பள்ளி - கல்லூரிகளில் கணினிப்பாடம் நுழைந்தது மூன்றாம் தொழிற்புரட்சியின் போதுதான். உற்பத்தி என்பது மின் அணு சாதனம் (ஹார்டுவேர்) உள்ளே வேலை செய்யும் மென்பொருள் (சாஃப்ட்வேர்) என பிரிந்த யுகம் கல்வியின் வணிகமயமாக்கலின் தொடக்கம்.

ஆசிரியர் பணி என்பது ஒரு பொறியியலாளர் போல ஒரு மருத்துவர் போல உயர் தொழிற்துறை அந்தஸ்து பெற்றது மூன்றாம் தொழிற்புரட்சியின் போதுதான். பல பள்ளிகளில் ஒன்றாம் வகுப்பில் இருந்தே கணினி பாடம் போதிக்கப்பட்டது. பள்ளிக்கல்வி பத்தாம் வகுப்போடு பொதுக்கல்வியாக இருப்பதை கைவிட்டது. அதன்பிறகு தொழிற்கல்வி - தொழிற்சாலைகளின் தேவைக்கு ஏற்ப பாடப்பிரிவுகளை மேல்நிலைக்கல்வி அறிமுகம் செய்தது. பள்ளியில் கணிதம் - இயற்பியல் - வேதியியல் கற்று தேர்ச்சி பெற்ற ஒரு பெரிய +2 முடித்த மாணவர் கூட்டம், பொறியியல் கல்லூரிகளுக்குள் நுழைந்து வளாக நேர்காணல் வழியே புதிதாய் முளைத்த தொழிற்புரட்சியின் மூன்றாம் குழந்தையான கணினி தொழில் எனும் தகவல் தொழில்நுட்பம், புதிய உற்பத்தி துறைகளான வேதியியல் - பொறியியல், தளவாட பொறியியல், ஏரோனாடிக்ஸ் என நுழையும் விதமாக பள்ளிக்கல்வி உருவெடுத்திருந்தது.

அத்தகைய மாணவர்களை உருவாக்கிட ஆசிரியர்களும் துறை வல்லுநர்களாக வேண்டி இருந்தது. கூடவே பாடப்பொருள் - பாடமுறை யாவுமே தொழிற்கல்வி சார்ந்தவையாக மாற்ற வேண்டியும் இருந்தது.

இந்த மூன்றாம் தொழிற்புரட்சி கல்வியை கணினி வழிகல்வியாக, வகுப்பறையை டாக்குமெண்டரி - அல்லது பவர்பாயிண்ட் விளக்க காட்சியாக மாற்றி ஆசிரியர்களை தொழில்நுட்பவாதிகளாக உருமாற்றியது. வீட்டுப்பாடங்கள் செயல் திட்டங்கள் (புராஜெக்ட்) ஆக்கப்பட்டன.

வேதியியல் - இயற்பியல் - உயிரியல் படித்த ஒரு மாணவர் கூட்டம் - மரபணுவியல் தொழில்நுட்பம், மருத்துவம், வேளாண் தொழில்நுட்பம், மருத்துவக் கருவி தொழில்நுட்பம் என மூன்றாம் தொழிற்புரட்சி ஏற்படுத்திய புதிய துறைகளுக்குள் நுழைந்தது.

பொருளாதார பாடமும், வணிக கணிதமும் எடுத்து கற்றாலும் கணக்கீட்டு மென்பொருள் கணினி வழிகற்று டாலி, சி++ என தொழில்நுட்ப கூட்டுக்குள் அனைவரையும் கொண்டு சேர்க்கும் புதிய பரிணாமத்தை கல்வி அடைய மூன்றாம் தொழிற்புரட்சி வழி வகுத்தது. அதற்கேற்ப ஆசிரியர்களும் கணினிமயம் ஆனார்கள்.

4. நான்காம் தொழிற்புரட்சி

2016இல் சுவிட்சர்லாந்தில் நடந்த உலக வர்த்தக குழுமத்தின் வருடாந்திர கூட்டத்தில் அதன் செயல்தலைவர் ஜெர்மனியின் கிளாஸ் ஸ்க்வாப் நான்காம் தொழிற்புரட்சியை சமாளிப்பது

குறித்து உரை நிகழ்த்தி இந்த பதத்தை அறிமுகம் செய்கிறார். உலக சந்தைகளை திறந்துவிடுகிற உலகமயமாதலின் சாதக பாதகங்களை விவாதிக்குமாறு மூன்றாம் உலகநாடுகள் அறைகூவல் விடுத்தபோது 2000மாம் ஆண்டு சர்வதேச நிதியம் (IMF) உலகமயமாதலின் நான்கு பிரதான அம்சங்களை பட்டியலிட்டது.

1. **வர்த்தகம் மற்றும் பரிவர்த்தனை.**
2. **மூலதனம் மற்றும் முதலீடு.**
3. **மக்களின் இடம்பெயர்வு மற்றும் நடமாட்டம்.**
4. **அறிவுப் பரவலாக்கம்.**

இவற்றில் கடைசி அம்சமான அறிவு பரவலாக்கம் எனும் பதம் கல்வியை உலக வர்த்தகமாக ஆக்கியது.

இந்த யுகம் - இணைய யுகம், கூகுள் யுகம், தகவல் தொழில்நுட்ப யுகம், ஆனால் உலக அளவில் கார்ப்பரேட்களின் கையில் மட்டுமே தொழிற்துறை உள்ளது. பங்குவர்த்தகமே எதையும் தீர்மானிக்கிறது.

வயர்லெஸ் (கம்பி இல்லா) ஐந்தாம் சந்ததி தொழில்நுட்பம்தான் இன்று ஸ்மார்ட் போனாகி நமது நான்காம் கல்விப் புரட்சிக்கு வித்திட்டு இருக்கிறது. நேனோ தொழில்நுட்பம் நமது கைபேசியை 18 கருவிகளின் சங்கமமாக மாற்றி இருப்பதைப் பார்க்கிறோம். அமேசான், பிலிப் கார்ட் என எதையும் வாங்கும் விற்கும் சந்தைகள் கைபேசியிலேயே உள்ளன. தானியங்கி தொழில்நுட்பம் (Automation) ஏ.டி.எம், டிஜிட்டல் பணபரிவர்த்தனை என வங்கிகளை உருமாற்றி விட்டது.

நமது செயற்கைக் கோள்கள் வழியே இத்தாலியில் இருந்தபடி ரிமோட்டில் சிறப்பு மருத்துவ வல்லுநர் நமது கோயம்புத்தூரில் இருதய அறுவை சிகிச்சையை கட்டுப்பாட்டு ரோபோட் வழி செய்யமுடிகிற நான்காம் தொழிற்புரட்சி, கல்வியையும் உருமாற்றிவிட்டது.

- **முதல் தொழிற்புரட்சி குருவாக இருந்த ஒருவரை ஆசிரியர் ஆக்கி - வகுப்பறையை தொழிற்சாலைகளின் தொழிற்புரட்சியின் பணியாளர்களை உருவாக்கும் இடமாக மாற்றியது. ஆசிரியர் என்பவர் பயிற்றுனர், சான்று தருபவர் ஆகிறார்.**
- **இரண்டாம் தொழிற்புரட்சி ஆசிரியர்களை கால அட்டவணைப்படியும் கொடுக்கப்பட்ட சிலபஸ்ஸை முடித்து**

அத்தோடு இலக்குகளை அமைத்து தேர்வின் அடிப்படையில் செயல்படுபவராக ஆக்கியது.

- **மூன்றாம் தொழிற்புரட்சி ஆசிரியர்களை பாட அடிப்படை வல்லுநர்கள் ஆக்கி கணினி உட்பட தொழில்நுட்பத்தையும் பயன்படுத்தி வகுப்பெடுக்க நிர்ப்பந்தித்தது.**
- **நான்காம் தொழிற்புரட்சி எனும் தற்கால கல்விதான் நம்மை டிஜிட்டல் டீச்சராகவே ஆகிவிட வேண்டும் எனும் நிர்ப்பந்தத்தை உருவாக்கி உள்ளது. அவ்விதம் டிஜிட்டல் டீச்சராக தன்னை உருவாக்க முடியாதவர்களை இந்த புதிய வர்த்தகக் கல்வி கைவிடவும் வாய்ப்புள்ளது. அதற்கு என்னவெல்லாம் தேவை என்பதை வரும் அத்தியாயத்தில் விவாதிப்போம்.**

ஆனால் தொழிற்புரட்சி என்பதே நவீன கல்வியை பின்னால் இருந்து தன் தேவைக்கு ஏற்றார் போலெல்லாம் செதுக்கியுள்ளது என்பதை உங்களால் இப்போது உணர முடியும் என்றே நம்புகிறேன். கல்வி என்பது ஒரு மனிதனை மனிதனாக செதுக்குவது - சமூக மனிதனாக்குவது என்பதெல்லாம் இரண்டாம் பட்சம். ஆதி மனிதனின் உயிர்த்திருக்க கற்றல், பிறகு குலத் தொழில் கல்வி அதை கடந்த மத அடிப்படைவாத கல்வி பிறகு சில காலம் நீடித்த கிரேக்கத்தை மய்யமாகக் கொண்ட அறிவு அடிப்படை கல்வி எல்லாம் காலாவதி ஆகிட தொழில்துறை தரும் வேலையில் பணியில் இணைய சான்றிதழ் பெறுவதே கல்வி என்று ஆகிப்போனதே நவீன கல்வியின் வரலாறு.

தொழிற்புரட்சி வழங்கிய கல்வி பொது வகுப்பறைகளை சாதித்தது. சாதி மதம் பார்க்காத - ஆண் பெண் வேற்றுமைகூட வெளிப்படையாக பார்க்காத வகை வகுப்பறைகளை ஏற்படுத்தி பாட - பொருள் மையக்கல்வியாக பயிற்சி மையக் கல்வியாக அது உருவெடுத்தது என்பது ஒருபக்கம்.

நம் கல்வியை விலைபோட்டு வாங்கும் வர்த்தக பண்டமாக்கி நம் இந்திய அரசு கட்டாய கல்வி உரிமைச் சட்டம் கொண்டுவந்த பிறகும் கூட தனியார்மய கல்வி தொடரும் அவலம் இன்னொரு பக்கம்.

எல்லாவற்றிற்கும் மேலாக நம் குழந்தைகளை குழந்தைகளாக நடத்தாமல் எலி பந்தயமாக அவர்களது வாழ்வை மாற்றி மதிப்பெண்களுக்காக தலைதெறிக்க ஓடும் அவலமாக கல்வியை

ஆக்கி தொழிற்புரட்சி கல்வி நிறைய பின் விளைவுகளை ஏற்படுத்தும் ஒன்றாக இருக்கிறது. ஆனால், தொழிற்புரட்சி வடிவமைத்த கல்வி வேலைக்கான உத்திரவாதம். வாழ்க்கைத்தரம் உயர வறுமையிலிருந்து மீள அனைவருக்கும் கல்வியை எடுத்துச் செல்வது எவ்வளவு அவசியம் என்பதையும் இக்கல்வி நமக்கு உணர்த்துகிறது.

நான்காம் தொழிற்புரட்சியின் கல்வி, செயற்கை நுண்ணறிவுடன் கூடிய இணைய வழி பயிற்றுவிப்பு எனும் அடிப்படை அம்சத்தை கொண்டது. இந்த வகை கல்வியில் அறிவியல், வரலாறு, அரசியல், வர்த்தகம் என யாவற்றையும் புரிந்துணரும் தருணம் வந்துவிட்டது. அதை புரிந்துணர கல்வியை வேறு ஒரு பார்வையில் அணுக வேண்டி உள்ளது. அறிவியலின் அடிப்படையில் கல்வி என்றால் என்னவென்று முதலில் பார்க்க வேண்டும்.

துணை நின்றவை

1. *The Fourth Industrial Revolution கிலாஸ் ஸ்ச்வாப், 2016 நூல், பெண்குயின் புக்ஸ்.*

2. *உலக வரலாற்றில் தொழிற்புரட்சி, பிட்டர் என்.ஸ்டிர்ன்ஸ் நான்காவது பாதிப்பு, ரவுட்லட்ஜ் வெளியீடு, USA.*

3. *தொழிற்புரட்சியும் அறிவுப்பரவலும், வில்லியம் ஜெ. அஸ்வெந்த், பூளூம்பரி - 2010.*

4. *கல்வியும் தொழிற்புரட்சியும் (Education and the Industrial Revolution) - இ.ஜி.வெஸ்ட் எழுதிய நூல் லிபர்ட்டி ஃபண்டு பப்ளிஷர்ஸ் - 2011.*

5. *தொழிற்புரட்சியும் குழந்தைகளும், சில்வியா ஸ்லாண்டர் பெண்குயின் வெளியீடு - 1998.*

6. *21ம் நூற்றாண்டு கல்வி சில பாடங்கள் - சவால்கள் ராபர்ட் கார்னிரோ மற்றும் அலெக்சாந்திரா டிராக்ஸர், ஐரோப்பிய கல்வியக வெளியீடு - 2001.*

அறிவியல் - தொழில்நுட்பத்தின் பார்வையில் கற்றல் என்றால் - ஒரு ஒட்டுமொத்த சமூகத்தையே ஒரு பெரிய கருவியாக மாற்றுதல் ஆகும். ஒவ்வொருவரும் ஒரு உதிரி பாகமாகி அதன் இயக்கத்தில் பங்கு பெறுதல்.

- *ஜோய். இட்டோ*
இயக்குநர், எம்.ஐ.டி.ஆய்வகம்

மனித உடற்கூறியலும் - உளவியலும் சரியான முழுமையான புரிதலுக்கு உட்படுத்தப்படும்போது கல்வி கற்பது சம்பந்தமான ஒரு புதிய விடியலுக்கு உலகம் தயாராகும். மூளையில் என்ன நடக்கிறது என்பதை நாம் தெளிவுபடுத்தும்போது உலக அறிவு நிலையை பல மடங்கு வளர்ச்சி அடைய வைத்து பயன்படுத்த கல்வி ஒரு கருவியாகப் பயன்படும்

- *ஜோசப் லிஸ்டர்*
(ஆண்டி செப்டிக் ஜர்னல்)

இசையைப் பயிலும் ஒரு குழந்தைக்கும் கணிதத்தேற்றங்களின் ஆன்மாவை கண்டடையும் ஒரு மாணவருக்குமான வேற்றுமை என எதுவும் கிடையாது. அறிவியலின்படி நுண்ணறிவு என்பது, உங்களது ஆர்வத்திற்கு நேர் விகிதத்தில் வளர்ச்சி அடையும் அறிவியல் தரவு. தொழில் நுட்பத்தை உருவாக்குவதும் நுண்ணறிவு; அதே தொழில் நுட்பத்தால் அதீத வளர்ச்சி பெறுவதும் நுண்ணறிவுதான்.

- *ஐசக் அஸிமவ்*
(அறிவியல் எழுத்தாளர்)

அறிவியல் - தொழில்நுட்பத்தின் பார்வையில் கல்வி என்பது அன்றாட வாழ்வை, வேலை செயல் முறையை, பயிற்சியின் மூலம் மூளையோடு இணைப்பது ஆகும். புள்ளிகள் ஏற்கெனவே உள்ளன. அவற்றை இணைக்க நாம் பழகுகிறோம். இது ஏதோ பள்ளிக்கூடத்தில் நடக்கும் இளம் பிள்ளைகள் சம்பந்தப்பட்ட விஷயமல்ல. அறிவியல் - தொழில்நுட்ப கல்வி என்பது எல்லா வயதினருக்கும் எல்லா காலத்திலும் நடக்கும் ஒரு தொடர் நிகழ்வு.

- *லூயிஸ் டி புரோக்லி*
(இயற்பியல் அறிஞர், பிரான்ஸ்)

4

முறையான கல்வி - ஒரு அறிவியல் பார்வை

கல்வி எப்படி நடைபெறுகிறது? இதைத்தான் அறிவியல்பூர்வமாக நாம் அலச வேண்டியிருக்கிறது. கல்வி பற்றிய சமரசமற்ற அறிவியல்பூர்வமான அணுகுமுறை ஒன்றை எட்ட வேண்டி உள்ளது. ஏனெனில் பெரும்பாலும் தத்துவார்த்த மரபார்ந்த பார்வையே கல்வி பற்றிய நமது பார்வையை சுற்றி வருவதால் அவற்றை விலக்கிவிட்டு அதன் உண்மை சாரத்தை ஆராய நமக்கு அறிவியலே கைகொடுக்கும். செயற்கை நுண்ணறிவும் மெய்நிகர் யதார்த்தமும் கலந்த உடனடி கல்வி மாற்றம் உலக அளவில் நெருக்கி அடிக்கும்போது - ஒரு அறிவியல் - தொழில்நுட்ப புரட்சிபோல - இணையவழி கல்வி -தொழில்நுட்ப புரட்சி வரும் வேகத்தில் அதை உணர்ந்து புரிந்து அதற்கு தயாராவது நமது நோக்கம் என்றால் கல்வி குறித்த அறிவியல் பார்வையை நாம் உணர வேண்டி உள்ளது.

ஒவ்வொரு சந்ததியும் ஒவ்வொரு வகை அறிவியல் புரட்சியை சந்தித்தே வந்துள்ளது. நமது தாத்தாக்களுக்கும் பாட்டிகளுக்கும் அப்பா, அம்மா இருந்திருப்பார்கள் அல்லவா. பாட்டன்மார்கள். அவர்களுக்கு மின்சாரமயமாவதே புரட்சி. இரவும் ஒளிபெற்றதை அந்த சந்ததி கொண்டாடி இருக்கும் தாத்தா பாட்டிகளுக்கோ தொழிற்புரட்சி தந்த நுகர்வோர் வாழ்க்கையும் தொலைக்காட்சி உட்பட மின்சாதனங்களும் புரட்சியாக வெடித்திருக்கும். நம் பெற்றோர்களுக்கு மரபியல் கொடுத்த மருத்துவ மாற்றங்கள் பெரிய புரட்சி. நம் காலத்தின் புரட்சி பெருந்தரவு (Bigdata) செயற்கை நுண்ணறிவு சார்ந்த புரட்சி என்பதில் சந்தேகமே இல்லை என்கிறார்கள். இது கல்வியிலும் தாக்கத்தை ஏற்படுத்தியது.

ஒவ்வொரு அறிவியல் புரட்சியும் உலகை தனக்கே உரிய வழியில் மாற்றி அமைத்தன. ஒவ்வொரு அறிவியல் புரட்சியோடும் ஒருவகை கல்வியும் இணைந்தே உலகை உலுக்கியது. அதே போல மனிதர்களின் வாழ்க்கைத் தரம் என்பதும் புரட்சிக்கு புரட்சி வேறுபடுகிறது. ஒவ்வொரு அறிவியல் எழுச்சிக்கால கல்வியும் தன் காலத்தின் 'தரமான' மனிதனை உருவாக்கவே மாற்றங்கள் கண்டது என்று சொல்லிவிட முடியாது.

கல்வியின் நிஜமான நோக்கம் அறிவை வளர்ப்பதுதான் என்பதை திரும்பத் திரும்பச் சொல்கிறார்கள். தேர்வுகள் அறிவை, அறிவு நிலையை பரிசோதிக்கத்தான். மூளைதான் இலக்கு. கல்வி என்பது உலகம் முழுதுமே வரலாறெங்குமே மனிதமூளையை நோக்கி நடத்த தாக்குதல்தான் ஒரு பள்ளியில் இருந்து உலகக்கல்வி ஒரு புள்ளி நோக்கி செயல்படுகிறது. அறியாமை எனும் புள்ளியில் தொடங்கி கல்வி அறிவு பெற்ற நிலை என்பதை நோக்கி அதன் போக்குக் குறி அமைகிறது.

முழுமையான கல்வியை அடைதல் என்றால் என்னவென்று யாருமே ஆகச்சரியாக கூறமுடியாது. மூளை கல்வி அறிவை எய்திட எய்திட உங்கள் நடத்தை அணுகுமுறை - என பலவும் மாறுகிறது. நடப்பது மூளை வளர்ச்சியா மூளைச் சலவையா எனும் கேள்வி ஆண்டாண்டு காலமாக நம்மை துரத்துகிறது. ஒரு நாட்டின் ஆளும் வர்க்கம் அல்லது அமைப்பு தனக்கு சாதகமாக தனது பிரஜைகளை வடிவமைக்க நடத்தும் நாடகமே கல்வி என்று கலகக் குரல்கள் ஒலித்துக்கொண்டே இருக்கின்றன.

உலகம் முழுதுமே கல்வி என்பது இன்று ஏறக்குறைய சீராக ஒரே மாதிரிதான் நடக்கிறது. கல்வியை நாம் மூன்று - நான்கு படிநிலைகளாக செயல்படுத்துகிறோம். ஆனால் அடிப்படையில் மூன்று வகை உண்டு.

1. முறையான கல்வி
2. முறை சாரா கல்வி
3. கல்வி அமைப்பு சாரா தொடர் கல்வி.

முறையான கல்வி

முறையான கல்வி என்பது குழந்தைகளை பள்ளிக்கு அனுப்பி நடைபெறும் கல்வி. இது அரசின் கண்காணிப்பிலோ அல்லது அரசே நடத்தும் ஒன்றாகவோ உள்ளது. உலக அளவிலான கல்வி என்பது இதுதான். ஆசிரியர், மாணவர், வகுப்பறை, அதற்கான

தளவாடங்கள், எழுது பொருட்கள் தேவை. அரசு நிர்ணயிக்கும் குழு ஒன்றினால் முன்மொழியப்படும் பாடத் திட்டத்தை - மட்டுமே இக்கல்வி எடுத்துச் செல்கிறது. ஒற்றை பாடத்திட்டம் - ஒற்றை தேர்வு முறை. அரசின் பாடத்திட்டம் முறைப்படி செயல்படுத்தப்பட்டதா என்பதை கண்காணிக்க பிரமாண்ட அதிகார அமைப்பு உண்டு. அதிகார படி நிலைகளும் உண்டு. இதுகுறித்து விரிவாக நாம் விவரிக்க தேவை இல்லை. ஏனெனில் நம்மில் பெரும்பாலானவர்கள் இந்த பிரமாண்ட இயந்திரத்தில் அரைத்து எடுக்கப்பட்டவர்கள்தான். இருந்தாலும் சுருக்கமான சில கூறுகளை ஆய்வு நோக்கோடு நாம் பார்க்க வேண்டும்.

இந்த பொதுக்கல்வி நாட்டுக்கு நாடு வேறுபட்டாலும் இது ஆரம்பகல்வி, நடுநிலைக்கல்வி, உயர்நிலை வகுப்பு கல்வி, மேல்நிலை வகுப்பு கல்வி மற்றும் கல்லூரிக்கல்வி என்ற கிளைகளோடு உள்ளது. முறையான கல்வி உங்களது பொருளாதார நிலைக்கு தக்க விரிவடையும். ஒருவேளை வேலைக்குப்போவது உங்களது பிரதான தேவையாக இருப்பின் பட்டயப் படிப்புகளுக்கு நீங்கள் ஒரு குறிப்பிட்ட வருடத்திற்கு பிறகு தாவி விடலாம். எல்லாமே சான்றிதழ்தான்; இதன் உள் அம்சங்கள்தான் அஸ்திவாரம். அஸ்திவாரத்தின் அடிப்படை பாடத்திட்டம்.

1. பாடத்திட்டம் தயாரித்தல்

இது அரசு நிர்ணயிக்கும் வல்லுநர் குழுவால் பல்வேறு ஆலோசனைகளின் பெயரில் உருவாக்கப்படுகிறது. நாடு தனது அடுத்த சந்ததி எதை அறிய வேண்டும். எதை அறியத் தேவையில்லை என்பதை தீர்மானிக்கும் அறிவியல் ரீதியான முதல்படிநிலை இது. பாடத்திட்டம் தயாரித்தல் என்பதை முதலில் அறிமுகம் செய்தவர் பிளாட்டோ என்று வரலாறு சொல்கிறது. நம் நாட்டில் ஆங்கிலேயர்கள் கல்வியில் தலையீடு செல்வதற்குமுன் பள்ளி அளவில் பாடத்திட்டம் என எதுவும் இருந்தது கிடையாது. பொதுக் கல்விக்கு சற்றே - கிட்டே வந்த நம் தமிழ் திண்ணைப் பள்ளிகளில் தமிழை எழுத படிக்க கற்றுத்தருதல் - சுவடிகளை மனப்பாடம் செய்தல் போன்றவை பின்பற்றப்பட்டன. வயது அடிப்படையில் ஆண்டு தேர்வு நடத்தி ஒரு படிநிலையை அவர்கள் பேணவில்லை. 16 நூல்களையும் 4,000 செய்யுள்களையும் மீனாட்சி சுந்தரம் பிள்ளை ஆறு வயதில்

கசடறக்கற்று மேதமைகளை நிரூபித்தார் என்கிறார்கள். எனவே அந்தக்கால பாடத்திட்டம் என்பது அச்சான விஷயமல்ல. உபாத்யாயர் என்று அழைக்கப்பட்ட ஆசிரியர்தான் நடமாடும் பாடத்திட்டம். மனிதருக்கு மனிதர் ஊருக்கு ஊர் அது வேறுபடும். இன்னொரு விஷயம். அந்தக் கால பாடம் - திட்டமில்லாதது. அன்று ஒரு தினத்தில் கற்பிக்கலாம் என்று ஆசிரியர் என்பவர் எதை நினைக்கிறாரோ அதுதான் பாடம். இதனால் ஒரு பொதுத்தன்மை உலகில் நிலவாமல் போனது. பாடமாக வாழ்க்கையில் எதை கற்கப் போகிறீர்கள் என்பது எந்த ஆசிரியரிடம் கற்கப் போகிறீர்கள் என்பதைச் சார்ந்தது. ஆசிரியருக்கு என்னவெல்லாம் தெரிந்ததோ அதெல்லாம் சிலபஸ்.

இன்று அப்படி அல்ல. பாடத்திட்டம் என்றால் என்ன என்பதை அறிவியல் முறைப்படி கொள்கை ரீதியில் விளக்கி உள்ளார்கள்.

ஹெட்சின்சன் மற்றும் வாட்டர்ஸ் (கல்வி உளவியல் வல்லுநர்கள்) கூற்றுப்படி:

பாடத்திட்டம் என்பது எதை கற்க வேண்டும் என்பதை துல்லியமாக விவரிக்கும் பொது அறிக்கை. கல்வியை இயக்கும் உயிர்நாடி.

யால்டென் கூற்றுப்படி

பாடத்திட்டம் என்பது கற்றலில் ஈடுபடும் ஒருவர் முன் எதையெல்லாம் முன்வைக்கலாம் என்பதற்கான தயாரிப்பு. எதை கற்பிக்கலாம் என்பதை முடிவெடுப்பதுபோலவே எதை கற்பிக்கக்கூடாது என்பதையும் முடிவெடுக்கிறார்கள்.

பலரும் பாடத்திட்டத்தையும் (Syllabus) பாட கலைத்திட்டத்தையும் (Curriculam) ஒன்றாக்கி குழப்பிக்கொள்வார்கள். பாட கலைத்திட்டம் சற்றே அகண்ட பொருள் கொண்டது. ஒரு பாடத்திட்டத்தை மையமாகக் கொண்ட கல்வி முறையில் அதை சரியாக கற்பவரிடம் கொண்டு சேர்க்க எதை எல்லாம் பயிற்றுவிப்பு முறைகளாக கையாள்வர்கள் என விவரித்து உணரவைப்பது பாட கலைத்திட்டம் ஆகும்.

பாடத்திட்டம் தயாரித்தல் அறிவியல் பார்வையில் எப்படி நடக்கிறது என்பதை காண்பதற்கு முன் பாடத்திட்டத்தின் வகைகளை வரிசைப்படுத்த வேண்டியுள்ளது. பரந்துபட்ட பார்வை அல்லது பருந்து பார்வையின்படி ஒரு குழந்தை ஆரம்ப பள்ளி

முடிக்கும் முன் எதையெல்லாம் கற்று தேர்ந்திருக்க வேண்டும். நடுநிலை வகுப்புகளில் எந்தெந்த அறிவுத் திறன் புகுத்தப்பட்டிருக்க வேண்டும். உயர் நிலை மேல்நிலையில் தேர்ச்சி பெறும் ஒரு மாணவர்க்கு எந்தப் பாடத்தில் எது எது தெரியவேண்டும் என்பதை வரையறுத்து பட்டியலாக முன்மொழிவதே பள்ளிப் பாடத்திட்டம். கல்லூரி அளவில் இளம் கலை எனும் பி.ஏ. மற்றும் பி.எஸ்.சி. அல்லது பி.காம் பட்டப்படிப்பில் ஒருவர் பார்க்கப்போகும் வேலை மற்றும் உயர்கல்விக்கு செல்ல என்னென்ன அறிந்திருப்பது நல்லது என விரிவாக ஆராய்ந்து அதை பாடத்திட்டமாக மும்மொழிகிறார்கள். பாடத்திட்டமே கல்வியின் உயிர்நாடி என்பதால் வயதுக்கு தக்க ஒருவர் எதை அறிந்து எந்த திறனோடு இருக்க வேண்டும் என்பதற்கான சர்வதேச வரையறையாக பாடத்திட்டம் உள்ளது. கதை இத்தோடு முடியவில்லை. பாடத்திட்ட தயாரிப்பு என்பது இரண்டு பிரதான வகையினங்களாக பிரிக்கப்பட்டுள்ளது என்றாலும் பல உட்கூறுகளின் குவியலாக உள்ளது.

1. இறுதி தயாரிப்பு சார்ந்த பாடத்திட்டம்

அந்த குறிப்பிட்ட கல்வி ஆண்டு நிறைவுறும்போது என்ன மாதிரி முடிவான கற்றல் எதிர்பார்க்கப்படுகிறது என்பதை வைத்து தயாரிக்கப்படும் பாடத்திட்டம். கற்பவரை ஒரு தொழிற்சாலை தயாரிக்கும் நுகர்வுப் பொருளாக இந்த வகை அணுகுமுறை கருதுகிறது.

- **எதை, எந்த வரிசைப்படி கற்பவரிடம் எடுத்துச் செல்ல வேண்டும் என்பதை படிநிலை - நாள் அடிப்படை இலக்குகளாக இது நிர்ணயிக்கிறது.**
- **வருட அடிப்படை துண்டுகளாக்கி அதையும் மாத வார அடிப்படையில் பிரித்து - அறிவு எனக் கருதப்படும் பாடப்பொருளை இறுதி தயாரிப்பு சார்ந்த *(Product Based)* பாடத்திட்டம் வழங்குகிறது.**

2. கட்டமைப்பு சார்ந்த பாடத்திட்டம்

இந்த வகை பாடத்திட்டம் ஒரு பாடப்பிரிவின் அடிப்படை விஷயங்களை கட்டமைக்க கற்போருக்கு உதவிட நுண்ணிய முறையில் தயாரிக்கப்படுகிறது. இதற்காக நாம் கற்பிப்போரான ஆசிரியர்களுக்கு தனிப் பயிற்சி அளிக்க வேண்டும்.

- அறிவியலின் அடிப்படை விதிகள்
- கணிதத்தின் உயிரோட்ட சூத்திரங்கள்
- சமூக - அறிவியலின் உலக வரைபட அம்சங்கள்
- மொழியிலான இலக்கணப் பகுதிகள், விதிகள்...

இவை எல்லாமே கட்டமைப்பு சார்ந்தவைதான்

3. சூழலுக்கும் காலத்துக்கும் தக்க பாடத்திட்டம்

இதுபோன்ற பாடத்திட்டங்கள் திடீரென்று உருவாகும் ஒரு தேவைக்காக உருவாக்கப்படுகின்றன. கணினிமய பயிற்சி புதிய கல்வி முறையாக்க பயிற்சி என்பன போன்ற சூழலுக்கு கற்போரை தயார் செய்ய மாற்று வழியாக இது பயன்படுகிறது. பெரும்பாலும் இவ்வகை கல்வியில் பாடத்திட்டம் என்பது பாடத்தை அடிப்படை யாகக் கொள்ளாமல், வில்கின்ஸ் போன்ற கல்வியாளர்கள் சொல்வது போல இவை கற்போரை அடிப்படையாகக் கொண்டவை.

4. நடைமுறை பாடத்திட்டம் அல்லது செயல்பாட்டுப் பாடத்திட்டம்

ஒரு பாடத்திட்டம் நிரந்தரமானதாக இல்லாமல் நடைமுறையின்போது செயல்படுத்தப்படும்போது அவ்வப்போது தேவைக்கு ஏற்ப மாற்றங்கள் செய்யப்படுகிறது. சில சமயம் ஆறுமாதம் அல்லது ஒவ்வொரு ஆண்டும் மறு-உருவாக்கம் செய்யப்பட வேண்டும் என்று ஆரம்பத்திலேயே விதியை உருவாக்கி விடுகிறார்கள். அதன்படி தேவை என நினைக்கும் போதெல்லாம் பாடதிட்டம் மேன்மைப்படுத்தப்படுவதாக அறிவிப்பார்கள். பாடத்திட்டம் நடைமுறையில் இருக்கும்போதே செயல்படும் போதே அதை லேட்டஸ்ட் வடிவமாக புதிய உட்கூறுகளை இணைக்கிறார்கள்.

5. கல்வி செயல்முறை சார்ந்த பாடத்திட்டம்

இறுதி உற்பத்திப் பொருளாக கற்றோரை அணுகாமல் தொடர்ந்து வளர்ச்சி பெற்று வரும் உயிர்ப்பொருளாக பாவித்து, அறிவு வளர்ச்சி எனும் செயல்முறை (*Process*) மைய பாடத்திட்டம் இது. செயல் திட்டங்களை தனித்தனியே ஏற்படுத்தி பிறகு அவற்றை ஒரு மையப்புள்ளியில் இணைக்கிறார்கள். இது ரஷ்யாவின் கல்வி அமைப்பினால் சோவியத் காலத்தில் அறிமுகம் செய்யப்பட்டது.

6. செயல் மைய பாடத்திட்டம்

எதையும் நேரடியாக செய்து பார்ப்பதன் மூலம் கற்கும் பாடத்திட்டம். செய்முறை பயிற்சி கல்வி என்பது எப்போதுமே மாற்றுக் கல்வியாக எதிர் குரலாக ஒலித்து வந்துள்ளது. பாடத்திட்டத்தை நேரடி வேலை செயல்பாடுகளை சுற்றி அமைத்து வழங்குவது இந்த வகை பாடத்திட்டத்தின் சிறப்பு. மரியா மாண்டிசோரி அம்மையாரை இத்தகைய பாடத்திட்டத்தின் உதாரணமாக சொல்லலாம். அதாவது மாண்டிசோரி கல்விமுறையின் அடிப்படை இதுவே.

7. கற்போர் - அனுபவ பாடத்திட்டம்

இந்த வகை பாடத்திட்டத்தை பிரீன் மற்றும் காண்டலின் போன்ற கல்வியாளர்கள் 1980களில் முன் மொழிந்தார்கள். இது கல்லூரி உயர்கல்விக்குப் பொருந்தும். கற்போர் இணைந்து தங்களது எதிர்காலத்திற்கு எதுவெல்லாம் கற்க வேண்டியுள்ளது என்பதை பட்டியலிட்டு அதன் அடிப்படையில் தங்களுக்கான பாடத்திட்டத்தை தாங்களே தயார் செய்து கொள்கிறார்கள்.

8. விகிதாச்சாரப் பாடத்திட்டம்

இந்த வகை பாடத்திட்டத்தில் மேற்கண்ட அனைத்து பாடத்திட்டங்களின் வகையில் இருந்தும் எதை எதை இணைக்கலாம் என ஆராய குழு அமைக்கப்பட்டு பல படி நிலை அம்சங்கள் கொண்ட விகிதாச்சார பாடத்திட்டமாக உருவாக்கப்படுகிறது. பெரும்பாலும் இன்றைய நவீன கல்வியில் இந்த விகிதாச்சார பாடத்திட்ட நடைமுறையே பெரும் வரவேற்பை பெற்றுள்ளது.

பாடத்திட்டம் தயாரிக்கும் நடைமுறை படி நிலைகள்:

1. **கற்போர் எதைக் கற்றலின் முடிவில் இலக்காக அடைய வேண்டும் என்பதை முடிவு செய்தல்.**
2. **பாடத்திட்டத்தை தீர்மானிக்க முதலில் கலைத் திட்ட முன்மொழிவை தயாரித்தல்.**
3. **ஒரு நாடு தனது நிலைப்பாடு இலக்கு என்று எவற்றை கல்வி குறித்த உடனடி தேவையாக கருதுகிறதோ அவற்றை பாடத்திட்டத்தில் வைக்க பரிந்துரை அறிக்கை தயாரித்தல்.**
4. **பாடதிட்டக்குழுக்களை - படி நிலை வாரியாகப் பிரித்து உருவாக்கி - காலக்கெடுவை தீர்மானித்தல்.**

5. பாடத்திட்ட வகைகளை ஊர்ஜிதம் செய்தல்.

6. கற்றல் கற்பித்தல் குறித்த நடைமுறையில் உள்ள தரவுகள், அதே சமயம் அவற்றின் மேம்பாட்டிற்கு எந்த அளவுக்கு நிதி ஆதாரங்கள் உள்ளன என்பது குறித்த அறிக்கை தயார் செய்தல். விவாதித்து முடிவு செய்தல்.

7. பாடத்திட்ட - முன்மொழிவு அறிக்கை வந்த பிறகு மறு ஆய்வு செய்து இறுதி வடிவம் தர சிறப்புக்குழு அமைத்தல்.

2. கல்விக் கலைத்திட்டம் தயாரித்தல்

முறையான கல்வியின் மற்றொரு மிக நுணுக்கமான அறிவியல் அம்சம் நாடு முழுவதும் சீராக ஒரே மாதிரி நடைமுறை படுத்தப்படும் கல்விமுறை ஆகும். அதற்கு கல்விக்கான கலைத்திட்டம் (Curriculum Frame Work) என்று பெயர்.

முறையான கல்வி அரசின் வழிகாட்டுதலின்படி பள்ளிக்கூடம் என்ற கட்டடத்தில் ஆசிரியர் எனும் வழிகாட்டியின் உதவியோடு நடைபெறுகிறது. முறைசாரா கல்வி மற்றும் கல்வி அமைப்பு சாராக் கல்வி இவற்றை நாம் எடுத்து ஆராயும் முன்பாக முறையான கல்வி என்று அழைக்கப்படும் பெரும்பான்மை கல்வியை வழிநடத்தும் அடிப்படைகளை ஆய்வுக்கு உட்படுத்த வேண்டும். பாடத்திட்டம் எப்படி உருவாக வேண்டும் என்பதை யார் தீர்மானிக்கிறார்கள்? அந்த பாடத்திட்டத்தை மாணவர்களிடம் எடுத்துச் செல்லும் முறையை எப்படி முடிவு செய்கிறார்கள்?

ஏழாம் வகுப்பில் ஓம்ஸ்விதியும் பத்தாம் வகுப்பில் லாக் கணிதமும் நடத்தலாம் என்று சொல்லப்படுவது எதை வைத்து தீர்மானிக்கப்படுகிறது. நம் இந்தியாவில் மட்டும்தான் இப்படியா? உலகம் முழுவதும் இதுதான் நடைமுறையா? அதற்குத்தான் நாம் கல்விக் கலைத்திட்டம் பற்றி அறிய வேண்டும்.

கலைத்திட்ட வடிவமைப்பே கல்வியின் முதுகெலும்பு. நாடு முழுதும் விவாதித்து அடுத்த நாலைந்து சந்ததிகள் எதை கல்வியாக கற்க வேண்டுமோ அதை அலசி ஆராய்ந்து முடிவெடுத்து ஜனநாயக முறைப்படி கோர்வையாக அறிவிப்பது ஒரு வகை. அதற்காக கலைத்திட்ட நிபுணர்குழு அமைப்பார்கள்.

சில நாடுகளில் ஆட்சியில் இருக்கும் அதிகார அமைப்புகள் நேரடியாக இதெல்லாம் கல்வி, பயிற்சி என ஒரு கட்டளை

அறிக்கையை தயார் செய்வார்கள். அதனை சட்டமாக்கி விடுவார்கள். இப்படியும் கலைத்திட்ட வடிவமைப்பு அமலுக்கு வரும்.

கல்வி எப்படி நடைபெற வேண்டும், அதற்கு அரசு என்ன செய்யும், பொதுமக்கள் பங்களிப்பு என்ன, மாணவர் ஆசிரியர் செயல்பாடுகள் என்னென்ன என்பனவற்றை பற்றிய விதிகளின் தொகுப்பு என்றும் நாம் கலைத் திட்ட வடிவமைப்பு அறிக்கையை குறிப்பிடலாம். அதிலும் குறிப்பாக கல்வி பெறுவதன் நோக்கம் என்ன என்பதை ஆட்சியாளர்கள் முடிவு செய்கிறார்கள். அந்த நோக்கம் தெள்ளத் தெளிவாக நமக்கு தெரியவர வேண்டுமாயின் நாம் கலைத்திட்ட வடிவமைப்பை வாசித்து அறிவது ஒன்றே வழி.

கலைத்திட்டம் (Curriculam Frame Work) என்பது கீழ்க்கண்டவற்றை தீர்மானிக்கிறது:

1. நாட்டின் குழந்தைகள் என்னென்னவற்றை எந்தெந்த வயதில் கற்க வேண்டும்?

2. அவற்றை அவர்களுக்கு எப்படி கற்பிக்க வேண்டும்?

3. கற்றல் நடந்துள்ளதை எப்படி பரிசோதித்து அறிவது என ஒரு நாடு முடிவெடுத்து அறிவிக்கும் ஆவணம்தான் கலைத்திட்டம் என்பது. ஆனால், அது தொடங்கிய வரலாறு அறிவது அவசியம்.

கலைத்திட்ட உருவாக்கம் என்பது மக்களின் ஜனநாயகக் கடமையாக - அரசு மட்டுமே முடிவெடுக்க முடியாத விஷயமாக - 1954இல்தான் மாற்றப்பட்டது. அமெரிக்க உச்சநீதிமன்றத்தில் எட்வர்டு பிரவுன் என்பவரது மகள் மிஸ் பிரவுன், கறுப்பின குழந்தை என்பதால் தனக்கு பொதுவான பாடங்கள் பல போதிக்கப்படவில்லை. இது சரியா என வழக்கு தொடர்ந்தார். வழக்கு தொடரப்பட்ட வருடம் 1952 ஏப்ரல் மாதம். அந்த குழந்தையின் பெயர் ஆலிவர் பிரவுன். அரசின் பொதுப்பள்ளிகளில் நிறவேற்றுமை பார்க்கப்படுவதை அமெரிக்க தேசம் சட்டப்படி ஏற்கிறதா எனும் பெரிய விவாதத்தை இது தொடங்கி வைத்தது. கறுப்பின எழுச்சித் தலைவர் மார்ட்டின் லூதர் ஜூனியர் நடத்திய சிவில் உரிமைப் போராட்டத்தின் தொடக்கமும் அதுவே. இது எதனால் ஏற்பட்டது.

1951இல் கன்சாஸ் மாகாணத்தில் தான் விரும்பிய ஒரு பொதுப் பள்ளியில் சேர்ந்து படிக்க ஆலிவர் பிரவுன் சேர்க்கைக்கு

விண்ணப்பித்தபோது அது நிராகரிக்கப்பட்டது. அதைப் போராடி அவர் வெற்றி பெற்றார். பிறகு பள்ளிப் பேருந்தில் இடம் மறுக்கப்பட்டது. அதையும் அவர் சட்டப்படி பெற்றார். அடுத்தடுத்து ஒவ்வொரு நிறவேற்றுமை கொடுமைக்கும் வழக்கு மன்றம் போவது பெரிய தொல்லையாக இருக்கவே அவரது தந்தை - கறுப்பின குழந்தைகளுக்கு பாடங்களின் பல பகுதிகள் மறுக்கப்படுவதையும் இணைத்து, பள்ளிக்கட்டடத்தை முழுமையாகப் பயன்படுத்துதல், பொது மரியாதை மதிப்போடு பள்ளி வாகனத்தை பயன்படுத்துதல், பாடப்பகுதியை அமெரிக்காவில் வாழும் அனைத்து வகை குழந்தைகளுக்கும் பொதுவான தாக்குதல் தரமான கல்வித் தகுதி படைத்த ஆசிரியர்களே எல்லாவகை குழந்தைகளுக்கும் சம அளவு உரிமையோடு கல்வி புகட்டுதல் என்பனவற்றை மொத்தமாக தனது வழக்கில் இணைத்தார்.

அப்போது நாடு முழுதும் கல்வியில் சம உரிமை கேட்டு மார்டின் லூதர் தலைமையில் கறுப்பின இளைஞர்கள் போராடத் தொடங்கினார்கள். இரண்டாண்டுகளே வழக்கு நடந்தது. அமெரிக்க உச்சநீதிமன்றத்தின் தலைமை நீதிபதியாக இருந்த எர்ல் வாரன்: கல்வி என்பது அனைத்து அமெரிக்க பிரஜைகளின் பொதுவான உரிமை என்று தீர்ப்பளித்தார்.

வெள்ளை பேரினவாதிகள் இதை ஏற்காததால் மார்டின் லூதரின் போராட்டம் தீவிரமடைந்தது. ஆனால், விரைவில் 14வது சட்டத்திருத்தம் என்கிற ஒன்று அமெரிக்க நாடாளுமன்றத்தில் கொண்டுவரப்பட்டது. கியூபாவைப் போல சோவியத் போல தேசிய கலைத்திட்டம் என்கிற ஒன்றை அமெரிக்க அரசு முன்மொழிந்தது. 1964இல் அமெரிக்க விர்ஜினியா மகாணத்தில் உலகின் முதல் கல்வியியல் கலைத்திட்ட வடிவமைப்பு அறிக்கை வெளிவந்தது. மாகாண கலைத்திட்ட வடிவமைப்பு என்று அது அழைக்கப்பட்டது. அறிவியல்பூர்வமாகவும், பொதுக்கல்வியின் உண்மையான முழு அர்த்தத்திலும் கலைத்திட்டங்களே நிஜமான கல்வியை சமரசமற்ற சம உரிமையோடு சரி விகித கல்வியை எடுத்துச் செல்ல உதவும் என்பது மற்றவர்களுக்கும் புரியத் தொடங்கியது.

பிர்மிங்ஹாம் சிறையில் அடைக்கப்பட்டிருந்த கறுப்பின காந்திய அகிம்சை போராட்ட நாயகரான மார்டின் லூதர் பொதுக் கல்வி கனவு குறித்த கடிதத் தொடர் ஒன்றை - திறந்த மடல்கள் - எனும் தலைப்பிட்டு அமெரிக்க பிரஜைகளுக்கு

எழுதத் தொடங்கினார். இதே சிவில் உரிமைப் போராட்டம்தான் நமக்கு கணினி வழிக் கல்வியை கொண்டு வந்தது என்பது பற்றி வேறொரு இடத்தில் விரிவாகப் பார்க்க இருக்கிறோம்.

எது எப்படியோ 1969இல் நியூசிலாந்து, ஆஸ்திரேலியா, மிச்சிகன் மாகாணம், ஜப்பான் என்று வரிசையாக தங்கள் நாடு முழுதும் ஒரே சீரான வயது அடிப்படையிலான கலைத்திட்ட அடிப்படை கல்வியை அறிமுகம் செய்தன. இதுபோன்ற கல்வியின் கலைத் திட்டங்களை உருவாக்கிட சர்வதேச கல்விதிட்ட முன் வடிவம் ஒன்றை 1969 நவம்பரில் யுனெஸ்கோ (ஐ.நா.சபை) முன்மொழிந்தது.

கலைத்திட்டம் என்பதற்கான ஆங்கில சொல்லாக்கமான கரிகுலம் (curriculum) என்பது லத்தீன் மொழியின் கரிகுல் எனும் சொல்லில் இருந்து வந்தது. கரிகுல் என்கிற லத்தீன் மொழிச் சொல் ஓட்டப்பந்தயம், தொழில், வாழ்க்கைப் போக்கு என பலவற்றை குறிக்கும் சொல்லாக உள்ளது. 1576இல் முதன் முதலில் கரிகுலம் என்கிற சொல்லை வைடன் பல்கலைக்கழகம் தான் பயிற்றுவிக்கும் கல்வி சம்பந்தமான ஒரு படிப்புக்கு வைத்து பயன்படுத்தியது.

இந்தியாவில் கலைத்திட்டம் எனும் சொல்லை முதலில் பயன்படுத்தியது கோத்தாரி கல்விக்குழுதான். 1964இல் அது அமைக்கப்பட்டது. இந்தியாவில் கல்வி குறித்த மிகச் சிறப்பான பலவற்றை முன்மொழிந்த இந்தக்குழுவில் பல அயல் நாட்டு அறிஞர்களும் இணைந்திருந்தார்கள். குழுவின் தலைவரான தவுலத் சிங் கோத்தாரி, இந்திய ராணுவ தளவாட விஞ்ஞானிகளில் குறிப்பிடத்தக்கவர். உலக விஞ்ஞானிகள் கல்வியாளர்கள் இணைந்த அந்த முயற்சியில் சான்டியாகோ (கலிபோர்னிய) அறிவியலாளர் ரோஜர் எரவெலியும், அக்குழுவில் யுனெஸ்கோவிலிருந்து இடம்பெற்ற உதவி இயக்குநர் ஜெ.எஃப். மெக்டவ்காலும்தான் இந்தியாவின் பன்முகத் தன்மையை ஒருங்கிணைக்க கலைத் திட்ட வடிவமைப்பு என்கிற ஒன்று கல்வியின் அனைத்து நிலைகளிலும் உருவாக்கப்பட வேண்டும் என்று பரிந்துரைத்தனர்.

மேற்கண்ட இந்த - கலைத்திட்டம் உருவாக்க ஒரு குழுவை அமைத்தார்கள். அதன்படி எஸ்.துரைசாமி, ஜெ.பி.நாயக் போன்றவர்களை வைத்து 19 வகை நிபுணர் குழுக்கள் அமைக்கப்பட்டன. எதை எல்லாம் இந்தியாவின் எதிர்கால சந்ததி

கற்க வேண்டும் என்பதை முதல்முறையாக முழுநாடே விவாதித்தது. சில வல்லுநர் குழுக்கள் மிக நுணுக்கமானவை. என்.கே.பணிக்கர் தலைமையில் அமைக்கப்பட்ட விவசாயக்கல்வியை என்ன மாதிரி எப்போது இடம்பெறச் செய்யலாம் என ஆலோசிக்க ஒரு தனிக்குழு இருந்தது. அதே போல இந்திய அரசியல் சட்டத்தின் அடிப்படைகளை எப்படி கற்பிக்கலாம் என்று பரிந்துரைக்க சுமைபூர் ரகுமான் தலைமையில் ஒரு குழு அமைக்கப்பட்டது.

இந்த முதல் கலைத்திட்ட வடிவமைப்பின்படி நமது இந்தியக் கல்வி, இந்தியா முழுமைக்குமான ஒரே கல்வியாக பயிற்று மொழிகள் வேறுபட்டாலும் பாடத்திட்டம் ஒன்றே எனும் நிலையை எட்டியது. 1975இல் வெளியிடப்பட்ட இறுதி கலை-திட்ட அறிக்கையின்படி கீழ்க்கண்ட விஷயங்கள் எட்டப்பட்டன.

1. தொடக்கக் கல்வியின் கற்றல்நோக்கங்கள்:

1. படிக்கவும் எழுதவும் கற்றல்.
2. எண்களையும் அடிப்படை கணக்கீடு முறைகளையும் அறிதல்.
3. இந்திய நாட்டின் தேசிய சின்னங்களை அறிதல்.
4. நல்ல பழக்க வழக்கம் / உணவுப்பழக்கம் பழகுதல்.

2. நடு நிலைக் கல்வியின் கற்றல் நோக்கங்கள்:

1. சுயமாக வாக்கியங்களை உருவாக்குதல் மற்றும் மேலும் ஒரு மொழியைக் கற்றல்.
2. கணக்கில் அன்றாட வாழ்க்கைப் பயன்பாடு.
3. அடிப்படை அறிவியல் - உடலியலின் புரிதல்.
4. சமூகத்தோடு பரஸ்பர உறவுக்குப் பயிற்றுவித்தல்.
5. பணிசெய்வோர் மற்றும் பணி இடங்களை அறிதல்
6. சத்துக்களின் அறிமுகம்.

3. உயர்நிலை கல்வி ஆண்டுகளின் கற்றல் நோக்கங்கள்:

1. மொழி இலக்கணத்தை முழுமையாக கற்றல். தாய் மொழியின் இலக்கியங்கள், நாட்டின் உன்னத இலக்கிய படைப்புகளை அறிதல்.
2. கணிதத்தின் நவீன வகைப்பாடுகள்.
3. அறிவாற்றலை - திறனாக மாற்றுதல்.
4. செய்முறை அறிவியலின் அறிமுகம்.
5. விவசாயம் முதல் முதன்மை தொழில்கள் குறித்த அறிவு.

6. கலாச்சார ஒருமைப்பாடு.
7. மனித மதிப்பீடுகள்.

கணிதம், அறிவியல் மற்றும் சுற்றுச்சூழலை தூய்மையாக வைத்திருத்தல் ஆகியன ஆரம்பம் முதலே ஒரு அங்கமாக கல்வியில் சேர்க்கப்பட்டிருந்தது. சமூக நீதி, ஜனநாயக மாண்புகள், தேசிய ஒருமைப்பாடு, மனிதநேய சிந்தனைகளுடன் விஞ்ஞானிகளாவதற்கான தேடலையும் விதைக்க இந்த கலைத்திட்டம் உதவியது. பொறுப்புள்ள இந்திய பிரஜைகளை உருவாக்குவதே நம் கல்வியின் நோக்கம் என்று அறிவித்தது.

எனவே அறிவியல்பூர்வமாக தெளிவான பாதையாக கல்வி உருமாற்றப்பட்டது. குறைகள் இல்லாமல் இல்லை. முழுமையாக இவற்றை நடைமுறைப்படுத்த பல்வேறு தடையரண்கள். போதுமான நிதியை ஒதுக்காததில் இருந்து உள்ளூர் பள்ளிகளில் சாதி மத துவேஷம் காட்டப்பட்டது வரை நிறைய சொல்லலாம்.

1976 வரை இந்தியக் கல்வி மாநிலப் பட்டியலில்தான் இருந்தது. பொதுவான வரையறைகள் மத்திய அரசு சார்ந்தவை. பத்தாம் வகுப்பில் பொதுத்தேர்வு, பிறகு இரண்டாண்டு மேனிலைக் கல்வி அதனை முடித்தால் கல்லூரி என்பன போன்றவற்றை தவிர பெரும்பாலும் கல்வி மாநில அரசே முடிவு செய்யும் ஒன்றாக இருந்தது. நெ.து.சுந்தர வடிவேலு, வி.சி.குழந்தைசாமி உட்பட ஒரு கல்விக்குழு தமிழக அளவில் கலைத்திட்டம் தயாரித்து அதை மாநில அரசு பாடத் திட்டமாக அறிமுகம் செய்தது. திருமதி இந்திராகாந்தி அவசர நிலையை பிரகடனம் செய்த 1977இல் கல்வி மத்திய அரசின் பட்டியலுக்கு சென்றுவிட்டது. அரசின் வீழ்ச்சிக்குப்பிறகு 1980இல் கல்வியை பொதுப்பட்டியலில் ஒரு சட்டத்திருத்தம் கொண்டு வந்து சேர்த்தார்கள்.

பொதுப்பட்டியலில் - அதாவது கல்வியில் மத்திய மாநில (இரண்டு) அரசுகளுக்குமே பங்கு உண்டு - கல்வி இணைக்கப்பட்டதற்கு பெரிய எதிர்ப்பு கிளம்பவில்லை. காரணம் நமது கல்விக்குள் உலக வங்கி நுழைந்து விட்டது. மாநிலங்களுக்கு மத்திய அரசின் -அயல் கடன் பெற்றதன் வழியே வந்த - பெரிய தொகை கல்வி உதவித்தொகையாக வழங்கப்பட்டது. ஏற்கெனவே அமெரிக்க அதிபர் கென்னடியின் உலக அமைதிக்காக உணவு (Food For World Peace) திட்டத்தின் மூலம் இந்தியாவுக்கு அனுப்பப்பட்ட ஆயிரம் டன் கோதுமை ரவையை உதவித்தொகை

மூலம் பெற்று காமராஜர் அறிமுகம் செய்திருந்த பள்ளியிலேயே மதிய உணவு திட்டத்தை 80களின் முற்பகுதியில் தமிழக ஆட்சியாளர் எம்.ஜி.ஆர். சத்துணவு திட்டமாக மாற்ற - மேலும் மானியம் பெற்றார்.

ஆனால் 1986 இந்தியா தனது முதல் முழுமையான கல்விக் கொள்கையை வெளியிட்டது. அந்த கல்விக் கொள்கையின்படி நமது முறையான கல்வி மேலும் ஆழமாக செதுக்கப்பட்டது. இந்திய ஆரம்பப்பள்ளி அனைத்து குழந்தைகளையும் சென்று அடைய உலக வங்கி (DPEP)யின் முதல் குறுக்கீடு அந்த கல்விக் கொள்கைப்படி வந்ததுதான்.

1986 கல்விக் கொள்கைப்படி 1988இல் ஒரு கலைத் திட்டம் அமலானது. தொழிற்கல்வி (Proffessional Education) சார்ந்த பயிற்சியாக அது கல்வியை மாற்றியது. பொறியியலாளர் ஆவது அல்லது மருத்துவர் ஆவது என்கிற எழுதப்படாத கும்பல் கலாச்சாரமாக மத்தியதர வர்க்கம் கல்வியை அணுகத் தொடங்கியது அப்போதுதான்.

1988 கலைத் திட்டம் திறன் (Ability) எனும் சொல்லை அறிமுகம் செய்தது. அதில் மூன்று களங்கள் (Domains) விளக்கப்பட்டன.

1. **அறிவாற்றல் களம் (Cognitive Domain)**
2. **மன உணர்வுக் களம் (Affective Domain)**
3. **உடற்திறக் களம் (Psychomotor Domain)**

அறிவாற்றல் திறனை மேம்படுத்துதல் மனதின் பயிற்சி, உடற்திறம் சார்ந்த திறன் மேம்பாடு, கூடவே புதிய வகை தொழில்நுட்ப வேலைக்கு தயார் செய்யும் கல்வியாக அது மாற்றப்பட்டது. நவீன கல்வியின் (முறையான அரசு அங்கீகரித்த கல்வியின்) ஐந்து நோக்கங்களை 1986 ஆவணம் கீழ்க்கண்டவாறு வரிசைப்படுத்தியது.

1. **இந்தியப் பொருளாதார மேம்பாட்டிற்கு தங்களது பங்களிப்பை செலுத்தும் விதமாக பிரஜைகளை உருவாக்கும் கல்வி :**

இதற்காக அறிவியல்தொழில்நுட்பம், கணினி இயல் போன்ற நவீன அம்சங்களுடன், கல்லூரியிலிருந்து தொழில்துறைக்கு எனும் நேரடியாக ஆட்களை தேர்வு செய்திட கல்விக் கூடங்களின் கதவுகள் திறந்துவிடப்பட்டன. கடும் உழைப்பு போட்டி எனும்

எலிப் பந்தயமாகக் கல்வி மாற்றப்பட்டது. ஒவ்வொரு மதிப்பெண்ணும் முக்கியம் எனும் நெருக்கடி உருவானதும் உண்மை. ஆங்கிலம் பணம் சம்பாதிக்கும் பாதையாக பரிணாமம் அடைந்ததும் அப்போதுதான்.

2. தேசப்பற்று தேசிய ஒற்றுமை தீவிரவாத எதிர்ப்பு சமூக பிரக்ஞை உள்ள பிரஜைகளை உருவாக்குதல் :

இதற்காக பள்ளிமுதல் பல்கலைக்கழகம் வரை சமூக மேம்பாடு இந்திய வரலாறு, எல்லா மதங்களையும் சமமாக பேணிடும் மதச்சார்பின்மை கல்வியில் அங்கமானது. சமூக சேவை செய்வதன் முக்கியத்துவத்தை உணர்த்தும் விதமாக நாட்டு நலப்பணித்திட்டம் (N.S.S) போன்ற அம்சங்கள் இணைக்கப்பட்டன.

3. அனைவருக்கும் அடிப்படை தொடக்கக் கல்வியை கொண்டு செல்லுதல். நாட்டின் எழுத்தறிவை மேம்படச் செய்தல் :

இதுதான் உலக வங்கியின் முதல்தலையீட்டில் நடந்த ஆரம்பப் பள்ளிக் கல்வி. பஞ்சாயத்துகளின் கையில் இருந்து தொடக்கக்கல்வி பிடுங்கப்பட்டு, அதற்கென்று தொடக்கக் கல்வித்துறை எனும் தனித்துறை உருவாக்கப்பட்டது. மேலும் குழந்தைத் தொழிலாளர் முறைக்கு எதிராக சட்டமும் இயற்றப்பட்டது. கிராமங்களுக்கும் கல்வியை எடுத்துச் செல்ல செயற்கைக்கோள் கூட பயன்படுத்தப்பட்டது.

4. மனிதவள மேம்பாட்டிற்கு பயனுள்ள விதத்தில் கல்வியை மாற்றுதல் :

கல்வித்துறை எனும் துறை மனிதவள மேம்பாட்டுத் துறை என்று பெயர் மாற்றம் பெற்றது. ஒரு நாட்டில் இயற்கை வளங்கள் கிடைப்பது போல மனிதவளத்தை பயனுள்ளதாக்கும் கருவியாக கல்வி முன்மொழியப்பட்டது. ஆண் பெண் சம உரிமை கல்வியில் அமலானது.

5. கல்வியை துறை வாரியாக மேம்படச் செய்து உலகத்தரத்தில் பங்களிப்பு செய்யும் வல்லுநர்களை உருவாக்குதல் மற்றும் வேலையோடு இணைந்த உயர்கல்வி:

பல்கலைக்கழக அளவில் ஆய்வுகள் சமர்ப்பித்தல் அறிவியலின் அனைத்து துறைகளையும் மேம்படுத்தும் மேல் படிப்பு - ஆராய்ச்சியை ஊக்கப்படுத்தும் அம்சங்கள், உதவித்தொகை, கருத்தரங்கம் நடத்திட மானியம் என அறிமுகம் ஆனது. தொலைதூரக்கல்வி (Distance Education) எனும் வகை தபால் வழி பட்டப்படிப்புகள் அறிமுகம் ஆயின.

முறையான கல்வி என்பது மழலையர் வகுப்புகள் என்று எல்.கே.ஜி மற்றும் யு.கே.ஜி. என மூன்று வயதில் தொடங்கியது. கல்வி மெல்ல மெல்ல ஒரு பெரிய சுமையாக மாறிப்போவதை கல்வியாளர்கள் கடுமையாக விமர்சிக்கத் தொடங்கினார்கள். பள்ளியில் கல்வி, பிறகு டியூசன் எனும் தனிப் பயிற்சி என்பது குழந்தைகளின் விளையாட்டு நேரத்தை திருடியது. எனவே பாராளுமன்றத்தில் எழுத்தாளர் ஆர்.கே.நாராயணன் உட்பட பலரும் கவலை தெரிவித்தனர். 1993இல் பேராசிரியரும் விஞ்ஞானியுமான யஷ்பால் தலைமையில் ஒரு நபர் குழு அமைத்தார்கள். கல்வியில் செய்யப்பட வேண்டிய கற்றலை இனிமையான அனுபவமாகும் மாறுதல்களை அவரது அறிக்கை சுட்டிக்காட்டியது. வெறும் ஏட்டு சுரைக்காயாக, மனப்பாடம் செய்வதே கல்வியாக இருந்ததையும் அவர் குறிப்பிடத் தவறவில்லை.

பேராசிரியர் யஷ்பாலின் அறிக்கைப்படி புதிய கலைத் திட்ட வடிவமைப்பை உருவாக்க அவர் தலைமையிலேயே ஒரு குழுவை அமைத்தார்கள். மாணவர்கள் அதிக வன்முறைக்கு தள்ளப்படுதல், கல்வியில் இல்லாமல் போன மனித நேயம், சிறு சிறு தோல்விகளுக்கெல்லாம் வாழ்வையே முடித்துக்கொள்ளலாம் என்ற தற்கொலை முடிவுகள் என பல்வேறு பின் விளைவுகளை பட்டியலிட்டு கல்வியையும் ஆசிரியர் மாணவர் உறவையும் மென்மையாக்குவதை 2005இல் வெளியிடப்பட்ட கலைத்திட்டம் நோக்கமாக எடுத்துக் கொள்ள வேண்டி வந்தது.

2005 கலைத்திட்டம் - அறிமுக அடிப்படைகள் மற்றும் கல்வியின் நோக்கம்:

1. **பள்ளிக்கூட அறிவை அதற்கு வெளியே உள்ள சுய உலகோடு இணைத்தல்.**
2. **மனப்பாட கல்விக்கு முற்றுப்புள்ளி. புரிந்து அறிந்து கொள்ள கற்றல்.**
3. **படைப்பாக்கத்தை கல்வியின் அங்கமாக்குதல்.**
4. **பாடப்புத்தகம் கடந்த கற்றல் அனுபவம்.**
5. **தேர்வுச் சீர்திருத்தங்கள்.**

2005 கலைத் திட்டம் கல்வியில் கட்டமைப்பியல் (Constructivism) கொள்கையை அறிமுகம் செய்தது. உலக வங்கியின் இரண்டாம் தலையீடான அனைவருக்கும்கல்வி (சர்வ - சிக்ஷா அபியான்) திட்டத்திற்கு தகுந்தாற்போல வளைந்து கொடுத்து வடிவமைக்கப்பட்டது. அதன் தொடர் முழுமையான மதிப்பீடு (CCE) எனும் மதிப்பீட்டுமுறை பல புதுமைகள் கொண்டதாகும்.

தற்போது புதிய கல்விக் கொள்கையை விஞ்ஞானி கஸ்தூரி ரங்கன் கல்விக்குழு முன் மொழிந்து அமலுக்கு வருகிறது. இந்தியாவின் முறையான கல்வி என்பது இனி 2 1/2 வயதிலேயே தொடங்கி விடும். மூன்று வயதில் மூன்று மொழிகள் தொடக்க கல்வி முடிந்ததும் தொழில் பாடம், எட்டாம் வகுப்பில் பள்ளிப் பொதுத் தேர்வு. அடுத்த நான்காண்டுகள் எட்டு செமஸ்டர் தேர்வுகள். அனைத்து வகை கல்லூரி கல்விக்கும் நுழைவுத்தேர்வு. கல்வி மத்திய அரசின் பட்டியலுக்கு போகிறது. ஒரே நாடு ஒரே கல்விமுறை.

ஆனால், முறையான கல்விதான் அரசு ஆதரவுக் கல்வி. சான்றிதழ் வழங்கும் கல்வி. வேலைக்குப் போவதற்கு நாம் முறையாக கல்வி கற்றிருக்க வேண்டும். கஸ்தூரி ரங்கன் கல்விக்குழுவின் பரிந்துரைகள் உலகவங்கி மூன்றாவது இறுதித் தலையீட்டை மையமாகக் கொண்டுள்ளன. அதற்கு உலகவங்கி சமஸ்கரா ஷிக்ஷா அபியான் என்று பெயர் வைத்துள்ளது. இதன் ஒரு பகுதிதான் ஸ்டார்ஸ் (STARS) எனும் கல்வி திட்டம். அதாவது கற்றல் கற்பித்தலில் தர மேம்பாடு என்பது.

ஆனால், நாம் முறையான கல்வியை குறைத்து மதிப்பிட முடியாது. மூன்றாம் உலக நாடுகளான இந்தியாவைப் போன்ற நாடுகளின் பெரும்பான்மை மக்களை கல்வி சென்றடைய வேண்டி உள்ளது. முறையான கல்வியின் வெற்றி மாந்தர்கள் பலர். தெருவிளக்கில் படித்து ஆசிரியராகி பிறகு இந்திய ஜனாதிபதி அந்தஸ்திற்கு உயர்ந்த டாக்டர் சர்வப்பள்ளி ராதாகிருஷ்ணன் முதல், இந்திய பசுமைப் புரட்சி நாயகன் எம்.எஸ். சுவாமிநாதன் வரை நீண்ட பட்டியலே உள்ளது. இராமேஸ்வரம் அரசுப் பள்ளியில் தன் ஆரம்பக் கல்வியை பிரிட்டிஷார் காலத்தில் தொடங்கி லட்சுமண சாமி கல்விக்குழு (1952) காலத்தில் பள்ளிப்படிப்பை முடித்து கோத்தாரி கல்விக்குழு (1968) காலத்தில் கல்லூரி முடித்து சிறந்த கல்வி அறிஞராக, இந்தியாவின் தலைசிறந்த விஞ்ஞானியாக மிளிர்ந்து, இந்திய குடியரசு தலைவராகி கனவு நாயகனாய் வரலாற்றில் இடம்பெற்ற பாரத ரத்னா ஏவுகணை நாயகர் டாக்டர் ஏ.பி.ஜே.அப்துல்கலாம் வரை பல்லாயிரம் வெற்றி மாந்தர்களை இந்தியாவின் முறையான கல்வி உருவாக்கி வந்துள்ளது என்பது உண்மைதான்.

புதிய கல்விக்கொள்கை (கஸ்தூரி ரங்கன் குழு) வித்தியாசமானது. கடும் விமர்சனத்துக்கு உள்ளானது. கோத்தாரிக்குழு அறிக்கை இந்தியாவை சமூகம் என்று அழைக்கிறது. கல்வியை சேவை

என்று குறிப்பிடுகிறது. குழந்தைகள், மாணவர்கள் என கற்போரை அழைத்தது. கல்வியாளர்கள், ஆசிரியர்கள், பேராசிரியர்கள் என்று கற்பிப்போரை குறிப்பிட்டது.

ஆனால் கஸ்தூரி ரங்கன் குழு முன் வைத்துள்ள இந்தியாவின் 21ஆம் நூற்றாண்டுக்கான முறையான கல்வி சார்ந்த அறிக்கை இந்தியாவை சந்தை என்றும், கல்வியை - முதலீடு என்றும் அழைக்கிறது. குழந்தைகளை மாணவர்களை அது தேர்வர்கள் (Candidates) என்று அழைக்கிறது. ஆசிரியர்களை கல்வியின் பங்குதாரர்கள் (Stakeholders) என்று கூட குறிப்பிடுகிறது. பல சொற்கள் மாற்றப்பட்டுள்ளன. இந்து மதத்தின் அடிப்படையான சமஸ்கிருதம் ஒரு பாடமாக அறிமுகமாக உள்ளது. ஒவ்வொரு வகை 'முறையான' கல்வியும் அதனதன் காலத்தின் தொழிற்துறைக்கு (பணியாளர்களை) தீனிபோடும் அம்சங்களையே முதன்மையாகக் கொண்டிருக்கும். 21ஆம் நூற்றாண்டின் கார்ப்பரேட் - தொழிற்கூடங்களுக்கு பணியாட்களை தயாரித்து வழங்கும் பல அம்சங்களை இந்த புதிய கல்விக் கொள்கையில் காணலாம்.

உலகவங்கி கல்வியை தர மேம்பாடு செய்ய கடனை வாரி வழங்குவதாக அறிவித்து இருப்பதுதான் கஸ்தூரி ரங்கன் ஆவணம் முழுதும் தரம் தரம் என்று பல இடங்களில் அலறுவதைக் காணலாம். உண்மையிலேயே அது எந்த வகை தரம்? அதை பொறுத்திருந்துதான் பார்க்க வேண்டும்.

ஆனால், முறைசாரா கல்வி என்பது என்ன? அது எப்படிப்பட்ட தரவுகளை மையமிட்டு இயங்குகிறது? இனி அந்த உலகிற்குள் நுழைவோம்.

துணை நின்றவை

1. இந்திய கல்வியின் வரலாறு (History of Education In India) - ராஜேந்திர குமார் சர்மா மற்றும் ராம்நாத் சர்மா, அட்லாண்டிக் பப்ளிஷர்ஸ்.
2. தெற்கத்திய நீக்ரோக்களின் கல்வி, ஜேம்ஸ்.டி.ஆண்டர்சன் யுஎசி புக்ஸ் வெளியீடு - 1972.
3. மார்டின் லூதர் - கிங் - Now is the time - கல்வி வரலாறு நூலாசிரியர்கள் ஹெர்பர்ட் மற்றும் ஏஞ்சலா, ஸ்பிரிங்கர் வெளியீடு.
4. ஆரம்ப - முறையான கல்வி (Early Formal Education) தற்கால கோட்பாடு, ஆய்வுகள் மற்றும் நடைமுறை - ராபர்ட்.டி. ஹெஸ் மற்றும் மேயர் பீர், 1968 ரௌலட்ஜ் வெளியீடு.

5. தி - எலிமண்ட், கென்.ராபின்சன், பென்குயின் வெளியீடு.

6. *Seven Myths about Education*, டி.கிறிஸ்டோடுலு, ரௌலட்ஜ், லண்டன் *(PDF- குட் இயர்ஸ்).*

கல்வியில் இன்றைக்கு முறையாக போதிக்கப்படும் பாடங்கள் பல முறைசாரா கல்வி, ஜாம்பவான்கள் வழங்கியதுதான். சீரான கல்வி சாதிக்காததை சுய சிந்தனை தேடல் மூலம் அவர்கள் சாதித்தனர்.

- *ஆண்டனி ஷெல்டன்*
(The Contemporary History - Hand Book)

நான் எதையுமே முறைப்படி கற்றவன் இல்லை. அப்படி நான் முறைப்படி பள்ளி கல்லூரியில் கற்றது எதுவும் எனக்கு பயன்படவும் இல்லை.

- *நிக்கோலாய் டெஸ்லா*
(கண்டுபிடிப்பாளர்)

நீங்கள் யார் என்பதை உங்களது பள்ளிக்கூட கல்வியால் சொல்ல முடியாது. உங்கள் பள்ளிக்கு நீங்கள் ஒரு மாணவர். உங்கள் ஆசிரியருக்கு நீங்கள் கற்கும் கருவி. உண்மையில் நீங்கள் யார் உங்களது எதிர்கால நோக்கம் என்ன என்பது - ஒரு லீவு நாளில் 'வெட்டியாக' சுற்றித் திரியும்போது சட்டென்று கண்டுபிடித்து விடுவீர்கள்.

- *ரிச்சர்டு ஆட்டன் பரோ*
(திரை இயக்குநர்)

இப்போது யார் யாரோ வந்து நான் உங்கள் ஆசிரியர் நினைவிருக்கிறதா என்கிறார்கள். எனக்குத்தான் தெரியும் பள்ளிக்கூடம் போனேன். ஆனால், யாருக்குமே மாணவியாக நான் இருந்தது கிடையாது.

- *அகதா கிறிஸ்டி*
(நாவலாசிரியை)

5

முறைசாரா கல்வி

எல்லையற்ற கற்றல். சுவர்களற்ற வகுப்பறை. உலகம் திறந்து கிடக்கிறது...

கைபேசிகளை சுவிச் ஆஃப் பண்ணுங்கள்.

தொலைக்காட்சி பெட்டியை மியூட் போடுங்கள்.

ஆன்லைன் கற்றலை ஷட்-டவுன் செய்யுங்கள்.

உங்கள் பாடபுத்தக பையை மூலையில் வையுங்கள்.

கதவைத்திறந்து வெளியே வாருங்கள். நமக்கான கற்றல் உலகம் காத்திருக்கிறது. உங்களுக்கு விடுதலை. இதுதான் முறைசாரா கல்வி.

வெறும் வெட்ட வெளியை கற்றலுக்கான களம் என்று எப்படி சொல்வது. உண்மை என்னவென்றால் நீங்கள் எதுவுமே செய்ய வேண்டியதில்லை.

எதுவுமே செய்யாமல் இருப்பது எப்படி கல்வியாக முடியும். உண்மை. உங்களுக்கு சீருடை கிடையாது. காலநேரம் பார்த்து புத்தகப் பையை சுமந்தபடி மணி அடித்து விடுமோ என்று ஓட வேண்டாம்.

1. **'கவனி... பேசாதே...' என்று யாரும் உங்களை பார்த்து கத்த மாட்டார்கள்.**
2. **'பத்துமுறை' எழுது என்று படுத்த மாட்டார்கள்.**
3. **நாளைக்கு டெஸ்ட் என்று மிரட்டமாட்டார்கள்.**
4. **மார்க்கு... மதிப்பெண், கிரேடு என்று பதற வேண்டியதில்லை.**

திறந்தவெளிக் கல்வி அல்லது முறைசாரா கல்வி அவ்வளவு

இயல்பான இனிப்பான விஷயம். அதை அறிந்துகொள்ளும் முன் கல்வி என்பது குறித்து சில அடிப்படைகளை நாம் விவரிக்க வேண்டி இருக்கிறது. எல்லாரும் ஒப்புக்கொள்ளும் ஒரு விஷயம் கல்வியின் நோக்கம் அறிவை வளர்ப்பது. ஒருவரை அறிவாளி ஆக்கவே கல்வி.

அறிவுத்திறன் சிந்தனைத்திறன் இவை பற்றிய உலக அளவிலான கருதுகோள்கள் அந்தந்த ஊருக்கு தக்கவாறு மாறுபடுகிறது. அறிவுத்திறனை பள்ளிக்கூடத்தின் முறையான வகுப்பறைகளால் வளர்த்தெடுக்க முடியுமா? இந்தக் கேள்விதான் தற்போது பரிசீலிக்கப்பட வேண்டிய விஷயம். வகுப்பறை கல்வி என்பது என்ன? அதன் கூறுகள் அதன்படி நிலைகள் அதன் போக்குகளை குறித்து எல்லாருக்கும் ஏற்கெனவே தெரியும். நாம் சென்ற அத்தியாயத்தில் பார்த்ததுதான்.

முறையான வகுப்பறை கல்வியின் மூன்று கூறுகள்.

1. **ஆசிரியர்.**
2. **பாடப்பொருள்.**
3. **மாணவர்.**

ஆசிரியர் என்பவர் தனக்கு வழங்கப்பட்ட பாடப்பொருளை உய்த்து உணர்ந்து மாணவர்க்கு புகட்டுவதுதான் வகுப்பறை கல்வி. வகுப்பு, பாடம், கவனம், மனனம், தேர்வு எனும் அடிப்படை நோக்கங்கள் அதற்கான படி நிலைகள் கொண்டது வகுப்பறை கல்வி அதாவது முறையான கல்வி.

சிந்திப்பது குறித்த ஒரு சிறு புரிதலோடு நாம் இதனை ஆய்வுக்கு உட்படுத்தி பார்க்கலாம். கொலம்பஸ் அமெரிக்க கண்டத்தை 1492இல் கண்டடைந்தார் என்பது உங்களுக்கும் தெரிந்திருக்கும். அட்லாண்டிக் பெருங்கடல் வழியாக இந்திய தீபகற்பத்திற்கு கடல் வழி ஒன்றை கண்டுபிடிப்பதுதான் அவரது நோக்கம். ஆனால், இரண்டுமுறை தோல்வியைத் தழுவினார். அவரோடு நம்பி சென்ற பல சிப்பந்திகள் இறந்தார்கள். எனவே ஸ்பெயின் இளவரசி இசபெல்லா அக்டோபர் 12, 1492ஆம் ஆண்டில் அவர் மீண்டும் பயணிக்க, பயணச் செலவை ஏற்றபோது அந்த பயணத்தில் அவரோடு செல்ல யாருமே முன்வரவில்லை. பல பரிசுப்பொருட்கள் கை நிறைய சம்பளம் அது இது என்று பல அறிவிப்புகள் வந்தும் யாருமே இணையவில்லை. என்ன செய்வது என்று இளவரசி கைபிசைந்து

நின்றபோது கொலம்பஸின் மூளையில் ஒரு சிந்தனை உதித்தது.

அதாவது ஸ்பெயின் நாட்டின் மரண தண்டனை விதிக்கப்பட்ட கைதிகளை தன்னோடு அனுப்புமாறு அவர் இளவரசியை கேட்டுக் கொள்கிறார். சூப்பர் மூளை. உடனடியாக 216 கைதிகளுடன் கப்பல் புறப்பட்டு - எதேச்சையாக புதிய கண்டமான அமெரிக்காவை அடைந்து உலக வரலாற்றையே மாற்றி அமைத்தது.

கொலம்பஸ்ஸின் மூளையில் சட்டென்று உதித்த அந்த - குறுக்கு வெட்டு சிந்தனை அதற்கு உளவியலாளர் டாக்டர் எட்வர்டு டி போனோ 'சிவப்பு குல்லா' சிந்தனையாக்கம் என்று பெயரிடுகிறார். மனித மூளை ஆறு தடங்களின் வழியே இப்படியான 'திடீர்' பளிச்களை பெற முடியும் என்று அவர் தனது 'ஆறு சிந்தனை குல்லாக்கள்' எனும் புத்தகத்தில் விவரிக்கிறார். இதை நுண்சிந்தனைத் திறனின் ஆறு அம்சங்கள் என சொல்லலாம். நாம் சமயோசித அறிவு என்று அழைக்கிறோம். அது என்ன ஆறு நிற குல்லாய்கள்? ரொம்ப சுவாரசியமான விஷயம். பார்க்கலாம். முறைசாரா கல்விவாதிகளின் வாதங்களை நாம் அறிய இதுதான் வழி.

1. வெள்ளை குல்லா சிந்தனையாக்கம்

நடுநிலையாக இருந்து எல்லா வகை பார்வையிலும் பிரச்சனையை அணுகுவது, கிடைத்துள்ள தகவல்களுக்கு இடையிலான இடைவெளிகள் வழியே புதிய தடத்தை அடைதல். மாற்று சிந்தனை என்றும் கூறலாம். வினோபா ஆன்மீக காந்தியவாதி. ஜெகதீஷ் சந்திரபோஸ் அறிவியல்வாதி. இருவருமே ராமகிருஷ்ண மடத்தின் பரமஹம்சர் முன் நின்றனர். '10,000 அரிசி கடவுளின் முன் படைக்க வேண்டும்' என்று பரமஹம்சர் உத்திரவிடுகிறார். வினோபா கடவுளின் நாமத்தை 10,000 முறை உச்சரிக்க அதை பயன்படுத்திக்கொண்டார். ஜெகதீஷ் சந்திரபோஸ் 500 அரிசி பருக்கைகளை மட்டுமே எண்ணினார் எடைபோட்டார். 20முறை அதே எடைக்கு அரிசியை நிறுத்து 10,000 அரிசியை சில நிமிடங்களில் அடைந்தார். ஜெகதீஷ் சந்திரபோஸ் செய்ததே வெள்ளை குல்லா சிந்தனையாக்கம்.

2. சிவப்பு குல்லா சிந்தனையாக்கம்

தனக்கு இது கிடைக்காது போலிருக்கிறதே என (கொலம்பஸ் போல) உணர்ச்சிப்பூர்வமாக சோதிக்கப்பட்டால் - ஒரு

தெனாவட்டு சிந்தனையாக சிவப்பு குல்லாய் சிந்தனை முளைத்தெழ வேண்டும். ஓ.கே. இவ்வளவுதான் என்று ஒதுங்கி விடக்கூடாது. உணர்வுகளை வெளிப்படையாக காட்டும்போது இவ்வகை சிந்தனை மின்னல் தோன்றுவதை கண்கூடாக பார்க்கலாம். செருப்பு விற்பனை சிப்பந்தி கதை உங்களுக்கு தெரிந்திருக்கும். இரண்டு பேரை தேர்வு செய்து தீவிற்கு அனுப்புவார்கள் தனித்தனியாக. அங்கே யாவருமே காட்டுவாசிகள். 'ஒருத்தரும் ஷூ அணியவில்லை வேஸ்ட்' என்று ஒருவர் சொல்லி விடுவார். அவரை திரும்பச் சொல்லி விடுவார்கள். மற்றவர் 'இங்கே யாரும் ஷூ அணியவில்லை.. ஆயிரம் அனுப்புங்கள்.. நாம் தான் முதல். அவர்களை அணிய வைக்கலாம். நல்ல மார்க்கெட்' என்று அறிவிக்கிறார். இதுதான் சிவப்பு குல்லா அணுகுமுறை. முறை சாரா கல்வி சிவப்பு குல்லா சிந்தனையை மையமாகக் கொண்டது.

3. கறுப்புக் குல்லா சிந்தனையாக்கம்

தர்க்க ரீதியிலான யோசனைகளின் வெளிப்பாடு கறுப்பு குல்லாய் சிந்தனையாக்கம் என்று சொல்கிறார்கள். பிரச்சனைக்கு வெளியே இருந்து யோசிப்பது எதிர்மறை சிந்தனைகளிடமிருந்து தோன்றும் சமயோசித யோசனை அது. ஒரு விஷயத்தை யாருமே யோசிக்காத திசையில் இருந்து அணுகுவது.தெனாலிராமன் வளர்க்கும் நாய் மகாராஜாவின் செல்லக் கிளியை கொன்றுவிடும். அப்போது ராஜாவுக்கு மிகுந்த கோபம் வந்துவிடும். இக்கதை நமக்கு கறுப்புக்குல்லா சிந்தனையாக்கத்தை விளக்கிவிடும்.

'நாயை கொல்லும் அதே முறைப்படி உன்னையும் கொல்ல வேண்டும்.. எப்படி சாவது என்று முடிவு செய்து கொள்' என்று அறிவித்து விடுவார் மகாராஜா - நாய் சாவது பற்றி தெனாலி ராமனுக்கு கவலையாக இருந்தாலும் தன்னை காப்பாற்றி கொள்வது அதைவிட பெரிய கவலையாக இருந்தது. ஆனால் அவன் சட்டென்று சொல்வான். அந்த யோசனையால் அவன் காப்பாற்றப்படுவான். அது என்ன யோசனை. நாயை கொல்லும் அதே முறைப்படி அவனை கொல்ல முடியாதபடி அந்த யோசனை இருக்க வேண்டும் அல்லவா. அவன் 'வாலை பிடித்து தரையில் அடியுங்கள்' என்று சொல்வான். அவனுக்கு வால் கிடையாது. அதே முறைப்படி அவனை கொல்ல முடியாது. இதுதான் கறுப்புக் குல்லாய் சிந்தனையாக்கம். அய்யோ சாகப்போகிறோமே எனப் பதறினாலும் பிரச்சனைக்கு வெளியே தன்னைப் பொருத்தி சிந்திக்க

முயன்றால் (Out of the Box) கறுப்பு குல்லாய் வகை சிந்தனையாக்கம் சாத்தியமே. முறையான கல்வியில் இதற்கான பயிற்சி கிடையாது.

4. மஞ்சள் குல்லா சிந்தனையாக்கம்

இது நேர்மறை சிந்தனை போக்கின் நீட்சியாக இருக்கும். நன்மைகளின் கருவூலமாக இந்த சிந்தனை ஊற்றை கூறலாம். எதற்கும் ஒரு மதிப்பு உண்டு என்பதை நேரம் காலம் என யாவற்றுக்கும் பொருந்தும் பாதை. நேர்வழி சிந்தனையின் அதி தீவிர செயல்பாடு இந்த சமயோசித 'பளிச்'களை உற்பத்தி செய்கிறது. சுவஸ்டிக் ஆயில் மில் என்று மும்பையின் வடாவா பகுதியில் உள்ளது. அங்கே வனஸ்பதி எண்ணெய் தயாரித்தார்கள். கழிவுகள் ஏராளமாக வெளியேறின. பிரகாஷ்சிங் எனும் பஞ்சாபியர் அங்கே கூலிக்கு வேலை பார்த்தவர். இந்தக் கழிவை பயன்படுத்தி ஏதாவது செய்ய முடியாதா என யோசிக்கிறார். பலவகை யோசனைகளுக்கு பிறகு துணி சோப் - துணி துவைக்கும் பவுடர் அதிலிருந்து செய்தார். சோப்புத் தொழில் என 1957இல் இந்தியாவில் தனி வர்த்தகமே அறிமுகம் ஆனது. இதுதான் மஞ்சள் குல்லாய் சிந்தனையாக்கம். பிரகாஷ்சிங் பள்ளிக்கூடமே போகாதவர்.

5. பச்சை குல்லா சிந்தனையாக்கம்

புதிய சிந்தனைகள், படைப்பாக்கம், மாற்று யோசனை இவைகளின் கருவூலம்தான் பச்சை குல்லாய் ரக சிந்தனை. அதற்கு குறுக்கு புத்தி லேசான தந்திரத்தனம் எல்லாம் தேவைப்படும். கி.ராஜநாராயணன் தொகுத்த நாட்டுப்புற கதை தொகுப்பில் ஒரு சிறார் கதை வரும். ஒரு நாட்டில் எலித்தொல்லை அதிகமாகிப் போனது. மக்கள் எலிகளை பிடிப்பதில்லை என தோன்றியபோது மன்னனுக்கு கடுப்பானது. சரி, இனி எலியைப் பிடித்து வந்து ஒப்படைத்தால் ஒரு எலிக்கு இரு வராகன் பரிசளிப்பேன் என்று அறிவித்தான். அடுத்த நாள் முதல் அரண்மனையில் நீண்ட வரிசை. மக்களுக்கு பணம் தேவைப்பட்டது. ஒரு எலி இரண்டு வராகன். எனவே வேக வேகமாக எலி வேட்டை நடந்தது. ஒரு சிறுவன் யோசித்தான். எலிகளை பிடித்து ஒரு வராகன் என விற்கத் துவங்கினான். செம பிசினஸ். கொஞ்சம் நாட்களில் வீட்டில் எலிப்பண்ணை வைத்தான். அதாவது எலி உற்பத்தி பிசினஸ் இன்னும் நான்றாக சூடு பிடித்தது. இதுதான் பச்சை குல்லாய் சிந்தனையாக்கம்.

6. நீலக் குல்லா சிந்தனையாக்கம்

பதட்ட சூழலில் மனதை ஒருநிலைப்படுத்தி கோர்வையாக சிந்தித்து - ஒரு யோசனையை பெறுவது. பாதையை நிகழ்வின் ஊடாக சிந்தித்து செயல்படுத்தும் அக- விழி தேவை. நீலக்குல்லாய் சிந்தனையாக்கம் நமது பாட்டி தாத்தா கதைகளில் நிறைய உண்டு. ஒரு கழுதை சற்றே நீண்ட நேரம் புல் மேய்ந்து மெய்மறந்து காட்டுக்குள் போய்விட்டது. வீடு திரும்பிட நினைக்கும்போது எதிரில் சிங்கம் வந்து விட்டதாம். உடனடியாக யோசித்தபடியே கழுதை பேசத் தொடங்கியது. 'இதுவரை கழுதையை சாப்பிட்டதுண்டா?' என்றது. 'இல்லை.. இதுதான் முதல் முறை' என்றது சிங்கம். 'நான்தான் நீங்கள் உண்ணப்போகும் முதல் கழுதை என்று நினைத்து பெருமைபடுகிறேன். ஒரு கழுதையை பின்னங்காலில் இருந்து சாப்பிட தொடங்க வேண்டும். அதை மறந்து விட வேண்டாம்' என்றது கழுதை. சிங்கம் கழுதையின் பின்னங்கால் அருகே போனது ஒரே உதை... சிங்கம் புதரில் கவிழ்ந்தது. அது சுதாரிப்பதற்குள் கழுதை ஓட்டம் எடுத்தது. இதுதான் நீலக் குல்லாய் சிந்தனையாக்கம்.

அறிஞர் எட்வர்ட்டி போனோ சொல்வது போல இந்த சிந்தனையாக்கத்தில் ஒன்றைக்கூட முறையான வகுப்பறை கல்வி உங்களுக்குத் தர முடியாது. அறிவுத்திறனுக்கும் பள்ளிக் கல்விக்கும் சம்பந்தமே இல்லை. அறிவு என்பது கணக்கில் எத்தனை மதிப்பெண் என்பதிலோ வகுப்பில் நீ எத்தனையாவது ரேங்க் என்பதிலோ கிடையாது. ஐ.கியூ எனப்படும் அறிவுத்திறன் வேறு. கல்வி வேறு. அறிவு என்பது திறமை கல்வியை இன்று விலை போட்டு வாங்கிவிடலாம். திறனை வாங்க முடியாது. திறன்கள் பற்றி முறையான வகுப்பறை கல்விக்கு கவலை கிடையாது. காரணம் அங்கே பாடப்பொருள் எனும் சுமை உங்களை வேறு எதையும் யோசிக்க முடியாதபடி செய்து விடுகின்றது. ஆசிரியர் - மாணவர் ஒருவரை ஒருவர் விட முடியாதபடி சங்கிலி போல பாடப்பொருள் இருவரையும் பிணைத்து உள்ளது. சாதாரண சங்கிலி அல்ல. பாடப்பொருள் என்பது கண்ணுக்கு தெரியாத கடுங்காவல் அறையாக வகுப்பறையை மாற்றிவிடுகிறது.

இரண்டு வன-புகைப்பட கலைஞர்கள் நடுக்காட்டில் ஒரு சிங்கத்தை படம் பிடித்துக் கொண்டிருந்தனர். திடீரென்று அது அவர்களை துரத்தத் தொடங்கியது. இருவரில் ஒருவர் தன் ஷூவை கழட்டி விட்டு ஓடுகிறார். 'நீங்கள் எப்படி ஓடினாலும் சிங்கத்தை

முந்திக்கொண்டு ஓடமுடியாது' என்றார் நண்பர். 'அது தேவையே இல்லை. நான் உங்களை விட வேகமாக ஓடினாலே போதும்' என்றார் அவர். இந்த விஷயத்தில் நியாய தர்ம தர்க்க விவரணைகளை விட்டு விடுங்கள். சிங்கம் வேமாக ஓடும் என்பது அறிவு மட்டும்தான். அதை பள்ளிக்கூட வகுப்பறை தரும். ஆனால், நான் உங்களை முந்திக் கொண்டு ஓடினாலே போதும். (நீங்கள் அகப்படுவீர்கள் நான் தப்புவேன்) என்பதுதான் அறிவுத்திறன்.

உலகில் அறிவுத்திறன் எனும் ஐ.கியூ (Intilligence Quotient) ஒரு தேர்வாக நடத்தி அதை நுண்ணறிவு ஈவு என ஒரு கணக்கீடாக அறிவிக்கிறார்கள். ஒரு சூழலுக்கு ஏற்றவாறு நொடியில் சரியான முடிவெடுத்து செயலாக்கும்திறனே அறிவுத்திறன் அல்லது நுண்ணறிவு. செயல்திறன் சொல்வேகத்திறன், எண்ணாற்றல், இடவாற்றல், நினைவாற்றல், புலன்காட்சித்திறன், ஆராய்ந்தறியும் திறன், தொகுப்பாய்வு திறன் என அதைப் பிரிக்கிறார்கள்.

மென்சா எனும் அமைப்பு மெக்சிக்கோவில் உள்ளது. உலகின் பிரபலமான நுண் அறிவுத்திறன் கிளப். வேடிக்கையான விஷயம் என்னவென்றால் மென்சா (Mensa) என்றால் மெக்சிக்கன் நாட்டுப்புற வழக்கப்படி முட்டாள் பெண்ணை குறிக்கும்.

ஆனால் நுண்ணறிவு - திறனை தேர்வாக அவர்கள் நடத்துகிறார்கள். முதல் தேர்வு சின்னங்கள் வடிவங்கள் சம்பந்தப்பட்டது. இரண்டாவது தாள் சொல் விளையாட்டுகள் சம்பந்தப்பட்டது. இரண்டினை கடந்தால் எண்ணாற்றல் தாள் வழங்கப்படுகிறது. இந்தத் தேர்வுகளின் அடிப்படை அம்சம் அவை வயது வாரியானவையாக உள்ளன. ஒரு 10 வயது சிறுமிக்கு 12 வயதுக்காரரின் கேள்வித்தாள் தருவார்கள். அதில் சிறப்பாக செய்தால் அவளது அறிவுத்திறன் வயது 12. ஐ.கியூ எனப்படும் நுண்ணறிவு ஈவு என்பது அச்சிறுமியின் அறிவார்த்த (மெண்டல் ஏஜ்) வயது வகுத்தல் நிஜ வயது பெருக்கல் 100 அதாவது இவர் விஷயத்தில்,

$$12/10 \times 100 = 120$$

ஆனால் நீங்கள் மென்சா கிளப் உறுப்பினர் ஆக முடியாது. அதற்கு உங்கள் ஸ்கோர் 180 அல்லது அதற்கும் மேல் இருக்க வேண்டும். அதுவும் நீங்கள் இந்த ஆன்லைன் தேர்வை மூன்று முறை விதவிதமான கேள்வித்தாள் வழியே எழுதி மூன்று முறை

180க்கு மேல் ஸ்கோர் வாங்கினால் மென்சா உறுப்பினர். ஆண்டுக்கு 5,000 பேர் முயற்சி செய்கிறார்கள். 250 பேர்தான் உறுப்பினர் ஆக முடிகிறது. இப்படி தேர்வானவர்களிடையே பெரிய சர்வே எடுத்து சிறப்பு கவன ஈர்ப்பு கட்டுரை ஒன்றை மென்சா நடத்தும் பத்திரிகை வெளியிட்டது. மென்சா உறுப்பினர் ஆகும் அளவுக்கு நுண்ணறிவு ஈவுபடைத்தோரில் 90 சதவிகிதம் பேர் பள்ளிக்கூட வகுப்பறையால் உருவாக்கப்பட்டவர்கள் அல்ல. பள்ளி - கல்லூரி வாழ்க்கையில் சராசரிக்கும் கீழே அல்லது பாதியில் விட்டவர்களே அதிகம். சுய அறிவு சார்ந்தவர்கள்.

அவர்கள் கற்பனைத்திறன், இசை மேதமை, ஓவியம், கண்டுபிடிப்பு உரிமம் வாங்குவது, தற்சார்பு திறன்கள் கணிதவெறி, இத்தனை விஷயங்களில் ஏதாவது ஒன்றில் சுய விருப்பத்திற்காக ஈடுபடுபவர்கள். இவர்களில் பலர் தன் நுண்ணறிவுத் திறன் குறித்த சந்தேகத்தோடே இருக்கிறார்கள். நுண்ணறிவு என்றால் என்ன என்று தேடிப் பார்த்தேன். ஏனெனில், உங்களிடம் சொல்வதில் ஏன் தயக்கம். நானும் மென்சாவை முயற்சி செய்தேன். ஒரு வருடம் ஆகிறது. முதல் முயற்சி பரவாயில்லை 180க்கு 10 குறைவு. ஆனால் அடுத்த இரண்டும் அம்பேல். மூன்றாவது முயற்சியில் 100 கூட தாண்டவில்லை. ஆனால் ஒன்று இதற்காக நீட் தேர்வு போல பயிற்சி வகுப்பெல்லாம் கிடையாது என்பது பெரிய ஆறுதல். உணர்தல், புலனுணர்வு, தொடர்புபடுத்தல், நினைவாற்றல், கற்பனைத்திறன், பாகுபடுத்தல், சீர்தூக்கி பார்த்தல் இவற்றோடு பகுத்தறிவும் இணைதலே நுண்ணறிவு ஆற்றல் எனப்படுகிறது.

நுண்ணறிவு பெரும்பாலும் சுயதேடல், தன்வயப்படும் விருப்ப வேலைகள் மூலமே வளர்ச்சி பெறுகிறது. இவை வகுப்பறை கல்வியில் வளர்த்தெடுக்க முடியாததற்கு முக்கிய காரணம், வருட அடிப்படை கல்வி, பின் மாத அடிப்படை தேர்வுப்பாடப் பொருளாக உடைக்கப்பட்டு வார, நாள் அடிப்படை போதனை செயல்பாடாக சுருக்கப்படுகிறது. மோனாலிசா ஓவியத்தை டாவின்சி வரைந்து முடிக்க பதினான்கு ஆண்டுகள் ஆயின. ஒரே ஒரு ஓவியத்துக்கு இத்தனை நேரமா என இதுவே நம் வகுப்பறையில் நடந்தால் துளைத்து எடுத்து விடுவார்கள். பாட சுமை, கற்றல், வேகம், தேர்வு அட்டவணை என ஒரு குழந்தை தானாகவே எதையும் சுயதேடல் மூலம் கற்று நிதானமாக தன் அறிவாக மாற்ற வகுப்பறை கல்வி அனுமதிப்பதே இல்லை.

ஒருவர் கியூப் விளையாட்டு எனும் சவாலை பத்தே நொடியில் செய்து காட்டினாலும் ஒருவர் மோனாலிசாவை பதினான்கு வருடம் எடுத்து வரைந்தாலும் இரண்டுமே நுண்ணறிவுத்திறன்தான். ஏனெனில் இரண்டுமே திணிக்கப்பட்ட பாட சுமை கிடையாது. நுண்ணறிவு கோட்பாடுகள் என்ன சொல்கின்றன என்று பார்ப்போம்.

நுண்ணறிவு ஒரே ஒரு திறனை மட்டுமே கொண்டதல்ல. அது ஒன்றுக்கும் மேற்பட்ட திறன்களை உள்ளடக்கியது. முதலில் வருவது ஒற்றைக் காரணி கோட்பாடு. இதனை வழங்கியவர் ஆல்பிரட் பீனே. இவரது கொள்கைப்படி நுண்ணறிவு ஒரு பொதுத்திறன். அது அனுபவ அறிவின் மூலமே வளர்ச்சி அடையும். ஒற்றைத்திறன் முதலில் வளர்த்தெடுக்கப்படுகிறது. இந்த ஒற்றைத் திறன் பலதரப்பட்ட திறன் செயல்களுக்கு பின்னணியாக அமையும். பல வகையான ஒருவரது திறன் செயல்பாடுகளை இயக்கக்கூடிய வல்லமை வாய்ந்த அவரது ஒற்றைத்திறன் நுண்ணறிவு ஆகும். ஒரு இயற்பியல் பேராசிரியர் எல்லா வகையான ஏட்டறிவும் பெற்றவர். வீட்டில் மின் துண்டிப்பை சரி செய்ய அவரால் முடிவது இல்லை. எனவே அவரிடம் உள்ள ஒற்றை அறிவு செயல் அறிவாக திறன் மேம்பாடு அடையவில்லை.

இரண்டாவது கோட்பாடு இரட்டை காரணி கோட்பாடு அதை முன்மொழிந்தவர் உளவியல் அறிஞர் ஸ்பியர்மேன். அவரது கூற்றுப்படி நுண்ணறிவு என்பது பொதுக்காரணி மற்றும் சிறப்புக் காரணி, இரண்டாலும் ஆனது ஆகும். ஒருவரே பல்துறை வித்தகராக இருக்க இந்த இரு காரணிகளும் ஒன்றுக்கு ஒன்று ஊடுபாவாக செயலூக்கம் பெறும். கணிதமேதமையின் ஊடாக இசைத்திறனும் இருப்பது, கால்பந்து ஆடி அசத்தும் போதே நடனமாடும் திறனும் அடைவது, இப்படி பலவாறாக ஸ்பியர்மேனின் கோட்பாடு நிஜ வாழ்வில் அரங்கேறுகிறது.

மூன்றாவது நுண்ணறிவுக் கோட்பாடு அமெரிக்க உளவியலாளர் தர்ஸ்டன் வழங்கியது. அவரது கருத்துப்படி நுண்ணறிவு ஒன்று அல்லது இரண்டு திறன் சம்பந்தப்பட்டது அல்ல. ஏழு வகையான அடிப்படை மன எழுச்சித்திறன்களால் ஆனது. நுண்ணறிவு எண்ணாற்றல், இடஆற்றல், நினைவாற்றல், புலன் காட்சி வேகம், காரணகாரிய தொடர்பு அறியும் திறன் என்பவையே அந்த ஏழு

அம்சங்கள். இவற்றில் சிலவற்றை நாம் ஏற்கெனவே பார்த்தோம். அண்மையில் ஹாவர்டு கார்ட்னர் பண்மை நுண்ணறிவு (Multiple Intelligence) எனும் கோட்பாட்டை முன்மொழிந்தார். அவரது கூற்றுப்படி பத்து நுண்ணறிவுகள் உள்ளன. மொழித்திறன், கணக்கீட்டுத்திறன், இசைத்திறன், தர்க்கத் திறன், உணர்திறன், மனத்திறன், பிறர் தொடர்பு திறன், தன்னை அறியும் திறன், இயற்கையை அறிதல், அறிவியலாக்கம் என பட்டியல் நீள்கிறது. இவற்றை வகுப்பறை கல்வி நிறைவு செய்ய முடியாதது மட்டுமல்ல. மாமேதைகளின் மாமனிதர்களின் வகுப்பறை என்பது இந்த சுவர் - கரும்பலகை சிறைக்கு வெளியே உள்ள ஏதோ வகை வகுப்பறையாக உள்ளது என்பதே உண்மை.

நமது மண்ணின் அன்றாட செய்திகளில் அடிபடும் அறிவுத்திறனின் அடையாள மாந்தர்களது சொந்த முறை சாரா வகுப்பறைக்குள் நுழைந்து நுண்ணறிவு எப்படி எல்லாம் வளர்க்கப்படுகிறது என்பதையும் அவர்களை அவர்களாக செதுக்கியது எது என்பதையும் தேடி நாம் ஆராய வேண்டி உள்ளது. நம்ம ஊரிலா, முறைசாரா கல்வி மேதைகளா? கேள்விப்படவே இல்லையே என்கிறீர்களா...

அ. சுந்தர் பிச்சையின் முறைசாரா வகுப்பறை

2015ஆம் வருடம் மார்ச் மாதம் 5ஆம் நாள் ஸ்பெயின் நாட்டின் பார்சிலோனா நகரில் உலகின் மூலை முடுக்கில் இருந்தெல்லாம் 9,400 மொபைல் இயலின் வல்லுநர்கள் உலக மொபைல் மாநாட்டில் கூடி இருந்தார்கள். மாநாட்டு அரங்கில் உட்கார இடமில்லை. 200 நாடுகளில் இருந்து சுமார் 200 மொபைல் நிறுவனங்களில் இருந்து அவர்கள் வந்தது, ஒரே ஒருவரது பேச்சை கேட்கத்தான். அந்த ஒருவர் வேறு யாருமல்ல, அப்போது கூகுளின் துணைத்தலைவர்களில் ஒருவராக இருந்த நம் சுந்தர்பிச்சை. அதே வருடம் ஆகஸ்ட் பத்தாம் நாள் அவர் கூகுள் நிறுவனத்தின் தலைவராக நியமிக்கப்பட்டார்.

மதுரையில் அம்மா (லெட்சுமி) வீட்டில் பிறந்து சென்னையில் அசோக்நகரில் தன் பள்ளிப்படிப்பை முடித்த சுந்தரராஜன், சுந்தர் பிச்சை ஆனது எப்படி அதற்கான வகுப்பறை என்னவாக இருந்திருக்க முடியும். இன்று சுந்தர்பிச்சையை இத்தனை உயரத்திற்கு எடுத்துச் சென்ற கல்வி எது. ஒரு குட்டி பிளாஷ்பேக்.

சென்னையில் உள்ள ஜெனரல் எலெக்ட்ரிகல் கம்பெனிதான் சுந்தர்பிச்சையின் தந்தை (ரகுநாதன்) மின்பொறியாளராக வேலை செய்த இடம். சுந்தர்பிச்சைக்கு ஒரு தம்பி இருக்கிறார். பெயர் சீனுவாசன். அம்மா லட்சுமி தனக்கு மகன்கள் பிறக்கும் வரை ஸ்டெனோவாக வேலை செய்தவர். அசோக் நகரில் ஒரு அடுக்குமாடி குடியிருப்பில் இரண்டு பெட்ரூம் கொண்ட குட்டி ஃபிளாட்ஸில் அவர்கள் வசித்தார்கள். 1976இல் தன் நான்காவது வயதில் அசோக்நகர் ஜவஹர் வித்யாலயாவில் சுந்தர்பிச்சை சேர்க்கப்பட்டார். பத்தாம் வகுப்பில் சராசரிக்கு சற்று கூடுதலாக மதிப்பெண் பெற்று கிண்டி ஐ.ஐ.டி வளாகத்தில் உள்ள வனவாணி பள்ளியில் 12ம் வகுப்பு 1989இல் முடித்தார்.

சுந்தர்பிச்சையின் உண்மையான வகுப்பறை பள்ளி போக மீதி நேரத்தில் அவரால் உய்த்து உணர்ந்த வென்றெடுக்கப்பட்ட சுயமாக கற்றல் (Self - Learning) எனும் முறை சாரா வகுப்பறை ஆகும். தனித்துவம் என்பது சுய-கற்றலில்தான் சாத்தியம்.

மேல்நிலை முதலாமாண்டு படித்தபோது ஏனைய மாணவர்கள் டியூஷனுக்கும் கிரிக்கெட் ஆட்டத்திற்கும் போனபோது சுந்தர்பிச்சை வீட்டில் ஒரு அழகான நிபந்தனை வைத்தார். அசோக்நகர் வீட்டில் இருந்து கிண்டி வனவாணி பள்ளிக்கு தனக்கென்று சைக்கிள் ரிக்க்ஷா மாதவாடகைக்கு வைத்துக் கொண்டார். காலை வெகுநேரம் முன்னதாக கிளம்ப வேண்டி இருந்தது. தன் தந்தையின் தொழிற்கூட அனுபவங்களை கேட்டு கேட்டு வளர்ந்தவருக்கு எலெக்ட்ரானிக் துறை தனி கவர்ச்சியைக் கொடுத்தது. அறிவியல் தொழில்நுட்பம் சார்ந்த (பாடபுத்தகம் அல்லாத) புத்தகம் ஒன்று எப்போதும் அவருடன் இருக்கும். சைக்கிள் ரிக்க்ஷாவில் பள்ளிக்கு போகும்போது புத்தகம் வாசித்தபடியே செல்வார். புத்தகங்கள் வழியே சுயதேடல், இதுதான் சுந்தர்பிச்சை வகுப்பறை. அதைத் தவிர வீட்டில் அப்போதிருந்த எண் சுழற்றும் பெரிய மேசை தொலைபேசி, டிவி பெட்டி, அகல ஏணி வடிவ ஆண்டனா அமைப்புகளை அக்குவேறு ஆணிவேறாக பிரித்து ஆராய்வது அவரது பள்ளிப்பருவ பொழுதுபோக்கு. கற்றல் செயல்பாடு முறையான வகுப்பறை இரண்டாம் பட்சம் ஆனது.

சுயகற்றல் எனும் கல்விக்கோட்பாடு 1919இல் அறிமுகம் ஆனது. பள்ளி எனும் அடிமை அமைப்பே தேவை இல்லை எனும் ரூசோவின் பிரகடனத்தில் இருந்து அது முளைத்தது. கல்வியாளர் ருடோல்ஃப்ஸ்டீனர் (Rudolf Steiner) ஜெர்மனியில் உருவாக்கிய

கல்வி அது. சுதந்திர கற்றல் என்பதே அக்கல்வியின் அடிப்படை. ஸ்டீனர் எழுதிய விடுதலையின் தத்துவம் எனும் புத்தகம் சுயகற்றல் தான் ஞானத்தை மறக்க முடியாத நிரந்தரமான புதையலாக தக்கவைக்கும் என்பதை நிறுவியது. முறைசாரா கல்வி இதிலிருந்து பிறந்ததுதான்.

உங்களைக் கவரும் ஒரு துறையை உங்களது விருப்பத்துறையாக தேர்ந்தெடுக்க பள்ளிக்கல்வி உதவாது. பள்ளிப்படிப்பு முடிந்து என்ன படிப்பது என பல்லாயிரம் சிறார்களும் திக்கற்று திணறுவதைப் பார்க்கலாம். சுய-கற்றல் எனும் தேடலில் சிறந்த ஒருவர் அப்படி இருக்கமாட்டார். வால்டார்ப் பள்ளிகள் என ஸ்டீனரின் பள்ளிகள் அழைக்கப்பட்டன. ஆந்த்ரோபோஸோஃபி (Anthro posophy) எனும் தேடல் கோட்பாடும் அவருடையதே. சுயவிருப்பம் - ஹாபி சார்ந்த கற்றல் மட்டுமே நிலையானது அறிவுஜீவிகளை உருவாக்கவல்லது என்பதே அக்கோட்பாட்டின் அடிப்படை.

1919இல் உலகே பிளேக் நோய்க்கு ஆட்பட்டு முற்றிலும் தகர்ந்துபோன காலத்தில் சுயகற்றல் ‘மாத்தியோசி’ வகைக்கல்வி ஜெர்மனியிலும் அறிமுகமானது. வால்டோர்ஃப் (Waldorf) பள்ளிகள் என இவை அழைக்கப்பட்டன. 1922இல் ஆக்ஸ்பொர்டு பல்கலைக்கழகத்தில் தனது சுய-கற்றல் கோட்பாட்டை முன்வைத்து ஸ்டீனர் தொடர் உரைகள் ஆற்றியபோது இவ்வகை கல்விக்கோட்பாடு உலகெங்கும் பரவியது.

ஐசக் நியூட்டன் முதல் கால்பந்தாட்ட வீரர் பீலே வரை சுய விருப்பத்தேடல் கற்ற முறையில் சாதித்த பலரை வரலாறு பதிவு செய்து வைத்துள்ளது. அந்த வரிசையில் நாம் வாழும் காலத்து உலகளாவிய இந்திய, தமிழக உதாரணம்தான் சுந்தர்பிச்சை.

b. விஸ்வநாதன் ஆனந்த்தின் முறைசாரா வகுப்பறை

2004ஆம் வருடம் லண்டனில் நடந்த ஒரு வர்த்தகர் தலைமை பயிற்சியின்போது அமெரிக்க பிசினஸ் குரு (இன்று அப்படி சொல்வதுதான் பேஷன்) டாம் பீட்டர்ஸ் இங்கிலாந்தின் டாப் வர்த்தக குழும தலைவர்களிடம் மூன்று கருத்துகளை முன் வைத்தார். மூன்றுமே ஒன்றுக்கு ஒன்று தொடர்புடையவை.

1. **முறையான கல்வியின் முதல் மதிப்பெண் அல்லது உயர் கிரேடு வாங்கிய யாரையும் வேலைக்கு வைக்காதீர்கள்.**

2. பள்ளிக்கூடத்தில் உயர் மதிப்பெண் பெற ஒருவர் விதிகளின்படி நடந்திருக்க வேண்டும்... பிசினஸ் என்பது விதிகளை மீறுவது குறித்தது அல்லது அதை புதிதாக உருவாக்குவது சம்பந்தப்பட்டது. எனவே முறைசாரா கல்வியே நம் இலக்கு.

3. பள்ளி கல்லூரி வரை கோல்டு மெடல் வாங்கிய ஒரு ஆள் உங்கள் கம்பெனியில் இருந்தால் அவரை சாதாரண டைப்பிஸ்ட் அந்தஸ்தில் வைக்கவும். இன்று இந்த கார்ப்பரேட் முதல் ஐ.ஏ.எஸ் வரை இந்த முதல் ரேங்க் வகையறாவின் நிஜமான நிலை இதுதான்.

நமக்கு பள்ளிக்கல்வி பற்றி சொல்லப்படுவதிலேயே பெரிய பொய் முதல் ரேங்க் வாங்கினால் பெரிய வேலை கிடைக்கும் என்பது. ஒரு வகுப்பறையின் முதல் பெஞ்ச் மாணவர்களை கடந்து நேசம் கொள்ள முடியாத ஆசிரியர்கள் எத்தனை பேர் பெடகாக் (Pedagogue) என்றால் இன்று உள்ள அர்த்தத்தில் கல்விமுறை என்பது பொருள். ஆனால் இந்தச் சொல் எங்கிருந்து வந்தது எனத் தேடினால் ரோமாபுரியில் ஒரு காலத்தில் குழந்தைகளை பத்திரமாக ஒரு இடத்திலிருந்து பள்ளிக்கு அழைத்து செல்ல உடன் செல்லும் பாதுகாப்பு அடிமைகள் பெடகாக் (Pedagogues) என அழைக்கப்பட்டனர். அடிமை தனத்திற்கும் பள்ளிக்குமான தொடர்பு இந்தச் சொல். இவ்வளவு ஏன்? டீச் (Teach) எனும் பாடம் நடத்துதல் என்பதை குறிக்கும் சொல். கிரேக்கத்தில் இருந்து வந்தது. டீச் என்பது கி.பி.1300கள் வரை அரசில் ஒரு சலுகை பெறும் டோக்கன் வில்லைகளை குறித்தது. பண்டைய கிரேக்கத்தில் ஆட்காட்டி விரலுக்கு டீச்சர் என்று பெயர். அரசு சலுகைபெற்று பண்டைய பல்கலைக் கழகத்தில் கல்வி கற்ற எல்லாரையும் குறிப்பதாகவும் இருந்தது.

இந்த சூழல்களில் இருந்து தப்பி பள்ளி எனும் பெரு-சிறைச்சாலையை உடைத்து ஒரு உலக சாம்பியன் உருவாவது என்பது ரொம்ப அபூர்வம். அப்படியானல் நட்சத்திரங்களில் ஒன்றுதான் விஸ்வநாதன் ஆனந்த் எனும் சதுரங்க சாம்பியன்.

இந்திய அறிவுஜீவிதத்தின் மொத்த அடையாளத்தை உலக நாடுகள் அறிய வைத்த மந்திர பெயர் விஸ்வநாதன் ஆனந்த். அதாவது விஷி. 2000மாம் ஆண்டுமுதல் 2013 வரை தொடர்ந்து உலக செஸ் சாம்பியனாக இருந்து உலக சாதனை படைத்த டைகர்

ஆஃப் மெட்ராஸ். அவர் செஸ் விளையாடி வெற்றிபெறாத ஒரு கம்ப்யூட்டர் இன்னும் கண்டுபிடிக்கப்படவில்லை.

1988 - திரில்லாக பிளஸ்டு தேர்வு முடிவுக்காக காத்திருந்தது ஆனந்த் குடும்பம். சென்னை டான்பாஸ்கோதான் அவர் படித்த பள்ளி. பள்ளி முதல்வரான பாதிரியார், தொலைபேசியில் அழைத்து கொஞ்சம் நடுக்கத்தோடு முடிவுக்கு முதல்நாள் எப்படி ஆனந்த் தேர்வுகளை எழுதினார் என கவலையோடு விசாரித்தார். அதே நாளில் மாலையில் மத்திய அரசு பன்னிரண்டாம் வகுப்பு மாணவரான 'கிராண்ட்மாஸ்டர்' ஆனந்திற்கு பத்மஸ்ரீ விருது அறிவிக்கிறது. என்ன ஒரு முரண்! தன்னிச்சையாக இத்தனை உயரத்துக்கு அவரை எடுத்துச் சென்ற வகுப்பறை எது? அதன் பிரதான அம்சங்கள் என்ன? முறைசாரா கல்வியின் இன்னொரு கதவு திறக்கிறது.

*1969*இல் நம் மயிலாடுதுறையில் பிறந்த ஆனந்தின் தந்தை கிருஷ்ணமூர்த்தி தெற்கு ரயில்வேயில் பொதுமேலாளராக வேலை செய்தார். அம்மா சுசீலா இல்லத்தரசி. ஆனந்திற்கு ஒரு அண்ணன் (சிவகுமார்) ஒரு அக்கா (அனுராதா) உண்டு. மன்மோகன் சிங் பிரதமராக இருந்தபோது 2010இல் இந்தியா வந்த அமெரிக்க அதிபர் பராக் ஒபாமாவின் விருந்தில் கலந்து கொண்ட இந்தியாவின் ஒரே விளையாட்டு வீரர் ஆனந்த்தான். காரணம் ஆனந்தோடு ஒருமுறையாவது செஸ் விளையாட அதிபர் ஒபாமா தன் அவாவை தெரிவித்து இருந்தார். இப்படி யாவரையும் தன்வசப்படுத்திய நம் ஆனந்தின் முதல் முறைசாரா வகுப்பறையை நாம் 1975இல் மணிலா (பிலிப்பைன்ஸ்)வில் சந்திக்கிறோம்.

ஆனந்தின் தந்தை கொஞ்சகாலம் டெபுடேஷனில் பிலிப்பைன்ஸ் ரயில்வேயில் ஒரு வகை பயிற்சி தருவதற்கு வல்லுநராக அங்கே மாற்றப்பட்டிருந்தார். எனவே அம்மாவோடு ஆனந்த் அங்கே சென்று தங்க வேண்டியதாயிற்று.

முதல் வகுப்பறை வீடு. அம்மாதான் சகமாணவி. இருவருமே ஆனந்த்துக்கு நான்கு வயதாக ஆனதிலிருந்தே செஸ் விளையாடுவதை ஒரு பொழுதுபோக்காக்கி கொண்டார்கள். மூத்த குழந்தைகளும் சுசீலா அம்மையாரோடு செஸ் விளையாடினாலும் ஆனந்த் படுவேகம். ஒரு ஆட்டத்தை ஆறு ஏழுநிமிடங்களில் கூட முடித்துவிடுவார். அந்தக் காலகட்டத்தில் மணிலாவில் ஒரு மழலைப் பள்ளியில் சேர்ந்து ஆனந்த் படித்தார். அரைநாள் தான்

பள்ளி. வீடு வந்ததுமே அவர் வானொலியை போட்டுவிடுவார். அதில் தினமும் மதியம் '1 மணி புதிர்கள்' என்ற நிகழ்ச்சி வரும். எப்பேர்ப்பட்ட புதிராக இருந்தாலும் ஆனந்த் நிமிடத்தில் விடையை அடைவார். தொலைபேசி வழியே விடைகளை சொல்லி பரிசு பெறவும் தொடங்கினார்.

நேரிலேயே மணிலாவில் புதிர் நிகழ்ச்சியை நடத்தினார்கள். சுசீலா தன் மகன் ஆனந்தை அழைத்துச் சென்றார். கேட்கப்பட்ட ஒவ்வொரு புதிருக்கும் ஆனந்தே உடனுக்குடன் பதில் கொடுக்க நிகழ்ச்சி நடத்தியவர்கள் பரிசுப்பொருள் கபோர்டை காட்டி (புத்தகங்கள்) எத்தனை வேண்டுமோ எடுத்துக் கொள்ளுமாறும், ஆனால் இனிவரும் புதிர்களுக்கு விடை தெரிந்தாலும் வாய் திறக்கக்கூடாது எனவும் கெஞ்சினர்! இது ஒருபுறம். தன் தாயை ஆனந்த் அந்த ஆறுவயதில் ஒவ்வொரு முறை ஆடியபோதும் வெல்லத் தொடங்கினார். இது எப்படி சாத்தியம் என வியந்த அந்தத் தாய். மகன் ஆனந்த் உறங்கும்போது எதேச்சையாக அவரது ரஃப் நோட்டை புரட்டியபோது மிகப்பெரிய அதிர்ச்சி காத்திருந்தது... ஒவ்வொரு செஸ் ஆட்டத்திலும் தன் அம்மாவின் மூவ் (காய் நகர்த்தல்கள்) தனது மூவ் என மிகத் தெளிவாக அவ்வப்போது 'நோட்ஸ்' (குறிப்பு) எடுத்திருந்தார் அந்த ஆறு வயது மேதை. புதிர்களும் அப்படியே. தான் வென்றதைவிட தான் தோற்ற ஆட்டங்கள் பற்றிய குறிப்புகள் இரண்டு மூன்று பக்கம் கூட நீண்டிருந்தது. குட்டிநோட்டு ஒன்றை தன் பாக்கெட்டிலேயே அவர் எப்போதும் வைத்திருப்பார்.

சென்னை திரும்பி டான்பாஸ்கோ மாணவரான பின் ஆனந்த் தோற்கடிக்காத சென்னை செஸ்வீரர் இல்லை என்றாகி ஒவ்வொரு எதிராளியையும் வீழ்த்திட ஒன்பதாம் வகுப்பு படிக்கும்போது கம்ப்யூட்டருக்கு எதிராக ஆடியும் அவர் ஜெயிக்க முடிந்தது. 'கம்ப்யூட்டரால் நோட்ஸ்' எடுத்து தன் ஆட்டத்தை மறுபரிசீலனை செய்ய முடியாது. என்னால் முடியுமே என்று தன் சமீபத்திய புத்தகமான 'மையிண்டு மாஸ்டர்' நூலில் குறிப்பிடுகிறார். ஆனந்தின் வெற்றி வகுப்பறை 'நோட்மேக்கிங்' வகுப்பறை ஆகும். முறைசாரா கல்வியின் மற்றொரு முகம். அறிய வருவதை எல்லாம் குறிப்பெடுத்து வைத்தல்.

'நோட்-மேக்கிங்' வகுப்பறைகளை அறிமுகம் செய்தவர் ஜான்லோக் (John Locke) எனும் ஆங்கிலேய கல்வியியல் தத்துவ அறிஞர். இவர் ஒரு மருத்துவ அறிஞர். தன் நோயாளிகளின்

உடல்நிலை குறித்த குறிப்பேடுகளை தனித்தனியே பேணி உலகில் ‘குறிப்பேடு’ முறையை 1701இல் அறிமுகம் செய்தார். யார் வேண்டுமானாலும் எப்போது வேண்டுமானாலும் எடுத்து படிக்கும்படி அவை இருந்ததால் பொதுவிடநூல்கள் (Common Place- Books)என அவற்றை அவர் அழைத்தார். பின்னாட்களில் புரிதல் கோட்பாட்டை முன் வைத்த அறிவாற்றல் உளவியல்வாதிகள் ‘குறிப்பேடு’ முறையை வகுப்பறைகளில் அங்கமாக்கினார்கள்.

கார்னல் பல்கலைக்கழக பேராசிரியர் டாக்டர் வால்டர் பாக் (Dr.Walter Park) 1974இல் உலக வரலாற்றில் நோட்மேக்கிங்- குறிப்பெடுத்தலின் வகைகள் யாவற்றையும் தொகுத்தார். கல்வியியலில் தனது சொந்த புரிதலை மேம்படுத்திட ஒருவர் எடுத்திடும் சுய குறிப்புகள் எப்படி அமையும் என்பது 10,000 பேரிடம் ஆய்வு செய்து எழுதும் ஒரு பக்கத்தை குறிப்பெடுப்போர் பொதுவாக மூன்றாக பிரிப்பதாக வால்டர் பாக்கின் கொள்கை விவரிக்கிறது.

ஆனந்த் பயன்படுத்தும் ‘நோட்மேக்கிங்’ முறைக்கு SQ3R முறை என்று பெயர். மொத்தம் ஐந்து படிநிலைகள் உண்டு முதலில் நடப்பதை முழுமையாக கணக்கிலெடுக்க வேண்டும் (Survey) பிறகு நமக்கு தோன்றும் கேள்விகளை (Question) அடுக்க வேண்டும். அடுத்தது வாசித்து அறிதல் (Read) மூளைக்குள் பரிசீலித்து மறுஉருவாக்கம் செய்தல் (Recite) பிறகு இறுதியாக அனைத்தையும் விமர்சித்தறியும்படி (Review) பகுப்பாய வேண்டும் இந்த படிநிலைகளில் ஆனந்த் ஒப்பிடுதல் (Relating) எனும் புதிய படிநிலையை தனது செஸ் விளையாட்டு உத்திக்காக இணைத்தார். இதனால் SQ4R எனும் முறையாக அதை நாம் அறிய முடியும்.

c. சகுந்தலா தேவியின் முறைசாரா வகுப்பறை

பள்ளிக்கல்வியில் கணக்கு ஒரு பாடமாக இருப்பதன் நோக்கம் என்ன? எனக்கு இது பிடிபடுவதே இல்லை. இந்த நாட்டில் கணிதம் என்பது பத்தாம் வகுப்பு வரை கட்டாய பாடம். ஒவ்வொரு குழந்தையும் தரமான அடிப்படை கணிதக் கல்வியை பெறுவது என்பது அடிப்படை உரிமை என்கிறது கல்வி உரிமைசட்டம் - கணக்கு ஆசிரியர்கள் பார்வை வேறு.

ஆரம்பப்பள்ளி கணித ஆசிரியர்கள், கணித பாடத்தின் நோக்கம் குழந்தைகளை நடுநிலைப்பள்ளி கணித பாடத்திற்குத் தயார்

செய்வதே என்கிறார்கள். நடுநிலைப் பள்ளி ஆசிரியர்களைக் கேட்டால் அவர்கள் கணிதப் பாடத்தின் நோக்கம் குழந்தைகளை உயர்நிலைப்பள்ளி கணிதப் பாடத்திற்குத் தயார் செய்வதே என்கிறார்கள். ஆனால் ஒரு குழந்தை கணிதம் வராமல் திணறும் போது ஒவ்வொரு ஆசிரியரும் முந்தைய ஆசிரியர் எதுவுமே கற்பிக்கவில்லை என குறை சொல்வதைப் பார்க்கிறோம். இந்த வசவுகளில் பெரும்பான்மை ஆரம்பப்பள்ளி ஆசிரியர் மேல்தான்.

கணிதம் ஒரு திறன். அது பாடமல்ல என்பதுதான் பெரும்பாலான கல்வியாளர்களின் கருத்து. பள்ளிக் கணிதத்தின் சாதாரண நோக்கம் என்பது சில பயனுள்ள திறன்களை எண்கள், எண்களை பயன்படுத்துதல் அளவீடு, தசமம், சதவீதம்... என வளர்ப்பது. கணித அடிப்படையில் சிந்திப்பவர்களாக நாம் நம் சிறார்களை உருவாக்க வேண்டாமா? கணிதம் உலக அளவில் வெறும் ஊகங்களை அலசி ஆராய்ந்து உண்மையான முடிவுகளை காண ஒரு அளவு கோலாக பயன்படுகிறதே. எண் கணிதம், அல்ஜிப்ரா, ஜியோமிதி போன்ற திறன்களுக்கும் வயதுக்கும் சம்பந்தம் இருக்கிறதா?

நம் கல்விமுறை கணிதப்பாடத்திற்கு பெரும்பாலும் துரோகமே இழைக்கிறது. நமது நிஜமான கவலை, கணிதத்தை கண்டு குழந்தைகள் மிரளாமல் மகிழ்வுடன் எதிர்கொள்ள வேண்டும் என்பதுதான். கணிதம் வெறும் சூத்திரங்களும் இயந்திர மயமான படிநிலைகளையும் மட்டுமே கொண்டது அல்ல. ஒரு சீனிவாச ராமானுஜம் ஆறாம் வகுப்பில் இருக்கும் போதே கல்லூரி மாணவர்களுக்கு வீட்டுப்பாடம் போட்டுக் கொடுத்ததை நாம் மறக்கக்கூடாது. ஆனால் அதன் பின் பெரிய கணித மேதைகளை உருவாக்க முடியாமல் போய்விட்டதற்குக் காரணம் நமது கணிதம் ஒரு வகுப்பிலிருந்து ஒரு வகுப்பிற்கு என பெட்டி பெட்டியாக - குறுக்கப்பட்டுள்ளதே காரணம். கணித நிரூபணங்கள், பயிற்சிகள் மதிப்பீட்டு முறை எல்லாமே இயந்திரத்தனமாக உள்ளது.

கின்னஸ் புத்தகத்தில் மனித மனகணக்கீட்டு உலக சாதனையாளர் என்ற தலைப்பில் இடம்பெற்றுள்ள ஒரே பெயர் சகுந்தலாதேவி. மனித கம்ப்யூட்டர் என்று அவரை அது போற்றுகிறது. 1977இல் அமெரிக்காவின் தெற்கு மெத்தாடிஸ்ட் பல்கலைக் கழகத்தில் நடந்த சிறப்பு நிகழ்வில் 201 இலக்க எண் ஒன்றின் 23வது வர்க்க மூலத்தை 50 வினாடிகளில் அவர் கண்டுபிடித்து 546,372,891 என்று சொன்னார். அவர் சொன்ன விடையை சரிபாக்க தனி கணினி

மென்புரோகிராம் எழுதி யுனிவாக் - 1101 வகை கம்ப்யூட்டரில் செலுத்தி அமெரிக்க தரநிர்ணய குழுமம் விடை சரிதான் என்று அறிவிக்க ஒரு மாதம் ஆயிற்று! அதைவிட அதிக காலம் (47 நாட்கள்) ஆனது, மனித குழு உட்கார்ந்து அதை கணக்கிட! சகுந்தலாதேவி எனும் அந்த கணக்கீட்டு அதிசயபிறவி உலகிற்கு தந்த இன்ப அதிர்ச்சிகள் இதுபோல பல உண்டு.

1970இல் இன்டெலிஜென்ஸ் இதழில் சகுந்தலாதேவியை உளவியல் பகுப்பாய்வு செய்து கலிபோர்னிய பல்கலைக்கழக உளவியல் பேராசிரியர் ஆர்தர்ஜென்சன் ஒரு முழுமையான ஆய்வுக்கட்டுரையே எழுதினார். அதில் கணிதத்தை தன் ஆழ்மனதின் குரலாக சகுந்தலா எப்படி உருவாக்கிக் கொண்டார் என்பதற்கான 100 அனுமானங்களை அவர் அறிவியல்பூர்வமாக எழுதுகிறார். எப்படிப்பட்ட கணித சவாலையும் எந்த தயக்கமும் இன்றி ஒருவர் தன் நோட்டில் கேள்வியை எழுதி முடிக்கும் முன் விடையை தரும் அளவுக்கு சகுந்தலாதேவியை வளர்த்தெடுத்த வகுப்பறை எது? நம் வழக்கமான கணித வகுப்பறைக்கும் அதற்கும் என்ன வித்தியாசம்.

சகுந்தலாதேவி எனும் கணித - சாகச பெண்மணி பிறந்தது கூட ஒரு சர்க்கஸ் கூடாரத்தில்தான். சகுந்தலா தேவி தந்தை, கோவில் பூசாரி எனும் குடும்ப பாரம்பரியத்தை எதிர்த்து வீட்டை விட்டு வெளியேறி இந்தியாவின் பழமை வாய்ந்த சர்க்கஸ் கம்பெனியான கல்லம் கோபாலன் நடத்திய ரேமான் சர்க்கஸில் இணைந்தார். சிங்கத்தை பயிற்றுபவராக, ஒற்றைக் கம்பியில் விட்டத்தில் தொங்கி பறந்து சாகசம் செய்பவராக, கயிற்றில் அந்தரத்தில் நடந்தபடி செல்பவராக அவர் (ஜெயமித்ரன்) இருந்தார். அங்கே வந்தனாதேவி எனும் சக சாகச கலைஞருக்கும் அவருக்கும் மகளாக 1929இல் சகுந்தலா பிறந்தார். சகுந்தலாவை கணித சாகசவாதியாக ஆக்கிய வகுப்பறையின் பெயர் சீட்டாட்டம்! ஒருமுறை சாரா கற்றல் செயல்பாடு.

சர்க்கஸ் கலைஞர்கள் ஷோ தவிர மீதமுள்ள நேரத்தினை பயிற்சியும் ஓய்வுமாக கழிப்பார்கள். பெரும்பாலும் பொழுதுபோக்கு அந்த காலத்தில் அங்கே ரேமான் சர்க்கஸ் கூடாரத்தில் சீட்டாட்டமே நடக்கும். தன் தாய் தந்தையின் மடியில் உட்கார்ந்து மிகச்சிறு வயது முதலே அந்த ஆட்டங்களின் பார்வையாளர் ஆனார் சகுந்தலாதேவி. மூன்று வயதில் சீட்டுக்கட்டின் எண் சாத்திய சீக்குவன்ஸ் அத்துபடியானது. ஒருநாள் அப்பாவுக்கு

தரப்பட்ட சம்பளக் கணக்கு தவறு - மேலும் 60 ரூபாய் (அன்று) வழங்கப்பட அவர் விவாதித்தபோது வயது நான்கு. சர்க்கஸ் கூடார கணக்காளர் மறுமதிப்பீடு செய்து ஆமாம் என மீதி பணத்தை தருகிறார். தன் மகளின் கணித ஆற்றலை கண்டு அதிர்கிறார் தந்தை. அதே சர்க்கஸ் சகுந்தலாவை கணித சாகச குழந்தையாக தன் காட்சிகளில் இணைத்தபோது அலைமோதியக் கூட்டத்தைக் கண்டு அவரை அழைத்துக்கொண்டு ரேமான் சர்க்கஸ் வாழ்க்கைக்கு முழுக்கு போட்டு பெற்றோர்கள் வெளியேறினார்கள். விதவிதமான தனது கணித சாகசங்களால் ஆறுவயதில் இருந்தே குடும்பத்தின் பிரதான சம்பாத்தியம் சகுந்தலாதேவிதான்.

சீட்டாட்ட கணித கோட்பாடுகளில் கில்பிரித் விதி எனும் கோட்பாடு உண்டு. அதைக் கண்டுபிடித்த நார்மன் கில்பிரித் ஒரு மேடை மந்திரவாதி. கார்டுகள் நான்குவகை. இரண்டு வண்ணங்கள். ஒன்று முதல் 13 வரை அடுக்கலாம். மொத்தம் 52, ஆனால் இந்த கோட்பாடு ஒரு லட்சம் முறைகளில் 52 அட்டைகளை விதவிதமாக எப்படி மாறிமாறி அடுக்கலாம் என்பதை நிறுவுகிறது. எண்களை கிளப், ஹார்டின் கிளாவர், டைமண்டு என்ற வகையில் உணர்வது கணிதத்தை ஒரு மொழிபோல பயன்படுத்தும் திறனைத் தருகிறது. கணிதவியலாளர் டேவிட்கேட் (David Gate) தான் சீட்டுக் கட்டாட்டத்தை கணித வகைப்பாடாக மாற்றிய பாலமாக கருதப்படும் ‘நான் மெக்ஸிங் (கலப்பற்ற எண்) கோட்பாட்டை வழங்கியவர்’ என்கிறார்கள்.

சகுந்தலாதேவியின் கணிதம் கட்டற்ற காட்டாறு வெள்ளம். ஆறு வயதில் மைசூர் பல்கலைக்கழகத்தில் அவர் எதிர்கொண்ட கேள்வி இதற்கு சான்று. ‘இன்று 1 ரூபாய் உனக்குத் தருகிறேன். நாளை அது இரண்டு ரூபாய் ஆகும். நாளை மறுநாள் 4 ரூபாய் ஆகும். இப்படி இரட்டிப்பு அடைந்து கொண்டே போகும். சரியாக 30 நாள் (ஒருமாதம்) கழித்து உன்னிடம் எவ்வளவு ரூபாய் இருக்கும்? என்று கேட்ட துணைவேந்தர் தன் கேள்வி முடித்த பத்து வினாடிகளில் ‘53 கோடியே 68 லட்சத்து எழுபதாயிரத்து தொள்ளாயிரத்து பன்னிரண்டு’ என்று பதில் வந்ததை நம்பமுடியாமல் தவித்ததையும் ஓடிவந்து குழந்தையை தூக்கி ‘ஐ... சரண்டர்’ என்று கண்ணீர் மல்க கூறியதையும் வரலாறு பதிவு செய்து வைத்துள்ளது.

1944இல் ஆங்கில பேராசிரியர்கள் சகுந்தலாவை இங்கிலாந்திற்கு வரவழைத்தார்கள். ஐரோப்பாவில் அவர் செல்லாத நாடில்லை.

ரோம் பல்கலைக்கழகத்தில் கணிதத்தில் ஆர்வத்தை ஏற்படுத்த சகுந்தலாவின் அந்த 16 வயதில் ஆயிரக்கணக்கான பல்கலைக்கழக மாணவர்கள் முன்னிலையில் நடந்த நிகழ்வில் வெறும் 52 சீட்டாட்ட அட்டைகளை வைத்தே நூறு விதவிதமான கணக்குகளுக்கு அவர் விடை கூறினார். இந்திய பாரம்பரிய கணிதத்தை - அவர் அறிமுகம் செய்யத் தொடங்கியதும் அப்போதுதான். போகும் இடமெல்லாம் கணிதத்தின் வரலாறையும் சுவையாக சொல்லிட, தன் பயிற்சி கொடுத்துக்கொண்டு கணக்கு என்பது எவ்வளவு சுவையான சாகசம் என்பதை பார்வையாளர்களை உணரவைத்தவர் அவர். கணித பாடபுத்தகங்களைவிட 'நோட்ஸ்' (வினா-நூல்) அதிகம் விற்பனையாகும் கல்வி முறை நம்முடையது.

சகுந்தலாதேவி மட்டுமல்ல, நோபல் அறிஞர் அமர்தியாசென், ஆஸ்கார் நாயகன் ஏ.ஆர்.ரகுமான், இவர்களை நாம் மறந்துவிட முடியுமா? வங்காளத்தில் கடும் பஞ்சம் தலை விரித்தாடியதால் முறையான கல்வியை கைவிட்டார் அமர்தியாசென். ஆனால், தாகூரின் சாந்தி நிகேதனில் சாதாரண வேலையாளாகி தனித்த கற்றலில் முன்னேறி 'பஞ்சங்கள் மனிதனால் ஏற்படும் செயற்கை பேரிடர்' என்று நிரூபித்தவர். முறைசாரா கல்வி மூலம் பள்ளி முடித்து கல்லூரியால் சுவீகரிக்கப்பட்டவர். இன்று உலகம் போற்றும் நோபல் அறிஞர், பொருளாதாரப் பேராசிரியர்.

ஏ.ஆர்.ரகுமானின் கதை மேலும் உக்கிரமானது. பதினோராம் வகுப்பில் கட்டணம் செலுத்த முடியாத சூழல். தந்தையை இழந்ததால் வறுமை. படிப்பை தொடர முடியவில்லை. சென்னையின் மிகப்பிரபலமான பள்ளி அவரை கை கழுவியது. தனது தந்தை விட்டுச்சென்ற இசைக் கருவிகள். அவர் கற்றுத்தந்த அடிப்படை. இவற்றோடு கடும் வறுமைக்கு நடுவில் அவர் இசையை மேடைகளில், திருமண வீடுகளில் நடத்த வாய்ப்புகளை தேடினார். இசைஞானி இளையராஜாவிடம் சென்று தனது திறன்களை வெளிப்படுத்தியபோது திரை - இசை நிகழ்த்திட அவரது குழுவின் கடைக்கோடி கிடார் கலைஞராக சேர்க்கப்பட்டார். இசையை தன் வாழ்வின் தேடலாகக் கொண்டு பீதோவன் மொசார்டு போல காகிதங்களிலேயே இசையை எழுதி உள்வாங்கும் 'தாள்-இசை' எனும் அச்சிடப்பட்ட அல்லது எழுதப்பட்ட வடிவ இயலில் வல்லுநர் ஆனார். ரகுமான் தாளங்கள், வளையங்கள், அனலாக், துணை சின்னங்கள் யாவற்றையும் ஒற்றைக் கையால்

எழுதும் தேர்ச்சியை விரைவில் அடைந்தார். இது ஏற்கெனவே இளையராஜா போன்றவர்களிடம் இருந்த பழக்கம்தான். ஆனால், ரகுமான் செய்தது சாதாரண கற்றல் நடைமுறைக்கு அப்பால் பிரத்யேகமான ஒன்று. அவர் இவ்வகை தாள் - இசையை - கணினி மென்பொருளுக்குள் புகுத்தி பிரிண்டரில் அச்சாக்கம் செய்தபடியே தட்டச்சு செய்தால் ஒலியாகி மாற்றும் நவீன யுக்தியை அடைந்தார். இன்று சிலிர்க்க வைக்கும் மொசார்டு ஆஃப் மெட்ராஸ் நமது ரகுமான். முறைசாரா கல்வியின் நம்பிக்கை நட்சத்திரம்.

ரகுமானைப் பற்றி குறிப்பிடும்போது பாடகர் எஸ்.பி. பாலசுப்பிரமணியத்தை பற்றி எழுதாமல் இருக்க முடியாது. முறையான கல்வி மூலம் தனது பெற்றோர் கொடுத்த அழுத்தத்தால் பொறியியல் படிக்கச் சென்றவர். நெல்லூரில் பிறந்தவர். தந்தை சாம்பமூர்த்தி ஹரிகதா இசைஞர். தந்தை பாடி பயிற்சி எடுத்து வந்ததை செவி வழியாக கேட்டுக் கேட்டு பொழுது போக்கிற்கு பாடிவந்தவர் அவர். யாரிடமும் முறையான இசைப்பயிற்சி எடுத்துக் கொண்டவரும் அல்ல. அனந்தபூர் ஜெ.என்.டி.யு பொறியியல் கல்லூரியில் மின் - பொறியியல் படித்தபோது இறுதி ஆண்டில் டைஃபாய்ட் காய்ச்சல் தாக்கியதால் உயிருக்கு போராடிய நிலையில் கல்லூரி படிப்பை விட்டவர் அவர். வாழ்க்கை, வேலைதேடும் இளைஞராக சென்னை அவரை வரவழைக்கிறது. கங்கை அமரன் (கித்தார்) இளையராஜா (ஆர்மோனியம்) பாஸ்கர் (புல்லாங்குழல்) உள்ளிட்டோரின் மியூசிக் ஆர்கெஸ்ட்ராவில் இணைந்து மாரியம்மன் திருவிழா, கல்லூரிகளின் ஆண்டு விழா என கச்சேரிகளில் பாடத்தொடங்கினார்.

மிகக் கடுமையாக பல மணிநேரம் சாதகம் செய்வார். தமிழ், தெலுங்கு, கன்னடம், மலையாளம், இந்தி எனப் பல மொழிகளை கற்றார் (தாய்மொழி தெலுங்கு). இவற்றில் தெலுங்கு மட்டுமே பள்ளிக்கூட முறையான கல்வி சொல்லிக் கொடுத்தது. அஸாமிய மொழி, குஜராத்தி, மராத்தி என 12 மொழிகளில் எழுத, வாசிக்க மற்றும் தவறின்றி பாடிட சாகித்யம் பெற்றவர் அவர். எஸ்.பி.பாலசுப்பிரமணியத்தின் பிரமாண்ட இசைப் பயணம் ஒருபுறம். அவர் சிறந்த நடிகர், இசை அமைப்பாளர், தொலைக்காட்சி நிகழ்ச்சி தொகுப்பாளர், திரைப்படத் தயாரிப்பாளர் மற்றும் பின்னணி குரல் கொடுக்கும் டப்பிங் ஆர்டிஸ்ட். முறையான கல்வி மூலம் அவர் கற்ற பொறியியல் கல்வியின் எந்த அம்சமும் - ஏன்

அதன் சாயல்கூட - மேற்கண்ட திறன்களில் கிடையாது. எல்லாம் முறைசாரா கல்வி அவருக்கு அளித்ததுதான்.

நாம் ஜி.டி.நாயுடுவைப் பற்றி கண்டிப்பாக பார்க்க வேண்டும். கோபால்சாமி துரைசாமி நாயுடு எனப் புகழ் பெற்ற ஜி.டி.நாயுடு இந்தியாவின் எடிசன் என்று அழைக்கப்படுகிறார். கோவைக்கு அருகே கலங்கல் கிராமத்தில் பிறந்தார். பிறக்கும்போதே தாயை இழந்தவர் அவர். அவரது தந்தை ஒரு விவசாயி. அவரால் அந்த குட்டிக் குழந்தையை வளர்க்க முடியாததால் தனது சகோதரியிடம் கொடுத்து வளர்த்தார். பள்ளிக்கு செல்லும் முன்னரே ஜி.டி.நாயுடு தன் பெரிய நண்பர்கள் மூலம் ஓரளவு எழுத படிக்க கற்றிருந்தார். பள்ளிக்கல்வி கசந்தது. அவரது தேடலுக்கு அது ஒத்து வரவில்லை. ஆறாம் வகுப்போடு பள்ளியை விட்டவர் ஜி.டி.நாயுடு.

தந்தை வைத்திருந்த வயலில் நாள் முழுதும் உழைப்பார். ஆனால், நிறைய புத்தகங்களை வரவழைத்து வாசிப்பார். ஒரு ஆங்கிலேயர் ஓட்டி வந்த (வரிவசூலிக்க வந்தவர்) இரு சக்கர மோட்டார் சைக்கிள் பார்த்து அதன் ஈர்ப்பில் தொழில்நுட்பத்திடம் வந்தார். வீட்டை விட்டு ஓடி கோவை நகரில் பலவகை வேலைகள் செய்து அதே மோட்டார் பைக்கை அதே வெள்ளையரிடம் வாங்கியபோது வயது 14. மோட்டார் பைக்கை பாகம் பாகமாக கழட்டி பிறகு சரியாக மாட்டியபோது முறைசாரா கல்வியின் இன்னொரு கதவு திறக்கிறது. வரிசையாக பல கண்டுபிடிப்புகளை நிகழ்த்தத் தொடங்குகிறார். பருத்தி ஆலை இயந்திரம், மின்மோட்டார் என சிறுபட்டறைகள் வைத்தார். பழுதான பேருந்து ஒன்றை அரை விலைக்கு வாங்கி தமிழகத்தின் முதல் பேருந்து கோவைக்கும் அவினாசிக்கும் இடையே ஓடச் செய்து, பிறகு பழனி வரை தானே ஓட்டுனராக இருந்து நடத்தினார். அந்தப் பேருந்து நான்கானது. பேருந்தின் ஒரே மெக்கானிக் அவர்தான். இன்று நான்கு சக்கர வாகனங்களில் நாம் பயன்படுத்தும் மழைநீர் வைப்பர், வென்டிலேட்டர் என பல சாதனங்கள் அவர் கொடுத்தவைதான். ஜெர்மன், ஆங்கிலம், பிரெஞ்சு மொழிகள் கற்றவர். 1936இல் பெர்லின் நகரில் ஹிட்லர் நடத்திய அறிவியல் புதிய கண்டுபிடிப்புகளின் தொழில் - காட்சியில் பங்கு பெற்று - சவர பிளேடு கண்டுபிடித்து வைத்து இரண்டாம் பரிசுபெற்று உலக கவனம் பெற்றவர் ஜி.டி.நாயுடு. முறைசாரா கல்வியின் ஒப்பற்ற முன் உதாரணம்.

கல்வியின் முறையான பள்ளிக்கல்லூரி பல்கலைக்கழக கட்டமைப்பின்படி நடக்கும் வெகுஜனக்கல்வி ஒருபுறம். பள்ளிக்கு வெளியே பெற்றோர் வழிகாட்டுதலோடு அல்லது சுயதேடல் மூலம் நடக்கும் முறைசாரா கல்வி மறுபுறம். ஆனால், தொழிற்புரட்சியின் இன்றைய புதிய முகம் ஒரு சந்ததியிடம் என்ன எதிர்பார்க்கிறது, அதை எந்தக் கல்வியால் சுலபமாக தர முடியும் என வரும் பக்கங்களில் விவாதிப்போம். கூடவே இதுபோல நம் கல்வியை பீடித்துள்ள ஏனைய முரண்களையும் விவாதிப்போம். ஆனால், அதற்கு முன்பாக நாம் நம் தமிழ் கல்வி எப்படி அறிவியல் - தொழில்நுட்ப வளர்ச்சியில் நம் நாட்டிற்கே வழிகாட்டியது என்பதை பார்க்க வேண்டி இருக்கிறது. முறையான கல்வி, முறைசாரா கல்வி இரண்டையும் ஒன்றிணைக்கும் வல்லமை கல்வி 4.0 விற்கே உண்டு என்பதையும் பார்க்கப் போகிறோம்.

துணை நின்றவை

1. முறையான கல்வி மறுக்கப்பட்ட மாணவர்கள் : அவர்களது தேவைகளும் நிவர்த்தி முறைகளும், பிரெண்டா ஸ்டுடியோ மற்றும் லுடித் பி.லவ்லிங் - கார்வின் வெளியீடு, 2007.

2. From Formal to Non - Formal - Learning and knowledge இகோர் - ஸாகர் மற்றும் பொலானா கெல்லாவா, கேம்பிரிட்ஜ் ஸ்காலர்ஸ் வெளியீடு, 2014.

3. Non - Formal Education - Flexible Schooling or Participatory Learning - ஆலன் ரோஜர்ஸ் ஸ்பிரிங்கர் புக்ஸ் வெளியீடு.

4. சுந்தர்பிச்சை - கூகுளின் எதிர்காலம், ஜக்மோகன் எஸ்.பன்வர், ஹாச்டெ இந்தியா 2016.

5. மைன்டு - மாஸ்டர் - விஸ்வநாதன் ஆனந்த், (சுசன் நினன்) ஹாச்டெ இந்தியா - 2019.

6. தி ஜாய் ஆஃப் நம்பர்ஸ், சகுந்தலாதேவி, ஓரியண்ட் பேப்பர் பேக்ஸ், 1986.

தமிழில் - அறிவியல் தமிழ் கல்வியில் அறிவியல் பாடமுறை என்பது பட்டினப்பாலை நூல் காலத்தில் இருந்தே தொடங்கி விட்டது. தமிழன் அறிவியல்பூர்வமான பூர்வகுடியாக வாழ்ந்திருக்கிறான். குறிஞ்சி, முல்லை, மருதம், நெய்தல் மற்றும் பாலை என பிரித்தது அறிவியல் சிந்தனை... ஆய்வுப்பூர்வ சிந்தனை நமக்கு முன்பே இருந்ததை நிரூபிக்கிறது.

- *டாக்டர் மு.வரதராசனார்*
(கல்வியாளர்)

தாய் - மொழியில் அறிவியல் கற்றல் என்பதுதான் ஒரு மொழிக்கு நாம் தரும் உயர்ந்தபட்ச கவுரவம் ஆகும். தமிழும் அதற்கு விதி விலக்கல்ல.

- *மணவை முஸ்தபா*
தமிழ் அறிஞர்

கல்வியை பொறுத்தவரை தமிழகம் ஒரு கலங்கரை விளக்கம். ஊருக்கே வழிகாட்டி, சீர்திருத்தங்களை கல்வியில் அறிமுகம் செய்ய நாம் தயங்கியதே இல்லை.

- பேரா. முனைவர் வ.செ.குழந்தைசாமி
முன்னாள் துணைவேந்தர்

தமிழனுக்கு கல்வி மொழிபற்றையும் பகுத்தறிவையும் முறையாக அடுத்த சந்ததிக்கு கடத்திட உதவும் ஒரு கருவி. திருக்குறளை, தொல்காப்பியத்தை, சிலப்பதிகாரம், மணிமேகலையை - அறிவியல் மனப்பான்மையை வளர்க்கும் நோக்கில் மாணவர்களிடம் அறிமுகப்படுத்துவோம்.

- பேரறிஞர் அண்ணா
(முன்னாள் தமிழக முதலமைச்சர்)

6

தமிழ்க் கல்வியில் - அறிவியல் தொழில்நுட்பம்

நான்காவது தொழிற்புரட்சி காலத்தில் நாம் வசித்து வருகிறோம். ஏற்கெனவே நாம் பார்த்ததுபோல செயற்கை நுண்ணறிவு தானியங்கி தொழிற்சாலைகள், மனித இயந்திரங்கள், ஸ்மார்ட்போன் போலவே ஸ்மார்ட் சந்தைகள், ஸ்மார்ட் நகரங்கள் என விரிவடைந்து வருவதைக் காணலாம். நான்காம் தொழிற்புரட்சியான பிரமாண்ட விஸ்வரூபம் உணவகம் முதல் உலகப் பொருளாதாரம் வரை எல்லாவற்றையும் தானியங்கி நவீன அம்சமாக மாற்றப்போகிறது, ஏற்கெனவே 50 அல்லது 60 சதவிகிதம் மாறிவிட்டது.

அதற்கு நாம் ஒரு உதாரணத்தை பார்க்க வேண்டும். எங்கிருந்தாவது தொடங்க வேண்டுமே அதற்காக நான்காவது தொழிற்புரட்சியை முழுமையாக புரிந்து கொள்ள முடியாவிட்டாலும் நமக்கு ஒரு சாம்பிள் இது. நோய் தொற்று காலத்தில் பலரும் பலருக்கு வாங்கித் தந்த பரிசு - குறிப்பாக பெரியவர்களுக்கு - இந்த ஸ்மார்ட் வாட்ச். இதை மணிக்கட்டில் கட்டிக்கொண்டால் போதும் 180 வகையான கருவிகள் அதில் உள்ளன. உங்களது ரத்த அழுத்தம், நாடித்துடிப்பு, இசிஜி முதல் ரத்தத்தில் ஆக்சிஜன் அளவு வரை யாவற்றையும் கணக்கிட்டு விடும். காய்ச்சல் இருக்கிறது. உடல் வெப்பநிலை என்ன எல்லா தகவல்களையும் உங்களின் பிரதான தொடர்பு எண்ணிற்கு தேவையான போதெல்லாம் கண்காணிக்கும்படி டிஸ்ப்ளே செய்துவிடும். அத்தோடு அதிலேயே கைபேசி இணைப்பும் உண்டு. வாட்ச்சில் நீங்கள் பேசலாம். அதை ஒலி, ஒளி பதிவு செய்ய பயன்படுத்தலாம். நீங்கள் நேரில் வரவே வேண்டாம்.

மேற்கண்ட இந்த வகை கடிகார கண் காணிப்பு கருவி ஒன்றை தன் பிரஜைகள் யாவருக்கும் வழங்கி கட்டிக் கொள்ள வைத்து கண்காணித்து நியுசிலாந்து, நார்வே போன்ற நாடுகள் அதை பிரதான சுகாதார கண்காணிப்பு டெர்மினலில் இணைத்து நோய்கட்டுப்பாட்டை மேற்கொண்டன. கோவிட் பாதிப்படைந்த ஒருவர் உங்கள் அருகே வருகிறாரா என்பதைக் கூட இந்த கைக் கடிகாரம் அலாரம் அடித்து காட்டிக் கொடுத்து விடும். ஒரு நாடு தன் பிரஜைகளுக்கு நோய் தொற்றிலிருந்து பாதுகாக்க தந்திருக்கும் இந்த வாட்ச் இன்றைய இணையத்தின் பிக் டேட்டா தந்திருக்கும் பரிசு ஆகும். யாரும் உட்கார்ந்து டெர்மினல் ஒன்றில் கண்காணிக்க தேவை இல்லை, அனைத்துமே தானியங்கி மூலமே நடக்கிறது. இந்த வகை கைக்கடிகாரங்கள் தயாரிக்கும் தொழிற்சாலைகளில் 94 சதவிகித பணிகள் தானியங்கி மூலம் முப்பரிமாண அச்சாக்க முறையில் 28 வினாடிகளுக்கு ஒன்று என்று தயாராகின்றன.

இதுதான் நான்காம் தொழிற்புரட்சி. பேனாக்கள் முதல் பெரிய டிராக்டர், ரயில், விமானம் என யாவற்றையும் செயற்கை நுண்ணறிவு தனக்கு வழங்கப்பட்ட மின் கட்டளைகளின் மூலம் துல்லியமான முறையில் தாமே தயாரித்து வழங்கி வருகின்ற நூற்றாண்டு இது. சென்னை மெட்ரோ ரயில் சேவையில் 86 சதவிகித பணிகள் தானியங்கி அம்சம் கொண்டவை. இஸ்ரோவில் 62 சதவிகிதம் தானியங்கிகள் வந்துவிட்டன.

விமான நிலையங்கள் முதல் சுங்கச்சாவடி வரை செயற்கை நுண்ணறிவு தாமாகவே பணிபுரியும் விந்தையை காண்கிறோம். இந்தத் தொழில்நுட்பம் நம் கல்வியை எப்படி பாதிக்கிறது என்பதைப் பார்க்கலாம். ஏனெனில் எப்படி ஒரு பொருளின் உற்பத்தி என்பது அதனை உருவாக்க அடிப்படைத் தொழிலாளர்களே இல்லாமல் தானியங்கி இயந்திரங்கள் மூலம் நடக்கிறதோ அதே போல, கல்வி வகுப்பறை இன்றி ஆசிரியர் இன்றி நடப்பது சாத்தியமா எனும் கேள்வி பிரதானமானது. டிஜிட்டல் சந்ததியின் ஆசிரியர் கண்டிப்பாக அறிய வேண்டிய விஷயம்.

1806ஆம் வருடம் பென்சில் கண்டுபிடிக்கப்பட்டது. ஆனால், அதற்கும் முன்பாகவே கரும்பலகையும் சாக்குக் கட்டியும் வந்துவிட்டன. இந்திய கல்வியின் வரலாற்றை சற்று அருகே சென்று ஆராய்ந்தால் அறிவியல் சாதனங்கள் ஒவ்வொன்றாக வகுப்பறைக்குள் எப்படி அடி எடுத்து வைத்தன என்பதை உணர

முடியும். ஏராளமான ஆச்சரியங்கள் காத்திருக்கின்றன.

- **மண்ணில் விரலால் அகரம் எழுதி பிறகு ஓலைச்சுவடி எழுத்தாணி என திண்ணைப் பள்ளிகள் செயல்பட்டன.**
- **பெரும்பாலான மத அடிப்படைவாத (மதராஸாக்கள் மற்றும் வேத பாட சாலைகள்) கல்வி, மனப்பாடம் செய்து குரான் அல்லது வேத நூல் விற்பன நிலையங்களாக இருந்தமையால் வாய் - வார்த்தை - ஒலிவடிவ கற்றல் போதுமானதாக இருந்தது.**
- **1813 கல்வி சாசனம் என்கிற உத்திரவின் மூலமே ஆங்கிலேயர்கள் நமது கல்வியில் தலையிடத் தொடங்கினார்கள். ஆனால், அதற்கு முன்னதாகவே நம் தமிழகத்தில் அறிவியல் சாதனங்கள் கல்விக்குள் புகுந்துவிட்டன. அவ்விதம் இந்தியாவிலேயே முதன் முறையாக தமிழகத்தில் அறிமுகமான 10 அறிவியல் தொழில்நுட்ப கல்வி அம்சங்களை நாம் பார்க்க இருக்கிறோம்.**

முழு இந்திய தீபகற்பத்திற்கே பொதுக்கல்வியின் அற்புத தொடக்கத்தை வரலாறாக படைத்து வழிகாட்டிய பெருமை தமிழகத்தையே சாரும். அதன் எல்லா அம்சங்களையும் தொகுத்திருக்கிறேன். இதுவரை யாருமே அணுகாத கோணத்தில் இந்தியக் கல்வியின் நவீன வளர்ச்சியை நாம் விவாதிக்க முடியும். முயற்சிப்போம்.

1. *அச்சில் முதல் பாடப்புத்தகம் - தமிழ்தான்!*

- **1500களில் தமிழ்மொழியின் அயல்பெயர் மலபார்மொழி என்பது. தமிழகத்தின் கல்வியை 'அறிவியல்' எனும் பேராயுதத்தால் மீட்டு உலகை அதிரவைத்த மாமனிதரின் பெயர் ஹென்றிக்கூ ஹென்றிக்யூஸ். போர்ச்சுக்கீசியர். 1520இல் போர்ச்சுக்கல்லில் வில்லா விக்கோஸா தீவில் யூதராக பிறந்தார். காயின்பா பல்கலைக்கழகத்தில் சட்டம் படித்தார். காயின்பா பல்கலைக்கழகம் போர்ச்சுக்கலின் பிரமாண்ட கல்வியகம்.**

அங்கே இயேசுவின் சமூகம் (Society of Jesus) அமைப்பின் மூலம் 1545இல் இணைகிறார் ஹென்றிக்கூ. இந்திய தீபகற்பத்திற்கு கடும் பயணம் மேற்கொண்டபோது கப்பலின்

கூலித்தொழிலாளர்களாக இருந்த தமிழ்நாட்டின் பரவர் இனத்தை சேர்ந்த மூன்று பேரால் கவரப்பட்டார். நோயும் பசியும் புயலும் வாட்டிய பத்தாண்டுகளை கடந்து 1557இல் கோவாவில் தரை இறங்கினார் அவர். புனித.சேவியர் அவரை தூத்துக்குடி செல்ல உத்திரவிட்டதாக ஹென்றிக்கூவின் சுயசரிதை சொல்கிறது. முத்தெடுக்கும் தொழிலை தன் வேலையாக ஏற்று அந்த மீனவ மக்களோடு கலந்து தமிழ் படித்தார் அவர். அது கொச்சைத் தமிழ் என்பதை விரைவில் அறிந்தார். நடந்தே பல மைல் தள்ளி இருந்த கீழக்கரையில் 7 புலவர்களிடம் ஞானப் பிச்சை வேண்டி இரந்து தமிழைக் கற்றார். உள்ளூர் உயர்சாதி வெறியர்கள் அதை எதிர்த்தனர்.

கடும் எதிர்பார்ப்புக்கும் ஆபத்திற்கும் நடுவிலும் பட்டினப்பாலை நூலை போர்ச்சுக்கீசிய மொழிக்கு மொழி பெயர்ப்பு செய்யும் அளவுக்கு தமிழை பழுதர கற்க அவரால் முடிந்தது. பரவர் இன மக்களின் ஏகோபத்திய ஆதரவு மெல்ல மற்ற அடித்தள மக்களிடமும் பரவியது. காயல்பட்டின அடிகளார் என புகழப்படும் அளவிற்கு அவரது புகழ் பரவியது. இருமுறை தன்னை போர்ச்சுக்கீசிய அரசு திரும்ப அழைத்தும் அவர் செல்லாமல் அங்கிருந்து தம் தமிழுக்கு உதவிகளை நாடி பெற முடிந்தது.

1578இல் வேனாடு எனும் ஊரில் தமிழின் முதன் முதல் அச்சகத்தை அமைத்தார் ஹென்றிக்கூ அடிகளார். 27 பரவர்கள் எப்போதும் ஈட்டிகளுடன் பாதுகாப்பில் இருந்தார்களாம். 'தம்பிரான் வணக்கம்' - முதல் தமிழ்நூல் அந்த ஆண்டே வெளிவந்து விட்டது. இரண்டு பள்ளிக்கூடங்களை நடத்தினார் ஹென்றிக்கூ. புன்னைக் காயல் மற்றும் வேனாடு இவையே அந்த இடங்கள். 1579இல் தமிழ் இலக்கணம் எனும் கையேட்டை பல பிரதிகள் எடுத்து தமிழின் பாடப்புத்தகமாக அந்தப் பள்ளிகளில் அறிமுகம் செய்தார் ஹென்றிக்கூ. ரஷ்யா (1588), கிரேக்கம் (1624), இந்தி (1726), வங்காளம் (1778) இவற்றைவிட தமிழில் புத்தக அச்சானது மட்டுமல்ல, பாடங்களை அச்சான புத்தகமாக்கி ஒவ்வொரு குழந்தைக்கும் ஒன்று என கற்போர் கையில் அறிவியலின் மகத்தான படைப்பை இந்தியாவில் முதலில் வழங்கி பெருமை சேர்த்தது நம் தமிழகமே. அச்சாக்க காகித புத்தக வடிவத்தை குட்டன்பர்க் ஜெர்மனியில் அறிமுகம் செய்ததை முன்பே பார்த்தோம். நமது இந்திய தீபகற்பத்தில் பாடப்புத்தகம்

வகுப்பறைகளில் நுழைந்தது நம் தமிழ்நாட்டில்தான். வருடம் 1579.

2. இந்தியாவில் கரும்பலகை - சாக்குக்கட்டி முதலில் அறிமுகம் செய்தது தமிழ் மண்ணே!

வகுப்பறையின் அறிவியல் சாதனங்களில் குறிப்பிடத்தக்கது கரும்பலகை. இன்றைக்கு உள்ள அறிவியல் மேம்பாடு கரும்பலகையை ஒரு அறிவியல் சாதனமாக பார்க்காமல்கூடப் போகலாம். அத்தனை பழையகால - பயன்பாட்டு சாதனமாகி விட்டது அது. அது வருவதற்கு முன் ஆசிரியர் என்பவர் கட்டாந்தரையில் எழுதிக்காட்டுவார். அதற்கு கரிக்கட்டையை பயன்படுத்துவார். நமது இந்திய வகுப்பறைக்குள் கரும்பலகையும் சாக்குக்கட்டியும் எப்படி நுழைந்தது. அதுவும் தமிழ்மண்ணின் கல்வி எழுச்சி மூலம் அறிமுகம் ஆகி இந்தியாவின் ஏனைய இடங்களுக்கு பரவியது என்பதற்கு வரலாற்று சாட்சியம் உண்டு. கல்வியின் அந்த மாபெரும் எழுச்சி நாயகரின் பெயர் சீகன்பால்க் அடிகளார். ஜெர்மன் நாட்டை சேர்ந்தவர்.

ஜெர்மன் தேசத்தில் 1682இல் ஜூலை 10 அன்று புல்ஸ்னிட்ஸ் எனும் ஊரில் சீகன் பால்க் பிறந்தார். தந்தையின் பெயர் பர்த்தலோமேயு தாய் கேத்தரீன். நவதானியம் விற்பனை செய்தவர்கள். ஆறு வயதில் தாயை பிறகு தந்தையை சகோதரியை அவர் அடுத்தடுத்து இழக்கிறார். வெறுத்துப்போய் டென்மார்க்கிற்கு கப்பலேறினார். பரவச மனப் -பிரழ்வு நோய்கூட சிலகாலம் தாக்கியது. டென்மார்க் பெட்ரிக் மன்னர் டேனிஷ் கிழக்கிந்திய கம்பெனி மூலம் கிறித்தவ சேவை செய்ய அழைப்பு விடுத்தபோது சீகன்பால்க் அதை ஏற்று இணைகிறார். சில காலம் ஆசிரியர் பணியும் செய்தார்.

1706இல் ஜூலை 9 அன்று அவரும் ஹென்றிக் புளூட்கொ இருவருமாக தரங்கம்பாடியில் வந்து இறங்கினார்கள். கடல் பயணத்தின் கடுமை தாங்க முடியாததாக இருந்தது. கப்பலில் மிக மோசமான வேலைக்கூலிகளுக்கு எழுதபடிக்க கற்பித்தார் என்று கப்பலிலேயே சில காலம் சிறையில் அடைத்தார்கள். இங்கே டேனிஷ் கம்பெனி கவர்னர் ஹாசியஸ், சீகன் பால்க்கை கப்பலில் இருந்தே இறங்கவிடவில்லை. மன்னர் பெடரிக்கின் ஒற்றர் என்று பயந்தார். வேண்டா வெறுப்பாக பிறகு போர்ச்சுக்கீசிய அடிமைகளோடு தங்க வைக்கப்பட்டார் அவர்.

முதலியப்பா என்பவரின் உதவியோடு தோட்டத் தொழிலாளர்கள், விவசாயிகள் இவர்களோடு தரங்கம்பாடியில் தமிழும் போர்ச்சுகீசிய மொழியும் பேசக் கற்றார். ஆலப்பூ செட்டியார் ஊரில் ஏதாவது வம்பு தும்பு வரக்கூடாதே என்பதற்காக அதிகாலை இருட்டில் கடற்கரையில் ஒரு ரகசிய இடத்தில் பாடம் நடத்தினாராம்.

சீகன் பால்க் - அங்கிருந்த ஐரோப்பிய தோட்டம், வீடுகளில் வேலை செய்தவர்கள் - சமூகத்தால் ஒதுக்கி வைக்கப்பட்டவர்களின் குழந்தைகள் கல்வி கற்க - தங்கி இருக்க ஒரு குழந்தை இல்லம் பள்ளி ஆகியவைகளை தமிழ் லூத்தரன் தேவாலயத்தின் அருகே கட்டினார். தமிழருக்கே தமிழைத் தேடித் தேடி அறிமுகம் செய்தவர் அவர். நமது கொன்றை வேந்தன், உலக நீதி, நீதி வெண்பா மற்றும் அவ்வையின் ஆத்திச்சூடி ஆகிய நூல்களை அச்சிட்டு பாடப்புத்தகமாக்கினார். 1711இல் தரங்கம்பாடி பள்ளிக்கூடத்தில்தான் இந்தியாவின் முதல் வகுப்பறை கரும்பலகை அறிமுகம் ஆனது. கப்பலில் தருவிக்கப்பட்ட சாக்கு கட்டிகள் அப்போது பெரிய பெரிய கருங்கல் அளவில் இருந்தன. அவற்றை ஓய்வு நேரத்தில் பள்ளிமாணவர்களே சிறுசிறு (எழுத முடிந்த அளவு) கட்டிகளாக்கினார்கள். முதலில் ஆறு கரும்பலகைகள் செய்யப்பட்டன. அதற்காக கரி (கறுப்பு நிறம் தீட்ட) மூன்று மாதங்களுக்கு ஒருமுறை புதுச்சேரி பிரெஞ்சுக்காரர்களிடம் வாங்கிட ஒப்பந்தமும் இருந்ததாம். அந்த காலத்தில் சாக்குக் கட்டியை சுண்ணாம்பிலிருந்து தயாரிக்காமல் மேற்கத்திய ஐரோப்பிய கடல்பாறைகளை குடைந்து உடைத்து அனுப்பினார்கள்.

3. பென்சில் / காகிதம் முதலில் கல்விக்குள் இந்தியாவில் அறிமுகம் ஆனதும் நமது தமிழகத்தில்தான்!

இந்தியாவைப் பொறுத்தவரை முதலில் சிலேட் மற்றும் பல்பம் அறிமுகம் ஆனது. அது பதினோராம் நூற்றாண்டில் அறிமுகம் ஆனதாக பதிவாகிவுள்ளது. சிலேட், பல்பம் எனும் எழுதுபொருள் - சாக்குக்கட்டி போலவே ஆரம்பத்தில் ஐரோப்பிய மலைகள், கடல்பாறைகளைக் குடைந்து இங்கு பெரிய பாறைகளாக வந்து சேர்ந்தது. ஆனால் வழிபாட்டுத்தலம் முதல் கணக்காய பணிகளுக்கு மட்டுமே அப்போது பயன்பட்டது.

ஆனால், கல்விக் கூடங்களில் மட்டித்தாள் மற்றும் எழுதிட பென்சில் என்பது தமிழகத்தில் 1810இல் அறிமுகம் செய்யப்பட்டது என்றால் நம்புவது கடினம். மரத்தூளை மாவாக்கி, மட்டி எனும்

சோடியம் சுண்ணாம்போடு கலந்து சூரிய ஒளியில் உலர்த்தி அச்சுகளில் வார்க்கும் கையால் செய்யப்பட்ட காகிதம்தான் நம் கல்வியில் முதலில் அறிமுகம் ஆனது. அதை அறிமுகம் செய்தவர் மதராஸ் கலெக்டராக இருந்த பிரான்ஸிஸ் வொய்ட் எல்லிஸ் பிரபு ஆவார். தமிழுக்கு ஏராளமாக தொண்டாற்றிய மாபெரும் கல்வியாளர்.

எல்லிஸ் பிரபு 1777இல் அயர்லாந்தில் பிறந்தவர். 1796இல் ராபர்ட் கிளைவ் மற்றும் வாரன் ஹேஸ்டிங்ஸ் ஆகியோரோடு இந்தியா வந்து தன் 19வது வயதில் கடலூரில் இறங்கினார். ஆரம்பத்தில் சாதாரண ரைட்டர் பதவி வகித்தவர். படிப்படியாக முன்னேறி மசூலிப்பட்டினத்தின் ஜில்லா நீதிபதி ஆக்கப்பட்டார். அங்கே முதலில் தெலுங்கும் அதன் வழியே தமிழும் கற்றார். மாக்ஸ் முல்லர் போன்றவர்கள் இந்திய மொழிகளின் தாய் சமஸ்கிருதமே என ஐரோப்பாவில் அறிமுகம் செய்த அந்த நாட்களில் தெற்கே திராவிட மொழிகள் சமஸ்கிருத கலப்பின்றி உள்ளன. திராவிட மொழிகளின் தாய் தமிழ்தான் என உலகிற்கு அறிவித்தவர் எல்லிஸ் பிரபு. இந்த வகையில் திராவிடம் எனும் சொல்லையே அவர்தான் அறிமுகம் செய்தார்.

1806ஆம் ஆண்டு எல்லிஸ் பிரபு மதராஸ் மாகாண கலெக்டராக பதவி ஏற்றார். அயர்லாந்தில் அவருக்கு இரு மொழியியல் சார்ந்த நண்பர்கள் இருந்தார்கள். வில்லியம் எர்ஸ்கின் மற்றும் ஜான் லைடன். இவர்களோடு இருந்த கடிதப் போக்குவரத்தின் காரணமாக செயல்படுபவராக இருந்தார். சென்னையில் முத்துசாமிப்பிள்ளை சையது அப்துல் காதர் போன்ற அறிஞர்களை இணைத்து மெட்ராஸ் லிட்டரரி சொசைட்டி எனும் அமைப்பை உருவாக்கினார்.

தமிழின் ஓலைச்சுவடிகளை வடமொழி வெறியர்கள் எரித்தும் குளத்தில் எரிந்தும் அழிப்பதற்கு தடைவிதித்தார். செயின்ட் ஜார்ஜ் - கல்லூரியை அமைத்தார். அதன் இரண்டாவது மாடியில் ஆங்கிலேய - பிரெஞ்சு (பரங்கிப்பேட்டை) யுத்தத்தில் கைப்பற்றப்பட்ட அச்சு எந்திரத்தை ஸ்தாபித்தார். திருக்குறள் உள்ளிட்ட 22 தமிழ் நூல்கள் முதன் முதலில் 1808இல் அச்சாகி வெளியிடச் செய்தார்.

அதற்காக மட்டித்தாள் மற்றும் இங்கிலாந்தில் இருந்து நவீன காகிதமும் வாங்கப்பட்டன. செயின்ட் ஜார்ஜ் கல்லூரியில்

(பிற்காலத்தில் செயின்ட் ஜார்ஜ் ஆங்கிலோ இந்திய பள்ளி) முதன் முதலில் மாணவர்களுக்கு 1811இல் எழுதிட நோட்டுப் புத்தகம் ஒன்றும், ஆளுக்கு ஒரு பென்சிலும் வழங்கப்பட்டன. அடுத்து 1812இல் அவர் இத்திட்டத்தை மதராஸ் நகர பள்ளிகளுக்கு விஸ்தரிக்கிறார். இப்படித்தான் பென்சிலும் எழுத நோட்டும் இந்தியக் கல்வியில் புகுந்தது. அதற்கு வழிகாட்டியதும் தமிழகமே.

4. தமிழில் மிகத்தரமான கல்வி டாக்குமெண்டரி படங்கள்? (உலகிற்கே வழிகாட்டி)

இன்று டிஸ்கவரி சேனல் முதல் பல ஆயிரம் யூடியூப் அறிவியல் சானல்கள் வரை அறிவியல் வரலாறு புவி அமைப்பியல் விண்வெளியில் என்று ஆவண படங்கள் பல உண்டு. வகுப்பறையில் ஸ்மார்ட் போர்டு எனும் திரை காட்சிக் கருவியும் கூட உண்டு. ஆனால், உலக அளவில் 1940ஆம் வருடம் பால்பாயிண்ட் பேனா அறிமுகம் ஆனது. 1946இல் திரை சுருள் படங்கள் பரவலாயின. பார்க்க மட்டுமே முடிந்தது. ஓசை இசை இவற்றை சேர்த்து உலகம் ஓடும்படமாக திரையில் வரவைத்தது, 1950இல்தான். ஓராண்டு கழித்து 1951இல் முதல் ஆவணப்படம் இரண்டாம் உலகப்போர் பற்றி வெளிவந்தது. அதற்கு முன்பே ஒலியற்ற ஆவணப்படங்கள் பல எடுக்கப்பட்டது என்றாலும் 1951இல் இங்கிலாந்தின் பக்கிங்காம் அரண்மனையில் முதலில் திரையிடப்பட்ட ஒரு ஒலிம்பிக் சாகசமே முதல் முழுமையான ஆவணப்படம்.

உலகம் வகுப்பறைக்குள் ஆவணப்படங்களை கொண்டு செல்வது குறித்து யோசிக்காத ஒரு காலகட்டத்தில் தமிழிலேயே மிக அற்புதமான முதல்தரமான கல்வி டாக்குமெண்டரி படங்களை எடுத்து அதை கல்லூரிகளில் திரையிட்டும் காட்டி கல்விப்பணியில் பிரமாண்ட உலக எழுச்சிக்கே வழிகாட்டியவர் ஜி.டி.நாயுடு. வருடம் 1953. நம் முறை சாரா கல்வியின் வெற்றித் திருமகன். நம் கல்வியில் வானொலியை தன் (ITI) பயிற்சி பட்டறைகளில் 1939லேயே அறிமுகம் செய்தவர் ஜி.டி.நாயுடு.

திருச்சி புனித வளனார் கல்லூரியின் அறிவியல் கழகத்தை திறந்து வைத்து உரையாற்ற ஜி.டி.நாயுடு அழைக்கப்பட்டிருந்தார். தனது உரையின்போது மாணவர்களுக்கு தமிழில் அறிவியல் டாக்குமெண்டரி படத்தை அறிமுகம் செய்தார். 16 எம் எம் - புரொஜக்டரை (தானே சொந்தமாக கண்டுபிடித்தது) இதற்காக கொண்டு வந்திருந்தார்.

வரலாற்று சிறப்பு மிக்க அந்தக் காட்சியை பின் நாட்களில் கோவையில் ஜி.டி.நாயுடு அருங்காட்சியக அரங்கில் கண்டு களிக்கும் பெரிய வாய்ப்பு எனக்கு கிடைத்தது. மாணவர்கள் அன்று திரைப்படமாக ஓட்டிக்காட்டப்பட்ட 17 கல்வித் திரைப்படங்களை ஒன்றன்பின் ஒன்றாக பார்த்தார்கள். ஒவ்வொன்றும் 15 முதல் 20 நிமிடமே ஓடும். தான் நடத்தி வந்த பொறியியல் கல்விக் கூடத்தின் மூன்று மாத பயிற்சியிலும் சிறப்பு படக்காட்சிகளை அறிமுகம் செய்தார் ஜி.டி.நாயுடு.

ஒரு படத்தை பற்றி ஒரு மாதிரிக்காக இங்கே விளக்க விரும்புகிறேன். ஒரு பூனையை கேமரா காட்டுகிறது. கூடவே எக்ஸ்ரே கருவி அதன் உடலுக்கு உள்ளே இருப்பதை ஏதோ பிலிம் போல காட்டுகிறது. உணவு வயிற்றில் ஏற்படுத்தும் மாறுதல்கள் உங்களுக்குத் தெரியுமா? என்று ஜி.டி.நாயுடு அவர்களின் குரல் வருகிறது. பிறகு 'இதோ இதுதான் ஹைட்ரோ குளோரிக் அமிலம் ஒரே அளவாக சுரக்கிறது' என்கிறார். உணவு மெல்ல உள் வாங்கப்படுவதைப் பார்க்கிறோம். ஒரு ரம்மிய இசையை அருகே ஒரு கிராமபோன் ரெக்கார்டர் (அந்தக் கால ஒலிக்கருவி) இசைக்கிறது. அதில் எலிகளின் கீச்சுக்குரல் சட்டென வருகிறது. பூனையின் வயிற்றில் விருப்ப படபடப்பு காரணமாக செரிமானம் வேகப்படுகிறது. சற்றுநேரத்தில் கிராம போன் ரெக்கார்டர் நாய் குரைப்பது போன்ற சத்தத்தை ஒலியாக எழுப்புகிறது. உடனே செரிமானம் தடைபடுகிறது. கோபம், அச்சம், துக்கம் எல்லாம் ஏற்பட பதட்டம் அதிகரிக்கிறது. உணவு செரிக்காததால் சோர்வும் நோயும் ஏற்படுகிறது. எனவே உணர்வுகளுக்கும் உடலுக்கும் தொடர்பு உள்ளது என்று படம் முடிகிறது. இதைப் பார்த்த பிறகு ஆசிரியர் மாணவர்களோடு கலந்துரையாடுவார்.

திருச்சி புனித வளனார் கல்லூரியில் மாலை 6 மணிக்கு தொடங்கிய படக்காட்சி நள்ளிரவு தாண்டி 1 மணிக்கு தான் முடிவுக்கு வந்தது. கல்லூரி முதல்வர் உட்பட மாணவர்களும் யாருமே கலைந்து செல்லவில்லை. வகுப்பறையில் நம் தமிழ் கல்வியில் ஆவண படக்காட்சியை ஒரு கற்றல் கருவியாக இணைத்து அதை இந்தியா முழுவதற்குமாக ஜி.டி.நாயுடு வழி காட்டும் நிகழ்வாக்கினார். தாமே நேரில் படம் பிடித்த பத்து நாள் அமெரிக்க ஒலிம்பிக்ஸ் முதல் காந்தி, அண்ணா போன்றவர்களின் இறுதி ஊர்வலம் மற்றும் பல பொறியியல் சார்ந்த படங்களை

இப்போது கோவை சென்றாலும் அவரது பெயர் கொண்ட அருங்காட்சியகத்தில் நீங்கள் காணலாம். நம் தமிழ்நாட்டில் கால்குலேட்டர் எனும் கணக்கீட்டு கருவியை 1961லேயே அறிமுகம் செய்ததும் அவரே.

5. கல்வியில் தொலைக்காட்சி - தமிழகத்தின் ஒரு எழுச்சிப் போராட்டம்

2016ஆம் ஆண்டின் கணக்கெடுப்பின்படி இந்திய மண்ணில் 857 தொலைக்காட்சி சேனல்கள் உள்ளன. நம் உள்ளூர் சேனல்கள் இதில் சேர்த்தி இல்லை. ஏழு சேனல்கள் கல்விக்கானவை என்கிறது அந்தக் கணக்கீடு. நமக்கு இப்போது இருக்கும் தொழில்நுட்ப வசதிகளின்படி கைபேசியில் 150 தொலைக்காட்சி சேனல்களை பார்க்க முடிகிறது. ஊரே பொதுமுடக்கத்தில் இருந்த போது தமிழக பள்ளிக் கல்வித்துறை குழந்தைகளுக்கு பாடங்களை நடத்திட தொலைக்காட்சியை ஒரு கல்வி ஊடகமாக பயன்படுத்தியது. இன்று கல்வித் தொலைக்காட்சி என்றே தமிழகத்தில் பள்ளிக்கல்வித்துறை ஒரு தொலைக்காட்சி சேனலே நடத்தி வருவதைப் பார்க்கிறோம்.

ஆனால், கல்வியில் தொலைக்காட்சி எனும் பதத்தையே இந்தியாவில் அறிமுகம் செய்தது தமிழ் மண்தான் எனும் வரலாற்று அம்சத்தை பதிவு செய்ய வேண்டி இருக்கிறது. அந்த விஷயத்தில் இரண்டு மகத்தான திருப்பு முனைகளை தமிழகம் சாதித்து வழிகாட்டியது. எல்லாமே தமிழ்நாடுதான் என்று பத்தாம் பசலித்தனமாக போலி ஜம்பத்திற்காக முழங்கிட நாம் இந்த அத்தியாயத்தை கையிலெடுக்கவில்லை. அறிவியல் - தொழில்நுட்பம் என்பதே ஏதோ அயல்மொழி சரக்கு என்பது போலவும் தமிழுக்கு அதெல்லாம் சரிவருமா என்பது போலவும், நவீன கல்வி என்பதற்கும் தமிழகத்திற்கும் ரொம்பதூரம், தமிழ் நாட்டின் பின்தங்கிய கல்வியை காப்பாற்றலாம் என மார் தட்டும் சில நெருப்புக்கோழி மனநிலை மாந்தர்கள் அத்தோடு தமிழில் உள்ள நம் ஆசிரியர்கள், கல்வியாளர்கள், மாணவர்கள் கல்வியில் நவீன கருவிகளின் பயன்பாடு என்றால் தமிழகம் தான் முன்னோடி என்பதை வரலாற்றின் ஆதாரங்களுடன் உணரவே இத்தகைய தேடல் தேவையாக இருக்கிறது. கல்வி 4.0 நமக்கு புதிதல்ல.

இந்திய மண்ணின் முதல் தொலைக்காட்சி சோதனை நடந்ததும் தமிழகத்தில்தான். 1950இல் சென்னை தேனாம்பேட்டையில்

தொலைக்காட்சி சோதனை செய்யப்பட்டு வெற்றி அடைந்ததை செப்டம்பர் ஏழு 1950 தேதியிட்ட இந்தியன் எக்ஸ்பிரஸ் ஆங்கில நாளிதழ் பதிவு செய்தது. சென்னையிலேயே பிறந்து வளர்ந்து அந்தக்கால கிண்டி பொறியியல் கல்லூரியில் மின் - பொறியியல் கற்ற இறுதி ஆண்டு மாணவர் பி.சிவக்குமாரன் எனும் இளம் விஞ்ஞானிதான் இந்தியாவின் முதல் தொலைக்காட்சி சோதனையை செய்து வெற்றி கண்டவர்.

தேனாம்பேட்டையில் நம் சென்னையின் ஒரு பொந்து சந்தில் அவரது வீடு இருந்தது. சிறியதாக ஒரு வானொலி பழுது நீக்கும் பட்டறையை வீட்டின் திண்ணைப்புறமாக அவர் வைத்திருந்தார். தனது மின்-பொறியியல் பாடத்தில் சிவகுமாரன் நிப்கோவ் மின்னணு தட்டுகள் குறித்து கற்றபோது அவருக்கு சோதனையை செய்துபார்க்க யோசனை வந்தது.

அது என்ன நிப்கோவ் மின்னணு தட்டு. ஜெர்மன் தேசத்தின் 23 வயது இளைஞர் பால் ஜூலியஸ் காட்லியப் நிப்கோவ் என்பவர் முன்வைத்த மின் தகடு அது. அதில் இருந்த மின் துளைகள் ஒரு பொருளை மின்னணுக்களாக படம் பிடித்து அதனை மின் பாதையில் தூண்டல்களாக செலுத்தி பிறகு மீண்டும் வரைபட தாளில் மின்பிம்பமாக காட்டிய சோதனையின் வெற்றித்தகடுகள் ஆகும். கூடவே கேத்தோடு கதிர் குழாய்களையும் சிவகுமார் உருவாக்கியிருந்தார்.

ஜான் லோகி பெர்டு, நிப்கோவ் மின்னணு தட்டுகளை தன் வீடியோ முயற்சியில் லண்டனில் ஒரு பொதுமாளிகையில் படமாக்கும் சோதனை முயற்சி செய்ததை மின்னணு ஜேர்னல்கள் வழியே வாசித்திருந்தார் சிவகுமார். அவரது முயற்சி இருவிதமான சவாலை கொண்டது. ஒன்று ஒரு பொருளை அல்லது புகைப்படத்தை மின்னணு - மின்னூட்ட துகள்களாக மாற்ற வேண்டும். அப்போதெல்லாம் உருவங்களை மின்துகள்களாக மாற்றிட ஊடகமாக சுழல் வட்டைத்தான் பயன்படுத்தினார்கள். மின்னணுக்களாக பிம்பம் மாறிவிடுகிறது இது முதல் சவால்.

பிறகு கேத்தோடு கதிர்குழாய் அடுத்த சவால். அதாவது எதிர்மின்னணு உருவாக்கம் மேற்கண்ட பிம்ப மின்னணுக்கள் வெற்றிடம் வழியே கேத்தேடில் (நேர்மின்வாய்) இருந்து ஆணோடு (எதிர்மின்வாய்) நோக்கி கடத்தப்பட வேண்டும். மறுமுனையில் மீண்டும் மின்னணு மின்னூட்ட துகள்கள்

பிம்பமாக மாற்றம் பெற்று நமக்கு முழுப் படமாக அது தெரிய வேண்டும். இதைத்தான் அன்றைய தினத்தில் சிவகுமார் தாமாகவே முன்வந்து செயலில் இறக்கினார். இந்தியாவில் இதுபோன்ற ஒரு சோதனை அளவு தொலைக்காட்சி முயற்சி பிறப்பது அப்போதுதான் முதல்முறை.

கிண்டி பொறியியல் கல்லூரியில் அந்த விளக்கத்தை அவர் காட்சிப்படுத்தினார். காந்தியடிகள் தமிழில் கையொப்பம் இட்டிருந்த கடிதம் ஒன்றை ஸ்கான் (மின்னணு நகலாக எடுத்து) அதை கேத்தோடு கதிர்குழல்வழியே அனுப்பி திரையில் இந்திய மண்ணின் முதல் தொலைக்காட்சி பிம்பம் தமிழ் மொழியில் தெரிந்ததைத்தான் இந்தியன் எக்ஸ்பிரஸ் நாளேடு பதிவு செய்தது. சாதித்தவர் இளம் விஞ்ஞானி சிவகுமரன்.

இரண்டாவது படிநிலை மேலும் அற்புதமானது. 1975இல் தமிழகத்தில் தொலைக்காட்சி ஒளிபரப்பு என்பது ஓரளவு வந்து விட்டது. வெகுஜன கல்வியில் தொலைக்காட்சி எனும் மின்னணு ஊடகத்தை பயன்படுத்திய முதல் மண்ணாக இந்தியாவில் தமிழகம் வழிகாட்டியதை நாம் அடுத்து பதிவு செய்ய வேண்டும். இந்திய தீபகற்பத்தில் வேறு எந்த மாநிலத்தையும் விட பல ஆண்டுகள் முன்பே தமிழ்நாட்டின் பள்ளிகளுக்குள் தொலைக்காட்சிப்பெட்டி நுழைந்துவிட்ட கதைதான் எத்தனை சுவாரசியமானது.

சென்னையில் சிவகுமரனின் பங்களிப்பிற்கு பிறகு 1959இல் செப்டம்பர் 15 அன்று டில்லியில் உள்ளூர் அளவிலான சிறு தொலைக்காட்சி - அலை வரிசை ஒரு வேனில் ஸ்டூடியோ அமைத்து நடத்தப்பட்டது. 1965இல் அகில இந்திய வானொலி மும்பை மற்றும் அம்ரிஸ்டர் ஆகிய நகரங்களில் மட்டும் ஒரு மணி நேர தொலைக்காட்சி சேவை என்று ஒன்றைத் தொடங்கியது.

அமெரிக்க விண்வெளி ஆய்வு நிறுவனமான நாஸாவும், இந்திய விண்வெளி ஆய்வு நிறுவனமும் இணைந்து சாட்டிலைட் இன்ஸ்ட்ரெக்ஷனல் டெலிவிஷன் எக்ஸ்பரிமண்ட் (SITE) எனும் திட்டத்தை தொடங்கின. இதன்படி 1975இல் கிராமம் தோறும் ஒரு தொலைக்காட்சிபெட்டி என அறிவித்து அமெரிக்க செயற்கை கோள்களின் உதவியோடு 2,400 கிராமங்களில் 600 புவி சிமிக்கை, தொடர்பு ஆண்டனாக்கள் வழியே நடனம், இசை, நாடகம்

தேசப்பற்று பாடல் மற்றும் தட்பவெப்ப ஒளிபரப்பு என நாளொன்றுக்கு 2 மணிநேர சேவை தொடங்கியது.

சென்னையில் தூர்தர்ஷன் 1975இல் தொடங்கப்பட்டது. 20 இடங்களில சிமிக்கைகளை பெற்று வழங்கும் வட்டு அமைப்புகளை உருவாக்கினார்கள். கறுப்பு வெள்ளை தொலைக்காட்சி பெட்டிகள்-ஆண்டனாவோடே விற்கப்பட்ட காலம். 1988இல் வண்ணத் தொலைக்காட்சிப்பெட்டி அறிமுகம் ஆனது. இந்த இரண்டு காலகட்டத்திற்கும் நடுவில்தான் கல்விக்குள் தமிழகத்தில் தொலைக்காட்சி எனும் ஊடகம் நுழைந்தது. 1984இல் தொடங்கி 1986 கால கட்டத்தில் மத்திய அரசு புதிய கல்விக்கொள்கை ஒன்றை முன்மொழிந்தது. அதற்கும் முன்பாகவே 1979இல் ஆரம்பப் பள்ளி ஆசிரியர்களை உருவாக்க ஆசிரியர் பயிற்சிக்கான பட்டயக்கல்வி தொடங்கப்பட்டது. அதுமட்டுமல்ல ஏற்கெனவே தங்களது குறைந்தபட்ச கல்வித்தகுதியோடு ஆரம்பப் பள்ளிகளில் ஆசிரியர்களாக இருந்த 2 லட்சம் - தாய்சேய் நல மையக் காப்பாளர்களை, தர மேன்மை அடைய வைக்க வேண்டிய நிர்ப்பந்தம் உருவானது. 1975இல் ஒருங்கிணைந்த குழந்தை மேம்பாட்டு சேவை திட்டத்தின் கீழ் இவ்வகை பால்வாடி, அங்கன்வாடிகள் தொடங்கப்பட்டிருந்தன. அப்போது கல்வியாளர் அறிஞர் ஹாரிஸ்சாம் சஹாயம் லாரன்ஸ் நமது கல்வித்துறை இயக்குநராக இருந்தார்.

எச்.எஸ்.எஸ். லாரன்ஸின் சீறிய தமிழ் கல்விப் பணிகளை நாம் ஒரு போதும் மறக்கக்கூடாது. தமிழ்நாட்டின் தொழில் கல்வியின் தந்தை என நான் அவருக்கு புகழ்மாலை சூட்ட விழைகிறேன். அவரது சுயசரிதை நூலின் தலைப்பு *God's hand in my life and times* (கடவுளின் கரம் - என் வாழ்வும் காலமும்) ஒவ்வொரு கல்வியாளரும் ஆசிரியரும் கண்டிப்பாக வாசிக்க வேண்டிய பெட்டகம்.

1923இல் பிறந்த எச்.எஸ்.எஸ்.லாரன்ஸ் நாகர்கோயில்காரர். சிறுவயதிலேயே தாயை இழந்து ஸ்காட் கிறித்தவ விடுதியில் வளர்க்கப்பட்டார். ஸ்காட் கிறித்தவ கல்லூரியால் செதுக்கப்பட்டார். வரலாறு மற்றும் பொருளாதாரத்தில் நிபுணத்துவம் பெற்றவர். சிறிதுகாலம் ஆசிரியர் பணி உட்பட பல பணிகள் சென்னை ஒய்.எம்.சி.ஏ கேண்டீனில்கூட வேலை செய்தவர். ஆனால், 1948இல் இந்திய அரசின் கல்வி உதவித்தொகை தேர்வில் முதலிடம் பிடித்து அதே ஆண்டில் நியூயார்க், கொலம்பியா

பல்கலைக்கழகத்தில் கல்வியியலில் முனைவர்பட்ட ஆய்வில் ஈடுபடச் சென்றார்.

வாழ்வின் எல்லா இண்டு இடுக்குகளின் துயரத்தையும் அறிந்தவர், ஆதலால் அவரது அணுகுமுறையே வித்தியாசமாக இருந்தது. மனிதநேயம் ததும்பும் கல்விப் போராளியாக அவரை அவரது வாழ்க்கை செதுக்கி இருக்க வேண்டும். காலிகட் ஆசிரியர் அரசு பயிற்சி நிறுவனத்தில் ஒரு விரிவுரையாளராக இணைந்த லாரன்ஸ், பிறகு வேலூர் கல்விப் பயிற்சி நிலையம் சென்றார். அங்கே பல சீர்திருத்தங்களை மேற்கொண்டவர் ஆசிரியர் பயிற்சியில் உளவியலை இணைத்தார். அந்த மாவட்டத்தில் புதிதாக தொடங்கப்பட்ட 10 பள்ளிகளை திறந்து வைக்க இந்தியாவின் அப்போதைய குடியரசு தலைவர் டாக்டர் ராஜேந்திர பிரசாத்தை முதல்வர் காமராஜர் அழைத்திருந்தார். அந்த விழாவை நடத்தும் பொறுப்பாளர்களில் ஒருவராக லாரன்ஸ் செயல்பட்டதைக் கண்டு வியந்த காமராஜர் அவரை மாநில கல்விப் பணிக்கு அழைத்தார்.

அவரது அழைப்பை ஏற்று 1953இல் மதுரையில் மாவட்ட கல்வி அதிகாரியாக பொறுப்பேற்றார் எச்.எஸ்.எஸ்.லாரன்ஸ். 1976இல் படிப்படியாக முன்னேறி பள்ளிக்கல்வி இயக்குநர் ஆனார். தமிழக கல்வியின் அடிப்படையை சீரமைக்கும் கல்விக்குழுவின் தலைவராகவும் அவர் நியமிக்கப்பட்டார். தமிழகத்தில் மேல்நிலைப் பள்ளியை அவர்தான் அறிமுகம் செய்தார். 1977இல் நம் தமிழக கல்வியில் தொழில்சார்ந்த (Vocational education) பாடங்களை அறிமுகம் செய்தவர் லாரன்ஸ்.

அப்போது இரண்டு வரலாற்று சிறப்புமிக்க அற்புதங்கள் நிகழ்ந்தன. ஒன்று தமிழகம் தழுவிய ஆரம்ப கல்வி ஆசிரியர்களுக்கான கோடைகால பயிற்சி. அதற்காக லாரன்ஸ் ஒன்றரை லட்சம் ஆசிரியர்களை பயிற்றுவிக்கும் பிரமாண்ட பயிற்சி முறையை 21 மாவட்டங்களில் ஒரே நேரத்தில் நடைபெறச் செய்தார். அதற்காக தொலைக்காட்சி பெட்டிகளை பயன்படுத்துவது என்று தீர்மானித்தார். ஒவ்வொரு மாவட்ட தலைநகரிலும் இருந்த ஆசிரியர் பயிற்சி - கல்லூரிகளில் பாடம் நடத்த வைத்து அதை ஒளிப்பதிவு செய்து தூர்தர்ஷன் என்று அழைக்கப்பட்ட சென்னை தொலைக்காட்சி நிலையத்தை அணுகி ஒளிபரப்பச் செய்தார். பயிற்சி வகுப்புகள் தொலைக்காட்சிப் பெட்டி வழியே மிகச் சிறப்பாக நடந்தேறின. இப்படித்தான்

தொலைக்காட்சி கல்விக்குள் நுழைந்தது.

இரண்டாவது விஷயம் பள்ளிக் கல்வியில் ரேடியோ மெக்கானிக் பாடப்பிரிவு, மோட்டார் மெக்கானிசம் பாடப்பிரிவு, எக்ஸ்ரே கருவி உட்பட மருத்துவ கருவி இயல் போன்ற 124 அம்சங்களை அறிமுகம் செய்ததோடு பட்டி தொட்டிகளில் மெக்கானிக் சான்றிதழ் பயிற்சி தரும் ஐ.டி.ஐ.களை ஏற்படுத்தினார் லாரன்ஸ். ஒரு லட்சம் பள்ளிகளுக்கு தொலைக்காட்சி மற்றும் வானொலிப்பெட்டிகள் 1982லேயே வழங்கப்பட்டன. கறுப்பு வெள்ளை தொலைக்காட்சி பெட்டிகள் அவை.

இவற்றை கண்டு முழு இந்தியாவே அசந்து போனது. நெ.து.சுந்தர வடிவேலு ஒரு கல்விப் புரட்சியாளர் என்றால் எச்.எஸ்.எஸ்.லாரன்ஸ் ஒரு தொழிற்கல்வி புரட்சியை சாதித்தவர். ஆரம்பக் கல்வி - மற்றும் கல்வியில் தொழில்நுட்பம் குறித்த ஆலோசகராக யுனெஸ்கோ நிறுவனம் கல்வியாளர் லாரன்ஸை நியமித்தது. கல்விக்குள் தொலைக்காட்சி வந்தது. இத்தோடு முடியவில்லை. விரைவில் லாரன்ஸ் மதுரை பல்கலைக்கழக துணை வேந்தரானார். பிறகு அண்ணாமலைப் பல்கலைக்கழக துணைவேந்தராகவும் நியமிக்கப்பட்டார். தொலைதூரக் கல்வியில் இந்தியக் கல்வி - சாட்டிலைட் (EDUSAT) பயன்பாட்டை இந்தப் பல்கலைக்கழகங்கள் முழுமையாகப் பயன்படுத்தவும் நாட்டிற்கே வழிகாட்டியவரும் அவரே. தற்போதைய டிஜிட்டல் சந்ததியின் உருவாக்கத்தில் இந்தியாவில் தமிழகம் முன்னணி வகித்தது.

அறிவியல் - தொழில்நுட்பத்தை கல்வியில் வகுப்பறையில் கொண்டு செல்வதில் முன்னோடி மாநிலமாகவும் இருந்தது தமிழ்நாடு.

6. தமிழகமும் கணினி வழிக்கல்வியும்

கல்வியில் கணினித் தொழில்நுட்பத்தை பயன்படுத்தலாம் என உலகம் அறிவித்தது, 1969இல்தான். இதுகுறித்தும் அதன் பின்னணி குறித்தும் ஒன்பதாம் அத்தியாயத்தில் விரிவாக பார்க்க இருக்கிறோம். ஆனால் இந்தியாவில் கணினி என்கிற தகவல் தொழில்நுட்ப சாதனம் குறித்த கல்வியும் அதனைப் பயன்படுத்தி பிற பாடங்களில் கற்றலை கொண்டு செல்வதும் இந்தியாவை பொறுத்தவரை தமிழ்நாட்டில்தான் முதலில் கொண்டுவரப்பட்டது என்று சொன்னால் இன்று பலரும் ஏற்றுக்கொள்ள தயங்குகிறார்கள்.

இந்தியாவின் முதல் கம்ப்யூட்டர் நேரு காலத்திலேயே வந்துவிட்டது. டாட்டா - இன்ஸ்டிடியூட் ஆஃப் பண்டமெண்டல் ரிசர்ச் எனும் டி.ஐ.எஃப்.ஆர், 1955இல் 1700 ஜெர்மானியன் வேதிப் பொருளால் ஆன டையோடுகளைப் பயன்படுத்திய கணினியை மும்பை ஆய்வகத்தில் ஏற்படுத்தியது. 2,048 நாற்பது பிட் மெமரி கொண்டதாக இருந்தது. 18 அடி நீளம் எட்டடி அகலம் இருந்தது.

அடுத்து கொல்கத்தாவில் அதே 1955ஆம் வருடம் பிரிட்டனில் செய்யப்பட்ட ஹெச்.சி.2 எம் ரக கணினியை இறக்குமதி செய்து இந்திய புள்ளியியல் நிறுவனம் அறிமுகம் செய்தது. ஆனால், 1953இல் அதே கொல்கத்தா இந்திய புள்ளியியல் வளாகத்தில் சிறிய அனலாக் கணினி முயற்சியும் நடத்தப்பட்டிருந்தது. ஹெச்.இ.சி 2 எம் கணினியின் அந்தக் கால விலை பத்து லட்சம் ரூபாய். பத்தடி நீளம் ஏழடி அகலம் இருந்த அது கீ போர்டு எனும் தட்டச்சு அமைப்பே இல்லாத ஒன்றாக இருந்தது. இப்போது அது கொல்கத்தா தொழில்நுட்ப அருங்காட்சியகத்தில் காட்சிக்கு வைக்கப்பட்டிருக்கிறது.

சமீபத்தில் வைத்தீஸ்வரன் ராஜாராமன், இந்திய பொறியியலாளர் கூட்டமைப்பு (IEEE) ஆய்வு இதழில் இந்திய கணினிகளின் வரலாற்றை தொகுத்து கட்டுரை ஒன்றை (2015) எழுதி உள்ளார். 1969இல் பாபா அணு ஆராய்ச்சி நிறுவனம் மேம்பட்ட அணுவியல் ஆய்வுகளுக்காக டி.டி.சி. (TDC) 12 எனும் - மின்னணுவியல் டிஜிட்டல் கணினியை பயன்படுத்தியதையும் அதை விக்ரம் சாராபாய் முன் நின்று நிர்மாணித்ததாகவும் குறிப்பிடுகிறார். TDC என்பது டிராம்பே டிஜிட்டல் கம்ப்யூட்டர் என்பதன் சுருக்கம். ஆனால் அதற்கும் முன்பாகவே 1964இல் ஐ.பி.எம் இந்தியாவுக்குள் நுழைந்துவிட்டது. கான்பூர் இந்திய தொழில்நுட்ப கல்வியகத்தில் (ஐ.ஐ.டி.) கலிபோர்னியா பல்கலைக்கழகம் தனது கணினி பொறியாளர் ஆள்சேர்ப்பு பயிற்சி ஒன்றிற்காக ஐ.பி.எம். 1620 எனும் கணினிகளை நிர்மாணித்தது. பத்துநாள் கணினிப் பயிற்சி அறிமுகம் ஆனாலும் அது நமது மண்ணில் (இந்தியாவில் தொடங்கினாலும்) அயல் பல்கலைக்கழக முயற்சியாகவே பார்க்கப்பட வேண்டும்.

1978இல் பேராசிரியர் பி.ஏ.வெங்கடாச்சலம் அண்ணா பல்கலைக்கழகத்தின் முதல் கணினியியல் பேராசிரியராக நியமிக்கப்படுகிறார். அதுவரை கணினிக்கு தனித்துறை என்பது இந்தியாவில் எங்குமே கிடையாது. தமிழகத்தின் பருவச்சி எனும்

சிற்றூரில் ஈரோடு மாவட்டத்தைச் சேர்ந்த வெங்கடாச்சலம் கான்பூர் ஐ.ஐ.டி.யால் இந்தியாவில் இருந்து கணினித்துறையில் கலிபோர்னியா - பயிற்சி மூலம் நம் நாட்டின் முதல் கணினி பி.எச்.டி. முடித்தவர். அவர் காரைக்குடி அழகப்பா பல்கலைக்கழகத்தில் பி.இ.முடித்தவர். மெட்ராஸ் (சென்னை) ஐ.ஐ.டி. வளாகத்தில் பி.ஏ.வெங்கடாச்சலத்திற்கும் ஒரு அலுவலகம் இருந்தது. அண்ணா பல்கலைக்கழகம்தான் இந்தியாவிலேயே முதலில் எம்.சி.ஏ எனும் மாஸ்டர் ஆஃப் கம்ப்யூட்டர் அப்ளிகேஷன்ஸ் படிப்பை அறிமுகம் செய்தது. வருடம் 1979.

ஆனால் இந்தியாவிலேயே வகுப்பறைக்குள் கம்ப்யூட்டர் நுழைந்தது 1973ஆம் வருடம். இடம் சென்னை ஐ.ஐ.டி. வளாகம். அங்கே பி.டெக் கணினியியலை வெங்கடாச்சலம் அறிமுகப்படுத்தி, ஐ.பி.எம் 370 கணினிகளை கற்றல் செயல்பாட்டிற்காகவே அறிமுகம் செய்தார். 1973 கோடை பயிற்சியில் தொடங்கி எம். டெக், பி.எச்.டி, என 1975இல் நம் நாட்டிற்கே கணினி இயலில் சென்னை ஐ.ஐ.டியும் அண்ணா பல்கலைக்கழகமும் வழிகாட்டின. இந்தியாவின் மூலை முடுக்கிலிருந்து எல்லாம் சென்னையில் வந்து தங்கி கணினி இயல் கற்பது அப்போது ஃபேஷன். அதைத் தேடி இங்கே வந்து சென்னை பெங்களூர் என அந்த நாட்களில் பல அயல்நாட்டு இளைஞர்களும் வந்தனர்... ஆப்பிள் ஸ்டீவ் ஜாப்ஸ் உட்பட.

1981இல் ஊட்டியில் உண்டு - உறைவிடப் பள்ளிகளில் கணினி புகுந்தது அடுத்த பிரமாண்ட சாதனை. அதை சாதித்தவர் எரான் கணினி நிறுவனத்தின் டாக்டர் பி.கிஷோர் எனும் கணினிப் பொறியாளர். நீலகிரி மாவட்டத்தில் மிக வினோதமான ஒரு திட்டத்தை தனியார் பள்ளிகளில் அவர் அறிமுகம் செய்தார். அதாவது கணினி வைக்க ஒரு அறையும் மின் வசதியும் செய்து கொடுத்தால் போதும். உங்கள் பள்ளிக்கு எத்தனை தேவையோ அத்தனை கணினிகள் ஸ்தாபித்து விடுவார்கள். வருடத்திற்கு ஒரு மாணவருக்கு இவ்வளவு என ஒப்பந்த கட்டணம் கட்டினால் போதும் என்பதே அது. ஊட்டி என்பதால் செலவு குறைவு. குளிர்சாதன வசதி தேவைப்படவில்லை. 1985க்குள் இப்படியான ஒப்பந்த திட்டங்களை தமிழகத்தில் பல பள்ளிகள் கொண்டு வந்து விட்டன. 1987இல் அசாமில் பள்ளிகளில் கணினி, டில்லி - 1991, மத்திய பிரதேசம் 1993, கேரளம் 1994 என விரிவடையும் அந்த புள்ளி விவரப்பட்டியலில் 1981லேயே பள்ளிகளில்

கணினியை அறிமுகம் செய்து முன் தோன்றிய மொழி தமிழ் என நாம் நிரூபித்துக்கொண்டோம்.

தமிழிலேயே கணினி தட்டச்சு மற்றும் தமிழ் இணையம் என யாவுமே பிற இந்திய மொழிகளைவிட நாம் நமது தமிழ் மொழியின் அற்புத இளம் ரத்தங்களால் சாதித்து வரலாறு படைத்ததை வாசிக்கும் போதே சிலிர்க்கும்.

1980 காலப் பகுதியிலேயே கணினியில் தமிழ் தோன்றிவிட்டது. ஆரம்ப கணினிகள் பெரும்பாலும் ஆங்கிலத்திலேயே இயக்கக் கட்டளைகளை கொண்டிருந்தன. மறுமொழிகள், ஆவணங்கள், கணக்கு வழக்கு, வரைதல் உட்பட எல்லா சிறப்பு பாவனப் பொருட்களுமே கணினியின் திறமையை பாவித்து சிறப்பாக இயங்கும் விதத்தில் ஆங்கில மூல மென்பொருட்களாகவே பக்கச்சேர்ப்பாக உருவாக்கம் பெற்றன. உலகெங்கும் பரவி இருந்தமையால் ஆங்கில மென்பொருள் சந்தை பெரிதாகவும் இருந்தது.

இவற்றின் பயன்களை தமிழிலேயே பெற வேண்டும் எனும் தாகம் தொடர்ந்தது. மென்பொருட்களிலேயே தமிழில் ஆவணங்கள் எழுதும் ஆதமி எனும் கணினி மொழியாக்கம் 1984இல் அறிமுகம் ஆனது. கனடாவில் வசித்த ஸ்ரீநிவாசன் என்பவர் உருவாக்கினார். இதன்மூலம் தமிழில் எழுதி அவற்றை அச்சுப்பதிவும் செய்யலாம். ஐ.பி.எம்.டி.ஓ.எஸ். 2.X இயங்கு தளங்களில் இது இயங்கியது. அதே நாட்களில் தொடங்கப்பட்ட இன்னொரு தமிழ் மென்பொருள் பாரதி. இது சிங்கப்பூர், மலேசியா ஆகிய நாடுகளில் பிரபலமாகி இருந்தது. 1980களின் அதே கால கட்டத்தில் தமிழின் முதல் எழுத்துருவை அர்த்தனாரி என்பவர் ஏற்படுத்தி அறிமுகம் செய்தார்.

ஆதமி வருவதற்கு முன்பே பேராசிரியர் ஜியார்ஜ் ஹார்ட் என்பவர் ஆப்பிள் கணினியில் தமிழையும் ஒரு இயக்க மொழியாக அறிமுகம் செய்திருந்தார். முனைவர் பால சுவாமிநாதன், முனைவர் ஞானசேகர் ஆகியோரும் தமிழ் கணினி தட்டச்சு எழுத்துரு ஒன்றை யூனிக்கில் ஆக்கிக் கொடுத்தனர். கனடாவின் முனைவர் விஜயகுமாரின் பங்களிப்பும் மறுக்க முடியாதது.

1992இல் - ஆண்டோ பீட்டர் ரமேஷ் என்பவர் மல்ட்டி மீடியா பற்றி 500 கருத்தரங்கங்களை தமிழகம் முழுதும் சென்று தமிழில் நடத்திடும் பெரிய இயக்கத்தை தொடங்கினார். தமிழகத்தில் தமிழ்

கணினி இயலுக்காக நடந்த பெரிய பயிற்சி என்று நாம் அதைச் சொல்லலாம். 1997இல் முதல் தமிழ் - கணினி மாநாடு சிங்கப்பூரில் நடந்தது. பல்வேறு எழுத்துருக்களில் எதை தமிழ் தட்டச்சின் உலகம் தழுவிய எழுத்துருவாக கணினி தட்டச்சு அங்கீகரிக்க வேண்டும் என நாம் விவாதித்தோம். இந்தியாவின் எந்த மொழி கணினியாக்கத்தையும் விட தமிழ் கணினி வளர்ச்சி ஒரு மாநாடு நடத்துமளவு கூகுள் கூட வருவதற்கு முன்பே இமாலய அளவுக்கு உயர்வானதாக இருந்ததை யாருமே மறுக்க முடியாது. 1999இல் பிப்ரவரியில் சென்னையில் இரண்டாம் உலகத் தமிழ் கணினி மாநாடு நடந்தது. அதற்கு முன்பே கலைஞர் கருணாநிதி ஆட்சிகாலத்தில் 1998இல் தமிழக பள்ளிக் கல்வியில் கணினிக் கல்வி உயர்நிலை வகுப்புகளில் அறிமுகம் ஆனது. நமது தமிழ்நாட்டில் தகவல் தொழில்நுட்ப கொள்கை ஒன்றையும் 1998இல் முதன்முறையாக தமிழக அரசு அறிவித்து பள்ளிதோறும் ஏற்கெனவே நியமிக்கப்பட்டிருந்த கணினி இயல் ஆசிரியர்கள் ஒரு லட்சத்து எண்பதாயிரம் பேரை பணி நிரந்தரமும் செய்தது. பள்ளியிலேயே மென்பொருள் வன்பொருள் இவற்றில் சரியான பயிற்சி அளிக்க கிராமப்புற பள்ளிகளில் கூட இணைய இணைப்பு வழங்கிடவும் வரவு செலவு திட்டத்தில் தொகை ஒதுக்கீடு தொடங்கியது. தொழில்நுட்ப பூங்காக்களும் அறிமுகம் ஆகின.

இப்படி அறிவியல் தொழில்நுட்பத்தை இந்தியாவின் வேறு எந்த மாநிலத்தை விடவும் முந்திக்கொண்டு தமிழ் மண்ணின் கல்வி அறிமுகம் செய்தது கொண்டாடப்பட வேண்டிய வரலாறு. இன்று ஆன்லைன் கல்வி என்றாலே அது ஏதோ நமக்கு புதிது போலவும் ‘பின்தங்கிய’ தமிழ் மீடியம் கல்விக்கு மாற்று என்று வாய் சொல்லின் வீரர்கள் பிதற்றும்போது பதிலடி கொடுக்க இந்த அத்தியாயத்தில் நாம் விவாதித்ததைப் போல இன்னும் நூற்றுக்கணக்கான தரவுகள் உள்ளன.

இந்த சிறப்பு வாய்ந்த பக்கங்களை முடிக்கும் முன் ஒரு சிறப்பு செய்தியை சொல்லி முடிப்பது சிறப்பாக இருக்கும். செம்மொழி மாநாடு 2004இல் நடத்தப்பட்டது. அப்போது நம் தமிழின் இணைய டிஜிட்டல் நூலகம் ஒன்றை உருவாக்கிட உதயசந்திரன் ஐ.ஏ.எஸ். பொறுப்பில் ஆண்டோ பீட்டர் உட்பட பல அறிஞர்கள் கொண்ட குழுவை மாநாடு நியமித்தது. தமிழ் இணைய நூலகம் நம் மொழியின் பிரமாண்ட வரலாற்று நிகழ்வு. இன்று சங்க இலக்கியம் முதல் லட்சக்கணக்கான இலக்கிய

பொக்கிஷங்கள் எல்லாம் கணினிமயமாகி இன்று மின்வடிவில் முழுமையாகப் பேணப்படுகின்றன. உலகிலேயே அத்தகைய முயற்சியை தொடங்கி வெற்றியும் கண்ட ஆறாவது மொழி தமிழ். தமிழுக்கு இணையம் புதிதல்ல என்ற புரிதலோடு நாம் கல்வி4.0 வுக்குள் நுழைவோம்.

துணை - நின்றவை

1. *தமிழகத்தின் முதல் அச்சகம், நெய்தல் யூ. அண்டோ, வைகறை பதிப்பகம், 2010.*
2. *Start Black burn, Print Folklore and nationalism in colonial South India› ஓரியண்ட் லாங்மேன், புதுதில்லி - 2003.*
3. *உதகமண்டலம், ஒரு வரலாறு - பெடரிக் பிரைஸ், அரசு நூலகம், மெட்ராஸ் (1908)*
4. *தமிழ் இலக்கண நூல், டாக்டர் ஜி.யு.போப்.*
5. *ரா.பி.சேதுப்பிள்ளை (1993) கிறித்தவத் தமிழ் தொண்டர் - நூல் அரசு வெளியீடு - சென்னை.*
6. *ஜி.டி.நாயுடு, பட்டத்தி மைந்தன் எழுதியது, ராமையா பதிப்பகம்.*
7. *அதிசய மனிதர் ஜி.டி.நாயுடு, கள்ளிப்பட்டி சு.குப்புசாமி ஸ்ரீஅலமு புத்தக நிலையம்.*

இன்றைய புதிய தலைமுறைக்கு, பழைய தலைமுறைக்கு நடத்திய அதே வழியில் பாடங்கள் நடத்தினால், நாம் அவர்களின் எதிர்காலத்தை சூறையாடுகிறோம் என்று அர்த்தம்.

- ஜான் டூவி

மனிதர்களும் கணினிகளும் சேர்ந்து ஒத்துழைக்கும் ஒரு செயல்பாடாக கல்வி மாறிவிடும் என்றே தோன்றுகிறது. நம் காலத்தின் காகிதம், நோட்டு, பேனா எல்லாமே கணினியாகவே இருக்கப் போகிறது.

- டேவிட் வார்லிக்
(கணினி கல்வி அறிஞர்)

பாடப்புத்தகங்களுக்கு உயிர் கொடுக்கும் தொழில் நுட்ப வழிக் கல்வி நம் குழந்தைகளின் கற்றல் வாழ்வையே புரட்டிப் போடும் முயற்சி, தங்களது வயதை ஒத்த உலகெங்கும் உள்ள குழந்தைகளோடு புதிய உறவு தரம் சம்பந்தப்பட்ட இடைவெளிகளையும் இட்டு நிரப்பும்.

- ராணி ரேனியா
(ஜோர்டான்)

வாய் திறக்கவே கூசும் ஒரு சிறுவன் அல்லது சிறுமிக்கு தொழில்நுட்ப வழிக் கல்வி அவர்களது குரலாக இருக்கும்.

- ஜெர்ரி புலுமென் கார்டன்
தலைமை ஆசிரியை,
தென்-ஆப்பிரிக்கா

7

கல்வி 4.0 என்பது என்ன?

அறிவியல் தொழில்நுட்பத்தைபோல சமீபகாலத்தில் வேறெதுவும் கல்வியை இந்த அளவுக்கு பாதித்தது இல்லை. நாம் முதல் அத்தியாயத்தில் டிஜிட்டல் சந்ததியை சந்தித்ததை ஞாபகமூட்ட விரும்புகிறேன். அந்த சந்ததியை உருவாக்கியது அறிவியல் தொழில்நுட்ப புரட்சி ஆகும். தொழிற்புரட்சி இல்லையேல் அறிவியல் தொழில்நுட்ப புரட்சி சாத்தியமில்லை. இரு வகையான கல்வியின் விரிவான தன்மைகளை நாம் ஆராய்ந்தோம். 21ஆம் நூற்றாண்டு கல்விக்கு இந்த இரண்டில் அதாவது முறையான கல்வி, முறை சாரா கல்வி இரண்டில் எது பயன்படும் என்பதை இப்போது ஆராய்வோம். 21ஆம் நூற்றாண்டு கல்வி தொழில் புரட்சி, அறிவியல் தொழில் நுட்ப புரட்சி இவை யாவுமே ஒன்றுக்கு ஒன்று பின்னி பிணைந்த விஷயமாகும்.

தொழில் நுட்பம் நமது கல்வியை மெல்ல மெல்ல முழுமையாக ஆக்கிரமித்து வருவதை நாம் நோய் தொற்று ஊரடங்கு காலத்தில் உணரத் தொடங்கினோம். உலகம் முழுதும் நிஜமான வகுப்பறைகள் மூடப்பட்டன. அறிவியல் கண்டுபிடிப்புகள் தகவல் தொடர்பை எளிமைப்படுத்தி ஒரு ஆசிரியர் தன் மாணவர்களோடு முழுமையாகத் தொடர்பில் இருக்க அவர்களுக்கான கூடும் இடமாக வகுப்பறை இருக்க வேண்டியது இல்லை என்பது ஏறக்குறைய ஸ்தாபிக்கப்பட்டது.

ஆனால் ஏற்கெனவே தொழில் நுட்பம் நம் வகுப்பறைகளை அடைந்துவிடவில்லையா? நாம் ஏற்கெனவே பார்த்ததுபோல தமிழ் மண் அதற்கு ஒரு முன் உதாரணமாக இருந்து வழி நடத்தி உள்ளதே. ஆனால் நாம் தற்போது நம் முதல் அத்தியாயத்தின் நவீன சொல்லாடல்களில் ஒன்றான செயற்கை நுண்ணறிவு (*Arti-*

ficial Intelegent) என்பதில் இருந்து தொடங்க வேண்டும். செயற்கை நுண்ணறிவு கல்விப் புரட்சியைத்தான் கல்வி 4.0 என்று அழைக்கிறார்கள்.

நான்காம் தொழிற்புரட்சி கால வேலைப்பணி இடங்களில் வேலை கிடைத்து சேர்ந்திட என்னென்ன திறன்கள் தேவையோ அவற்றை வழங்கிட தகுந்த கல்விக்கு தான் கல்வி 4.0 என்ற பொதுப் பெயர் தரப்பட்டுள்ளது. நான்காம் தொழிற்புரட்சி என்கிற பதத்தை அறிமுகம் செய்தவர் ஜெர்மானிய பொறியியல் மற்றும் பொருளாதார அறிஞர் கிளாஸ் ஸ்குவாப். சுவிட்சர்லாந்தின் டாவோஸ் நகரில் கூடுகின்ற உலகப் பொருளாதார கூட்டமைப்பு (World Economic Forum) எனும் அமைப்பை உருவாக்கியவர் அவர். 2016ஆம் வருடம் அவர் நான்காவது தொழிற்புரட்சி எனும் நூலை வெளியிட்டார். அவரது கூற்றுப்படி முதலாவது தொழிற்புரட்சி என்பது அமெரிக்காவிலும் ஐரோப்பியாவிலும் 18 மற்றும் 19ஆம் நூற்றாண்டில் நடந்தது. கிராமங்களை தொழிற்சாலை மயமாக்கி நீராவி இயந்திரவியல் மூலம் நகர்மயமாக்கியது முதல் தொழிற்புரட்சி. இரண்டாம் தொழிற்புரட்சி மின்சாரம் மூலம் உற்பத்தி நிலையங்கள் எரி- எஞ்சின்கள் மூலம் ஏறக்குறைய இரு உலக யுத்தங்களையும் கடந்து நடந்தது. கிளாஸ் ஸ்குவாப்பின் கூற்றுப்படி மூன்றாம் தொழிற்புரட்சி 1980களில் தொடங்கியது.

மூன்றாம் தொழிற்புரட்சி என்பது கணினி (ICT) மயமாக்கல் புரட்சி மற்றும் இணையத்தின் மூலம் நடந்தது. ஆனால், நான்காம் தொழிற்புரட்சி வெகுவேகமாக வந்துவிட்டது. இது பன்முக தொழில் நுட்பங்களின் கூட்டு நிகழ்வாய் வெடிக்கிறது என்பது அவரது கூற்று. செயற்கை நுண்ணறிவு, ரோபோடிக்ஸ் எனும் மனித இயந்திர இயல், செயற்கையாக மரபணு மாற்றம் மூலம் தோன்றும் உயிரியல், குவாண்ட கணினி இயல், மற்றும் முற்றிலும் தடையற்ற தகவல் தொழில் நுட்ப இயல் இவற்றின் ஒன்றிணைந்த நிகழ்வாக நான்காம் தொழிற்புரட்சி தொடங்கிவிட்டது.

நான்காம் தொழிற்புரட்சி தொழில் நுட்பத்தின் உச்சகட்ட பாய்ச்சலாக அமையப்போகிறது. அரசு, தொழில், வணிகம் என யாவற்றையும் நான்காம் தொழிற்புரட்சி புரட்டிப் போடும் என ஸ்குவாப் வாதிடுகிறார். அத்தோடு உலக மயமாக்கல் 4.0 எனும் பதத்தையும் அவர் அறிமுகம் செய்கிறார். அவரது நூலை வாசித்தபோது பலவகையான அதிர்ச்சிகள் காத்திருந்தன. உலகம் புவிசார்ந்த பிரமாண்ட சிக்கல்களை தீர்க்க ஒன்றுபட்டு திட்டமிட்டு

முழுமையாக ஒத்துழைத்து, தட்பவெப்ப மாற்றம், புவிசூடேற்றம், பிளாஸ்டிக் கழிவு அகற்றம், பாலியல் சமத்துவமின்மை, சமூக ஏற்றத்தாழ்வு, அதனால் வெடிக்கும் போராட்டங்கள் என யாவற்றையும் விவாதித்து ஒன்று படும் உண்மை உலக மயமாக்கல் சாத்தியமா என தோன்றினாலும் ஒரு கவித்துவப் பார்வையில் நெருக்கடிகள் மனிதனை ஒன்று சேர்த்தால் அது நல்லதுதான் என்றும் தோன்றுகிறது. இந்த சிக்கலான உலக பிரச்சனைகளின் தீர்வாகவும் நான்காம் தொழிற்புரட்சி அமையும் என்பதை அவர் பல்வேறு சான்றுகளுடன் விவரிப்பதை வாசிப்பதும் புரிந்து கொள்வதும் புதிய அனுபவங்கள்.

இன்று நீங்கள் உங்கள் பயணப் போக்குவரத்து டிக்கெட்டை கைபேசியின் இணையம் வழியே பதிவு செய்துவிடலாம். அதற்காக ஏழுவகை தனித்தனி தொழில்நுட்பங்கள் கூட்டாக ஒன்றிணைந்து உதவுகின்றன. அமெரிக்க மருத்துவர்களுக்கு மருந்தாளுமை செய்ய (மெடிக்கல் டிரான்ஸ்கிரிப்சன்)சென்னை, கோவை என்று யார் யாரோ செய்ய முடிகிறது. அங்கே கனடாவில் இயங்கும் மென்பொருள் சர்வரை பெங்களூரில் அவுட்சோர்ஸ் ஐ.டி. நிறுவன ஊழியர் தன் குழுவோடு சேர்ந்து தன் கட்டுப்பாட்டில் வைத்திருக்க முடிகிறது. சியோல் தேசிய பல்கலைக்கழக முன்னாள் தலைவர் இயான்-ஷியான், நான்காம் தொழிற்புரட்சி என்பது நான்காம் கல்விப் புரட்சிதான் என்று அறிவிக்கிறார். உயர்கல்வி குறித்து லண்டன் டைம்ஸ் இதழில் 2017இல் அவர் எழுதிய கட்டுரை ஒன்றை வாசித்தேன். அது இணையத்தில் மிக அதிக முறை பகிரப்பட்டதாக இருந்தது. பல்கலைக் கழகங்கள் அசையா நிலைத் தன்மை கொண்ட இறுகிப் போன கட்டமைப்பாக இருந்து வருவதை அவர் அதில் கடுமையாக சாடி இருந்தார். கூகுள் போலவும் விக்கி பீடியா போலவும் அவை அவ்வப்போது மாறும் வளரும் முன்னோக்கிய பாய்ச்சலாக விளங்கும் அளவிற்கு தங்களது பாடமுறை, மற்றும் கலை திட்டங்களை நெகிழ்ச்சித் தன்மை கொண்டவையாக மாற்றினாலன்றி 21ஆம் நூற்றாண்டின் கல்வி 4.0 காலங்களில் காலம்தள்ள முடியாது என்றும் அவற்றில் பல மூடப்பட்டுவிடும் அபாயம் உள்ளது என்றும் கருத்து தெரிவிக்கிறார்.

பல்கலைக்கழகங்கள் மட்டுமல்ல பொதுவாகவே பள்ளி முதல் பல்கலைக்கழகம் வரை கல்வி 4.0 என்பது நான்காவது தொழிற்புரட்சி தனக்கு தேவை என்று தன் புதிய வகை

தொழிற்துறை மூலம் அறிவிக்கும் பணி இட புதிய திறன்களை வளர்க்கும், உருவாக்கும் ஒன்றாக மாற்றப்பட வேண்டும். புதிய தொழிற்துறை வேலைக்கு தக்கவாறு தன்னை தகவமைத்துக் கொள்ளவும், செயற்கை நுண்ணறிவு, ரோபோடிக்ஸ் உட்பட உருவாகும் புதிய உலகிற்கு தக்க பணிகளை மேற்கொள்ளும் சமூகம் உருவாகவும் புதிய கல்வி 4.0 தன் கற்போரை செதுக்க வேண்டி இருக்கிறது. 21ஆம் நூற்றாண்டின் பணி இட திறன்கள் எவையாக இருக்க முடியும்?

1. படைப்பாக்கம் அல்லது படைப்பாற்றல்

அசல் கருத்துகளை கண்டுபிடிப்புகளை உருவாக்கும் திறன். புத்தி கூர்மை கற்பனைத் திறன் இணைந்து புதிய கண்டுபிடிப்பை உருவாக்குதல், வடிவம் தருதல், கட்டமைத்தல், தோற்றம் கொள்ள வைத்தல், தோற்றுவிப்பு மூளை. இப்படி பலவகையாக அதை அழைக்கிறார்கள். கூர்ந்தாய்தல் கண்டடைதல், கண்டுபிடித்தல் மற்றும் புதுமுறை காணல் இவை யாவும் வாய்க்கப்பட்ட நுண் ஆய்தல் திறன் கொண்டவர்கள்தான் முதல் தேவையாக இருப்பர். முறை சாராத கல்விச் சாம்பியன்களான சுந்தர் பிச்சை முதல் செஸ் வீரர் ஆனந்த் வரை படைப்பாற்றலே வெற்றியின் ரகசியம் என்பது கண்கூடு. சுயமாக ஒன்றை சிந்தித்து உருவாக்கும் திறனை பள்ளிக் கல்லூரிகள் உருவாக்க வேண்டி உள்ளது. அதே சமயம் பிடிவாதமான அர்ப்பணிப்போடு நாம் தொழில்நுட்ப ஏ.பி. ஜே.அப்துல்கலாமின் உலகை இணைக்க வேண்டும். எனவே முறையான மற்றும் முறைசாரா அம்சங்கள் இணைவது அவசியம்.

மாசசெஸ்டர்ஸ் இன்சிட்யூட் ஆஃப் டெக்னாலஜியின் பேராசிரியர்களான எரிக் பிரைஞ்சோல்ஃபன் மற்றும் ஆண்ட்ரூ மெக்காப்ரீ ஆகியோர் இணைந்து எழுதிய இரண்டாம் இயந்திரக் காலம் (தி) செகண்ட் மெஷின் ஏஜ் புத்தகம் மிக முக்கியமான ஒரு கருத்தை முன் வைக்கிறது. 'நிஜமான அர்த்தத்தில் தானே சிந்தித்து புதிய கண்டுபிடிப்பை நிகழ்த்தும் ஒரு கருவி இதுவரை உருவாக்கப்பட்டதே இல்லை. தனக்கு வழங்கப்படும் புள்ளி விவர குவியலை முழுமையாக துழாவி ஆய்வு பல செய்து இறுதி முடிவை வேண்டுமானால் செயற்கை நுண்ணறிவு வழங்க முடியும். ஆனால், ஒரு தொழில் முனைவு நோக்கத்தோடு நுணுக்கமான முற்றிலும் புதிதாய் சிந்திக்க எந்த நவீன இயந்திர வகையாலும் முடியாது. மனிதன் எப்போதும் அதைத்தான் செய்துகொண்டே இருக்கிறான். ஒரு கோடி மோனாலிஸா

ஓவியங்களை ஒரு செர்வரின் தகவல் தொகுப்பு மனிதனைவிட வேகமாக உருவாக்கித் தள்ளிவிடும். திருக்குறள் பிடிஎஃப் சில வினாடிகளில் பல லட்சம் கணினி பயனீட்டாளர்களுக்கு அதனால் அனுப்ப முடியும். ஆனால் ஒரு முதன் முதல் மோனாலிஸா அல்லது ஒரிஜினல் திருக்குறள் கண்டிப்பாக சுய கற்பனை படைப்பாக்க திறன் கொண்ட மனிதனால் மட்டுமே உருவாக்க முடியும்.

எனவே செயற்கை நுண்ணறிவுக் காலமான 21ஆம் நூற்றாண்டின் வேலைப்பணியிட தேவை சுயமான சிந்தனை ஓட்டம் கொண்ட படைப்பாற்றலில் மிளிரும் மனிதர்கள். ஏற்கெனவே உருவாக்கப்பட்ட அறிவு திரட்டை மனப்பாடம் செய்யும் இயந்திரங்களாக மாணவர்களை நாம் இப்போதும் நடத்திக் கொண்டிருக்கிறோம். பள்ளிக் கல்வியின் நமது பாடப்புத்தகங்கள் தங்களுக்கு அடைத்துவைத்திருக்கும் (5 மதிப்பெண் கேள்வி 2 மதிப்பெண் கேள்வி) தகவல்களை கூகுள் தனது சேவையாக தந்து கொண்டிருக்கிறது. இன்றைய தேவை வெறும் மெய்மைகளை (Facts) மனப்பாடம் செய்து வைக்கும் முதல் ரேங்க் வாங்கும் குட்பாய்ஸ் அல்ல.

படைப்பாற்றலை கற்றலின், பள்ளியின் ஒரு அங்கமாக்க முடியுமா? படைப்பாற்றல் என்றால் என்ன என்பதையும் படைப்பாற்றல் குறித்த கோட்பாடுகளையும் பார்ப்போம். படைப்பாற்றல் என்பது அசலான யோசனை, தீர்வு அல்லது புதிய சிந்தனை மற்றும் அதன் உபயோகம் ஆகும். அறிவியல், யுக்தியியல், தர்க்கம், வணிகம், கலை, இலக்கியம் மற்றும் வாழ்க்கை முறை யாவற்றையும் படைப்பாற்றல் உள்ளடக்கியது. படைப்பாற்றல் ஒரு நிர்வாக மற்றும் செயல்பாட்டுக்கூறாக நிறுவனங்களில் பயனாகிறது. படைப்பாற்றல் அடிப்படை இயங்கு சக்தியாக அனைத்து கலை இலக்கிய வடிவங்களிலும் நிகழ்கிறது.

பிளாட்டோ படைப்பாற்றலை இறை கொடையாகக் கண்டார். அரிஸ்டாட்டில் படைப்பாற்றல் என்பது சமூக எதிர் சிந்தனையாக்கம் என அறிவித்தார். 1300களில் மறுமலர்ச்சியுகம் தொடங்கியதை ஏற்கெனவே பார்த்தோம். பகுத்தறிவு, கற்றல், வேலை மற்றும் அறிவு ஒன்றிணையும்போது ஒரு மேதை படைப்பாற்றல் மிக்கவராகிறார் என்று லுமெயர்ஸ் எனும் மறுமலர்ச்சி யுக அறிஞர் அறிவித்தார். இதற்கிடையே 1760களில் கற்பனை இயல் எனும்

ரொமாண்டிஸ யுகம் தொடங்கிவிட்டிருந்தது. கலை இலக்கியத்தில் கற்பனையை முதன்மையாகக் கொண்ட அந்த யுகத்தில் படைப்பாற்றல் தனிமனித உள்ளுணர்வில் இருந்து வருவது, இயல்பூக்கம் (அதாவது எல்லாருக்கும் வருவதில்லை. சிலருக்கு தானாகவே அனிச்சை செயலாக வரும்) ஒரு வகை பித்து நிலை, குழந்தைத்தனம் என்றெல்லாம் ரொமாண்டிஸ்டுகள் படைப்பாற்றலை வர்ணித்தார்கள். பிறகு 1910வாக்கில் உணர்வு வெளிப்பாட்டு யுகம் (Expressionism) தொடங்கியபோதும் பிறகு அதுவலே சர்ரியலிசமாக ..... மாறிய காலகட்டத்தில் உணர்ச்சி ததும்பும் பண்பினாலும், பகல் கனவு காணும் மன ஓட்ட வடிவமாகவும், தூண்டலின்றி சுயமாகவே இயற்கையாக தோன்றும் உணர்வு வெளிப்பாடாகவும் படைப்பாற்றல் விளக்கம் பெற்றது. 1950களுக்குப் பிறகு படைப்பாற்றலை சுயசிகிச்சை முறையாகக் கூட உளவியல் மற்றும் நரம்பியல் மருத்துவர்கள் கையிலெடுத்தார்கள்.

- ஏதாவது ஒரு சோதனை செய்து ஒருவரது படைப்பாற்றலை அளக்க நடந்த முயற்சிகள் ஒரு இருபதாண்டு காலம் (1950 முதல் 70 முடிய) தொடர்ந்தன. அனைத்தும் தோல்வி.
- சென்ற ஒரு அத்தியாயத்தில் நாம் பார்த்த ஐ.க்யூ டெஸ்ட் 120 எனில் அதற்கு மேலும் படைப்பாற்றல் அதிகரிப்பது இல்லை என்பதை கெட்ஸெல்ஸ் மற்றும் ஜாக்சன் ஆகியோர் நிரூபித்தனர். வருடம் 1962.
- குயில் ஃபோர்டு எனும் உளவியல் அறிஞர் 1950இல் படைப்பாற்றல் மிக்க மனிதர்களின் பொது குணாதிசயங்கள் என்று 444 பக்கத்திற்கு ஒரு புத்தகம் எழுதினார்.

படைப்பாற்றல் என்பது இரு திசை பரிமாணம். ஒன்று புதுமை. மற்றொரு பரிமாணம் பயன்பாடு. பெட்ரோஸ்கி எனும் உளவியல் அறிஞர் சொல்வதுபோல ஒரு அன்றாட வாழ்க்கை அலுவலக பணியின் செயல் முறையில் ஆகச்சரியாக எங்கே படைப்பாற்றல் கலந்தது என்பதைக் கண்டறிவது மிகவும் கடினம். படைப்பாற்றலை மூன்று விதமாக அதாவது மூன்று வகையினதாகப் பிரித்தார் மிக்டாசி. சுவீடனின் கல்வியாளர். புதிதாக ஒன்றை படைத்தல் முதல் ரகம். இருப்பதை புதிய விதமாக ஒன்றிணைத்தல் இரண்டாவது வகை. ஏற்கெனவே படைக்கப்பட்டு பயன்பாட்டில் உள்ள ஒன்றை மாற்றுதல், முன்னேற்றுதல் மூன்றாம் வகை.

படைப்பாற்றல் இரண்டு படிநிலைகள் கொண்டதாக பொதுவாக ஏற்கப்படுகிறது. ஒன்று பிரச்சனையை கண்டறிதல், இரண்டாவது புதிய அணுகுமுறைப்படி அதற்கு தீர்வு அளித்தல்.

படைப்பாற்றலுக்கு பலவிதமான திறன்களும், தனித் திறமைகளும் தேவை. ஏற்கெனவே நடைமுறையில் இருப்பதை மறுத்தும் கடந்து செல்வது என்பது படைப்பாற்றலின் இன்றியமையாத அடிப்படை இயல்பாகும்.

படைப்பாற்றல் குறித்த சித்தாந்த அறிவியல் மிகவும் புதிது. ஹாவர்டு பல்கலைக்கழக அறிஞர் தெரசா மாபைல் விகிதாச்சார படைப்பாற்றல் கோட்பாட்டை முன்வைத்தார். இவரது நவீன படைப்பாற்றல் கோட்பாடுதான் விகிதாச்சார கோட்பாடு (Componential theory) என்று அழைக்கப்படுகிறது. இது அறிவியல் பூர்வமான கோட்பாடு. தெரசா மாபைல் படைப்பாற்றல் அனைவருக்கும் பொதுவானது என்று அறிவிக்கிறார். மனிதர்களுக்கே உரிய இயல்பான பண்புகளில் படைப்பாற்றலும் ஒன்று. மனிதன் பேசும் மொழியைக் கண்டுபிடித்து பரிணாமம் அடைவதற்கு முன்னதாகவே படைப்பாற்றல் புகுந்து விட்டது. இலைகளையும் விலங்கின் தோலையும் உடையாக தரிக்கவும் தீயை மூட்டவும் அளவற்ற படைப்பாற்றல் மனம் தேவை.

நாம் நினைப்பதுபோல படைப்பாற்றல் என்பது புதியவற்றை கண்டுபிடிப்பது மட்டுமே அல்ல. இந்த சொல் நம்மை ஏமாற்றக் கூடியதாகவும் உள்ளது. தினமணி நாளிதழ் மூலம் சிறந்த கார்ட்டூனிஸ்டாக மிளிர்ந்த மதியின் வாழ்க்கை சித்திரம் ஒன்றை சமீபத்தில் படித்தேன். இளம் வயதில் பள்ளி நாட்களில் நன்றாக படம் வரைவார் என்று மட்டும் அறியப்பட்டவர். கல்லூரியும் முடித்து தூத்துக்குடி வ.உ.சி. கல்லூரியில் எம்.எஸ்.சி. படிக்கும்போது நடந்த ஒரு போட்டியில் பேராசிரியர் ஒருவரின் நச்சரிப்பு தாங்க முடியாமல் அவர் அரசியல் கார்ட்டூன் (எனக்கு வராத விஷயம் சார்) வேண்டாவெறுப்பாக வரைந்து அனுப்புகிறார். தங்கப்பதக்கம் கிடைக்கிறது. பிறகு வரிசையாக கார்ட்டூன் போட்டிகளில் முதலிடம். அப்போட்டிகளின் நடுவர்கள் அவரிடம் பேசி சென்னைக்கு அனுப்புகிறார்கள். மதி கார்ட்டூன்ஸ் இன்று மிகப் பிரபலம். சமீபத்தில் அவரது கார்ட்டூன் தொகுப்பு நூல் அவரது சொந்த ஊரில் வெளியிடப்பட்டது. அப்போது பீட்டர் ஃபிளக்ஸ் எனும் தன் பள்ளியின் பத்தாம் வகுப்பு கணக்கு ஆசிரியரும் அந்த விழாவுக்கு வந்திருப்பதைக் கண்டு மதி

அவரிடம் ஓடுகிறார். ‘உனக்கான என் பரிசு’ என்று அவரது ஆசிரியர் கொடுத்த பேப்பரை பார்த்த மதிக்கு இன்ப அதிர்ச்சி. பள்ளிக்கூட வயதில் கடைசி பெஞ்சில் உட்கார்ந்து வரைந்த பள்ளிப் பருவ கார்ட்டூன். கண்டிக்கவும் மிரட்டவும் பிடிபட்ட விஷயம். மதி தலை சிறந்த ‘படைப்பாற்றல்’ வித்தகர் என்பது பள்ளி நாட்களிலே தொடங்கிவிட்டதற்குச் சான்று. அது உங்களுக்கே கூட தெரியாமலே இருக்கலாம். அதைக் கண்டுபிடிப்பது பள்ளியின் கடமை. கல்வி 4.0வின் முக்கிய அம்சம்.

இன்னொரு உதாரணம் தருகிறேன். எல்லாருக்கும் இப்படி சிறு வயதில் தோன்றி பிறகு மதி போலவே முழுமையான படைப்பாற்றல் வாழ்க்கை அமைவது கிடையாது. வித்யாபாரதி பள்ளிக் கூடம் அதன் ஆசிரியர் காசிபதி பகிர்ந்த விஷயம். மிகவும் நெகிழ்ச்சி ஊட்டக் கூடியது. கோவிந்தராஜன் என்று ஒரு மாணவர். மிகச் சிறிய வயதில் இருந்தே சிறப்பாக பாடுவார். தானாகவே இட்டுக்கட்டி பாடல் புனையும் ஆற்றலும் இருந்தது. கல்லூரி நாட்களில்கூட தனிக்குரல் வளத்தோடு கணீரென்று பாடி பரிசு பல வென்றவர். பாடகராகவில்லை. இந்திய ராணுவத்தில் பணி. யுத்தத்தில் முன்னணியில் நேரடி யுத்தம் செய்ய அவர்களது ரெஜிமண்ட் அனுப்பப்பட்டது. காஷ்மீரின் பனிச்சருக்கில் எதிரிப்படையின் பலம் மிக அதிகம். இவர்கள் எண்ணிக்கை அடிப்படையில் கொஞ்சம் பேர்தான். ஏனெனில் ஏனைய ரெஜிமண்ட்கள் பனிச்சரிவினால் பின்தங்கினர்... வீரர்கள் நம்பிக்கை இழந்தனர். உடன் பயணித்த ஒரு தோழமை ரத்த வெள்ளத்தில் மடிந்து போகும்படி எதிரியரின் பீரங்கிகள் முழங்கின. அப்போது கோவிந்தராஜன் பாடத் தொடங்கினார். 'வந்தே மாதரம்' பாட்டை கணீர் குரலில் பாடிய படியே எதிரி படையை எதிர்கொண்டு குளிரை மறந்து போரின் உக்கிரத்தில் கலந்து தங்களது மீதி ரெஜிமண்ட்கள் வரும்வரை போர் முனையை சமாளித்து வெற்றி கண்டார்கள். படுகாயமுற்று கோவிந்தராஜன் ராணுவ மருத்துவமனையில் இருந்தபோது போய் பார்க்க அனுமதிக்கப்பட்டவர்களில் காசிபதி சாரும் அடக்கம். படைப்பாற்றல் என்பது இயந்திரங்களை ஒப்பிடும்போது மனிதனை வெற்றி அடைய வைக்கும் உயிர்ச் சக்தி என்பதில் சந்தேகமே இல்லை.

தெரசாமாபைல் அம்மையாரின் கோட்பாட்டின்படி படைப்பாற்றல் பள்ளிக்கல்வியில் 21ஆம் நூற்றாண்டில் ஒரு

அங்கமாகிட கீழ்க்கண்ட மூன்று அம்சங்கள் பரிசீலிக்கப்பட வேண்டும்.

1. தனித்திறன்களை கண்டறிதல் மற்றும் முறைப்படுத்துதல்...
2. படைப்பாக்க சிந்தனைத் திறன்களுக்கான முறையான பயிற்சி.
3. சுய சிந்தனை இயல்பூக்கமாக படைப்பாக்கத்தை ஒவ்வொரு மாணவருக்கும் உருவாக்கிட செயல் ஊக்கம் தரும் கல்வி சூழலை ஏற்படுத்துதல்.

2. சமூக பிரக்ஞை அல்லது சமூகவியல் நுண்ணறிவு

இது 21ஆம் நூற்றாண்டின் நான்காம் தொழிற் புரட்சிகால வேலை பணியிடம் கோருகின்ற இரண்டாவது திறன். இயந்திரங்கள் மனிதர்களுக்கு பணிவிடை செய்யவும் சகாவாக இருக்கவும் பயிற்றுவிக்கப்பட முடியும். பெயரை சொல்லி நீங்கள் அழைத்தால் பக்குவமாக பதிலளிக்கும் வண்ணம் ஆப்பில் ஐ-போன் இன்று கிடைக்கிறது. நாம் தரும் குரல் ஒலியை சமிக்ஞையாக மாற்றி டி.கோடிங் செய்து கட்டளைகளை அது நிறைவேற்றுகிறது. இந்தத் திறனை அதாவது கட்டளைகள் பெருகிற இயந்திரத்தின் இடத்தில் இருந்து ஆராய்வோம்.

1. அனைவரது கட்டளைகளுக்கும் அந்த ஐ-போன்கள் செவிமடுப்பது இல்லை. அந்த கைபேசியின் உரிமையாளர் குரல்... அதை பதிவிட்டு பல வகையில் ஏற்ற இறக்கங்களை கணக்கிட்டு தன் டேட்டாபேஸில் அது வைத்திருக்கிறது.
2. எந்தெந்த கட்டளைக்கு எப்படி பணியாற்ற வேண்டும் என்று அதற்கு ஏற்கெனவே நிரல் வழி உருவாக்கம் (Pro-gramming) செய்யப்பட்டுள்ளது.

3. அது சரிசமமாக மனிதர் போலவே உங்களோடு உரையாடுவது எப்படி? ஒரு பெண் குரலில் உங்களை பின் தொடரும் பலவகையான தகவல் தொடர்பு யுக்திகள் இன்று ரயில் நிலையம், மருத்துவமனை ஏன் தானியங்கி லிஃப்ட் உட்பட எல்லா இடங்களிலும் வழி காட்டுவதைப் பார்க்கிறோம்.

ஆனால், மனிதர்களை எப்படிக் கையாள்வது என்று நாம் இயந்திரத்திற்கு சொல்லிக் கொடுத்திருக்கிறோம் என்பதே உண்மை. ஒரு வகை சமூக பிரக்ஞை இயந்திரத்திற்கு தேவை. ஆனால், அவைகளுக்கு உண்மையில் எந்த உணர்ச்சியும் கிடையாது.

அவற்றை இன்னமும் பெரிய அளவில் நான்காம் தொழிற்புரட்சி உருவாக்கும். நமது பல் துலக்கும் பிரஷ், எழுதும் பேனா, கைக்கடிகாரம், வீடு, நமது நாற்காலி, படுக்கை யாவுமே நம் கட்டளைகளை ஏற்று பணிவுடன் செயல்படும் தானியங்கி நூற்றாண்டு 21ஆம் நூற்றாண்டு. சொல்வதற்கு அடிபணிந்து நாம் கேட்கும் சூட்டிற்கு வாய் குரல் கட்டளைகளை ஏற்று காப்பி போட்டுத் தரும் இயந்திரம் கூட வந்துவிட்டது.

ஆக்ஸ்போர்டு பல்கலைக் கழக பேராசிரியர்களான காரல்ஃபிரே மற்றும் மைக்கெல் ஆஸ்பர்ன் இருவருமே செயற்கை நுண்ணறிவு குறித்த உலகின் முன்னணி வல்லுநர்கள். 'பொதுவான சில கட்டளைகளை சமிக்ஞையாக பெற்று அதனை செயல்களாக மாற்றும் செயல்முறை விதிகள் (அல்காரிதம்) கண்டுபிடிக்கப்பட்டுள்ளது உண்மைதான். ஆனால் சரியான அர்த்தத்தில் மனித உறவாடுதல் என்பதை எந்த இயந்திரத்தாலும் தற்போதுள்ள தரவுகளின்படி செயல்படுத்த முடியாது' என்கிறார்கள். சமூக உறவுகளை பேணுதல் என்பது மனித இனத்தின் இயற்கையான செயல்பாடு. 21ஆம் நூற்றாண்டின் நான்காம் தொழிற்புரட்சியின் பணி இடத்தேவை மனித நிர்வாகம். அதைத்தான் சமூகவியல் நுண்ணறிவு என்று அழைக்கிறார்கள். மனிதர்கள் செய்ய முடியாத மிக ஆபத்தான செயல்களை மனிதனைபோல சிந்திக்க முடிந்த இயந்திரங்களை பயன்படுத்துதல் நடக்க தொடங்கிவிட்டது. அதற்கு நடத்தையியல் நிபுணத்துவ மென்பொருளின் செயல்பாட்டுத் தேவை இருக்கிறது.

இயான் கோல்டுவின், ஆக்ஸ்போர்டு மார்ட்டின் கல்வியகத்தின் முன்னாள் இயக்குநர். தன் சமீபத்திய கட்டுரையில் இயந்திரங்களால் அவசர காலத்தில் மனிதர்களுக்கு இணையாக செயல்பட இன்னும் முடியாத நிலை. ஒரு நிலச் சரிவு அல்லது அதைவிட துயரமான ஆபத்துகளில் தப்பி ஓடவும் அதீத வேகத்தோடு செயல்படவும் வேண்டியுள்ளது. அதற்கு நடத்தை உருவ வடிவாக்கம் என்று பெயர். அதை இயந்திரங்களின் மெமரியில் ஏற்றுவதும் நிரல் வழி உருவாக்கம் செய்யவும் இன்று உலகெங்கும் ஆய்வுகள் நடந்து வருகின்றன என்கிறார். பல்கலைக் கழகங்கள் உருவாக்கப்போகும் பட்டதாரிகள் யாராக இருந்தாலும் மனித நிர்வாகத்திறன் அவர்களது பாடத்தில் ஒன்றாக சேர்க்கப்பட வேண்டும். சமூக பிரக்ஞை மனிதர்களிடையே நல் உறவு செயல்பாடு, இவை காலத்தின் மிக முக்கிய தேவை. 'விரைவில் வகுப்பறைகள்

கைவிடப்படும்' கோல்டின் எச்சரிக்கிறார். 'தனித்தனி மனிதர்களாகி வீட்டிலிருந்தே ஆன்லைனில் கல்வி தொடரப் போகிறது' என்று 2017லேயே எழுதினார். அப்போது அந்நியமாதல் எனும் தனிமைவாதம் அதிகமாகும். அலுவலகங்கள் என்பவை அவரவரது வீட்டிலிருந்தே ஆன்லைனில் நடக்கும் வேலைகளின் தொகுப்பாக மாறும். எவ்வளவு அற்புதமான தீர்க்க தரிசனம். நான்காம் தொழிற் புரட்சியின் அடிப்படைக் கூறுகளில் ஒன்று அது. ஆனால், இந்த கொரோனா நோய் தொற்று காரணமாக இத்தனை விரைவில் அது நடக்கும் என யாருமே எதிர்பார்த்திருக்க மாட்டார்கள். மனித உறவுகள் சக தோழமை என்பதெல்லாம் மறக்கப்படாமல் இருக்க நம் கல்வியில் சமூகவியல் நுண்ணறிவு ஒரு பாடமாக சொல்லித் தர வேண்டிய நிலை ஏற்படும். சமூக நுண்ணறிவுத் திறனை இயந்திரங்களுக்கு புகுத்துவது ஒரு புறம். வேறு வகையிலும் சிந்திக்கலாம்.

சமூக நுண்ணறிவு என்பது என்ன? இன்றைய சமூகத்திடம் அதிகம் பரவும் தற்கொலை, மணவாழ்க்கை முறிவு, பெற்றோர் முதியோர் இல்ல சிக்கல் என பலவற்றின் மனித நேய தலையீடாக பள்ளிக் கல்வியில் பல நாடுகளில் சமூக நுண்ணறிவு ஒரு பாடமாக இடம் பெற்றுள்ளது. தன்னை உணர்தலின் வழியே தனது உடனடி சுற்றத்தாரையும் அவர்களது வழியே சமூகத்தை அறியும் அறிவு வளர்ச்சிக்கு சமூக நுண்ணறிவு என்று பெயர். ஆண் பெண் உறவின் சமநிலை பரஸ்பர தேவை குறித்த இயல்பூக்கம் பல வன்முறைகளுக்கு முற்றுப்புள்ளி வைக்கும். உங்களது உடனடி சுற்றம், நிறுவனத்தின் சக மனிதர்கள், இயந்திரங்கள் என மனித உறவுகளை மேன்மேலும் அறிதல் ஒரு புதிய வகை மூளை வளர்ச்சி மற்றும் முதிர்ச்சியின் படிநிலைகள் என்று உளவியலாளர் தார்ன்டைக் குறிப்பிடுகிறார்.

ஸ்டீவ் மித்தென் எனும் தொல் பொருள் அறிஞர், மானுட வியல் நிபுணர் ஒரு படி மேலே போய் மனிதன் மனிதனாகிய படிநிலையில் சமூக மயமாக்கலின் முக்கிய காலகட்டத்தை இரண்டாக பிரிக்கிறார். ஏறக்குறைய 2 மில்லியன் ஆண்டுகளுக்கு முன் மனித மூளை இப்போது இருப்பதைவிட இரு மடங்கு பெரிதாக இருந்தது. பெரிய குழுக்களாக அவன் வாழ வேண்டிய நிர்ப்பந்தம் இருந்தது. பிரமாண்ட குழுவின் நூற்றுக்கணக்கான உறவுகளை நினைவில் வைத்து அதனை உணர்வுபூர்வமான தனது சொந்தமாக்கிட வேண்டிய அவசியம் எப்போதும் இருந்தது. சில

இனக்குழுக்கள் 200, 250 பேர் வரை கூட இருந்தன. அதிக மூளைத்திறன் தேவைப்பட்ட ஒரு கால கட்டம் அது.

ஆனால் அதே சமயம் 1 லட்சம் ஆண்டுகளுக்கு முன் மனித மூளையின் அளவு தற்போதுள்ள அளவிற்கு சிறியதாகியது. காரணம் மனித உறவுகளிடையே தகவல் தொடர்புகொள்ள மொழி பயன்படத் தொடங்கியது. சிக்கலான புலனுணர்வு அறிவு வேலைகளை செய்ய மெல்ல தனிமனித உழைப்பு தேவைப்பட்டது. சமூகம் கூட்டாக வாழ்ந்தாலும் அவரவர் அவரவரது வேலை என பிரிந்ததால் பரிணாமம் மூளையின் அளவையும் அதற்கேற்றார்போல வடிவமைத்து சுருக்கிவிட்டது என்பது, ஸ்டீவின் கருத்து.

நான்காம் தொழிற்புரட்சிக்கு மிகவும் அத்தியாவசியமான விஷயமாக கல்வியில் சமூக நுண்ணறிவு இருக்கும். எல்லாம் இருந்தும் இயந்திர மயமாக்கல், உற்சாகம் எனும் மனித கொண்டாட்ட இயல்பை தர முடியாது. சார்லஸ் ஷ்வாப் பற்றி கேள்விப்பட்டிருப்பீர்கள். அமெரிக்காவின் அதிக சம்பளம் வாங்கிய சி.இ.ஓ.க்களில் ஒருவர். 150 வருடங்களுக்கு முன், மாதம் ஒரு கோடி அவரது சம்பளம். அவர் வேலை செய்தது இரும்பு உருக்கு நிறுவனம். ‘இரும்பை உருக்கும் திறமைக்காக இத்தனை சம்பளமா?’ என்று ஒரு முறை நிருபர்கள் கேட்டனர். ‘இரும்பை யார் வேண்டுமானாலும் உருவாக்கிவிடலாம். மனித மனங்களை உருக்கி வடிவமைத்து தருவதுதான் மிகக் கடினம். என் நிர்வாகத்தில் எனக்குக் கீழே இருக்கும் மனிதர்களை பாராட்டி, ஊக்கமும் உற்சாகமும் தருவது எனும் என் வேலையை நான் செவ்வனே செய்கிறேன். உற்சாகமே உன்னத முதலீடு என்பது என் நிர்வாகத்திற்கு தெரியும்’ என்று பதில் சொன்னார். சமூக நுண்ணறிவு என்பது மனித நிர்வாகம். அதை ஒரு முக்கிய பணி இடத் தேவையாக நான்காம் தொழிற்புரட்சி கோருகிறது. கூடவே அதை இயந்திர மனநிலை மாற்றமாக்கி உருவ வடிவாக்கம் செய்தலையும் கல்வி 4.0 தன்னகத்தே கொண்டிருக்கப் போகிறது.

3. ஒவ்வொரு பள்ளியிலும் மென்சா அல்லது இயல்திறன் மேம்பாடு

செயற்கை நுண்ணறிவு யுகம் முதலில் இயற்கை நுண்ணறிவு என்று அழைக்கப்படும் மனிதரின் அடிப்படை அறிவை குறி வைத்து கல்வியை நகர்த்தும் என்பது அறிஞர்களின் கருத்து. தற்போது நாம் வாழும் இந்த உலகில் இயந்திரங்கள் நம்மால் கற்பனை செய்தும் பார்க்க முடியாத அளவு தகவல்களை சேகரித்து அவற்றை நுண்ணிய முறையில் ஆய்வும் செய்து நாம் நினைக்க

முடியாத அளவு கண் இமைக்கும் நேரத்தில் நாம் கேட்கும் முடிவுகளை கொடுத்து விடுகின்றன. நம்மால் முடியாது.

ஏற்கெனவே பல வகையான வகையில் நுண்ணறிவு குறித்து முன் ஒரு அத்தியாயத்தில் நாம் விவாதித்தோம். மனப்பாடம் செய்து அறிவு என்று பாடப் பொருள் குறிப்பிடுவதை பக்கம் பக்கமாக ஞாபகம் வைத்து அதை தேர்வாக எழுதுவதைத்தான் இன்றும் கல்வி என்று நம் நாடு அழைக்கிறது. தேர்வு மைய கல்விக்கொள்கை ஒன்றை சமீபத்தில் கஸ்தூரி ரங்கன் கல்விக்குழுவும் பரிந்துரைத்த பொதுத் தேர்வு உலகில் பல நாடுகள் எழுதும் பிஸா (pisa) எனும் Programme for International Student Assesement தேர்வு இனி இந்தியாவிலும் நடத்தப்பட உள்ளது. எட்டாம் வகுப்பிற்கு பிறகு ஆண்டுக்கு இரு பொதுத் தேர்வுகள் என (செமஸ்டர்) நான்காண்டுகள் நடத்த உள்ளார்கள். இப்படியாக பதினோரு பொதுத் தேர்வுகள். அதைத் தவிர மூன்றாம் வகுப்பிலிருந்து பிஸா பத்தாண்டுகள் என்று வைத்தால் தேர்வே வாழ்க்கையாக நம் குழந்தைகள் வாழப்போகிறார்களோ என்ற பீதி அடைய தோன்றுகிறது.

இந்த எல்லா வகை தேர்வுகளையும் கடந்து நம் குழந்தைகள் பன்னிரண்டாம் வகுப்பு முடித்தால் அப்படியே கல்லூரி போய்விட முடியாது. நேஷனல் டெஸ்ட்டில் ஏஜென்சி நடத்தப்போகும் அல்லது நடத்தி வருகிற மருத்துவக்கல்வி நுழைவுத் தேர்வு, பொறியியல் உட்பட ஏனைய எல்லா பல்கலைக் கழகங்களுக்கும் தனி நுழைவுத் தேர்வு என எழுத வேண்டும். கல்லூரியின் பட்டப்படிப்பு முடித்தால் முதுகலையில் சேர ஒரு நுழைவுத் தேர்வு, வேலைக்குப் போக நுழைவுத் தேர்வு பிறகு அங்கே வேலையில் பதவி உயர்வு பெற இனி அடுத்தடுத்து நுழைவுத் தேர்வு, என்று முழு வாழ் நாளையும் நுழைவுத் தேர்வு தயாரிக்கவே செலவிடும் அவலமே இந்தியக் கல்வியின் எதிர்காலம்.

ஆனால் நான்காம் தொழிற்புரட்சி கோருவது இந்த வகை சார்ந்தது அல்ல. அது இயல்திறன் மேன்மையை குறிவைக்கிறது. பள்ளிப் பருவத்தில் இருந்தே நுண்ணறிவுத் திறனை மேம்படுத்தும் தேவையை அது ஒரு நிபந்தனையாகக் கொண்டது. ஐ.க்யூ மேம்பாடு என்பதோடு இயல்திறன் மேம்பாட்டிற்கும் நாம் நமது டிஜிட்டல் சந்ததிக்காக ஒவ்வொரு பள்ளியிலும் கண்டிப்பாக ஒரு மென்சா கிளப் திறக்க இருக்கிறோம். உலக மயமாதலின் ஒரு

நிர்ப்பந்தமாக பிஸா தேர்வு நடத்துவதையே திறன் தேர்வாக மாற்றவும் வாய்ப்புகள் உள்ளன.

இயல்திறன் என்றால் என்ன? ஒரு துறையில் சிறக்க நமக்குத் தேவையான திறனை வழங்கும் இயல்பான ஆற்றல் 'இயல்திறன்' என்று அழைக்கப்படுகிறது. எந்த ஒரு பணியையும் குறிப்பிட்ட நிலையில் செய்து முடிக்கத் தேவைப்படும் ஆற்றல் எனக் கூறலாம். அத்தியாவசியமான துறை சார் ஆற்றல் இயல்திறன் *(APTITUDE)* குறித்து காட்டல் - ஹர்ன் - கரோல் கோட்பாடு என்கிற ஒன்று உள்ளது. ரேமாண்டு காட்டல், ஜான் எ.ஹார்ன் மற்றும் ஜான் பி.கரோல் எழுபதாண்டுகள் ஆய்வு செய்து (சி.எச். சி.) என்று சுருக்கமாக அழைக்கப்படும் மனிதனின் இயல்திறனை உளவியல் ரீதியில் அளவீடு செய்யவும் வளர்த்தெடுக்கவும் படிநிலைகளை விளக்கினர். அறிவார்ந்த திறன் மேம்பாட்டை கரோல் தனது மூன்று அடுக்கு கோட்பாடாக முன் வைத்தார். நுண்ணறிவு என்பது திரவ நுண்ணறிவு மற்றும் படிக நுண்ணறிவு என பிரித்து ஆய்ந்துரைப்பட வேண்டும். திரவ நுண்ணறிவு என்பது ஒருவருக்கு கிடைக்கும் புதிய வாய்ப்புகள் தேடல்கள் ஐம்புலனாலும் அமையும் தேவை அடிப்படையிலான கூர்ந்தாய்வின் படி மாறக்கூடியது. அது மாற மாற படிக நிலை நுண்ணறிவு என்கிற ஒரு மனிதரின் நிரந்தர நுண்ணறிவு மேலும் மேம்பாடு அடையும்.

நான்காம் தொழிற்புரட்சி தரப்போகிற பணிகளில் பல நுண்ணறிவு சார்ந்த இயந்திரத்தின் செயற்கை நுண்ணறிவு மேம்பாட்டிற்காகவும் அதன் ஊடாகவும் நடக்கப்போகும் விஷயம் என்பதால் ஐ.க்யூ மேம்பாடு மிக அவசியமான அம்சமாக நம் கல்வி- 4.0வில் இடம் பெறப்போகிறது. ஏற்கெனவே நம் டிஜிட்டல் சந்ததியான தீவிர வேகம் வீடியோ விளையாட்டு முதல் கணினி வழி ஈடுபாடுகள், தேடல்கள் மூலம் மேம்பட்டு நாளுக்கு நாள் ஐ.க்யூ வளர்ச்சி தன்னிச்சை தூண்டலாகவே நடைமுறையில் உள்ளதை ஒரு ஆய்வு நமக்கு நிரூபித்துள்ளது.

மூன்றாம் அடுக்கு:

பொதுவான நுண்ணறிவு. இதனை காரணி என்று அழைக்கிறார்கள். நாம் அப்படி என்றால் என்னவென்று ஏற்கெனவே பார்த்தோம். மென்சா டெஸ்ட் எனும் நுண்ணறிவு சோதனை வயது அடிப்படையிலானது. ஒருவரது தேர்ச்சிநிலை 12 வயதுக்கான கேள்வித்தாள் என்று வைத்துக் கொள்வோம்.

தேர்வு எழுதுபவரின் வயது 10 என்றால் ஐ.க்யூ= 120. அதாவது ஸ்கோர் வகுத்தல் நிஜ வயது பெருக்கல் 100 g இதுதான் (g Factor) காரணி.

இரண்டாம் அடுக்கு:

எட்டு வகையான திறன்களை கணக்கிடும் வகைப்பாட்டு நுண்ணறிவு அளவீடு. திரவ நுண்ணறிவு, பொது நினைவாற்றல், கற்றல், பார்வைக்கோணம், அடுத்தடுத்த நிகழ்வை முன் அனுமானிக்கும் நுண்ணறிவு, திறனை தக்க வைக்கும் திறன், அறிவாற்றல் வேகத்திறன் மற்றும் இயந்திர - தனித்தனி பல்லடக்கு சார்ந்த அறிவாற்றல் என்பனவற்றை பொதுவான சோதனைக்கு உட்படுத்தும். இதுவே நுண்ணறிவு சோதனையின், சி.எச்.சி.யின் மூன்றடுக்கு கோட்பாட்டின் இரண்டாம் அடுக்கு நிலை என்பதாகும்.

முதல் அடுக்கு:

இது தனித்தனி துறை சார்ந்த இயல் திறன்களின் சோதனை அடுக்காகும். கணக்கீட்டு இயல்திறன், ஒருதுறை சார்ந்த சொற்களஞ்சியம் அறியும் திறன், பணி சார்ந்த சிறப்புத் தேவை திறன் என பலவகையாக இந்த அடுக்கை சொல்கிறார்கள்.

இப்படியான இயல்திறன் வளர்ச்சியை நமது தற்காலக் கல்வி மிகக் குறைவாக மதிப்பிடுகிறது. மீண்டும் மீண்டும் வாசித்தல் எழுதுதல் கணக்கிடுதல் (Ready writing, Arithmetic) என செக்குமாடு போல நாம் சுற்றி வருகிறோம். இது போன்ற இயல்திறன் அறியும் முறை முதன் முதலில் சீனாவில்தான் அறிமுகம் ஆனது. ஹான்- பேரரசு காலத்தில் கம்ப்யூசியஸின் வழிகாட்டுதலின் பேரில் கி.பி. 124இல் அங்கே அறிமுகமாகி அரசு சார்ந்த பணிகளுக்கு (மாண்டரின்கள்) ஆளெடுக்கும் முறை அமுலுக்கு வந்தது. ஆண்டாண்டு காலமாக நடத்தப்பட்டாலும் மக்கள் யாவரும் தேர்வு எழுதிவிட முடியாது. கி.பி. 1279 வாக்கில் சாஸ் பேரரசுதான் இந்த தேர்வுகளுக்காக பயிற்சி அளிக்கவே பள்ளிகளை திறக்க அனுமதித்து பெரிய மக்கள் தேர்வாக அதை மாற்றியது. ஆனால் அத்தகைய ஒரு தேர்வு முறையை 1921இல் கொயின் பேரரசு ரத்து செய்துவிட்டது.

பிரிட்டனின் பன்முக திறமையாளர் பிரான்சிஸ் கால்டன் (இவர் சார்லஸ் டார்வினின் ஒன்றுவிட்ட சகோதரர் ஆவார்). 1859இல் வெளிவந்த உயிரிகளின் தோற்றம் நூலில் டார்வின் நிரூபித்த

சூழலுக்கு தக்கனவே பிழைத்திருக்கும் (The Survival of the Fittest) எனும் பதத்தை விரிவுப்படுத்தி தொடர்புப்படுத்துதல் (Correlation) மற்றும் மந்தநிலைக்கு திரும்புதல் எனும் உளவியல் கோட்பாட்டின் அடிப்படையில் மனிதர்களை வேறுபடுத்தி பார்ப்பதை ஒரு தனித்துறை ஆக்கினார். உள அளவை இயல் எனும் தனித்துறையே தோன்றியது.

பிரெஞ்சு கணிதமேதை ஆல்பிரட் பினட் மற்றும் தியோடர் சைமன் இணைந்து முதல் நுண்ணறிவு தேர்வை 1905இல் ஐரோப்பாவில் அறிமுகம் செய்தார்கள்.

பிரெஸ்லோ (ஜெர்மனி) பல்கலைக்கழகத்தில் அத்தேர்வு இன்டெலிஜென்ஸ் கோஷியண்ட் என பெயர் பெற்று ஐ.க்யூ எனும் சொல்லாக்கம் 1912இல் அறிமுகம் ஆனது.

4. கூட்டு நுண்ணறிவு அல்லது தொகுப்பு நுண்ணறிவு

நான்காம் தொழிற் புரட்சி பணி இடத் தேவையின் மிக முக்கிய திறன் குழு நுண்ணறிவு எனப்படும் கூட்டுத் தொகுப்பு நுண்ணறிவு ஆகும். இது குறித்த எந்த புரிதலும் இன்றி இன்றைய கல்வி இருப்பது அளவற்ற வியப்பை தருகிறது. குழுக் கட்டமைப்பு (Team building) என்பது ஒரு பள்ளிப் பாட அம்சமாக ஆக்கப்பட வேண்டிய தேவையை கல்வி 4.0 உருவாக்கும் என்று அறிஞர்கள் கருத்து தெரிவிக்கிறார்கள். தனிமனித நுண்ணறிவு என்பது ஒரு அம்சத்தில் பள்ளியில் அறிவார்ந்த முறையில் உயர்நிலை அடைய பயன்படலாம். ஆனால் தனிமனித நுண்ணறிவு (ஐ.க்யூ) பெரிய அளவிலான நிறுவன மற்றும் அமைப்பு சார்ந்த விஷயங்களுக்கு அதிகம் பயன்படாது. தனிமனித நுண்ணறிவு சில தனிப்பட்ட மாற்றங்களை விதைக்கலாம். ஆனால், ஒரு அமைப்பு அல்லது துறை என்பது அதிக நுண்ணறிவுத் திறன் கொண்ட பலரை பணிக்கு அமர்த்தும் அமைப்பாக உள்ளது. அதில் பல அறிவார்ந்த நபர்கள் முற்றிலும் அறிவற்ற நடத்தைவாதிகளாகக் கூடத் தெரியலாம். ஆனால், தனித்திறன்கள் தனிமனித நடத்தைக்கு அப்பாற்பட்டவை.

ஐசக் அஸிமவ் எழுதிய பவுண்டேசன் நாவல் தொடரில் ஹாரி செல்டன் (உறவினர் அற்றவர்) என்று ஒரு பாத்திரம் வரும் அறிவியல் புனைகதை எழுத்தாளரான ஐசக் அஸிமவ் 1960களில் ரோபோட்களை முன் வைத்து எழுதிய அறிவியல் நாவல் தொடர் அது. ஹாரி செல்டனுக்கு இனிசியல் கிடையாது. எந்த உறவினரும்

இல்லை என்றால் அவர் ஆய்வகத்தில் பிறப்பிக்கப்பட்ட செயற்கைக் கரு கொண்ட மனிதர். எதிர்கால சோதனைக் குழாய் குழந்தைகளை அஸிமவ் இப்படித்தான் அறிமுகப்படுத்தி இருப்பார். கதையில் ஹாரி ஒரு கணிதப் பேராசிரியர் அவர் உளவியல் வரலாற்றுக் கோட்பாடு என்கிற ஒன்றை அந்த நாவலில் முன் வைப்பார். ஒட்டுமொத்த மனித சமூகம் குறித்த எதிர்காலக் கோட்பாடு. நிகழ் தகவின்படி அவரது ஒரே ஒரு சூத்திரம் அடுத்த 100 வருடத்தில் ஒரு விஷயம் என்னவாக மாறும் என்பதை சொல்லிவிடும். அது பிரௌனிய இயக்க விதியை மையமாகக் கொண்டிருக்கும். ஒரு குறிப்பிட்ட திரவத்தில் தனித்தனி அணுக்களின் இயக்கம் சீரற்ற இயக்கமாக இருக்கும். ஆனால் அவற்றின் மொத்தம் அதாவது ஒரு முழு திரவத்தின் கூடுதல் பண்புகளை நாம் கூட்டாக அணுக்களின் ஒட்டுமொத்த இயக்கத்தை அளவிட்டு சொல்லிவிட முடியும்.

அதைப் போலவே தனி மனிதர்களின் நடவடிக்கைகளை நாம் கணிப்பது கடினம். ஆனால் ஒட்டுமொத்த சமூகமாக கூட்டு நடவடிக்கைகள் எதை நோக்கி செலுத்தப்படும் என்பதைத்தான் ஹாரி கண்டுபிடித்திருப்பார். எனக்கு மிகவும் வியப்பளித்த ஒரு சித்தரிப்பு அது. அதேபோலத்தான் தனிமனித நுண்ணறிவு என்பது எவ்விதமான பங்களிப்பு செய்ய முடியும் என்பதில் பல தடையரண்கள் உண்டு. ஆனால், கூட்டாக ஒரு குழுவின் ஒன்றுபட்ட நுண்ணறிவு என்பது ஒரு ஆன்லைன் வகுப்பு அல்லது மென்பொருள் நிறுவன குழுக்களின் மேம்பாட்டிற்கு மாபெரும் பங்களிப்பை ஆற்றக்கூடியதாக உள்ளது.

பிரமாண்ட மனம் (*Big Mind*) என்ற தலைப்பில் 2018இல் வெளிவந்த ஜெஃப் முல்கனின் நூலில் குழு நுண்ணறிவு குறித்து மிகச் சிறப்பான அறிமுகம் ஒன்று உள்ளது. மிகக் குறுகிய அர்த்தத்தில் அறிவார்த்தமான பெரிய வேலையை எப்படி பகுதிப் பகுதியாக பிரித்து கையாள முடியும் என்பதை குழு நுண்ணறிவு முடிவு செய்கிறது.. ஆனால் ஒரு அகண்ட பொருளில் ஒட்டுமொத்த சமூகமே தனது கூட்டு நுண்ணறிவின் மூலம் எத்தகைய பிரமாண்டங்களை சாதிக்க முடியும் என்பதை கூட்டு நுண்ணறிவு பயன்பாட்டிற்கு வரும் 21ஆம் நூற்றாண்டில்தான் உணர முடியும்.

நமது சமூகத்தை மதமாக சாதிய அடுக்குகளாக ஆண், பெண் என பாலியல் முறைப்படி பிரிக்கின்ற சூழ்ச்சியாய் கல்வியை செயல்பட விடாத வரையில் நம் பள்ளிக் கல்வியால் கல்வி

4.0வின் கூட்டு நுண்ணறிவு எனும் அம்சத்தை நம் கல்வியில் கண்டிப்பாக அறிமுகப்படுத்த முடியும்.

5. ஏனைய நுண் - அளவீடுகள்

21ஆம் நூற்றாண்டின் நான்காம் தொழிற்புரட்சி மூலம் நடக்கப்போகும் கல்வி 4.0 அடிப்படை பாடங்களாக தற்போது உள்ள மொழியியல், அறிவியல், கணிதம், சமூகவியல் என்ற உட்கூறுகளை என்ன செய்யும்?

மேற்கண்ட பாடங்கள் ஏற்கெனவே பலவகை மாற்றங்களுக்கு உட்பட்டு வருவதை நாம் காண்கிறோம். நம் கல்வியில் ஆங்கிலேயர்கள் தலையிட்ட 1860களில் தொடங்கி ஏறத்தாழ விடுதலைவரை (1947) கூட மூன்றே பாடங்கள்தான். மொழிப்பாடம் கணக்கு, தர்க்கம் என்று தான் இருந்தது. தொழிற்புரட்சி ஆண்டுகளின் தேவைக்கு ஏற்ப கல்வி எப்படி எல்லாம் மாறுபாடு அடைந்தது என்பதை நாம் படிப்படியாக விவாதித்தோம்.

கல்வி 4.0 அணுகும் திறன்கள் மேற்கண்டவற்றை கடந்தவை. சமீபத்திய தமிழக மேல்நிலை கல்வி பாட திட்டமாற்றங்களின்போது மிக அவசியமான கல்வி புரட்சி ஒன்றை தமிழகம் சத்தமில்லாமல் நிகழ்த்தி இருந்தது. கஸ்தூரி ரங்கன் கல்விக்குழு கல்வியில் நவீன அம்சங்கள் என எதை எல்லாம் குறிப்பிட்டு இருக்கிறதோ அவை யாவுமே ஏற்கெனவே தமிழக கல்வியில் அங்கமாக்கப்பட்டன. மொழிப்பாடம் உட்பட யாவுமே டிஜிட்டல் மயம் ஆக்கப்பட்டது. வெறும் காகித சுரக்காயாக இருந்த யாவுமே கையகல ஸ்மார்ட் போனில் நீங்கள் நினைத்துப் பார்க்க முடியாத அளவுக்கு தொழில் நுட்பம் சார்ந்ததாக நாம் மாற்றி விட்டோம்.

தீக் ஷா செயலிகள் மூலம் ‘வீட்டுப் பள்ளி’ என்ற சிறப்பு பெயரில் வீடியோ பாடங்களை ஏற்படுத்தி ஸ்மார்ட் போனில் க்யூ.ஆர்.கோடு முறையில் எளிதாக பதிவிறக்கம் செய்து கவனித்து கற்றிட இந்தியாவிற்கே நாம் வழிகாட்டி இருக்கிறோம். இது கல்வியில் நடந்திருக்கும் பிரமாண்ட தொழில் நுட்ப புரட்சி ஆகும். கியூ.ஆர். கோட் என்பது விரைவு எதிர்வினை Quick Response குறி எனப்படும். பட்டை குறியீட்டு வாசிப்பான்களால் bar code readers வருடிகளால், ஸ்மார்ட் கைபேசிகள் புரிந்து கொண்டு அதை உயர்வேகத்தில் டி.கோடிங் செய்து வீடியோ பாடங்களை இணையத்தில் இருந்து மாணவர்கள் பெற்று வருகிறார்கள். எனவே இன்றைய யுகத்தில் மொழிப் பாட

ஆசிரியர் பண்டிதர் மட்டுமல்ல டிஜிட்டல் பண்டிதர், கணிதம் போதிப்பவர் ஆசிரியர் மட்டுமல்ல, கணித டிஜிட்டல் ஆசிரியர்.

ஆனால் கல்வி 4.0 ஐ.கியூ என்கிற ஒரு விஷயத்தோடு ஏனைய பல நுண் அளவீடுகளையும் சார்ந்து மாணவர்களை செதுக்க இருக்கிறது. உதாரணமாக இ.கியூ அதாவது இமோஷனல் கோஷியண்ட் உணர்வு- நுண் அறிவு. இமோஷனல் இன்டெலிஜென்ஸ், கற்றலை உணர்வு பூர்வமாக ஆக்குதல். அதன் வழியே விமர்சனப் பூர்வமான நுண்ணறிவை அடைதல் (Critical intelligence) நம் கல்வியின் மிகப் பெரிய குறைபாடு அது உணர்ச்சி இல்லாமல் நடப்பது ஆகும். அதனாலேயே வகுப்பறை, சினிமா சமூகத்தின் தற்கால பிரச்சனை என எதையுமே விவாதிப்பது இல்லை. தவறி யாராவது அவற்றை குறிப்பிட்டால் நாம் இது பாடப் பொருளுக்கு அப்பாற்பட்டது (out of sylabus) என்று கூறி விடுகிறோம்.

விமர்சனப் பூர்வகல்வி முறை (Critical Pedagogy) என்பது போர்ச்சுக்கீசிய கல்வியியல் அறிஞர் பாவ்லோ பிரையரே முன்மொழிந்த கல்வித் திட்டமாகும். இன்றையக் கல்வி எது நடந்தாலும் 'நமக்கேன் வம்பு' என்று ஒதுங்கி நின்று வேடிக்கை மட்டுமே பார்க்கும் பிரஜைகளை உருவாக்கவே பயன்படுகிறது. வகுப்பறையில் வரிசையாக உட்கார்ந்து இருக்கும் மாணவர்கள் தலையை திறந்து வங்கியில் பணம் போடுவதுபோல அறிவு என்று அதிகாரவர்க்கம் கொடுப்பதை (பாடப் பொருள்) எல்லாம் அறிந்தவர் எனும் ஆசிரியர் திணிப்பதுதான் நம் கல்விமுறை.

நான்காம் தொழிற்புரட்சி காலத்தில் இந்த கட்டுப்பாட்டுக் கல்விமுறை முடிவுக்கு வரும். கட்டற்ற தகவல் களஞ்சியங்கள் இணையத்தில் கொட்டிக் கிடக்கும். கல்வி 4.0 வின் சிறப்பே அது இணையத்தில் தொடர்புற்ற யாவருக்கும் எந்த வகை தடையுமின்றி கட்டுப்பாடுகள் அகற்றப்பட்ட திறந்தவெளி மைதானமாக இருக்கும். எனவே எதையும் அப்படியே கைகட்டி வாய்பொத்தி அடிமை மனநிலையோடு ஏற்றுக் கொள்ளும் கற்போர் மிகுந்த ஆபத்தானவர்களாக உருவெடுப்பார்கள். உணர்வுகளை மிகச் சரியாக விமர்சனப்பூர்வமாக வெளிப்படுத்தும் சுயசிந்தனை சார்ந்து விவாதிக்கும்-வகுப்பறைகளாக இணையக் கல்வி மாற வேண்டிய அவசியமும் உள்ளது. எனவேதான் உணர்வுபூர்வ நுண்ணறிவு என்பதை கல்வி 4.0 முன் வைக்கிறது.

உணர்வுபூர்வ நுண்ணறிவு (Emotional Intelligent) எனும் சொல்லாக்கத்தை மைக்கெல் பெல்டோச் எனும் உளவியல் அறிஞர் முதலில் தனது 1991 ஆய்வறிக்கையில் குறிப்பிட்டார். 1995இல் அமெரிக்க அறிவியல் இதழாளர் டேனியல் கோல்மன் தனது உணர்வுபூர்வ நுண்ணறிவு எனும் தனி நூலே எழுதி இந்தப் பதத்தை பிரபலமடையவைத்தார். வெறும் அறிவு போதுமானது எனும் ஐ.கியூ வை விட தனது உணர்வுகளை கட்டுப்படுத்தவும் சக மனிதர்களின் உணர்வுகளை அறிந்து செயல்படுதலும் அத்தியாவசியமான நுண்ணறிவுத் திறன் என்பது இன்று ஏற்றுக் கொள்ளப்பட்ட அறிவியல் பூர்வமான கல்வியாக அறிமுகம் ஆகிறது. மகிழ்ச்சி என்பதும் மனித சமுதாய முன்னேற்ற குறியீடுகளில் ஒன்று என்பதை உணர்த்தும் நுண்ணறிவு அது.

இவற்றைத் தவிர ஆர்வ நுண்ணறிவு (Curiosity Intelligence) இயற்கை மீதான நுண்ணறிவு (Natural Intelligence) போன்ற அம்சங்களும் கல்வி 4.0 முன் வைக்கும் குறிக்கோள் அம்சங்கள். கல்வியின் நோக்கம் (Learning out come) என்பது மேற்கண்ட யாவும் பெற்ற தொழில்நுட்ப பிரஜைகளை உருவாக்குதல். நான்காவது தொழிற்புரட்சியின் பணி இடத்தேவைகளின் பொருட்டு உருவாகும் கல்வி கீழ்க்கண்டவற்றின் மூலம் நடைபெற உள்ளது. கீழ்க்கண்ட அறிவியல் தொழில்நுட்ப துறைகள் கற்றல் கற்பித்தலில் ஈடுபடுத்தப்பட உள்ளன என்பது பெரும்பாலோர் கருத்து.

நரம்பியல் அறிவியல் - தொழில் நுட்பம்.

செயற்கை நுண்ணறிவு மற்றும் இயந்திர கற்றல்

பேச்சு குரல் மற்றும் பிம்ப - அடையாள மின்னியல்

ரோபோ இயல் எனும் மனித இயந்திரவியல்

மெய்நிகர் யதார்த்தம் மற்றும் அது சார்ந்த வளர் யதார்த்தம்

இணையம் சார்ந்த யாவும்

தொகு பெருந்தரவு எனும் பிக் டேட்டா

பிளாக் செயின்

கூட்டு குழுக் கற்றல் செயலிகள்

இப்படி அடுக்கிக் கொண்டே போகலாம். எனவே இன்றைய மாணவர் டிஜிட்டல் மாணவர். பாடங்கள் யாவுமே டிஜிட்டல் மயமாக்கப்பட்ட பாடங்கள். அதை நடத்த முன் வரும் ஆசிரியர் டிஜிட்டல் ஆசிரியர்.

சாதாரண ஆதார் மையத்தில் தொடங்கி வழக்கு மன்றம் வரை யாவுமே டிஜிட்டல் மயமான பிறகு நமது கல்வி உள்ளே நுழைகிறது. அதன் தொழில் நுட்ப உட்கூறுகளை நாம் கற்றறியும் அவசியம் உள்ளது. ஆனால் அதேசமயம் நம் நாட்டுக் கல்விக்கு இது பொருந்துமா அல்லது இதுவும் ஒரு வகை டிஜிட்டல் காலனித்துவ வடிவமா? 42 சதவிகிதம் பேராக இருந்த வறுமைக் கோட்டுக்கும் கீழே வாழும் மக்களின் விகிதம் நோய் தொற்று காலத்தில் பலமடங்கு அதிகரித்துவிட்டது என்று உலகப் பொருளாதார நிபுணர்கள் இந்தியாவை பற்றி கவலையோடு குறிப்பிடுகிறார்கள். இந்த சூழலில் அறிவியல் தொழில்நுட்பம் சார்ந்த கல்வி இணையத்தின் வழியே கல்வி என்பது எல்லாம் யாருக்கு போய் சேரப்போகிறது. அப்படியே போய்ச் சேர வேண்டுமானால் அரசு என்ன செய்ய வேண்டும். நாள் முழுதும் இப்போது ஆன்லைன் கல்வி என்று குழந்தைகள் டிஜிட்டல் திரையோடே வாழ்கிறார்களே, இதன் பின் விளைவுகள் எப்படி இருக்கும். சமாளிப்பது எப்படி?

மேற்கண்ட யாவற்றுக்கும் விடைகளை தேடத்தான், போகிறோம். ஆனால் அதற்கு முன் தொழில் நுட்பக் கூறுகளை கையிலெடுத்து ஆராய்வோம்.

துணை நின்றவை

1. *Schools as Agent of Cultural Transmission and Social Control* - எல். ஓமர், ரிவ்யூ சைன்ஸ் வெளியீடு.

2. *Man versus Machine*, டி. லாசன், தி சன்டே டைம்ஸ் வெளியீடு (இணைய - *pdf*).

3. செயற்கை நுண்ணறிவு குறித்து சரியாக கேள்வி எழுப்புதல், வொய். சுங்கர், மிடியம் பப்ளிஷர்ஸ்.

4. தி எம்பாடீட் மைன்டு, நுண்ணறிவு எத்தனை வகைப்படும்? ரோச். இ. தாம்சன் மற்றும் வெரெலா (1993) எம்.ஐ.டி. பிரஸ்.

5. பல்வகை பெருக்க நுண்ணறிவு *Frames of mind* ஹார்வர்டு கார்டினர், பேசிக் புக்ஸ், நியூயார்க் (இணைய *Pdf*).

கல்விமுறைதான் இஞ்சின். தொழில் நுட்பம் ஒரு கைப் பிடி. இணையம் பாதை. எப்போதும் ஓட்டுனராக இருக்கப் போகிறவர் ஆசிரியர்தான்.

- *விக்கி டேவிஸ்*
  (ஆங்கிலேய - கல்வியாளர்)

பிக்- டேட்டாதான் உலகம். புள்ளி விவரங்களை துல்லியமாக ஆய்வு செய்து அவற்றின்படி கச்சிதமாக வடிவமைக்கப்பட்ட கற்றலை முன் வைப்பதே எதிர்கால சமூகத்தை இன்றே உருவாக்கும் தொழில் நுட்ப வழிக் கல்வி.

- *சர்.டிம் பெர்னஸ் லீ*
  (இணைய கண்டுபிடிப்பாளர்)

நான்காம் தொழிற்புரட்சி என்பது, முன்பு மின்சாரம் எல்லா கிராமங்களையும் சென்று அடைய வேண்டும் என்று சாதித்ததைப் போல, இன்று கல்வி எல்லாருக்கும் ஒரே மாதிரி தரத்தில் சென்று சேர வைக்கும் யுகமாக இருக்கும்.

- *ஜஸ்டின் ட்ருடியூ*
  (கனடா நாட்டு பிரதமர்)

சமூகத்தை தொழில்நுட்ப மயம் ஆக்காமல் நாம் நான்காம் தொழிற்புரட்சியை கொண்டு செல்ல முடியாது. அதற்கு நாம் சமூகத்தையே கற்றல் நடவடிக்கையில் ஈடுபடுத்த வேண்டி இருக்கிறது.

- *ராபர்ட் ஜெ. ஷிலர்*
  யேல் பல்கலைக் கழக பேராசிரியர்

8

கல்வி 4.0வும் தொழில்நுட்பமும்

இன்றைய ஒரு டாக்சி ஓட்டுனர் ஒரு டிஜிட்டல் டிரைவராக செயல்படுகிறார். அவருக்கு அவர் சார்ந்துள்ள செயலி வழியே டாக்சி வேண்டும் என்று நாம் அனுப்பும் அழைப்பு வருகிறது. அழைப்பை நாம் நேரடியாக அவருக்கு அனுப்பவில்லை. மாறாக நாம் ஒரு செயலிக்கு அனுப்பினோம்.

செயலி அதை பிக் டேட்டா ஆக்குகிறது.

செர்வர் அந்தப் பகுதியில் அப்போது சவாரி இல்லாமல் இருப்பவர்களை கண்டுபிடிக்கிறது.

அவரைப் போல மூன்று நான்குபேர் இருந்தால் அவர்களில் நமக்கு நாம் இருக்கும் இடத்திற்கு ஓரளவு அருகே இருப்பது யார் என்று செயலியின் செயற்கை நுண்ணறிவு முடிவு செய்து அவரை தேர்வு செய்தது.

அவருக்கும் குறுஞ்செய்தி அனுப்பி நமக்கு அதை பணிவோடு தெரிவிக்கிறது. அவர் எங்கே வந்து கொண்டிருக்கிறார் எத்தனை நேரத்தில் நம் வீட்டு வாசலில் வந்து நிற்பார் என்பதை அறிய ஒரு மேப் நமது திரையில் விழுகிறது.

அவரது புகைப்படம் அவர் சார்ந்த விவரம் யாவுமே நாம் எடுக்க முடியும். பிறகு அவர் நம்மை நாம் கேட்கும் இடத்தில் கொண்டு விடும்வரை பின் தொடர்கிறது.

இன்று டாக்சி டிரைவர் ஒரு டிஜிட்டல் டிரைவர், இன்று நீதிபதி டிஜிட்டல் நீதிபதி, மருத்துவர் யார்? இன்றைய எல்லா மருத்துவர்கள் முன்னும் ஒரு கணினி உள்ளது. அவர்கள் யாவருமே டிஜிட்டல் மருத்துவர்கள். உங்களுக்கு என்ன நோய் என்பதை செயற்கை நுண்ணறிவு சார்ந்த கருவிகள் இன்று கண்டுபிடிக்கின்றன.

அவ்வளவு ஏன், ரேஷன்கடை சிப்பந்தி டிஜிட்டல் மயம் ஆகி பல ஆண்டுகள் ஆகின்றன. பிறகு ஆசிரியர் மட்டும் எப்படி டிஜிட்டல் ஆசிரியர் ஆகாமல் இருப்பது. கல்வி 4.0 பெரும்பாலும் செயற்கை நுண்ணறிவின் வழியே நடக்கும் என்று சொல்கிறார்கள்.

செயற்கை நுண்ணறிவு
மெய்நிகர் யதார்த்தம்
டிஜிட்டல் மெய்கலப்பு யதார்த்தம்
செயலிகள்
தன்னியக்கம்
திறன்- வெண் பலகைக் கல்வி

என்று அடுக்கிக் கொண்டே போகிறார்கள். அவற்றை பற்றி முழுமையாக அறிய வேண்டும். ஒரு டிஜிட்டல் ஆசிரியராக நீங்கள் இந்தப் பக்கங்களை எளிதாக உள்வாங்க முடியும்.

செயற்கை நுண்ணறிவு

செயற்கை நுண்ணறிவு என்பதன் தந்தை ஆலன் டர்ரிங் ஆவார். செயற்கை நுண்ணறிவு இன்று கல்விக்குள் புகுந்துவிட்டது. கல்விக்குள் மட்டுமல்ல அடுத்த ஐந்தாண்டுகளில் 2 கோடி வேலை வாய்ப்புகளை உலகெங்கும் உருவாக்கப்போகிறது. அதன் வரலாறு என்ன? வாருங்கள் ஒரு திரில் பயணத்தைத் தொடங்குவோம்.

செயற்கை நுண்ணறிவு என்பது மனிதன் தனது இயற்கை நுண்ணறிவை பயன்படுத்தி மட்டுமே செய்ய முடிந்த ஒரு செயலை இயந்திரம் ஒன்று செய்வதைக் குறிக்கிறது. இது போன்ற இயந்திரங்கள் பலவற்றை இலக்கியத்தில் சினிமாவில் பார்த்திருக்கிறோம். டெர்மினேட்டர் ஆங்கில திரைப்படத்தில் வரும் ஸ்கைநெட் கார்ப்பரேசன் எனும் வில்லன். 2001, ஸ்பேஸ் ஒடிசி படத்தில் வரும் அனைத்தையும் தன் கட்டுப்பாட்டில் வைத்திருக்கும் ஹால் 9000 இயந்திரம். ஹிட்சிகர்கைடுடு காலக்ஸி நாவலில் வரும் மெர்வின் எனும் சர்வகணினி. தற்போது டான் பிரௌனின் ஆரிஜின் நாவலில் வரும் வின்ஸ்டன் எனும் செயற்கை நுண்ணறிவு இயந்திரம் என கற்பனைகள் பல.

ஆனால் நிஜத்தில் உருவாகி அவை நம் கல்விக்குள்ளும் இத்தனை விரைவாக நுழைந்து விடும் என்று யார் கண்டது. செயற்கை நுண்ணறிவு, கீழ்க்கண்டவைகளை செய்யும் கருவிகளால் ஆனது.

ஒரு கருவி ஒரு செயலை கற்று அதற்கு ஏற்றார்போல தன்னைத் தகவமைத்துக் கொள்கிறது.

1. உணர்வு, குரல் இவற்றை புரிந்து எதிர்வினை ஆற்றுகிறது.
2. பகுத்தறிதல் திட்டமிடல் இவற்றை செய்கிறது.

3. தான் செயல்படும் விதங்களை வளர்த்துக் கொண்டே போகிறது.

4. தனது செயல் வெளியை தன்னாட்சி செய்தல் நடக்கிறது.

5. டிஜிட்டல் புள்ளி விவரங்களில் துழாவி ஆய்ந்தறிந்து நடக்கப்போவதை முன் அனுமானிக்கிறது.

மனிதன் தனது இயற்கையான நுண்ணறிவை மட்டுமே பயன்படுத்தி செய்ய முடிந்த மேற்கண்டவைகளை செய்யும் ஒரு இயந்திர அமைப்பு செயற்கை நுண்ணறிவு இயந்திரம் என்று அழைக்கப்படுகிறது. செயற்கை நுண்ணறிவு போல ஏறக்குறைய மனிதனின் அறிவார்ந்த செயல்பாடு மாதிரியே செயல்படும் செயற்கை பொது நுண்ணறிவு *(Artificial General Intelligence)* என்கிற ஒன்றையும் பற்றி நாம் இப்போது அதிகம் இணையம் விவாதிப்பதைக் காண்கிறோம்.

அதுசரி. செயற்கை நுண்ணறிவு கல்வியில் என்ன செய்கிறது என்பது ஒரு புறம் இருக்கட்டும். அது எப்படி எங்கே யாரால் கண்டுபிடிக்கப்பட்டது. அதன் சுருக்கமான வரலாறு என்ன?

இலியாத் காவியத்தில் ஹோமர் மிக அழகான தங்கத்தால் ஆன பொம்மை செவிலிகள் சர்வர்கள் ஹெப்பாஸ்டஸ் விருந்தின்போது செயலாற்றியதை விவரிக்கிறார். அவர்களது இதயத்தில் அறிவுச் சுடர், அவைகளில் பலமும் கனிவான பேச்சும் என்றென்றும் அழிவற்ற கடவுளர்தான் அவற்றுக்கு யாவற்றையும் கற்பித்திருக்க வேண்டும் என்பார்.

ரசவாதிகளைப் பற்றி படித்திருப்பீர்கள். வெங்கலத்தால் தலைகளை செய்து அவற்றை வெள்ளிக்கம்பில் நிற்க வைத்திருப்பார்கள். 800 வருடங்களுக்கு முன் அவை ஐ.பி.எம். மின் வாட்சன் போலவும் அமேசானின் அலெக்ஸா போலவும் எந்தப் பொது அறிவு கேள்வி கேட்டாலும் சரியான விடையை சொல்லி விடும். அவை கற்பனையா அல்லது நிஜமான விஷயமா என்பதை இன்றும் ஆராய்ந்து வருகிறார்கள்.

வகுப்பறைக்குள் உண்மையான இயந்திரம், அதுவும் சிந்திக்கும் இயந்திரம் 1920களில் ஓஹியோ மாகாண உளவியல் பேராசிரியர் சிட்னி பெர்சி என்பவரால் உருவாக்கப்பட்டு நுழைந்தது, அவற்றுக்கு அவர் எந்த பெயரும் வைக்கவில்லை. அந்தக் கருவி *'சரியான விடையை கூறு'* வகை கேள்விக்கு நான்கு வித

பதில்களை டிஸ்ப்ளே செய்யும். சரியான பதிலை கொடுத்தால் மட்டுமே அடுத்த கேள்வி தரும். ‘சுயமாக கற்றல்’ என்று பேராசிரியரே இல்லாதபோது அந்த கருவியை அவரது மாணவர்கள் வகுப்பறையில் பயன்படுத்தினார்கள். அதை சுயமாக கற்பித்துக் கொள்ளுதல் என்று அழைக்கத் தொடங்கியபோது அக்கருவிக்கு ஒரு அந்தஸ்தே வந்தது. மரியா மாண்ட சோரி அம்மையார் தனக்குத் தானே ஒரு ஆசிரியராக இருத்தல் எனும் தன் கோட்பாட்டுப் பதத்தை சிட்னி பெர்சியிடமிருந்தே பெற்றார்.

1936இல் சேமிக்கப்பட்ட நிரல் வகை கணினிகள் என்று ஒரு ஆய்வுக் கட்டுரையை ஆலன் டர்ரிங் வெளியிடுகிறார், கணினி புரோகிராமிங் எனும் சொல் அறிமுகம் ஆகிறது. ஆனால், செயற்கை நுண்ணறிவின் விரிவான விவரிப்பை நான் சைபர் நெட்டிக்ஸ் எனும் 1948இல் எழுதப்பட்ட ஒரு புத்தகத்தில் வாசித்தேன். சைபர் நெட்டிக்ஸ் நூலை எழுதியவர் நார்பர்ட் வெய்னர். தங்களை தாங்களே பயிற்றுவித்துக் கொள்ளும் இயந்திரங்கள் குறித்த அற்புதமான முதல் பதிவு அந்த நூலில் உள்ளது. 1950இல் ஆலன் டர்ரிங் அடுத்த மிகச் சிறப்பான பங்களிப்பை நிகழ்த்துகிறார். மைன்டு எனும் இதழில் ‘இயந்திரங்களை நுண்ணறிவோடு இணைக்கும் கணினியாக்கம்’ எனும் திருப்புமுனை கட்டுரையை அவர் எழுதி வெளியிட்டார்.

அந்தக் கட்டுரையில் ஒரு இயந்திரம் அல்லது அமைப்பு சுய நுண்ணறிவோடு செயல்படுகிறதா என்பதை அறிந்து கொள்ள ஒரு (டெஸ்ட்டை) சோதனையை செய்ய விவரித்து இருப்பார். அதாவது ஒரு கருவி மனிதனைப் போல இயங்குகிறதா என்பதைக் கண்டறியும் டெஸ்ட் அது. அதற்கு டர்ரிங் டெஸ்ட் என்று பெயர். இன்றுகூட அதை பயன்படுத்துகிறார்கள். உதாரணமாக ஒரு கணினியும் ஒரு மனிதரும் ஒரு குறிப்பிட்ட விளையாட்டில் ஈடுபடும்போது இதைச் செய் அதைச் செய் என இருவரும் குறிப்பிடுவதை மூன்றாம் நபர் ஒருவர் செய்து உதவுகிறார் என்று வைத்துக் கொள்வோம். இரு முனையிலிருந்தும் வரும் தகவல்களை தட்டச்சு செய்தும் செயலாற்றியும் உதவும் அந்த மூன்றாம் நபர் இருவருக்கும் இடையே எந்த வித்தியாசத்தையும் உணராது செயல்பட முடிகிறது என்றால், அந்த இயந்திரம் கணினி டர்ரிங் டெஸ்ட்டில் தேறிவிட்டது என அர்த்தம்.

1956இல் அமெரிக்காவின் டார்ட் மவுத் கல்லூரியில் ஆலன்டர்ரிங் தற்கொலை செய்து கொண்டு இறந்துபோன இரண்டாண்டு கழித்து

சில ஆய்வாளர்கள் அவர் விட்டுச் சென்ற இடத்திலிருந்து தொடங்குவதென்று முடிவு செய்தார்கள். அறிவுத் தள விஞ்ஞானி ஜான் மெக்கார்த்தே அங்குதான் செயற்கை நுண்ணறிவு எனும் பதத்தை முதன் முதலில் அறிமுகம் செய்தார். 1956இல் கோடை முழுவதும் தொடர்ந்த அவர்களது ஆய்வு செயல் பகிர்வின் முக்கிய கேள்விகளை எழுப்பிக்கொள்ள முடிந்தது. கூடவே டர்ரிங் விருது என்று இந்த செயற்கை நுண்ணறிவு துறையின் திருப்புமுனை கண்டு பிடிப்பிற்கு ஒரு விருதையும் அவர்கள் அறிமுகம் செய்தார்கள்.

அமெரிக்காவில் இருந்து இரண்டு பங்களிப்புகள். ஹெர்பர்ட் சைமன்- தர்க்க கோட்பாட்டு இயந்திரத்தை 1956இல் கண்டுபிடித்தார் ஜெனரல் பிராப்ளம் சால்வர் கருவி 1957இல் வந்தது. தகவல் சாதனம் வேறு, கணித சவால்களை தீர்ப்பது வேறு எனப் பிரித்தார் அவர். 1957இல் அடுத்த பத்தாண்டுகளில் கணினி மனிதனை செஸ் விளையாட்டில் வெல்லும் என்று அறிவித்தார், நடந்தது. ஆனால் 30 வருடம் ஆனது. மற்றொரு விஷயம் அமெரிக்க அரசு கணினி மென் மொழியாக்க கமிட்டி என்ற ஒன்றை ஏற்படுத்திய நிகழ்வு. இக்குழுவின் விஞ்ஞானிகள் இயந்திர மொழிபெயர்ப்பு வாதிகள் என்றழைக்கப்பட்டனர்.

1998இல் டீப் தாட் எனும் முதன்மை தொழில் நுட்ப கணினி, செஸ் விளையாட்டின் செஸ் வீரர்களையே தோற்கடித்தது. 1997இல் டீப் புளூ அதாவது டீப் தாட்டின் மேன்மை பதிப்பு உலக செஸ் சாம்பியன் காரி காஸ்பரோவையே செஸ் விளையாடி வெற்றிகண்டபோது செயற்கை நுண்ணறிவுவாதிகள் உலகின் கவனத்தை ஈர்த்தார்கள்.

2010இல் ஐ.பி.எம்.மின் 'வாட்சன்' ஒரே சமயத்தில் இரண்டு சாம்பியன்களோடு தொலைக்காட்சி கேம் ஜியோபர்டி எனும் விளையாட்டை விளையாடி வெற்றி பெற்று அடுத்த சாதனையை நிகழ்த்தியது. 1997இல் காரி காஸ்பரோவ்வை எதிர்த்தாடிய கணினி கறுப்பாக மிகப் பெரிதாக பாதி அறையை அடைத்தபடி பல மின் கம்பிகளுடன் இருந்த ஒன்று. ஆனால் மூர்ஸ் விதி என்கிற ஒன்று அறிமுகம் ஆன பிறகு செயற்கை நுண்ணறிவின் கருவிகள் அளவில் குறையத் தொடங்கின. கணினிகளின் நினைவாற்றல் சேமிப்பு இரண்டாண்டுகளுக்கு ஒருமுறை இரட்டிப்பாகும் என்பதே கார்டான் மூர் 1965இல் வெளியிட்ட விதி. இது இன்றும் தொடர்ந்து கைபேசியை ஒரு செயற்கை நுண்ணறிவு சாதனமாக்கி உள்ளது என்பதே உண்மை. இது நேனோ தொழில் நுட்ப புரட்சி.

சென்ற ஆண்டு கோவை அருகே மேட்டுப்பாளையத்தில் தேசிய அறிவியல் தின சிறப்பு சி.வி. ராமன் நினைவுப் பேருரை வழங்க சென்றிருந்தேன். நிறைய மாணவர்கள் வந்திருந்தார்கள். எனக்கு ஒரு இன்ப அதிர்ச்சி காத்திருந்தது. சொற்பொழிவு தொடங்குவதற்கு முன் நான் 'உலகை மாற்றிய 10 பேர்', என்ற தலைப்பில் தங்கள் மனதில் உலகை மாற்றியதாக தாங்கள் கருதும் ஆளுமைகளை பட்டியலிடுமாறு சவால் விட்டேன். 216 மாணவர்கள் விதவிதமான பத்துப்பேர் பட்டியல் கொடுத்தார்கள். நெல்சன் மண்டேலா, காந்தி, மார்டின் லூதர் ஏன் இசைஞானி இளையராஜா உட்பட பல வகையான பட்டியல்கள். ஐன்ஸ்டீன், டார்வின், எடிசன் என்று விஞ்ஞான பட்டியலும் உண்டு. ஒரு பட்டியல் வியக்க வைத்தது. ஒரு ஏழாம் வகுப்பு மாணவி கொடுத்தது. முதல் பரிசு பெற்றார். அவர் பெயர் தமிழரசி என்று நினைவு.

1. டிம் பெர்னர்ஸ் லீ 2. செர்ஜி பிரின் 3. ஜிம்மி வேல்ஸ் 4. கிரிஸ் ஹ்யூஸ் 5. ஜெஃப்ரிபெர்ஸ்டன் 6. ஜோரான் லானியர் 7. நான்சி நோல்டான் 8. கபானி 9. அஜய்பட் 10. ஜார்ஜ் டிவால் என்பதே அந்தப் பட்டியல். இங்கே அதை எதற்காக குறிப்பிடுகிறேன் என்றால், ஒரு மாணவரின் வகுப்பறை பார்வையில் செயற்கை நுண்ணறிவு எப்படி கல்விக்குள் புகுந்து அதை புரட்டிப் போட்டது என்பதற்கான ஆகச் சிறந்த வடிகட்டிய பட்டியல் இது. தமிழகத்தில் ஒரு ஏழாம் வகுப்பு மாணவியால் இதை துய்த்து உணர முடிந்திருக்கிறது என்றால், நாம் நமது கல்வியில் எந்த அளவுக்கு நவீன தொழில்நுட்ப அம்சங்களை கொண்டு வந்திருக்கிறோம் என்பது புரியும். இப்போது இந்த வினோத பட்டியலை கையில் எடுத்து ஆய்வுக்கு உட்படுத்தினாலே போதும். கல்வி 4.0வின் தொழில்நுட்ப முகம் புலப்பட்டு விடும். நமது டிஜிட்டல் சந்ததி எவ்வளவு தெளிவாக உள்ளது என்பதும் புரியும்.

1. டிம் பெர்னர்ஸ் லீ

டிம்பெல் என்று அழைக்கப்படுகிறார். 1955இல் ஜூன் அன்று, ஆக்ஸ்போர்டு பல்கலைக் கழக பொறியாளர் தம்பதிக்கு (மேரிலீவுட்ஸ் மற்றும் காவே பெர்னர்ஸ்லீ) பிறந்தவர். இமானுவேல் பள்ளியில் பாடத்தைவிட டிங்கரிங் (பத்த வைப்பு) ஆய்வகத்தில் அதிக நேரம் செலவிட்டவர். ரயில் காதலர்.

1980இல் கணினி இயலில் பட்டப் படிப்பு படிக்கும்போதே CERN எனும் உலக அளவிலான பிரமாண்ட ஆய்வகத்தில் தனி

காண்டிராக்டர் வேலை கிடைத்தது. ஐரோப்பிய நியூக்ளியர் ஆய்வு மையம் அது. பிரான்ஸ் எல்லையில் உள்ளது. 60,000 பேர் உலகெங்கிலும் இருந்து இணைந்த பெரிய அறிவியல் சோதனை. அங்கே 1989இல் பெர்னர்ஸ்லீ ஹைப்பர் டெக்ஸ் என்ற வகை மென்பொருளை கணினியில் புகுத்தி ENQUIRE எனும் அமைப்பை உருவாக்கினார். உலகெங்கும் இருந்த 6,000 விஞ்ஞானிகளையும் இணைத்த அடுத்த கட்ட நகர்வு www (World wide web) எனும் இணையத்தை தோற்றுவித்தது. உலகின் முதல் துழாவி (பிரௌசர்) அவர் கொடுத்ததுதான். 1990இல் இணையம் செயல்பாட்டிற்கு வந்தது. இன்றைய கல்வி 4.0வின் இதயம் இணையம்.

2. செர்ஜி பிரின்

1973இல் சோவியத் யூனியனில் பிறந்தார். யூதப் பெற்றோர்கள். தந்தை மிக்கெய்ல் ஒரு கணிதப் பேராசிரியர். உலகம் சுற்றிய (குடும்பத்துடன்) சாகசப் பயணி. செர்ஜி பிரின் படித்தது மாஸ்கோ, வியன்னா, பாரீஸ் மற்றும் மேரிலாந்து. தாய் யுஜினியா பிரின் விண்வெளி ஆய்வாளர். மேரிலாந்து பல்கலைக் கழகத்தில் கணினி இயலில் பட்டப்படிப்பை செர்ஜி முடித்தார்.

1993இல் மேற்படிப்பு மற்றும் பி.எச்.டி.க்காக ஸ்டாண்டு ஃபோர்டு பல்கலைக் கழகம் சென்ற செர்ஜி பிரின் அங்கே தன் நண்பர் லாரி பேஜ் என்பவருடன் கூட்டாக முனைவர் பட்ட ஆய்வில் ஈடுபடலானார். ஆய்வின் தலைப்பு வேர்ல்டு வைடு வெப் (WWW) பின் கணிதப் பண்புகள் அந்த ஆய்வு வெறும் காகித பிதற்றலாக இல்லாமல் உண்மையான நேரடி கணினியாக்க செயல்பாடாக விரைவில் மாறியது. ஆய்வு முற்றிலும் புதிய திசையற்ற பயணமாக இருந்ததால் எந்த பேராசிரியரும் வழிநடத்த (கைடு) முன் வரவில்லை. அவர்கள் பேக்-ரப் என்று தங்களது ஆய்வுத் திட்டத்திற்கு பெயர் வைத்தார்கள்.

பேஜ் ராங்க் அல்காரிதம் (அதாவது பக்க படிமை வழி முறை) என்பதை கண்டுபிடித்தார்கள். கணினியில் இப்படித்தான் தேடி (Search Engine) நுழைந்தது. அவர்களது ஆய்வு முடியவே இல்லை. இப்போதுவரை பி.எச்.டி. அவர்கள் வாங்க முடியவும் இல்லை. அவர்கள் தங்களது தேடிக்கு கூகுள் என்று பெயர் வைத்தனர். உலகின் நாமறிந்த ஆகப் பெரிய எண் (10ன் அடுக்கு 100)ணின் பெயர் கூகுள் ஆகும். கூகுள் என்று தங்களது தேடிக்கு பெயர் வைத்தார்கள். கூகுள் கல்வி 4.0 வின் உயிர் நாடி என்று சொல்லலாம்.

3. ஜிம்மிவேல்ஸ்

சான்பிரான்சிஸ்கோவுக்கு அருகே மளிகைக் கடை வைத்திருந்த ஒருவரின் மகன். தாய் டோரிஸ் தன் வீட்டிலேயே ஒரு அறையில் பள்ளி ஒன்றை நடத்தினார். மூன்று வயதில் `உலக அறிவு தொகுதி' எனும் பெரிய புத்தகம் ஒன்றை பிடிவாதமாக 1969இல் பெற்றோரை வாங்கி வைக்க வைத்தவர் ஜிம்மிவேல்ஸ்.

ரான்ரோல்ஃப் பள்ளியின் நூலகரிடம் சென்று தனது நாலாவது கிரேட் (நமது ஒன்பதாம் வகுப்பு) விடுமுறையில் படிக்க பிரிட்டானிக்கா தகவல் களஞ்சியம் கேட்டார் ஜிம்மி. இது ரொம்ப விலை அதிகம், வீட்டிற்குத் தர முடியாது என்று (வழக்கம்போல) சொல்லிவிட்டார்கள். படிப்பு தொடர்ந்தாலும் இந்த சம்பவம் அவரது மனதை விட்டு அகலவே இல்லை. கணினி சமிக்ஞை மொழியாளராக பயிற்சி. 1994இல் அல்பானா பல்கலைக்கழகத்தில் ஆன்லைன் கருத்துப் பகிர்வு குழு ஒன்றை தொடங்கினார். அங்கே தனது நண்பர் லேரி சாஸ்கரை சந்திக்கிறார் ஜிம்மி. பிறகு பிறந்தது புதிய அற்புத முயற்சி. முதலில் நியுபிடியா எனும் தகவல் களஞ்சியம் தொடங்கியது. ஆனால் பலவித இடர்பாடுகள், பண நெருக்கடிகள். 2001இல் விக்கி எனும் மென்பொருளை அடைந்தார். அதிலிருந்து வந்ததுதான் விக்கிப் பீடியா (wiki pedia) விக்கி விக்கி என்று அல்பானா விமான நிலையத்தில் டெர்மினல்களுக்கு இடையே ஓடிய அதிவேக பேருந்து (ஷட்டில்) அமைப்பின் பெயரையே தனது இணைய தகவல் களஞ்சியத்திற்கு வைத்தார் ஜிம்மி. இன்று கோடிக்கணக்கான தகவல்கள் கொட்டிக் கிடக்கின்றன. இந்த தகவல் களஞ்சியத்தின் சிறப்பு அது மூடிய வடிவமில்லை. யார் வேண்டுமானாலும் குறை நீக்கி அதை மேம்படுத்த முடியும். இன்றைய கல்வி 4.0 வின் அறிவாக விக்கி பீடியா செயல்படுகிறது. மாணவர் ஆசிரியர் யாவருக்கும் கையகப் பிரமாண்ட நூலகம் விக்கிப்பீடியாதான்.

4. கிரிஸ் ஹ்யூஸ்

1983இல் பிறந்தார். தந்தை ஆர்லான்ரே வீடு வீடாகச் சென்று நியூஸ் பேப்பர் போடுபவராக இருந்தார். தாய் பிரண்டா ஒரு கணக்கு ஆசிரியை. அடிப்படை கல்வி முடிந்து ஹாவர்டு பல்கலைக் கழகத்தில் அவர் பி.ஏ. இலக்கியம் எடுத்து படித்தார். ஆனால் ஏற்கெனவே டிஜிட்டல் வித்தகராக இருந்தார் கிரிஸ் ஹ்யூஸ். முதலில் கல்லூரியில் ஃபேஸ் மாஷ் என்று ஒரு

இணையக்குழு அமைத்தார். கல்லூரியின் இணையக் கணினி மாணவர் விவரக்குறிப்புகளை ஹாக் செய்தது அவரது முதல்சாதனை. ஹாக் என்றால் கணினி ஊடுருபவர். பயன்பாட்டாளருக்கே தெரியாமல் விவரங்களை மாற்றுதல் அபகரித்தல் பிறகு சென்று உண்மையை ஒப்புக் கொண்டு இது வெறும் சோதனை என அறிவித்தார். ஹாக் செய்ய முடியாத புரோகிராம்களை கல்லூரிக்கு வழங்கினார்.

பிறகு அவரும் அவரது ஹாஸ்டல் அறை தோழர்களும் இணைந்து ரகசிய சமூக வலைதளம் உருவாக்கும் முயற்சியில் இறங்கினார்கள். கிரிஸ் ஹ்யூஸ், மார்க் சக்கர்பர்க், மாஸ்கவிட்ச், எட்னார்டோ சாவரின் மற்றும் ஆன்ட்ரன் மெக்காலம் ஆகியோர் இணைந்து செயல்பட்டாலும் அமெரிக்க அதிபராக பாரக் ஒபாமா போட்டியிட்டபோது அவருக்கு ஆதரவாக 2008இல் உருவானது ஃபேஸ் புக் எனும் முகநூல். இது ஹ்யூசின் ஸ்பைடர் வலை எனும் கிளப்பிங் மென்பொருளை பயன்படுத்தியது. ஆசிரியர்கள் தங்களது மாணவர்களின் இணைப்பு பாலமாக இன்று ஃபேஸ் புக்கை பயன்படுத்துகிறார்கள்.

5. ஜெஃப்ரி பெர்ஸ்டன்

1964இல் நியூ மெக்ஸிகோவில் பிறந்தார். தந்தை டெட் பெர்ஸ்டன் டென்மார்க்கைச் சேர்ந்தவர். தாய் ஜாக்குலின் கியூபாவிலிருந்து வந்தவர். மியா மியில் மியாமி பால் மெட்டோ உயர்நிலைப் பள்ளியில் படித்தபோது கூடவே மெக்டொனால்டு உணவகத்தில் லைன்குக் ஆனார். புளோரிடா பல்கலைக் கழகத்தில் மாற்றுத் திறனாளிகள் வீட்டிலிருந்தே பொருட்களை கடையில் ஆர்டர் செய்யும் புராஜெக்ட் ஒன்றை உருவாக்கி கல்லூரி நாட்களிலேயே சமர்ப்பித்தவரான ஜெஃப்ரி, பிறகு ஆன்லைனிலேயே புத்தக விற்பனை எனும் முயற்சியை லேடோ எனும் புதிய கணினி மொழியாக்கத்தை வைத்து தொடங்கி, அதற்கு அமேசான் என்று பெயரிடுகிறார். இன்று உலகின் எந்த மூலையில் இருந்தும் எந்த வகை புத்தகத்தையும் பொருளையும் பெறுவதோடு கல்வி உலகை அகண்ட அறிவுத் தேடலுக்கு வழிவகுத்தது இந்தக் கண்டுபிடிப்பு.

6. ஜெ ரான் லானியர்

இந்த உலகிற்கு புதிய வகையான அதிசயத்தை கல்விக்குள் அறிமுகம் செய்த விஞ்ஞானி லானியர். ஜெரான் ஸெப்பல்

லானியர் 1960இல் நியூயார்க் நகரில் பிறந்து வளர்ந்தவர். பெற்றோர் இருவருமே யூதர்கள். அவரது தாய் ஹிட்லரின் மரணமுகாம் ஒன்றிலிருந்து தப்பியவர். தந்தை உக்ரேன் நாட்டைச் சேர்ந்தவர். சிறுவயதிலேயே தாயை இழந்தாலும், 13 வயதில் பல்கலைக் கழக நுழைவுத் தேர்வை எழுதி நியூ மெக்ஸிக்கோ பல்கலைக் கழக மாணவரானார் லானியர். அவருக்கு இசையில் ஏராளமான ஈடுபாடு இருந்தது. விதவிதமான இசைக்கருவிகளை சேகரிப்பது அவரது பொழுதுபோக்கு, கூடவே இசைஞராகவும் உயர்ந்து அதே சமயம் இசையை கணினி மயமாக்கும் அறிவியல் முயற்சியிலும் வெற்றி. லானியரின் முதல் புராஜெக்ட் நியூமெக்ஸிக்கோ பூங்காவின் கணினி மயமாக்கப்பட்ட இசை நடன செயற்கை நீரூற்று.

ஹாரிபாட்டர் நாவல் படித்திருந்தால் உங்களுக்கு பென்சீவ் என்றால் புரியும். அதில் வரும் மந்திரவாதிகளாவதற்காக கற்கும் பள்ளியில் ஹாரிபாட்டரின் தலைமை ஆசிரியர் ஆல்பஸ் டம்புள்டோர் தனது அறையின் வினோத திரவத்தால் ஆன அகண்ட பாத்திரத்தில் ஹாரியின் தலையை அமிழ்த்தி வேறு உலகிற்கே அறிமுகம் செய்வார். உண்மையில் அடுத்தவர் நினைவை பதிவு செய்யும் அற்புதம் பென்சீவ். பழைய நிகழ்வுகளை நேரில் காணலாம். ஆனால், ஹாரி தலையீடு செய்ய முடியாது. அந்த நிகழ்ச்சி நடக்கும் அந்த வருட, மாத, தேதியில் அங்கே இருக்கும் அனுபவம் கிடைக்கும்.

அப்படியான ஒரு கற்பனை உலகை நேரில் அமைத்து மெய்மை யதார்த்தம் என்கிற செயற்கை நுண்ணறிவின் அடிப்படையை ஜெரான் லானியர் 1980களில் சாதித்துக் காட்டினார். லேசாக கை, கால்களை அசைத்தால் பயணிக்கும்படி விழிகளை மூடிய காட்சியாக்கத்திற்குள் நீங்களும் ஒருவராக இருப்பீர்கள். காந்தியின் தண்டி யாத்திரை, நியூட்டனின் ஆப்பிள் சம்பவம், ஆம்ஸ்ட்ராங் நிலவில் இறங்கியது என கல்வி 4.0 இன்று இந்த மெய்ம்மை யதார்த்தத்தை வகுப்பறையில் பயன்படுத்துகிறது. அஸாமில் வெள்ளம் முதல் நமது சுனாமி வரை எதையும் நேரடியாக அனுப்வித்து கற்கும் ஒப்பற்ற கற்றல் கருவியாக இன்று மெய்ம்மை யதார்த்தம் பயனாகிறது.

காந்தியின் தண்டி யாத்திரையில் தானே கலந்து கொண்ட அனுபவத்தை முப்பரிமாண திரை ஓட்டத்தில் ஹெட் டிராக்கிங் எனும் தொழில் நுட்பத்தை பயன்படுத்தி ஒரு மாணவருக்கு

நம்மால் வழங்க முடியும். கண்முன்னே நாமும் அங்கிருப்பது போன்ற யதார்த்தத்தை நம் மூளைக்கு ஒரு பார்வை கோணமாக செயற்கை நுண்ணறிவு வழங்குகிறது. இது கல்வியில் பிரமாண்ட மாற்றத்தை ஏற்படுத்தி வருகிறது. தாவரவியல் பாடத்திற்கு ஒரு பூவுக்குள் என்ன இருக்கிறது என்பதையும், நமது உடல் உறுப்புகளுக்குள்ளும் பயணித்து அறிய உதவும் மெய்ம்மை யதார்த்தம், கற்றலைவும் 21ஆம் நூற்றாண்டிற்கு அழைத்து வந்து விட்டதை விரைவில் உணரும் தருணம் வரும்.

7. நான்சி நோல்டான்.

செயற்கை நுண்ணறிவு கொடுத்த முக்கிய கொடைகளில் ஒன்றை நமது வகுப்பறைக்கு வழங்கிய பெருமைக்குரியவர் பெண் கணினியியல் விஞ்ஞானி நான்சி நோல்டான். அவர் தனது கண்டுபிடிப்புகளை நிகழ்த்தியது கனடாவில். கனடாவின் ஆல்பெர்டா மாகாணத்தில் கால்காரி எனும் சிறுநகரில் அவர் பிறந்தார். 1987இல் தொடுதிரை தொழில் நுட்பத்தின் வல்லுநரானார் நான்சி. அந்த தொழில் நுட்பத்தை வகுப்பறையின் பெரிய கரும்பலகைக்கு பொருத்திப் பார்க்க ஆவல் கொண்டார்.

கரும்பலகை வெண் பலகையாகி வெள்ளித்திரை அவதாரம் எடுத்தது. அத்தோடு ஒரு கணினியை இணைத்தார். ஒரு கணினியின் மானிட்டர் போலவே வகுப்பறையின் சுவரில் அந்த வெண்பலகை வேலை செய்தது. முழு வகுப்பறையும் கண்டு அனுபவிக்கலாம். அடுத்து டி.வி. ரிமோட்டை இணைத்தார். இப்போது வகுப்பறையில் எத்தனை மாணவர்கள் இருந்தார்களோ அத்தனை ரிமோட்களை கூட இணைத்து சுவரின் திரையோடு கல்வி பங்காற்ற முடிந்தது. திரையில் கேள்வி டிஸ்ப்ளே ஆனால், நீங்கள் ரிமோட்டை தட்டி கொடுக்கப்பட்ட ஏ.பி. சி.டி. விடைகளில் எது சரியான விடை என கிளிக் செய்ய முடியும்.

நான்சி நோல்டன் இவற்றோடு மற்றொரு வேலை செய்தார். அந்த வெண்பலகை தொடு திரையோடு இணையத்தை இணைத்தார். பாடத்திற்கு தக்கவாறு இணையத்திலிருந்து வீடியோக்கள், டாக்குமெண்டரி என எதையும் திரையில் வரவைக்கலாம். அத்தோடு 1985இல் அவர் திரைக்கு மேலே ஒரு கேமராவைப் பொருத்தினார். இப்போது அற்புதம் ஒன்று நிகழ்ந்தது. இணைய தொடர்பி (செயலி) வழியே உலகின் எந்த மூலையில் இருந்தாலும் பெற்றோர்களால் வகுப்பறையில்

உட்கார்ந்து பாடங்களில் பங்கு பெறும் தனது குழந்தையை நேர் ஒளிபரப்பு மூலம் காண முடிந்தது.

கல்வி 4.0வில் எல்லா வகையான திறன் திரை பலகைகளை பயன்படுத்துவது அத்தியாவசியமாகும். இன்று திறன் திரை பலகைகள் இல்லாத பள்ளிகளே இல்லை. திறன் திரையின் இயக்கத்தை அறியாத ஆசிரியர்கள் டிஜிட்டல் சந்ததிக்கு ஆசிரியராக இருக்க முடியாது என்பதே உண்மை.

8. நரிந்தர் சிங் கபானி

இந்தியாவில் பஞ்சாப் மாநிலத்தில் மோகாவில் 1926இல் நரிந்தர் சிங் கபானி பிறந்தார். ஒளி இழை என்றழைக்கப்படும் ஃபைபர் ஆப்டிகல் இழைகளை உருவாக்கி இன்றைய நான்காவது தொழிற்புரட்சிக்கே வித்திட்டவர். பார்ச்சூன் இதழ் உலகை மாற்றிய 70 பேர் பட்டியலில் 2000ஆம் ஆண்டு அவரது பெயரையும் புகைப்படத்தோடு வெளியிட்டது. கண்ணாடி ஒளி இழை தொழில் நுட்பமே இணையப் புரட்சிக்கு முக்கிய காரணம். உலகை இணைத்த கண்ணுக்குப் புலப்படாத மாபெரும் சாதனை இது.

ஆக்ரா பல்கலைக் கழகத்தில் பட்டம் பெற்று பொறியியலாளர் ஆகி லண்டன் இம்ப்பீரியல் கல்லூரியில் 1952இல் முனைவர் பட்ட ஆய்வு செய்ய ஹெரால்டு ஆப்கின்ஸ் என்பவரோடு இணைந்து அப்போது புதிதாக இருந்த நேனோ தொழில் நுட்பம் வழியே ஒளி இழைகளை மட்டுமே பயன்படுத்தி 1953இல் சமிக்ஞைகளை கடத்தி சாதனை படைத்தார். டச்சு நாட்டின் விஞ்ஞானி பிராம் ஹீல் என்பவர் ஆப்டிகல் உறைப்பூச்சு என்பதை கண்டுபிடித்தபோது இழை ஒளியியல் (ஃபைபர் ஆப்டிக்ஸ்) தகவல் தொடர்பு செயற்கைக் கோள்கள் இணையத்தில் தகவல் தொடர்பிற்கு உலகெங்கும் நெட் ஒர்க் இணைப்பிற்கு உதவினாலும் நீங்கள் இருக்கும் இடத்திற்கு ஃபைபர் ஆப்டிகல் கேபிள் வருகிறதா என்பது அத்தியாவசியமான விஷயம்.

1990களில் தொடங்கி செப்புக்கம்பிகளை (அது வரை பயன்பட்டவை) அப்புறப்படுத்திவிட்டு ஆப்டிகல் ஃபைபர் கேபிள்களை பதிக்கும் பணியை உலக அளவிலான திட்டமாக அறிமுகம் செய்தார்கள். கற்றையகலம், தரவு வேகம். அதீத அதிர்வெண், துல்லிய குறிகைகள் இதுவே ஆப்டிகல் கேபிளின் ரகசியம். அதற்கு மிக குறைவான ஆற்றலையே அது எடுத்துக் கொள்கிறது. பொதுவாக வீட்டிற்கு வரும் மின்சாரம் கூட நான்கில்

ஒரு பங்கு மின் கம்பிகளில் கடத்தும் ஆற்றலாக காலாவதி ஆகிவிடும்போது பெரும்பாலும் ஆற்றல் வீண் இல்லாமலே ஃபைபர் ஆப்டிகல் கேபிள் தகவல்களை கடத்துகிறது. பத்தாயிரம் பக்கங்கள் கொண்ட பிரிட்டானிக்கா புத்தக தொகுதியைக் கூட பைனரியாக மாற்றி, இத்தனை பைட்ஸ் என்று ஒரு கண்டத்தில் இருந்து மறுகண்டத்திற்கு சில வினாடிகளில் ஃபைபர் ஆப்டிக்ஸ் கேபிள் எந்த சேதாரமும் செய்கூலியும் இன்றி கடத்தி விடுகிறது.

இதற்காக அட்லாண்டிக் சமுத்திரம் முதல் இந்துமகா சமுத்திரம் வரை எல்லா கடல்களுக்கு அடியிலும் ஆப்டிகல் ஃபைபர் கேபிளை பதித்தார்கள். உப்பால் அரிக்காது, துரு பிடிக்காது நரிந்தர் சிங் கபானியின் அற்புத கண்டுபிடிப்பான கண்ணாடி ஒளி இழைகள் இன்றி கல்வி 4.0 சாத்தியமில்லாதது. நமது டவர்களின் உயிர் நாடியாக அது இருப்பதால் மட்டுமே நம் கைபேசி முதல் மடிக்கணினி, மேசைக் கணினி என யாவும் இயங்க முடிகிறது.

9. அஜெய் பாட்

இந்தியாக்காரர், பரோடாவில் பிறந்து வளர்ந்தவர். பரோடா சாயாஜிராவ் மகாராஜா கல்லூரியில் படித்தவர் அவர். பிறகு மேற்படிப்பிற்காக நியூயார்க் நகரப் பல்கலைக் கழகத்தில் கணினியியல் ஹார்டுவேர் முதுகலை பட்டம் படித்தார். இன்று நூற்றி முப்பத்தி இரண்டு கணினி சம்பந்தப்பட்ட கண்டுபிடிப்புகளின் உரிமங்கள் பெற்ற சாதனை மனிதர்.

ஃபோல்கான் எனும் கணினி இயல் ஆய்வகத்தில் 1990ஆம் ஆண்டு புதிய வகை மின் பிளக் ஒன்றை கணினி பயன் பாட்டிற்காக கண்டுபிடிக்கிறார். மின் பிளக்காக பயன்பட்டதோடு அதற்கு வேறுவித பயன்பாடுகளையும் இணைக்க முயல்கிறார். சாதாரண இரண்டு முனை மும்முனை பிளக்குகள் மின் கடத்தலுக்கு உதவலாம். ஆனால் கணினியை இயக்க போதாது என்பதை அவரால் நிரூபிக்க முடிந்தது. சிறப்பு இணைப்பான்கள் இருந்தால் மானிட்டர், கீ போர்டு மற்றும் சி.பி.யூ. மூன்றையும் இணைக்கும் விதம் தகவல் சிதறல் இன்றியும் வேகத்தை அதிகரிப்பதாகவும் இருக்கும் என்று அவருக்குப்பட்டது.

அவர் கண்டுபிடித்ததுதான் பென் டிரைவ். யுனிவர்சல் சீரீஸ் பஸ் (USB) என்றும் அழைத்தார்கள். வெறும் இணைப்பானாக அறிமுகம் ஆன பென்டிரைவில் நிறைய பைல்களை சேகரித்தும் வைக்க முடியும் எனும் உபரி அம்சத்தை அவர் சேர்த்தார். 1000

பாடல்கள் சேகரித்து அதனால் வழங்க முடிகிறது. 10,000 பக்க கற்றல் கற்பித்தல் பாடப் பகுதியையோ அல்லது அதற்காக திறன் பலகையில் பயன்படப்போகும் வீடியோ பதிவுகளையோ பதிவேற்றம் செய்ய முடியும். யு.எஸ்.பி. அல்லது பென்டிரைவ் கல்விக்கான முக்கிய கற்றல் உபகரணமாகப் பயன்படுகிறது.

10. ஜார்ஜ் டிவால்

ஜார்ஜ் டிவால் 21ஆம் நூற்றாண்டில் அதிகம் பேசப்பட இருக்கும் தொழில் நுட்ப அறிஞர். 1961இல் யுனிமேட் எனும் தொழில்துறை ரோபோட்டை உருவாக்கிய மாமேதை அவர். யுனிவர்சல் ஆட்டோ மேசன் எனும் கம்பெனியில் சாதாரண மின் பொறியாளராக 1952இல் அவர் சேர்ந்திருந்தார். தீவிரமான அறிவியல் புனைகதை வாசகர் அவர். ஐசக் அஸிமவின் வெறித்தனமான விசிறி. 1953-54ஆம் வருடம் அவரது வாழ்வில் மிக முக்கியமான வருடம். அவருக்கு திருமணம் நடந்த ஆண்டு. ஆனால் அந்த கிறிஸ்துமஸ் நாளை அவர் மறக்கவே முடியாது.

அவர் தனது தொழிற்சாலையில் பணியில் இருக்க வேண்டியிருந்தது. 1,600 மின் அட்டைகளுக்கு ஒரு அட்டைக்கு எட்டு நட்டுகளை பொருத்தி திருக வேண்டும். எல்லாருமே பெரும்பாலும் விடுப்பிற்கு போனதாலும் அவர் வேலைக்கு வந்து பயிற்சி காலம் முடியாததாலும் அவர் பணி செய்ய வேண்டியிருந்தது.

இரவில் அவர் ஒரு முடிவுக்கு வந்தார். ஒரு கியர் சில பத்தவைப்பு கம்பிகள் மற்றும் ஒரு மீன் பிடிக்கும் கொக்கி அவ்வளவுதான். சிறிய மின் மோட்டாரை இணைத்து தனக்கு ஒவ்வொரு நட்டாக பெட்டியிலிருந்து எடுத்துக் கொடுக்கும் மின்சாரத்தில் ஓடும் அமைப்பு ஒன்றை அவர் உருவாக்கி இருந்தார். அதுவே உலகின் முதல் தொழிற்சாலை ரோபோட். 1961இல் அவரது யுனிவர்சல் ஆட்டோமேசன் நிறுவனம் அதுபோல பல தொழில்துறை ரோபோட்களை சந்தையில் இறக்கி டிவாலை கோடீஸ்வரர் ஆக்கியது.

இன்று அமேசான் 1,700 தொழில்துறை ரோபோட்களை (2017 கணக்கீட்டுப்படி) பணிக்கு வைத்திருக்கிறது. 2030 ஆண்டுக்குள் பணிவிடை செய்யும் ரோபோட்கள் எல்லா இடங்களுக்கும் வந்துவிடும். 2003இல் அறுவை சிகிச்சை செய்யும் மருத்துவ ரோபோட் கரங்கள் நம் அப்பல்லோ மருத்துவமனை வரை வந்துவிட்டது. செயற்கை நுண்ணறிவின் மனிதத் தோழனாக ரோபோட்கள் உள்ளன.

போர் காலத்தில் கண்ணிவெடிகளை அகற்றுகின்றன. மிக நுணுக்கமான அறுவை சிகிச்சையை செய்கின்றன. போர் அடிக்கும் மனிதர்களுக்காக செஸ் விளையாடுகின்றன. கோல்ஃப் ஆடும் ரோபோட் உண்டு. பள்ளிகளில் மாணவர்களுக்கு விளையாட்டு வீரர் ஆகிட பயிற்சி தரும் பந்து வீசும் ரோபோட்களை பற்றி கேள்விப்பட்டிருப்பீர்கள். கல்வி 4.0வில் ரோபோட்கள் இன்னும் நிறைய பங்களிக்க உள்ளதே உண்மை.

நியூயார்க் நகரில் நடந்த உண்மை சம்பவம் இது. உடல்நிலை சரியில்லாததால் பள்ளிக்கு வர முடியாமல் போன ஒரு மாணவனுக்கு பதிலாக அவர்கள் வீட்டு பணிவிடை ரோபோட் ஒரு வீடியோ கான்பிரன்சிங் வசதியோடு, பள்ளிக்கு வந்து அந்த மாணவன் உட்காரும் அதே இடத்தில் உட்கார்ந்து அவனுக்கு தானே பள்ளிக் கூடத்தில் இருக்கும் அனுபவத்தை கொடுத்தது. உயர்நிலைப்பள்ளிகளில் ஆய்வகங்களில் ரோபோட்களோடு இணைந்து சில ஆய்வுகள் செய்வது இப்போது அறிமுகம் ஆகி உள்ளது. மருத்துவ கல்வியில் டெமோ வகுப்புகளை ரோபோட்கள் வைத்து நடத்துகிறார்கள். கல்வியில் ரோபோட்டா என்கிறீர்களா... இதோ சில புராஜக்ட்டுகள்.

23இன்ச் உயரமே உள்ள குட்டி ரோபோட் ராபின் ரொம்பவே பிரபலம். அந்த எல்கேஜி வகுப்பறையில் வாங்க விளையாடலாம் என்று அழைத்தபோது குழந்தைகள் குதூகலித்தன. ஐரோப்பிய ஆய்வுத்திட்டம் LTOR (எல்டியூடர்) அதற்காக சாப்ட்பேங்க் ரோடோடிக்ஸ் உருவாக்கிய குட்டீஸ் ரோபோட் தான் ராபின். தன் சக மாணவர்களுக்கு (அதுவும் எல்கேஜி படிக்கிறதாம்) இரண்டாம் மொழியாக ஆங்கிலத்தை சொல்லித்தர அதை பயன்படுத்துகிறார்கள். இடம் ஜப்பான்.

இரண்டாவது புராஜக்ட் ஸ்டாம்போர்டு நகரில் சர்வதேச ரோபோ இன்க் நிறுவனம் நடத்தி வரும் ஆய்வு. இந்த வகை ரோபோட் ஜேம்ஸ் ஒரு சிறப்பு சேவை செய்து வருகிறது. ஆட்டிச குறைப்பாட்டு குழந்தைகள் அதிகம் உள்ள அந்தப் பள்ளியில், தனது நேசப் புன்னகையால் அது ரொம்ப பிஸியாகி வருகிறது. ஆட்டிச குறைப்பாட்டு குழந்தைகள் பேசாது. அவைகளால் பேச முடியும், ஆனால் பேசாது. அப்படிப்பட்ட குழந்தைகள் மனம் விட்டு ரோபோட்டிடம் உரையாடுகின்றன. இந்த புராஜெக்ட் செம வெற்றி.

மூன்றாவது புராஜக்ட் பெயர் காஸ்பர். அதாவது கினஸ்டிக்ஸ் மற்றும் சிங்க்ரோனை சேஷன் ஹெர்டுஃபோர்ஷேர் பல்கலைக் கழகம் நடத்தும் ஆய்வு இது. காஸ்பர் பார்ப்பதற்கு அழகான பொம்மை மாதிரியே இருக்கும், ரோபோட். உதவியாளர் ரோபோட் என்று அழைக்கிறார்கள். காஸ்பர் மிகவும் உணர்ச்சிப்பூர்வமான கோபமான இறுக்க சூழல்களில் மாணவர்களுக்கும் ஆசிரியர்களுக்கும் நடுவே சூப்பராக உள்ளே புகுந்து அழகாக சூழலை மாற்றுகிறது. மத்தியஸ்தம் செய்கிறது. வகுப்பறை சமாதானப் புறா.

நான்காவது லெகோ. டென்மார்க்கில் நடக்கும் ரோபோட் கல்வி 4.0 ஆய்வு. அறிவியல் தொழில்நுட்பம் பொறியியல் மற்றும் கணிதம் (STEM) சார்ந்த குழந்தைகளின் ஆர்வத்தை மேம்படுத்த ஆமை வடிவ ரோபோட் ஒன்றை ஒவ்வொரு குழந்தைக்கும் கொடுத்து, லெகோ லீக் போட்டி என்று ஏதாவது செய்து தொழில் நுட்ப ரீதியில் ஆமை ரோபோட்களை ஓடவைக்க வேண்டும். குழந்தைகள் செம பிஸியாக ஆர்வத்தோடு இயங்கின.

டெக்காசின் கிரீன் வைலில் நடக்கும் வெக்ஸ் ரோபோடிக்ஸ், கல்வியில் ரோபோட்களின் மிக அவசியமான ஆய்வு. வெக்ஸ் ரோபோடிக்ஸ் ரோபோட்களை உருவாக்கும் திட்டத்தை பள்ளிக் கல்வியில் புகுத்தி உள்ளது. எதற்கெல்லாம் உங்களுக்கு ரோபோட் தேவையோ நீங்களே ஏற்படுத்த வாய்ப்பு. ரோபோட் கட்டமைப்பு வடிவமைப்பு மற்றும் இயக்கத்தை பள்ளிப் படிப்பில் சேர்க்கும் முயற்சி இது. தேவை இல்லாதபோது கழட்டிப் போட்டு விடலாம்.

பீட் பாட்ஸ் என்று ஒரு குட்டி மஞ்சள் நிற ரோபோட். சான் பிரான்சிஸ்கோவில் கலிபோர்னியா ரோபோட் நிறுவனமான கீபான் உருவாக்கி உள்ள மாணவர் தோழன். ஒவ்வொரு வகுப்பிலும் ஒன்று என்று தொடங்கினார்கள். இப்போது ஒவ்வொரு டெஸ்க்கிலும் ஒன்று உள்ளது. மாணவர்கள் எழுதுதலில் உரையாடுதலில் பிழைகள் இருந்தால் சுட்டிக்காட்டி விடுவான் பீட் பாட்ஸ். இது ஆசிரியர்களுக்கு மிகவும் பிடித்த ரோபோட் என்று தேர்வாகி உள்ளது.

மேட்டுப்பாளையம் தமிழரசி கொடுத்த உலகை மாற்றிய மாமனிதர்களின் பட்டியல் எவ்வளவு தெளிவானது என்பதை நாம் உணரும்போது ஒரு வகை திகைப்பும் சிலிர்ப்பும் ஏற்படுகிறது.

நான் அந்த போட்டித் தாளை இப்போதும் மிக பத்திரமாக வைத்திருக்கிறேன்.

கதை அத்துடன் முடியவில்லை. இரண்டு முக்கியமான கல்வி 4.0 அம்சங்களை நாம் அறிய வேண்டியிருக்கிறது.

பிக்- டேட்டா எனும் தொகு- பெருந்தரவு

இன்று பிக்-டேட்டா இல்லாமல் எந்தத் துறையிலும் ஆராய்ச்சி என்பது சாத்தியமே இல்லை. புதிய கண்டுபிடிப்புகளை நடத்தவும் இன்றியமையாத தேவையாக பிக் டேட்டா மாறி இருக்கிறது. புதிய புதிய தகவல் தொடர்பு சாதனங்கள் மனிதனால் தொடர்ந்து கண்டுபிடிக்கப்பட்டு வருகின்றன. அன்றாட வாழ்க்கையில் நமது ஒவ்வொரு செயலிலும் இந்த கருவிகளின் தலையீடு உள்ளது. இதனால் நொடிதோறும் கணக்கில் அடங்காத டேட்டாக்கள் புள்ளி விவரங்கள் சேர்ந்த வண்ணம் உள்ளன. உதாரணமாக இந்த வரியை நீங்கள் வாசிக்கும் இந்த நொடியில் எத்தனை பேர் இணையத்தை துழாவுகிறார்கள். அதில் எத்தனை பேர் என்னென்ன தேடுகிறார்கள். அவர்களின் ரயில் பயண டிக்கெட் ஆர்டர் எவ்வளவு, உணவு ஆர்டர் கொடுப்பதற்கு எவ்வளவு பேர், வாட்ஸ் அப், என்று அடுக்கிக்கொண்டே போகலாம். (இதுபோல புத்தகம் எழுதிட எவ்வளவு பேர் என்பதையும் சேர்த்துக் கொள்ளுங்கள்).

அவர்களில் யார் யார் எந்த நாட்டை சேர்ந்தவர்கள். ஆண் யார், பெண் யார் என புள்ளி விவர பகுப்பாய்வு விரிந்து கொண்டே போகும். எந்தெந்த வயசுக்காரரர்கள் எதையெதை தேடினார்கள் என்றெல்லாம் விரியும், அந்த உலகம் மிக மிகப் பெரிது. நீங்கள் எதைத் தேடினீர்கள், எதை இணையம் வழியே சாதித்தீர்கள் என்பதை உங்கள் டிவைஸ் அதாவது கைபேசி அல்லது கணினியில் நீங்கள் டெலிட் செய்து விடலாம். ஆனால், அந்த டேட்டாவை இணையம் ஒரு போதும் டெலிட் செய்வது கிடையாது. இப்படி சேர்ந்த புள்ளி விவரங்கள்தான் இன்றைய வணிகம், இன்றைய அரசியல், இன்றைய அறிவியல், இன்றைய பொருளாதாரம் மற்றும் இன்றைய கல்வியின் அஸ்திவாரம் என்றால் உங்களால் நம்ப முடியாது. அந்த டேட்டா நாளுக்கு நாள் பிக் (பெரிதாகி) ஆகி வருகிறது.

பிக்- டேட்டாவில் இன்று உலகெங்கும் கோடிக்கணக்கான ஆய்வுகள் நடந்து வருகின்றன. அதை தகவல் சொத்து என்று அழைக்கிறார்கள். அதற்கு ஒரு வடிவம் இருக்கிறது. ஒரு குணம்

இருக்கிறது. அது உயிரோடு தொடர்ந்து வளர்ந்து வருகிறது என தகவல் தொழில் நுட்ப உலகம் நம்புகிறது. பிக்டேட்டா விஞ்ஞானிகளான கீசுவும் குவானும் 2019இல் பிக்டேட்டா குறித்த ஒரு அறிவியல் கோட்பாட்டை வெளியிட்டார்கள், அதன்படி பிக்டேட்டா மூன்று விஷயங்களால் ஆனது.

1. கொள்ளளவு *(Volume)*
2. பல்வகை வேற்றுமை *(Variety)*
3. வேகம் *(Velocity)*

கொள்ளளவு என்பது அதன் அதீத எண்ணிக்கையையும் மிக அதிகமாக சேரும் அளவையும் குறிக்கிறது. பிக்டேட்டாவின் கொள்ளளவை டெராபைட் மற்றும் பெட்டா பைட்களில் மட்டுமே அளக்க முடியும் பிக்- டேட்டா தரவுகளை சேமிக்க அதற்கேற்ற சேமிப்பு அமைப்புகள் தேவை.

பல்வகை வேற்றுமை *(Variety)* என்பது டேட்டாவின் வகைப்பாட்டை குறிக்கும். டேட்டா கட்டமைப்பு வகை சார்ந்த வடிவத்தில் *(Fomat)* எழுத்துரு, எண் வகையாகவோ அல்லது கட்டமைப்பில் பொருந்தா பார்மட்டிலோ, படம், வீடியோ கடிதங்கள் குரல் பதிவு என்றும் இருக்கலாம். வேகம் *(Velocity)* பிக்டேட்டா சேர்ந்து வரும் வேகத்தை குறிக்கிறது.

ஆனால், 2013ஆம் ஆண்டு டெம்சென்கோ, டிலாட் மற்றும் மெம்பெரி ஆகியோர் மேலும், உண்மைத் தன்மை வாய்ந்தவை *(Veracity)*, மதிப்பு மிக்கவை *(Value)* எனவும் சேர்த்தனர். ஆனால் இந்த டேட்டா இன்று கல்வியின் அனைத்து அம்சங்களிலும் நீங்கா இடம் பிடிக்கிறது. இந்தியாவில் இருக்கும் விருதுநகர் அறிவியல் ஆசிரியை கனடாவில் இருக்கும் யாரோ பெயர் தெரியாத ஆசிரியர் இணையத்தில் இணைத்த தன் பாடத்துறை சார்ந்த வீடியோவை யூடியூப் வழியே பதிவிறக்கம் செய்து பிக் டேட்டாவில் இருந்து எடுத்து, தனது மாணவர்களுக்கு பகிர்வது, பாடம் நடத்துவது ஒரு சின்ன உதாரணம் ஆகும்.

இணையச் செயலிகள்

இன்று ஒவ்வொரு கைபேசியிலும் விதவிதமான செயலிகள் பதிவிறக்கம் செய்யப்பட்டுள்ளன. அதிலும் இந்த நோய் பரவல் காலத்தில் நமது கல்வி ஒரு தவிர்க்க முடியாத பரிணாம வளர்ச்சி நடக்கும் துறையாக மாறியுள்ளது. செயலிகள் நடைமுறைக்கு வந்து இருபதாண்டுகள் ஆகிவிட்டன. இன்று உணவு வாங்குவதில் இருந்து மருத்துவ உதவி வரை எல்லாமே செயலிகள் வழியே

சாத்தியமாகிறது. காதல் செயலிகள்கூட (டேட்டிங்) வந்து விட்டன. சமீபத்தில் காம்-ஸ்கோர் எனும் அமைப்பு, பிக் டேட்டா பகுப்பாய்வின் மூலம் அதிகம் செயலிகளை மக்கள் எதற்கு பயன்படுத்துகிறார்கள் என்பதற்கு ஒரு டேட்டா (புள்ளி விவரம்) வெளியிட்டிருக்கிறார்கள். அதிலும் டீன் ஏஜ் கடந்த வயது வகையறா ஒரு தனி கவனம் பெறும் விஷயம். 1-24 ஆண்டு வயது உடையோர்தான் இந்தியாவில் அதிக எண்ணிக்கையில் உள்ளனர். இவர்களில் பொழுது போக்கிற்கு எத்தனை பேர் செயலிகளை பயன்படுத்துகின்றனர். செய்தி, மருத்துவ உதவி, ஷாப்பிங் என்றெல்லாம் வகை படுத்தி புள்ளி விவரங்களை வெளியிட்டுள்ளனர்.

- பெரும்பாலானவர்கள் (24.%) வீடியோ விளையாட்டு ஆப்ஸ் (செயலிகள்) தான் பயன்படுத்துகிறார்கள். எனவே வீடியோ கேம்ஸ் முதலிடம் பிடித்தது.
- இரண்டாமிடம் வணிகம். சாதாரண பேனாவிலிருந்து சிக்கன்65 வரை ஆர்டர் கொடுத்து ஆன்லைனில் வாங்குவது வணிகம் இரண்டாமிடம்.
- மூன்றாமிடம் கல்வி செயலிகள் பிடித்தன என்பது மிக அற்புதமான விஷயம் ஆகும்.

இன்றைய கல்வி, செயலிகள் வழியே நடக்கிறது. 1972இல் மைக்கெல் சொக்கொல்ஸ்கி (ரஷ்ய கணினியியல் நிபுணர்) தனது ஸ்கான்ட்ரான் சிஸ்டம்ஸ் மூலம் முதன் முதலில் ஆசிரியர்களுக்கு தேர்வுகளை எளிதில் நடத்தி உடனுக்குடன் தானாகவே மதிப்பீடு செய்யும் டெஸ்ட் செயலியை அறிமுகம் செய்தார். கல்வியின் முதல் செயலி அதுதான். இன்று இணையம் முழுதும் கல்விச் செயலிகள் கொட்டிக் கிடக்கின்றன.

நீங்கள் டவுன்லோடு செய்து பயன்படுத்த தொடங்கிய உடனேயே செயலி உங்களோடு உரையாடத் தொடங்கும். அவை ஊடாடும் செயற்கை நுண்ணறிவு கருவி ரகத்தை சார்ந்தவை. இருபத்தி நான்கு மணிநேரத்தில் எப்போது வேண்டுமானாலும் பயன்படுத்த முடிந்த ஆசிரியர். கற்றல் செயல்பாட்டை இனிக்கும் பொழுதுபோக்கு செயல்பாடுகளோடு நடக்க இச்செயலிகள் உதவுகின்றன. எளிய வகையில் தகவல் தொடர்பு அவரவர்க்கு ஏற்றார்போல மாற்ற முடிந்த அற்புதமாக கல்வி 4.0 வின் அங்கமாக இணையச் செயலிகள் உள்ளன.

இந்தியாவில் செயற்கை நுண்ணறிவு (AI) இயந்திரம் வழி கற்றல் (ML) மெய்க்கலப்பு யதார்த்தவாதம் (AR) மற்றும் இணைய விஷயங்கள் (IOT) மூலம் கல்வி ஒரு சாராருக்கு ஏற்கெனவே நடந்தும் வருகிறது. இவை சி.பி.எஸ்.இ.யில் பாடங்களாகவும் உள்ளன.

தீக் ஷா, இ- பாடசாலா மற்றும் ஸ்வயம் ஆகிய கற்றல் இணைய மேடைகளை மத்திய அரசு இ-கற்றலுக்காகவே தொடங்கி நடத்தியும் வருகிறது. அது நாடு முழுதும் எல்லா வகை கல்வியிலும் இடம் பெற வேண்டும் என்பதே நமது கோரிக்கை. நம் பொது வகுப்பறை போல. இணைய வகுப்பிற்கும் கல்வி கோட்பாடுகள் உள்ளனவா? அவை எவை? அடுத்து பார்க்கலாம்.

துணை நின்றவை

1. செயற்கை- நுண்ணறிவுத் தொழிற்துறையின் வளர்ச்சி, ஹால் மற்றும் பெசண்டி, டிஜிட்டல் பிரஸ், லண்டன்.
2. கணினி இயந்திரவியலும் நுண்ணறிவும், ஏ.எம். டர்ரிங் மைன்ட் இதழ் கட்டுரை பக். 433-60 (மைன்ட் இதழ் எண் 49) இணைய pdf
3. சிந்திக்கும் இயந்திரங்கள் (Machines who think) பி. மெக்கார்டக், 2004, நாட்டிக் வெளியீடு.
4. ஆண்டிராய்டு கனவுகள் - டி.வெல்ஷ் 2007, சி.ஹஸ்டன் அண்டு கோ, லண்டன்.
5. *The History of the internet and the digital Future* ஜோனி ரேயான், ரீக்சன் புக்ஸ், USA
6. வருங்காலத்தின் சுருக்கமான வரலாறு, இணையம் தோன்றிய கதை, ஜான் நாட்டான், ஹாச்டே வெளியீடு.

ஆன்லைன் கற்றலின் வெற்றி பரஸ்பர கருத்து பரிமாற்றத்தில் உள்ளது. கற்பவர் ஒரே ஒருவராக இருந்தாலும் கற்றலை சீரான வேகத்தில் அதன் அனைத்து அம்சங்களையும் உள்ளடக்கி வழங்க கணினிக் கற்றலுக்கு என்று கோட்பாடுகள் தேவை.

- *சார்லஸ் ஜென்னிங்ஸ்*

சாதாரண வகுப்பறை கற்றலின் அதே அம்சங்கள் பாடப் பொருள், பாட அச்சாக்கம் அப்படியே இணைய வழி நடத்துவதற்கு பெயர் கல்வி 4.0 அல்ல, இணையத்தில் கிடைக்கும் செயற்கை நுண்ணறிவு, டிஜிட்டல் மயமான பாடப் பொருள் இவை பயன்படுத்தப்பட்டு பாடங்கள் நடப்பதைதான் இணையக் கல்வி என்று அழைக்க முடியும்.

- *பிலிப் ரெஜியர்*
  (டீன், ஏ.எஸ். யு. ஆன்லைன்)

நாம் யதார்த்தமான பாடப் பொருள் சார்ந்த கிராஃபிக் அல்லது அனிமேஷன் உத்திகளை பாடத்திற்குள் நுழைக்க வேண்டும். உண்மை உலகின் நேரடி காட்சியாக்கமும் தேவை. பாடப் பொருளை தனது சொந்த அறிவாக மாற்றிட கொஞ்சம் கற்பனை திறத்திற்கும் அங்கே இடமிருக்க வேண்டும். எது எத்தனை விகிதம் இருக்கலாம் என்பதை காட்டிட நமக்கு இணைய கற்றல் கோட்பாடுகள் தேவை.

- *டிம் ஸ்லேடு*
  (இ- கற்றல் வல்லுநர்)

வடிவமைப்பு மிக மிக எளியது. ஆனால், எப்படி வடிவமைப்பது என்பதுதான் அதீத சிக்கலான விஷயம்

- *டால் ராண்டு*
  (இ- கற்றல் இணைய டிசைனர்)

9

ஆன்லைன் கல்விக் கோட்பாடுகள்

கோட்பாடு இல்லையேல் கல்வி இல்லை. கல்வி முதலில் வந்ததா கோட்பாடு முதலில் வந்ததா என்றால் இ- லர்னிங் காலத்திலும் கல்விதான் முதலில் வந்தது. ஆனால் கோட்பாடு அதனை மேம்படுத்தி நிரந்தரத் தன்மையை தருகிறது. பல ஆண்டுகள் பல சந்ததிகளுக்கு (குறைந்த பட்சம் 4 என்கிறார்கள்) கல்வி நடந்த பிறகு அதன் ஏற்ற இறக்கங்கள் ஆராயப்பட்டு தொடர்ந்து அலசப்பட்டு முக்கிய அம்சங்கள் கோட்பாடாக மாறுகின்றன. தொழிற்புரட்சி கல்வியும் விதி விலக்கல்ல.

எனவே கல்வி சார்ந்த நடைமுறைகளையும், செயல்பாட்டுத் தன்மை உட்கூறுகள் நோக்கம் இவற்றை வழி நடத்த கல்விக் கோட்பாடு என்பது தேவைப்படுகிறது. கல்வி, கற்றல், கற்பித்தல், பாடத்திட்டம், கல்வி அமைப்பு என விரிவான தளத்தில் அது செயல்படுகிறது. கல்வி சார்ந்த உளவியல் சமூகவியல் கூறுகள் கூட கோட்பாட்டில் அடங்கும். கலாச்சாரக் கல்விக்கோட்பாடு, நடத்தையியல் கல்விக் கோட்பாடு, கல்வி நெறிமுறை கோட்பாடு, என்றெல்லாம் ஏற்கெனவே அறிந்திருப்பீர்கள்.

ஒரு முழுமையான கல்வியியல், தத்துவவியல் கோட்பாடு என்னவெல்லாம் கொண்டிருக்க வேண்டும் என்பதற்கு கீழ்க்கண்ட பட்டியல் உதவும்.

1. கல்வி என்ன நோக்கத்திற்கு செயல்படுகிறது. நல்ல மற்றும் சரியான நடைமுறை என்று கோட்பாடு எதை சுட்டுகிறது?
2. மனிதனின் கற்றல் மற்றும் உலகம் பற்றிய கல்வி சார்ந்த மூல விஷயம் என அது எதைக் குறிப்பிடுகிறது.
3. கற்றுக்கொள்வதற்கான உளவியல் மற்றும் போதனா வழிமுறைகள் என்ன?

கல்வியின் வழிமுறைகள் ஆறு என்று பொதுவாக ஒப்புக் கொள்ளப்படுகிறது. காட்சி வழிக் கல்வி, செவி வழிக் கல்வி, செயல் வழிக் கல்வி, மாந்தர் வழிக்கல்வி, தர்க்க வழிக் கல்வி மற்றும் சுய தேடல் வழிக் கல்வி என்று சொல்கிறோம். கென்னத் டியூன் மற்றும் ரீட்டா டியூன் ஆகிய இரு உளவியலாளர்கள் ஒரு மாணவர் கல்வி கற்க தூண்டுகோலாக இருப்பவை எவை என்பதற்கு ஒரு பட்டியல் கொடுத்திருக்கிறார்கள்.

- மாணவரின் கற்றல் சூழல்
- மாணவரின் ஆர்வம் மற்றும் உணர்வுகள்
- சமூக சக்திகள்
- உடலியல் ஒத்துழைப்பு
- உளவியல் ஆரோக்கியம் என்பனவே.

இது ஆன்லைன் கல்வி எனப்படும் கல்வி 4.0 வுக்கும் பொருந்தும்.

கல்வியில் தொழில் நுட்பம் என்பதும் கல்வி 4.0 என்பதும் வன் பொருள் (Hard ware)மென் பொருள் (Soft ware) மற்றும் இ-கற்றல் (இ-லர்னிங்) கோட்பாடுகள் என இவை மூன்றையும் உள்ளடக்கியது ஆகும். இப்போது நாம் இ-கற்றல் கோட்பாடுகளை எடுத்து ஆராய்வோம். அதை இரண்டு விதமாக செய்கிறார்கள்.

கற்றல் எப்படி நடக்கிறது என்பதற்கு காலம் காலமாக பல கோட்பாடுகள் உள்ளன. இவற்றையே ஆன்லைன் கல்வி எனப்படும் தொழில் நுட்ப வழி கல்விக்கும் பொருத்திப் பார்ப்பது முதல் விதம். இ- கற்றலுக்காகவே தனியே கற்றல் கோட்பாடுகளை முன் மொழிகிறார்கள். அது இரண்டாவது விதம், இப்படி ஒருவிதம், இரண்டு விதம் என்பது ஏதோ விளையாட்டாக நினைக்க வேண்டாம். தொழில் நுட்ப வழி கல்வி சார்ந்த யாவற்றிலும் இரண்டு விஷயங்களுமே பின்னிப் பிணைந்து உள்ளன. சமீபத்தில் எம்-கற்றல் என்று மொபைல் (போன்) தொலைபேசி தொழில் நுட்பமும் இணைந்த புதிய வகை ஆன்லைன் கல்வியை நமது கொரோனா காலத்தில் நாம் பார்த்துக் கொண்டிருக்கிறோம்.

நம் நாட்டில் பட்டி தொட்டியில்கூட எமிஸ் (EMIS) என்று கல்வி மேலாண்மை தகவல் அமைப்பாக்கம் (Education Management Information System) 2002இல் அறிமுகம் ஆனதை உங்களது கவனத்திற்கு கொண்டுவர விரும்புகிறேன். உலகின் மிகப் பெரிய இ-கற்றல் செயல்பாடு என இதை அழைக்கலாம். இந்தியா முழுவதும் உள்ள பள்ளி மாணவர்களின் வகுப்பு வாரியான தகவல்களை டிஜிட்டல் முறைக்கு உட்படுத்தி தொகுத்து

அவ்வப்போது அப்டேட் செய்யும் மென்பொருள் சார்ந்த பிக் டேட்டாவாக அதன் பலவகைத் தரவுகள் வழியே இந்தியக் கல்வியின் ஏற்ற இறக்கங்களை ஆராய்கிறார்கள். எனவே இ-கற்றல் என்பதோ அல்லது தொழில் நுட்ப வழி கல்வி என்பதோ நமக்கு புதிது என்று ஒதுங்கிவிட முடியாது.

இ-கற்றல் கோட்பாடுகளை உற்று கவனித்து ஆய்வு செய்பவர்கள் கற்றல்- தொழில் நுட்ப வாதிகள் (education technologist) என்று அழைக்கப்படுகிறார்கள். தொழில்நுட்ப வழி கற்றலில் பயிற்சி பெற்றவர்கள் அவர்கள். இந்த புத்தகத்தை வாசித்து முடிக்கும்போது நீங்களும் ஒரு கற்றல் தொழில்நுட்பவாதியாக உருவாகி இருப்பீர்கள். கற்றல் தொழில் நுட்பவாதிகள் தொழில் நுட்ப வழி கல்வியின் மூலம் நடக்கும் கற்றல் செயல்பாடுகளை, உற்றுநோக்கி, பதிவு செய்து பகுத்தாய்வு செய்து, தகவமைத்து உருவாக்கி, அமல்படுத்தி, மேம்படுத்துபவர் ஆவார்.

ஆன்லைன் கற்றலின் தோற்றம் மிக முக்கியமானதொரு அரசியல் பின்னணியைக் கொண்டது. 1960களின் கறுப்பின போராட்ட வரலாற்றை உள்ளடக்கியது. 1960ஆம் வருடம் நீக்ரோ மாணவர் கிளர்ச்சி, சிவில் உரிமை இயக்கமாக அமெரிக்காவில் மார்டின் லூதரின் ஜூனியர், தலைமையில் பரந்துபட்ட மக்கள் போராட்டமாக வெடித்தது. வெள்ளை ஆங்கிலேயருக்கும், கறுப்பின இளைஞர்களுக்கும் சமச்சீர் கல்வி கேட்டு தங்களுக்கும் கல்வியில் சம உரிமை வழங்க வேண்டும் எனும் மாபெரும் கிளர்ச்சியாக பரவியது. ஒன்றல்ல இரண்டல்ல. 89 நகரங்களில் சாலைகளில் வந்து அமர்ந்த கறுப்பின மாணவர்கள் அமெரிக்க அரசு நடத்தும் கல்வியில் வெள்ளையருக்கு இணையான சம அந்தஸ்தை பெற்றார்கள். மார்டின் லூதர் உட்பட ஆயிரக்கணக்கானவர்கள் சிறை சென்றதால் கிடைத்த உரிமை அது.

ஆண்டோனியோ ஃபெல்சி போன்ற கறுப்பின கல்வியாளர்களின் குற்றச்சாட்டு என்னவென்றால் வெள்ளை பேரினவாதிகள் கல்வியில் சமஉரிமை என்பதை கேலிக் கூத்தாக்கி நீர்த்துப் போக பல வகையில் சதி செய்தனர் என்பதாகும். கறுப்பின மக்கள் மிகுந்த ஏழை பாழைகளாக இருந்தனர். கட்டணமில்லா கல்வியில் அரசில் மட்டுமே அவர்களால் இணைய முடிந்தது. இதற்கே அவர்களது தினக்கூலி வேலைகளை எல்லாம் (வருமானத்தை) விட்டு பள்ளிக்கு வர வேண்டியிருந்தது. அவர்களுக்கு சமமாக தாங்கள் கற்பதா எனும் இனவெறி மனநிலையில் வெள்ளையர்கள் எதையும் செய்யத் தயாராக இருந்தனர்.

சமத்துவக் கல்விக்கு மாற்று என்று அப்போது தோன்றியதுதான் கணினிவழி கற்றல். ஸ்டான் ஃபோர்டு பல்கலைக்கழகம் மேம்பட்ட குழந்தைகளுக்கான சிறப்பு கல்வி எனும் திட்டத்தை அறிமுகம் செய்தது. பாட்ரிக் சப்ஸ் மற்றும் ரிச்சார்டு அட்கின்கன் போன்ற இனவாத 'உளவியல்' நிபுணர்கள், பாவ்லோ அல்டோ ஒன்றிணைந்த கல்வி மாவட்டத்தில் ஆரம்பப் பள்ளிக்கூட வெள்ளை இனத்துக் குழந்தைகளுக்கு அந்த கணினி வழி கற்றலை தட்டச்சு கற்றல் என அறிமுகம் செய்திட மாகாண அரசை பணிய வைத்தார்கள். ஆரம்ப கணிதம் எழுத்துக் கூட்டி சொல் அறிதல் போன்றவையே அந்த முதல் கணினி வழி கல்வியில் இடம் பெற்றது. ஆனால், உடனடியாக இலியோனிஸ் பல்கலைக்கழகம் உயர்கல்விக்கு அதனை விஸ்தரித்ததோடு அனைவருக்குமான கல்வியாகவும் அறிமுகம் செய்தது.

தற்போதுள்ள கட்டமைப்பு கணினி வழி கற்றல் (Computer Assisted Learning) 1986இல் வந்தது ஆகும். 64 கம்ப்யூட்டர்களைக் கொண்டு இலியோனிஸ் எலக்ட்ரானிக் யுனிவர்சிட்டி எனும் பல்கலைக்கழகம் தொடங்கியது. ஒவ்வொரு கணினியோடும் ஒரு ஆசிரியரும் இருப்பார். ஆனால், அந்த கம்ப்யூட்டர் வழியே நடக்கும் கற்றலை அவர்கள் சொல்லும் காலம் வரை அல்லது பாடப் பொருள் வரை முடித்தால் உங்களுக்கு சான்றிதழ் வழங்குவார்கள். இதனால் அதற்கு ஒரு கல்வி அந்தஸ்து உடனடியாகக் கிடைக்கும். சான்றிதழ் வேலை பணியிட லைசன்ஸ்.

இன்றைய கல்வி 4.0 காலகட்டம் வரை இவ்வகை கணினி வழி கற்றல் என்பது வகுப்பறையின் வழக்கமான கற்றலுக்கு உதவியாக இருக்க ஒரு இணைக்கல்வி செயல்பாடாகவே இருந்தது. எனவே ஆன்லைன் கல்வி குறித்த கல்விக் கோட்பாடுகளும் இந்த விஷயத்தை மையமாக வைத்தே வந்தவை என்பதுதான் உண்மை. ஏற்கெனவே இருந்து வந்த கற்றல் கோட்பாடுகள் வழி புரிந்துணர்ந்து உருவான ஆன்லைன் கல்வி கோட்பாட்டு அம்சங்களை முதலில் ஆராய்வோம்.

1. நடத்தையியல் கல்விக் கோட்பாடும் கல்வி 4.0வும்

தற்போது நடைமுறையில் உள்ளதிலேயே பழைய கல்விக் கோட்பாடு நடத்தையியல் கல்விக்கோட்பாடு ஆகும். உளவியல் எனும் துறை வளர்ச்சியில் 20ஆம் நூற்றாண்டின் தொடக்கத்தில் நடத்தையியல் தனியே கிளைவிட்டது. கல்வி கோட்பாடு ஒவ்வொன்றுமே ஒருவகை போராட்டம் ஆகும். ஏதோ ஒரு பழமைவாத நடைமுறைக்கு எதிராகவே அவை தோன்றி

வளர்ந்தன. நடத்தையியல் கல்விக் கோட்பாடும் அதற்கு விதி விலக்கு இல்லை. வில்லியம் வூண்ட் வெளியிட்ட கட்டமைப்பியம் எனும் கோட்பாட்டிற்கு எதிராகவே நடத்தையியல் கோட்பாடு தோன்றியது. நடத்தையியலை முதலில் அறிமுகம் செய்தவர் ஜான். பி.வாட்சன். ஏற்கெனவே கட்டமைக்கப்பட்ட மனதோடே மனிதன் பிறப்பது கிடையாது. நடத்தை என்பது வளரும் சூழல் கிடைக்கும் சந்தர்ப்பம் என பலவற்றை பொறுத்தது. அதுபோலவே கற்றல் நடைபெற கற்கும் சூழலை ஏற்படுத்துவது அவசியம் என்பதே நடத்தையியலின் அடிப்படை. இவான் பாவ்லோவ், எட்வர்டு தார்ன்டைக், ஸ்கின்னர் கிளார்க் ஹல் என பலர் செய்த சோதனைகள் இந்த வகை கற்றல் கோட்பாட்டிற்கு அடித்தளமாக அமைந்தன. நடத்தையியல் கோட்பாட்டின்படி கற்பித்தல் என்பது பயிற்சி அளித்தலே ஆகும். கற்றலை ஏற்க வைக்க தண்டனை மற்றும் பரிசு முறையை அது முன் வைக்கிறது.

உளவியல் அறிஞர் ஸ்கின்னர், நடத்தையின் அடிப்படை காரணிகளை மனதில் வைத்து கற்பித்தலில் தொழில் நுட்பம் என்று ஆய்வுக் கட்டுரையை எழுதினார். நிரலாக்கல் போதனை அவரது கணினி வழி கற்றலின் ஆரம்ப கால கல்வி சிந்தனைகளின் தொகுப்பு. ஓஜ்டன் லிண்ட்ஸ்லே, கணினியில் செலரேஷன் எனும் மென் பொருளை 1990களில் அறிமுகம் செய்தார். அது நடத்தையியல் வழி கற்றல் ஆகும்.

2. அறிவாற்றல் கற்றல் கோட்பாடும் கணினி வழி கல்வியும்

அறிவாற்றல் கற்றல் கோட்பாடும் மிக பழங்கால கற்றல் கோட்பாடு ஆகும். இந்த வகை கற்றல் கோட்பாடு அறிவாற்றலை எவ்வாறு உட்கிரகிப்பது, பயன்படுத்துவது மற்றும் கற்றதை தக்கவைப்பது என்பது சார்ந்தது. ஒரு கற்றல் நடவடிக்கையை திரும்பத் திரும்ப நாம் நிகழ்த்தும்போது மூளையில் அது படிந்துவிடும் என்று நம்புகிறது. புலனுணர்வு உணர்ச்சி மற்றும் சுற்றுச் சூழலின் தாக்கங்கள் கற்றலை பாதிக்கும். இந்த கோட்பாடு 1960-70 களில் பிரபலமடைந்தது. அறிவாற்றல் புரட்சி என்றே அந்த இரு பத்தாண்டுகளை அழைத்தார்கள். நடத்தைக்கும் கல்விக்கும் சம்பந்தமில்லை. கற்றல் என்பது திரும்பச் செய்தல், கற்றலின் நோக்கத்தை உணர்தல், மனப்பாட முறையை பின்பற்றுதல் வழியே நடக்க வைக்க முடிந்த அறிவாற்றல் செயல்பாடு என்பது இந்த கோட்பாட்டின் நிலைப்பாடு, இதில் சமூக அறிவாற்றல் கோட்பாட்டையும் இணைத்தார்கள். அவதானிப்பு கற்றல், மற்றவர்களை கவனித்து கற்றல் என்பன போன்ற தரவுகளும் உண்டு.

இந்த கோட்பாட்டை அறிமுகம் செய்தவர்களில் மிக முக்கியமானவர் பியேஜட். வருட அடிப்படையில் வகுப்பு மாறும் கல்வியை அறிமுகம் செய்தது அறிவாற்றல் கல்விக் கோட்பாடுதான். புதிர்கள், தேர்வு முறை, என பல கல்வியின் முகங்களை அதுதான் உருவாக்கியது.

அறிவாற்றல், அறிவியல் கோட்பாடு கணினி வழி கற்றலில் பல சாதனைகளை புரிந்தது. கணினி நினைவாற்றல் வழி கற்றல் செயல்பாடுகள், அட்கின்சன் ஷிப்ரின் நினைவாற்றல் மாதிரி என்பது ஒரு பயிற்சியை மாணவர்களுக்கு வழங்கும் கணினி பாட சேமிப்பு முதல் புதிர் கணினி விளையாட்டுகள் வரை அறிவாற்றல் கோட்பாட்டின் படி உருவானவையே.

3. ஆக்கப்பூர்வ வாத கல்விக்கோட்பாடும் கல்வித் தொழில் நுட்பமும்

கட்டமைப்பு வாதம் அல்லது ஆக்கப்பூர்வ வாதம் என இந்தக் கோட்பாடு அழைக்கப்படுகிறது. ஆங்கிலத்தில் கன்ஸ்ட்ரக்டி விசம் என்று அழைக்கப்படுகிறது. ஒருவரது அறிவு அவரது சொந்த முயற்சியால் சுயமாக கட்டமைக்கப்படுகிறது. கட்டமைக்கும் நடவடிக்கையே கல்வி. அதனை அனுபவங்கள் கற்றல் சூழல்கள் தேடல்களில் ஏற்படும் ஆர்வம் என பல வகைக் கூறுகள் சேர்ந்து கட்டமைக்கின்றன.

கற்றலுக்கு தயாராதல், கற்றல், கற்றல் விளைவு என்பன முன்பே தார்ன்டைச் சேர்த்திருந்த கற்றல் கூறுகள். முதன்மைபடுத்தல், புதுமையில் ஆர்வம், கற்றலில் தீவிரம், சுதந்திரம் மற்றும் தேவை உருவாக்குதல் என்பனவற்றை கட்டமைப்பியல் சேர்த்தது. கற்றல் ஒரு உடன்பாட்டு செயல்முறை.

கற்றலின் முதல் விதி *ஆயத்தவிதி* என்று அழைக்கப்படுகிறது. ஆயத்தம் என்பது கற்றலின் முதல் கூறாக இருக்கிறது. ஆயத்தம் என்பது ஆர்வத்தின் அளவு என்று ஆக்கப்பூர்வ வாதம் அடைந்தது. உடல், மனநிலை மற்றும் உணர்வுபூர்வமான ஈடுபாடு இவற்றோடு தயாராகும்போது தனிநபர்கள் சிறந்த முறையில் கற்றுக் கொள்வார்கள். எனவே கற்றலில் வலுவான நோக்கம் மிக மிக அவசியம். சவாலான சூழல்கள், கற்றதனால் வரும் பயன்கள் இவை சரிவிகிதத்தில் இருக்குமாறு செய்தால் கற்றலில் ஆயத்தமாதல் சிறப்பாக இருக்கும்.

கற்றலின் இரண்டாவது விதி *பயிற்சிவிதி* என்று அழைக்கப்படுகிறது. பயிற்சி மற்றும் பயிற்சியின் அடிப்படைகளாக கட்டமைப்புக் கோட்பாடு இரண்டு அம்சங்களை குறிப்பிடுகிறது. ஒன்று சிக்கலான பெரிய கற்றல் பகுதியை சிறு சிறு கூறுகளாக

பிரித்து, அதைப் பகுதி பகுதியாக பயிற்சி பெறுதல் முதல் அம்சம். இரண்டாவது அம்சம் சிக்கலான கடினப் பகுதி என கற்றலில் கருதப்படுகிறவற்றை திரும்பத் திரும்ப செய்து பயிற்றுவித்தல். இதன் மூலம் அறிவு தக்க வைக்கப்படுகிறது.

மூன்றாவது *விளைவு விதி* என்று கட்டமைப்பு கோட்பாடு அழைக்கிறது. விளைவுக் கொள்கை என்பது கற்போரின் எதிர் வினையை அடிப்படையாகக் கொண்டது. உந்துதல் என்று அதற்குப் பெயர். ஒரு திருப்திகரமான உணர்வு நிலை மேலும் கற்றலைத் தூண்டுகிறது. கற்றல் வலுப்பெறுகிறது. எதிர்வினை திருப்திகரமற்ற எதிர்த் திசை தூண்டலாகும்போது கற்றலில் பாதக விளைவு ஏற்படுகிறது. சாதக வலுவூட்டலுக்கு தேவையான அம்சங்களை விளைவு விதி நிர்ணயிக்கிறது.

அடுத்த மிக அவசியமான விதி, *முதன்மை விதி* ஆகும். பயிற்றுவிப்பாளரின் முதல் முக்கிய கடமைகளில் ஒன்று, கற்கப் போகும் விஷயத்தின் அடிப்படையில் கற்போர் அடையப்போகும் முன்னேற்றத்திற்கான ஆதாரங்களை காண்பித்து விவரித்து அந்த கற்றலை முதன்மைப் படுத்துதல் ஆகும். வெற்றி பெறும் வகையில் கற்றலை கட்டமைக்க வேண்டுமாயின் எது கற்பித்தல் பணியை கடினமாக்குகிறதோ அதை கண்டடைந்து முதலில் களைதலும் முதன்மை விதியில் அடக்கம். முதல் கோணல் முற்றிலும் கோணல் என்பதற்கு ஏற்ப ஒரு விஷயத்தை தவறாகவே முதற்கற்றல் அனுபவம் ஏற்படுத்துமாயின் பிறகு சரியான கற்றல் அனுபவத்தை தர வருபவரின் முதல் பணி ஏற்கெனவே தவறாக கற்றதை மறக்கச் செய்தலாக உள்ளது.

கட்டமைப்புக் கோட்பாட்டின் கடைசி விதி, *அண்மை விதி* அதாவது கற்றுக் கொண்ட யாவற்றிலும் நினைவுக்குரியவை என்பவை அண்மையில் கற்றவை. எனவே கற்றலை மறுபரிசீலனை செய்து அவ்வப்போது இடைக்கால பயிற்சி தருதல் இந்த விதியின் அடிப்படை ஆகும். கடைசியாக வாங்கிய தகவலே பொதுவாக நினைவுக்குறிப்பில் உடனடியாக தங்குகிறது. எனவே பயிற்றுவிப்பாளர் கற்போரின் நினைவுகளில் பதியும்படி ஒவ்வொரு கற்றல் நடவடிக்கையின் இறுதியிலும் முக்கியப் புள்ளிகளை மறுபடி வரிசைப்படுத்தி முடிக்கும் முறையை கட்டமைப்புவாத கல்விக் கோட்பாடு முன் வைத்தது.

கட்டமைப்பு வாத கல்விக் கோட்பாட்டின் முக்கிய முகம் லெவ் வயகாட்ஸ்கி ஆவார். கற்றல் என்பது ஒருவருக்கு ஏற்படும் தனிப்பட்ட அனுபவம். கற்றல் உணர்வுப்பூர்வமானது. கற்றல்

நடவடிக்கை என்பது சமூக கட்டமைப்பியல் சார்ந்ததும்கூட. இணைந்து கற்றல் தனியாக கற்றலை விட அதிக வேகத்தில் சில சமயம் நடந்து விடுகிறது. குழுவாக இணைந்து கற்றல் என்பதும் குழு உரையாடல் என்பதும் கட்டமைப்பியல் கோட்பாட்டின் முக்கிய அம்சங்கள் ஆகின.

ஆக்கப்பூர்வ வாத கல்வி கோட்பாடு தொழில் நுட்ப வழி கல்வியில் பல சாதனைகளை இணைத்தது. கல்வியாளர் ஜொனேஸன் 1997இல் ‘உயர் தொழில் நுட்ப கல்வியும் கட்டமைப்பு வாத கோட்பாடும்’ என்று ஒரு கட்டுரை எழுதினார். கணினி வழி கல்வியை மேன்மை வழியில் கட்டமைக்கப்பட்ட பாடம், மோசமாக *(ill Constructed)* கட்டமைக்கப்பட்ட பாடம் என்று பிரித்து உணரும் தரவுகளை ஏற்படுத்தினார். மேலும் இந்த கட்டமைப்புக் கோட்பாட்டின் படி மிகத் துல்லியமாகக் கட்டமைக்கப்பட்ட கணினி கல்வியின் தரவுகளை தயாரிக்கத் தொடங்கினார்கள். குறிப்பாக 1990களில் கணினி வழி நூலகம் புராஜக்ட் செயல் திட்டமாக கணினிக் கல்வி எனப் பல அம்சங்கள் இணைக்கப்பட்டன. லோகோ *(Logo)* எனும் கணினி நிரலாக்க செயல்பாட்டு மொழியே கட்டமைப்பு கோட்பாட்டு வாதிகளின் பங்களிப்பாகும்.

4. விமர்சனப் பூர்வக் கல்வி எனும் கோட்பாடு

1960களின் இறுதியில் போர்ச்சுகீசிய கல்விக் கோட்பாட்டாளர் பாவ்லோ பிரையரே விமர்சனப் பூர்வக் கல்வி முறையை முன் மொழிந்தார். நமது நடைமுறை கல்வியை அவர் வங்கி முறை கல்வி என்று அழைத்தார். வங்கியில் பணம் போடுவதுபோல ஆசிரியர் எனும் எல்லா அதிகாரமும் கொண்ட அதிகார வர்க்கத்தின் பிரதிநிதி கல்வியில் எந்த பலமும் இல்லாத மாணவர்களின் தலையை திறந்து வாழ்க்கைக்கே தொடர்பில்லாதவற்றை இட்டு நிரப்பும் ஒன்றாக கல்வி இருப்பதை அவர் முதலில் சுட்டிக் காட்டுகிறார். ஆசிரியர் பேசிக் கொண்டே இருப்பார். மாணவர்கள் கேட்டுக் கொண்டே இருக்க வேண்டும்.

அவர் முன் வைத்த மாற்று வழி தான் விமர்சனப் பூர்வக் கல்விமுறை. சாதாரண மக்களை கல்வியில் ஈடுபடவைக்க அவரது உரையாடல் முறை கல்வியை நாம் நமது அறிவொளி ஆண்டுகளில் எழுத்தறிவு இயக்கமாக தமிழகத்தில் மாற்றினோம். வகுப்பறைகளை வரிசை வரிசையாக மாணவர்களை உட்காரவைத்திருக்கும் நிலையை மாற்றி கட்டமைப்பற்ற கலந்துரையாடல் வகுப்பறையாக விமர்சனப் பூர்வ வகுப்புகள் இருந்தன. ஒரு குறிப்பிட்ட சமூகத் தலைப்பை எடுத்து (சமூக பிரச்சனை சார்ந்தது). அதை விவாதப்

பொருளாக்கி உரையாடல் அரங்கை ஒரு ஆசிரியர் நடத்துவார். எனவே ஆசிரியர் பாடத்தை நடத்துபவராக இருக்காமல் உரையாடலை ஒருங்கிணைப்பவராக. அனைவருக்கும் பேச வாய்ப்பு தருபவராக மாற்றப்படுகிற கல்வி முறை இது. பிரச்சனைகள் அடிப்படை பாடமுறை. ஒரு வகுப்பில் வயதில் மூத்த மாணவரே ஆசிரியர். வயதில் இளைய ஆசிரியரே மாணவர் என்று பாவ்லோ பிரையரே அறிவிக்கிறார்.

இன்றைய கணினி வழி கற்றலில் செயல்பாட்டுக் கல்வி, சுற்றுச் சூழல் கல்வி, தேடல் முறை கற்றல், பிரச்சனை அடிப்படையிலான பாடங்கள் என பல வகை படிப்புகள் அறிமுகமாகி உள்ளன. மீடியா உளவியல் என்றும் கற்பிப்பு தகவமைப்புகள் என்றும் பல்வேறு கணினி நிரலாக்க செயல்பாடுகள் இணைக்கப்பட்டுள்ளன.

இ. கற்றல் கோட்பாடுகள்

இனி நாம் இ-கற்றலில் கணினிக் கல்விக்கு என்றே உருவம் பெற்ற கல்விக்கோட்பாடுகளை எடுத்து ஆய்வுக்கு உட்படுத்துவோம். கணினி வழிக் கல்வியின் தோற்றம் முதலே அதன் வன் பொருளையும் மென் பொருளையும் உருவாக்கும் அளவுக்கு தொழில்நுட்ப கோட்பாடுகளாகவும் அவை இருக்கின்றன.

1. இவான் இல்லிச்சின் கற்றல் வலை அமைப்பு கோட்பாடு.

1971இல் இவான் இல்லிச் சமூகத்தை பள்ளி மறக்க செய்தல் (டி. ஸ்கூலில் சொஸைட்டி) என்று ஒரு புத்தகத்தை எழுதி வெளியிட்டார். கல்வியின் நிறுவனத் தன்மைகளை அவர் தோலுரித்தார். இவான் இல்லிச் ஆஸ்திரியாவின் வியன்னாவில் பிறந்தவர். யூதர்களுக்கு எதிராக கடுமையான சட்டங்களை கொண்டுவந்த ஹிட்லர் வியன்னாவை ஆக்கிரமித்தபோது அவர்களது குடும்பம் இத்தாலியின் பிளாரன்ஸ் நகருக்கு தப்பிச் சென்றது. இவான் பிளாரன்ஸில் உயர்நிலை பள்ளி முடித்து பிறகு பிளாரன்ஸ் பல்கலைக் கழகத்தில் திசுக்களை பற்றிய கல்வியான ஹிஸ்டாலஜியும், படிக அணு கட்டமைப்பியலையும் படித்தார்.

அவரால் இத்தாலிய மொழி, ஸ்பானிஷ், பிரெஞ்ச் மற்றும் ஜெர்மன் மொழி ஆகியவைகளை மிக சரளமாக பேசவும் எழுதவும் முடிந்தது. பிறகு கிரேக்கம், லத்தீன் ஆகிய மொழிகளையும் போர்ச்சுகீசிய க்ரோயேஷிய மொழியிலும் கற்று வல்லுநர் தன்மையை அடைய முடிந்தது. எனவே முதலில் அவர் அடைந்த முடிவு மொழிகளை கற்றுத் தர பள்ளிகள் எனும் கட்டமைப்பு தேவை கிடையாது. அதன் வழியே ஏனையப் பாடங்களையும் பள்ளி எனும் அமைப்பு கற்றுத் தரும் விதம் கற்பனையாக தான் யாவற்றையும் கற்றுவிட்ட போலி மனநிலையை சமூகத்தில்

ஏற்படுத்துகிறது எனும் முடிவுக்கு வந்தார் இல்லிச். கற்றல் நடவடிக்கைகளை விட மிகக் கூடுதலான வகுப்பறை விதிகளும் அவற்றை முழுமையாக அடையப்பிடிக்கும் கெடுபிடி மீதான 24 மணி நேர கவனம் அதிக உழைப்பை வீணடிக்கிறது என்பது அவரது முடிவு.

இவான் இல்லிச்சின் கணினி வழிக் கல்விக் கோட்பாடு, பள்ளிகளுக்கு மாற்றாக முன் மொழியப்பட்ட முதல் கணினி வழிக் கல்விக் கோட்பாடு ஆகும்.

1. இனி பள்ளிகள் தேவையற்ற சுமையாகும். கணினிகளை நெட்வொர்க் (கணினி வலையப்பு)களை சரியான கல்வி அமைப்பு முறைப்படி உருவாக்கினால் அவரவர்கள் வீட்டில் இருந்தே கல்வியை கற்க முடியும்.
2 ஒத்த கருத்துடையவர்களை ஒன்றிணைத்து இணையம் தனது நெட்வொர்க்கிங் மூலம் வகுப்புகளை உருவாக்க முடியும். இதன் வழியே கட்டற்ற கல்வி தொடங்கும். கணினியில் ஒருவர் தன் விருப்பப் பாடங்கள் கருத்துகளை செலுத்தி ஒத்த கருத்தும் விருப்பப்பாடங்களின் மீதான ஒரே மாதிரி ஈர்ப்பு கொண்டவர்கள் வலைப் பின்னல்களுக்குள்ளும் வரலாம்.
3. **ஒரு கணினி வழிக் கல்வி முறை கீழ்க்கண்ட மூன்று நோக்கங்களை கொண்டிருக்க வேண்டும்.**

அ. கற்கும் நோக்கத்தோடு கணினிக் கல்வியில் இணைய விரும்பும் யாராக இருந்தாலும் தேடலின் மூலம் அவரது அன்றைய வாழ்வு வரையிலான அனைத்தையும் அந்த கற்றலுக்கு வழங்கிட கணினிகளின் வழியே அறிவு மேம்பாடு செய்திட வேண்டும்.

ஆ. கற்றலின் மூலம் தான் அடைந்த எதையும் இந்த உலகோடு பகிர்ந்து பயன்பாட்டு அறிவாக மாற்ற கற்போரை கணினிக் கல்வி மேம்படுத்துதல் வேண்டும். அதற்கான அமைப்பாக அது வளர வேண்டும்.

இ. உலகெங்கும் ஒரே சீரான கல்வித் தரவுகளை யாவருக்கும் வழங்கி கற்றலின் சர்வதேச பொது மேடையாக கல்வியை மாற்றுதல்.

இவான் இல்லிச் நான்கு கற்றல் வலை அமைப்புகளை முன் வைத்தார். இவைதான் கணினி கற்றலை நடத்தும்.

1. கல்விக்கான உலக அளவிலான பாடத் திரட்டு வலை அமைப்பு. திறந்த அகராதி, திறந்த கலைக் களஞ்சியம் திறந்த அனைத்து துறைகளையும் சார்ந்த தகவல் திரட்டுகள் கொண்டதாக இது இருக்க வேண்டும்.

2. *திறன் - பகிர்வு வலை அமைப்பு.* ஒவ்வொரு கற்போரும் இந்த வலை அமைப்பின் தனது திறன்கள் குறித்த கற்போரும், இந்த வலை அமைப்பின் தனது திறன்கள் குறித்த புள்ளி விவர அடித்தளத்தை உருவாக்கி பகிர்ந்திருப்பார்கள். இதன் மூலம் மற்றவர்கள் தங்களது திறன்களை ஒப்பிட்டு திறன் அடிப்படையில் கற்றலில் பரஸ்பரம் பகிர இது உதவும்.
3. *இணைந்தோர் பொருத்த வலை அமைப்பு.* ஒரு வலைப்பின்னல் அமைப்பு மூலம் கணினி கற்றலில் பொது கல்விக்காக இணைந்தவர்கள் தங்களது கற்றல் நடவடிக்கைகளை ஒருவருக்கு ஒருவர் பகிரவும் ஒத்த கருத்துடைய ஏனையோரை சென்று இணையவும் உதவும்.
4. *கல்வியாளர்கள் மற்றும் நிபுணர்களின் தகவல் திரட்டு வலை அமைப்பு.* இதில் தாங்களே விரும்பி வழிகாட்ட விரும்பும் கல்வி வல்லுநர்கள் மற்றும் கற்றலின் தேர்ந்தவர்களின் விவரக்குறிப்புகளை யாவரும் யாவருக்கும் பகிர முடியும்.

இவான் இல்லிச் 1971இல் இணையம் பற்றி யாருமே சிந்திக்காத காலத்தில் இணைய வழிக் கல்வியின் முதல் கல்விக் கோட்பாட்டை வெளியிட்டது பெரிய ஆச்சரியம் ஆகும். அவர் குறிப்பிட்டுள்ள பல அம்சங்கள் இன்று ஏறத்தாழ ஐம்பதாண்டுகளில் முழுமையாகவே நடைமுறைக்கு வந்துள்ளன. கூகுள், விக்கிப்பீடியா, வாட்ஸ்அப், முகநூல் உட்பட யாவுமே கல்வியின் அங்கங்களாகவே அன்று இவான் இல்லிச்சால் முன்மொழியப்பட்டது.

இன்று வலை அமைப்பு (Net work) இல்லாமல் இணையக் கல்வியே சாத்தியமில்லை. தற்காலத்தின் வலை அமைப்புகள் பல மாற்றங்களைக் கண்டாலும் இல்லிச்சின் கோட்பாடு முன் வைத்த எந்த தரவையும் நோக்கத்தையும் அவைகளால் மீற முடியவில்லை. இன்றைய உலகில் நடைமுறையில் உள்ள வலை இணைப்புகளின் பெயர் பட்டியல் வகைப்பாடு இதோ:

அ. அமைந்திருக்கும் பரப்பின்படி வலை அமைப்பு

1. தனி நபர் வலை அமைப்பு (PAN) *Personal Area Network*
2. குறும்பரப்பு வலை அமைப்பு (LAN) *Local Area Network*
3. பெரும் பரப்பு வலை அமைப்பு (WAN) *Wider Area Network*
4. பெரு நகர் பரப்பு வலை அமைப்பு (MAN) *Metro Area Network*

ஆ. செயல் தன்மைப்படி வலை அமைப்பு

1. வாடிக்கையாளர் தொண்டகம் (Server)
2. பல் அடுக்கு வலை அமைப்பு
3. ஒத்த கணினி இணைப்பு வலை அமைப்பு

இ. இணைப்பு முறைப்படி வலை அமைப்பு

1. பாட்டை வலை அமைப்பு (Bus Net working)
2. நட்சத்திர வலை அமைப்பு (Star Net working)
3. வளைய வலை அமைப்பு (Ring Networking)
4. கண்ணி வலை அமைப்பு (Mesh Networking)

ஈ. சிறப்புத் தன்மைப்படி வலை அமைப்பு

1. தேக்கக வலை அமைப்பு (Storage Network)
2. தொண்டாக்க பண்ணை அமைப்பு (Server Farmer)
3. செயல் கட்டுப்பாட்டு வலை அமைப்பு (Process Controlled Network)
4. மதிப்பு கூட்டு வலை அமைப்பு (Value added Networking)
5. கம்பியில்லா சமூக வலை அமைப்பு (Wireless Social Net working)

இவான் இல்லிச்சின் வலை அமைப்பு கற்றல் கோட்பாடு கணினி வழிக் கல்வியின் அஸ்திவாரம் ஆகும். கணினியை கற்றலின் உப கருவியாக பயன்படுத்துவதுகூட தொடங்காத காலத்தில் கணினியே பிரதான கல்வித் தளமாக மாறும் என்று நம் காலத்தை முன் யோசித்து அதற்கு ஒரு கோட்பாட்டையும் முன் வைத்ததை வரலாறு இன்றும் வியந்து போற்றுகிறது.

2. ஒத்திசைவு மற்றும் ஒத்திசைவற்ற கணினி கற்றல் கோட்பாடு (இருநிலைவாதக் கோட்பாடு)

இ-கற்றலின் இரண்டாம் கல்விக் கோட்பாடு இது. ஒரு நாணயத்தின் இரு பக்கம் போன்ற இரு நிலை கோட்பாடாக உள்ளது. கணினி வழிக் கற்றல் இந்த கோட்பாட்டின்படி இரு வகையாக இருக்கும். 1991இல் கணினியியல் கல்வி எனும் தனித்துறை உலகமய மாதலின் பின்னணியில் வர்த்தக முக்கியத்துவம் பெற்றது. உலக வர்த்தகம் இணையத்தின் மூலம் நடக்கும் சந்தையாக மாறிக் கொண்டிருந்தது. கார்ப்பரேட் யுகம் தொடங்கியதாக பொருளாதார நிபுணர்கள் அறிவித்துக் கொண்டிருந்தார்கள்.

கார்ப்பரேட்களின் கல்வி வர்த்தகம் நோக்கிய பாய்ச்சல் தொடங்கியதும் அப்போதுதான். பங்கு வர்த்தகம், தங்கம் வைரம்

வர்த்தகம், பெட்ரோலிய வர்த்தகம் இவைகளுக்கு இணையாக கல்வியும் காசு கொட்டும் வர்த்தகமாக மாறிட பெரு முயற்சிகள் மேற்கொள்ளப்பட்டன. மேற்கண்ட பெரிய அளவு தொகைகளில் மூழ்கும் பங்குச் சந்தை ஆபரணத் தங்க சந்தை மற்றும் எரிபொருள் சந்தை மூன்றுமே இணையமயம் (டிஜிட்டல்) ஆனது. வங்கிப் பரிவர்த்தனைகள் வளர்ந்த நாடுகளில் முற்றிலும் டிஜிட்டல் மயம் ஆனதும் அப்போதுதான்.

உங்களிடம் இணையத்தில் இணையும் வாய்ப்பு இருந்தால் மட்டுமே தாக்குப் பிடிக்க முடியும் எனும் நிர்ப்பந்தம் நம் ஊர் பொற்கொல்லர்கள், பெட்ரோல் பங்க் முகவர்கள் என ஒரு பெரிய கூட்டத்திற்கே தேவையாகும் நிலை. இதற்கிடையே மருத்துவம் சர்வதேச செலாவணி சட்டத்தின் கீழே வந்தது. மருத்துவ சுற்றுலா என்று இருதய அறுவை சிகிச்சைக்காக நம் ஆட்கள் சிங்கப்பூர் போவதும், பர்மா, பங்களாதேஷ், கம்போடியா ஆட்கள் நம் சென்னைக்கு வருவதும் சிகிச்சை பெறுவதும் என மருத்துவம் ஒரு வகை சர்வதேச சந்தை அந்தஸ்து பெற்றதும் அப்போதுதான்.

இவற்றை எல்லாம் இணைய வழி தகவல் பரிமாற்றமே சாத்தியமாக்கியதால் அலுவலகம், கடை, மருத்துவமனை பெட்ரோல் பங்க் உள்பட எல்லா இடங்களிலும் கணினி வந்துவிட்டது. அதனை இயக்கிட கணினி நிபுணத்துவம் என்கிற தேவை சமூகத்தில் உருவாகியது. இணையம் கைபேசிக்குள் வராமல் இருந்த அந்த நாட்களில் வெகுஜன கணினிக் கல்விக்காக தோன்றியதுதான் ஒத்திசைவு மற்றும் ஒத்திசைவற்ற கணினி கற்றல் கோட்பாடு. கணினி வழி கற்றலில் இன்றும் பின்பற்றப்படும் இரு வகை கற்றல் நடவடிக்கைக்கான அடிப்படைகளை முன் மொழிந்த அக்கோட்பாடு சார்லோட் நிர்மலானி, லைன் மார்க் யூஸ், மற்றும் கரோலின் ஹெர்த்ரான்வெய்ட் ஆகிய பிரித்தானிய கணினியியல் அறிஞர்களால் முன்மொழியப்பட்டது.

இது மிகவும் முக்கியத்துவம் வாய்ந்த திருப்புமுனை கணினி கல்வி கோட்பாடாகும். ஏனெனில்...

1. இணைய வழிக் கல்வி எனும் (Online education) பதத்தை இந்த கோட்பாடுதான் அறிமுகம் செய்தது.
2. கணினி வழிக் கல்வியின் அத்தியாவசிய அடிப்படை விதிகளை உருவாக்கிட பெரும்பாலும் இந்தக் கோட்பாடே பின்பற்றப்படுகிறது.

இந்த இருநிலைவாதக் கோட்பாடு, தான் முன்வைக்கும் இருவகையான ஆன்லைன் கல்வியில் எது சரியானது என்பதை குறிப்பிடுவது இல்லை. அவற்றை எடுத்து ஆராயும் முன் நாம்

இக்கோட்பாடு முன் வைக்கும் இரு நிலை கற்றல் வழிகளை உணருவோம்.

இன்றைய ஆன்லைன் கல்வி எப்படி நடக்கிறது. நமது தமிழகத்தின் உள்ளூர் உதாரணத்தின் வழியே பயணிப்போம். நம்மிடம் இருந்து தொடங்கி ஒரு விஷயத்தை ஆய்வுக்கு உட்படுத்தும்போது தான் கல்வியின் உண்மைநிலை நமக்குப் புரியும். நமக்கு அயல் உதாரணங்கள் வேண்டாம். நம் தமிழ்நாட்டில் சுய நிதிப்பள்ளிகள், அரசுப் பள்ளிகள், பல்கலைக் கழகம், கல்லூரிகள் இவை யாவுமே ஆன்லைன் கல்விதான் நடத்துகின்றன.

- 58.1 சதவிகித அரசுப் பள்ளி மாணவர்கள் தொலைக் காட்சி மூலம் கல்வி பெறுகிறார்கள். அவர்களது மடிக்கணினிகளில் முன் தயாரிக்கப்பட்ட வீடியோ வகுப்புகள், நோட்ஸ் போன்றவை பதிவேற்றம் செய்து கொடுக்கப்பட்டன. இது ஆன்லைன் கல்வி எனும் விஷயத்திற்குள் அடங்குமா. அரசின் மெத்தனம் என அலறத் தோன்றுகிறது.
- தனியார் பள்ளிகளை எடுத்துக்கொண்டால் அங்கு இரு வகை ஆன்லைன் வகுப்புகள் நடக்கின்றன. (வசூல் வேட்டையை-மையமாக வைத்து... இவ்வகை ஆன்லைன் வகுப்புகளுக்காக இதை செய்து விட்டோம். அதை செய்ய இவ்வளவு நவீன அம்சங்களை இணைக்க செலவு இத்தனை ஆனது என கேட்கும் குரல்களை பிறகு எடுத்துக் கொள்வோம்) ஜூம், கூகுள் கிளாஸ் ரூம் வழியே நடத்தப்படும் வகுப்புகள். வீட்டில் இருந்து அந்த குறிப்பிட்ட நேரத்தில் குறிப்பிட்ட லிங்க்கை பயன்படுத்தி மாணவர்கள் ஆங்காங்கே இருந்து இணைய வேண்டிய ஆசிரியை ஆன்லைனில் நடத்தும் தினசரி வகுப்பு முதல் ரகம்.
- வாட்ஸ்அப் குரூப்களை வகுப்பு - பிரிவு வாரியாக ஏற்படுத்தி அடுத்த வகை ஆன்லைன் கல்வி தனியார் பள்ளிகளில் நடந்து வருகிறது. வகுப்புகளை தங்களது கைபேசியிலேயே வீட்டிலிருந்தே வீடியோ எடுத்து அதை இந்த குரூப்களில் ஆசிரியைகள் பகிர்ந்து விடுவார்கள். மாணவர்கள் இந்த வாட்ஸ்அப் வகுப்பு குரூப்களை ஓப்பன் செய்து வீடியோவை தங்களது கைபேசிகளில் கவனித்து - பிறகு தரப்பட்ட வீட்டுப் பாடத்தை எழுதுவார்கள். வீட்டுப் பாடத்தை கைபேசியில் படம் பிடித்து அதை அதே குரூப்பில் (சென்ட்) அனுப்பிவிட்டால் போதும். அந்த பாடத்திற்கான அந்த நாளுக்கான கற்றல் முடிந்தது.

இது வசதியாக இருக்கவே சில அரசுப் பள்ளிகள் கூட மாணவர்களுக்கு வாட்ஸ்அப் குழுக்களை உருவாக்கி செயல்படுத்தத் தொடங்கின.

- மேற்கண்ட இரண்டு முறைகளில் ஜூம் அல்லது கூகுள் கிளாஸ் மூலம் நேரடி தொடர்பில் ஆசிரியர்கள் வகுப்பறையை கூட்டி நடத்தும் கணினி வழி வகுப்புகளை ஒத்திசைவுக் கல்வி என்று இந்த கோட்பாடு அழைக்கிறது.
- நேரடி தொடர்பின்றி வீடியோ அல்லது லிங்க் மூலம் மாணவர்கள் எப்போது வேண்டுமானாலும் அவர்களது விருப்பப்படி பாடங்களை கவனித்து கற்றல் எனும் வீடியோ வகுப்புகளை ஒத்திசைவு அற்ற *(Asymchronous)* வகுப்பு என்று இந்த கணினி வழி கற்றல் கோட்பாடு அழைக்கிறது.

முகத்துக்கு முகம் கண்டு, ஆன்லைனில் நிஜமான கால நேரப்படி நடக்கும் வகுப்புகள் ஜூம், கூகுள் மீட் மைக்ரோ சாஃப்ட் மீட் உட்பட இணைய தொடர்புகள் வீடியோ கான்ஃபிரன்ஸ் இப்படி செய்யப்படுகிறது.

நேரடி தொடர்பும் இன்றி கால நேரப்படியான எந்த நிர்ப்பந்தமும் அவசியப்படாமல் வீடியோ அனுப்புவது லிங்க்-ஷேர், விக்கிப்பீடியா, ஹைப்பர் டெக்ஸ்ட் டாக்குமென்ட் ஏற்கெனவே பதிவேற்றம் செய்யப்பட்ட வீடியோ வகுப்பு சம்பந்தப்பட்ட பாடக் குறிப்புகள் என நாம் மாணவர்களுக்கு பகிர்வது இரண்டாம் வகை.

ஒத்திசைவு மற்றும் ஒத்திசைவற்ற கணினி இயல் கோட்பாடு இரு வகை கற்றலுமே சாத்தியம் என்று சொல்கிறது. இந்தக் கோட்பாடு நேரப்படி நடந்தாலும் தொலைக்காட்சிக் கல்வி புகட்டலை கணக்கில் எடுத்துக் கொள்ளவில்லை. ஆனால், மடிக்கணினியில் பதிவேற்றம் செய்து தரப்பட்ட பாடங்களை கணினி வழி ஒத்திசைவற்ற கற்றல் என்று கோட்பாடு அழைக்கிறது.

சமீபத்தில் ஸ்டீபான் ஹ்ராஸ் டின்ஸ்கி எனும் கணினி கல்வி நிபுணர் ஒத்திசைவற்ற மற்றும் ஒத்திசைவு கற்றல் எனும் தலைப்பில் ஒரு ஆய்வுக் கட்டுரையை வெளியிட்டு இருந்தார். பிரபல ஐ.டி.கல்வி இதழான எஜுகாஸ் ரிவ்யூ இதழில் வெளிவந்திருந்தது.

இக்கட்டுரை ஒரு ஆய்வு அறிக்கை. 355 கணினி கற்றல் நிகழ்வுகளை ஒப்பிட்டு அடையப்பட்ட முடிவுகள் அதில் இடம் பெற்றிருந்தன. ஸ்டிபானின் கூற்றுப்படி கணினி வழிக் கல்வி என்பது ஒத்திசைவற்ற கல்வியாகவே தொடங்கியது. கல்வி 4.0

வில் அது ஒத்திசைவு கல்வியாக மாறி இருக்கிறது. இ- கற்றல் சமூகங்களின் மூன்று வகை தகவல் தொடர்பு பற்றிய விதிகள் மிக முக்கியமானவை. ஸ்டிபானின் ஆய்வு முடிவுகளின்படி இ-கற்றல் மூவகை தகவல் தொடர்பு வழிமுறைகளால் ஆனது.

1. கற்றலின் பாடப்பகுதி திரட்டோடான தகவல் தொடர்பு இ-கற்றலுக்கு இன்றியமையாதது. அதாவது பழைய வகை கல்வி போலவே பாட திட்டம் மற்றும் பாடப் பொருள் சார்ந்தே இ-கற்றலும் நடக்கிறது.

2. இ-கற்றலின் சமர்ப்பிக்க வேண்டிய கற்றல் நடவடிக்கைகள், அதாவது செயல் திட்டம், ஒப்படைப்பு பணிகள் போன்றவைகளை செய்து முடிக்க காலநிர்ணயத்துடன் கூடிய திட்டமிடல் என்பது இரண்டாம் வகை தகவல் தொடர்பு.

3. இ-கற்றலில் ஈடுபட்டுள்ள ஏனைய சக கற்போரிடம் கொள்ள வேண்டிய பரஸ்பர கற்றல் சார்ந்த தகவல் தொடர்பு. அவர்களோடு இணக்கமாகவும் உதவிகரமாகவும் பரஸ்பரம் இருப்பது கற்றலை மேம்படுத்தும்.

ஒத்திசைவு இ-கற்றல், ஒத்திசைவற்ற இ-கற்றல் இரண்டிலுமே நன்மைகளும் உள்ளன. சில இடர்பாடுகளும் உள்ளன. ஏற்கனவே குறிப்பிட்டது போல இரண்டில் எது சிறந்தது என்பதை கோட்பாடு வலியுறுத்துவது இல்லை. ஒத்திசைவு இ-கற்றலில் மாணவரின் கற்றல் சுதந்திரம் குறைவு. ஒத்திசைவற்ற கற்றலில் அவர் மீதான கவனம் குறைவு என்று நம்மால் கூற முடியும். அவரவரது பார்வையை பொறுத்தது. ஏற்கெனவே கல்வியை பாதியில் விட்டவர்கள் பிறகு ஆர அமர திரும்பி வந்து கல்வியை முடிப்பதற்கு ஒத்திசைவற்ற கற்றல் உதவுகிறது.

3. அறிவாற்றல் ஏற்றுதல் - கணினிக் கல்வி கோட்பாடு. (Cognitive Load Theory)

அறிவாற்றல் ஏற்றுதல் கோட்பாடு கணினிவழிக் கல்வியின் இதயத்துடிப்பு என்று போற்றப்படுகிறது. கணினி வழி இணையக் கல்வியை தனித்தன்மை வாய்ந்ததாக ஆக்குவதும் இதுதான். அறிவாற்றல் ஏற்றுதல் என்றால் என்ன?

நம் அனைவருக்குமே - தற்சமய பணி நினைவாற்றல் என்ற ஒன்று உண்டு. தற்கால பணி எனும் தரப்பட்ட வேலையில் ஈடுபடும்போது அதன் மீதான முழு கவனமும் பெற தற்சமய பணி நினைவாற்றல் இயங்குகிறது. இது நரம்பியல் உளவியல் சார்ந்த உண்மையாகும். ஒரு கற்றல் பாடத்தை வைத்து ஒரு

படிப்பை முன் மொழியும் ஒருவர் இணையத்தில் அதற்கான தரவுகளை எப்படி தயார் செய்ய வேண்டும். இந்த தற்சமய பணி நினைவாற்றலை உயர்ந்தபட்சம் இயக்கி பயன்படுத்துமாறு அறிவாற்றலை ஏற்றுதல் வேண்டும். அதற்கான விதிகள், வழிமுறைகள் இவைகளை முன்மொழிய வந்ததுதான் அறிவாற்றல் ஏற்றுதல் கோட்பாடு ஆகும்.

அறிவாற்றல் ஏற்றுதல் கோட்பாட்டின் தந்தை என்பது போற்றப்படுபவர் ஜான் ஸ்வெல்லர். அறிவாற்றல் ஏற்றல் என்பது கணினி இயலில் முற்றிலும் புதிய திசையில் பயணிப்பதை அவர் முதலில் நிரூபித்தார். உதாரணமாக கூகுளில் புகுந்து உங்களது துழாவி வழியே அறிவாற்றல் ஏற்றுதல் என்று நீங்கள் டைப் செய்தால் என்ன நடக்கிறது. அது குறித்து, இணையவழியில் தேடி உங்களது கணினி ஆயிரக்கணக்கான தரவுகளை கொண்டு வந்து கொட்டுகிறது. கூடவே பலவண்ண விளம்பரங்கள் அதன் கூடவே உங்களுக்கு மேலும் அதிர்வூட்டும் முன்பு நீங்கள் இதே விஷயம் குறித்து (எப்போதோ) தேடிய - பிரவுஸிங் ஹிஸ்டரி என பற்பல விஷயங்கள். அவற்றின் நடுவே நீங்கள் தேடுவது எது என்பதை உங்களால் கண்டுபிடித்து பயனடைய முடிய வேண்டும்.

இப்படி உங்கள் இணைய- தேடி உங்களுக்கு நீங்கள் கேட்ட விஷயத்தை பற்றி இத்தனை கொட்டுகிறது அல்லவா, இது எப்படி வேலை செய்கிறது. இதற்கு பக்க தர வரிசை வழிமுறையாக்கம் *(Page Ranking algorithm)* என்று பெயர். உங்களது தேடி முதலில் இணையத்தில் முற்றிலும் மூலை முடுக்கெங்கும் நீங்கள் தேடும் அறிவாற்றல் ஏற்றுதல் *(Cognitive Loading)* எனும் பதம்சார்ந்த யாவற்றையும் முதலில் வரிசைப்படுத்தும். பிறகு அறிவாற்றல் எனும் சொல் இடம் பெறும் எல்லா இணையத்தரவுகளுக்குமான இணைப்பி *(Link)* வரிசை இடம் பெறுகிறது. பிறகு ஏற்றுதல் எனும் சொல் காணக்கிடைக்கும் எல்லா வகையான விஷயங்களின் இணைப்புகளும் தரப்படும். மொத்தம் எத்தனை பக்கம் என்று அது அறிவிக்கும். (நான் தேடியபோது அறிவாற்றல் ஏற்றுதல் தமிழ் பதத்திற்கு 814 வகை தரவுகளும் ஆங்கிலத்தில் *Cognitive Loading* என்பதற்கு 14,117 பக்கங்களும் உள்ளன என்று கூகுள் அறிவித்தது) சரி. இப்படி ஒரே ஒரு விஷயத்தை அறிய நமக்கு இத்தனை விதமான வழிகளை அது தேடித் தருகிறது. அது ஏற்றும் விதவிதமான இத்தனை பக்கத் தரவும் முதல்வகை அறிவாற்றல் ஏற்றுதல் என்று ஜான் ஸ்வெல்லர் அறிவித்தார்.

1. உண்மையில் அறிவாற்றல் ஏற்றுதல் மூன்று வகைப்படும். முதலாவதுதான் மேலே குறிப்பிடப்பட்ட அறிவாற்றல் ஏற்றுதல்

வகை. அதற்கு புற-வகை (extraneous) அறிவாற்றல் ஏற்றுதல் என்று பெயர். ஒரு கற்போருக்கு அறிவாற்றலை எத்தனை விதமாக எல்லாம் வழங்குகிறீர்கள் என்பதே புற-வகை. இது சாதாரண வகுப்பறை கற்றலுக்கும் பொருந்தும். ஒரு பாடப் பொருளை கரும்பலகையில் விவரித்தல், பாடப் புத்தகத்தில் இருப்பதை சும்மா சத்தமாக வாசித்து காட்டுதல், தவிர வேறு புற-வகையாக எவ்விதமெல்லாம் முன் வைத்தீர்கள் என்பதே புற வகை அறிவாற்றல் ஏற்றுதல்.

2. இரண்டாவது வகை உள்ளார்ந்த அறிவாற்றல் ஏற்றுதல். மேலே குறிப்பிட்ட அந்த உதாரணத்தில் இணையத்தில் அறிவாற்றல் ஏற்றுதல் என்று ஒரு குறிப்பிட்ட பாடப் பொருளின் ஒரு குறிப்பிட்ட தலைப்பை மட்டுமே கொடுக்கும்போது உள்ளார்ந்த அறிவாற்றல் ஏற்றுதல் நடக்கிறது. அதே முன்பிருந்த 14 ஆயிரம் சொச்சம் தரவுகளில் கற்றலில் ஈடுபடும் ஒருவர் (மனிதன்) தன் சொந்த மனம் சார்ந்து உள்ளார்ந்த அறிவாற்றல் ஏற்றுதலை நிகழ்த்துகிறார். அதாவது கருவி (கணினி)க்கும் மனிதனுக்குமான கற்றல் உறவின் மனிதனின் உள்ளார்ந்த தேர்வு குறித்த அறிவாற்றல் ஏற்றுதல் நடக்கிறது. நாம் இணையத்தில் கொடுத்த தலைப்பு ஒன்றுதான். எல்லாருக்கும் கிடைத்த தரவுகளின் எண்ணிக்கையும் மாறாது. ஆனால், யார் எதை தனது சொந்த முயற்சிபயிற்சிக்கு உரிய தரவாக தெரிவு கிளிக் செய்வார்கள் என்பது நபருக்கு நபர் மாறுகிறது.

3. மூன்றாவது வகை அறிவாற்றல் ஏற்றுதல் என்பது ஜெர்மெயின் காக்னிட்டிவ் லோடிங் என்று அழைக்கப்படுகிறது. மிக அவசிய தேவை என்று ஒரு குறிப்பிட்ட பணிக்கு இலக்காகும் அறிவாற்றல் ஏற்றுதல் என்பது இதன் பொருள். இதுதான் அடித்தளமான மிக அவசியமான அறிவாற்றல் ஏற்றுதல். இணையத்தின் அனைத்து வகை அறிவையும் கொண்டுபோய் சேர்க்கின்ற பிரமாண்டப் பணியை இந்த அறிவாற்றல் ஏற்றுதல் குறிக்கிறது. அறிவு- தேக்ககம் Knowledge Storage மற்றும் தொடர்பிகளின் வலைப்பின்னல் என்று இதை அழைக்கிறார்கள்.

ஸ்வெல்லரின் தகவல்-சேகரிப்பு, மேம்பாடு மற்றும் செயல்முறை கொள்கை என்றும் இதை அழைக்கிறார்கள். வேலைக்கான குறைந்தபட்ச நினைவாற்றல் தேக்குதல் எனும் பதத்தை இது அறிமுகம் செய்கிறது. எனவே கருவி (கணினி) எவ்வளவு தருகிறது என்பதை புற-அறிவாற்றல் ஏற்றுதல் எனும் முதல்படி விவரிக்கிறது. கருவிக்கும் கற்போரான மனிதருக்குமான பரஸ்பர கொடுக்கல் வாங்கலில், மனிதரின் தேர்வு என்ன என்பதை உள்ளார்ந்த

அறிவாற்றல் ஏற்றுதல் விவரிக்கிறது. இது இரண்டாம் படிநிலை. இறுதியாக கருவியில் அறிவை தேக்கிவைக்க மனிதன் செய்கிற அறிவாற்றல் ஏற்றுதல் மூன்றாவது படிநிலையாக நமக்கு விவரிக்கப்படுகிறது. இவை ஒவ்வொன்றும் ஒன்றுக்கு ஒன்று தொடர்புடையவை.

பிக்டேட்டா எனும் பெருந்தரவு மூன்றையும் குறித்த புள்ளி விவரங்களை துல்லியமாக சேகரித்து ஒரு குறிப்பிட்ட தலைப்பில் பலரால் முன் உரிமை பெற்று தேடி மூலம் உள்ளார்ந்த ஆற்றலாக மாற்றப்பட்ட பெரும்பான்மை தேர்வு எது என்பதையும் பெரும்பாலும் கண்டுகொள்ளாமல் விடப்பட்ட தரவுகள் எவை என்றும், கணக்கிட்டு முன்னுரிமை அடிப்படையில் அறிவாற்றல் ஏற்றுதலை வரிசைப்படுத்துகிறது. இதுவும் பக்க தரவரிசை வழிமுறையாக்கத்தில் *(Page Ranking Algorithm)* அடங்கும்.

ஜான் ஸ்வெல்லரும், ஆலன் பாடிலியும் கணினி வழி கற்றலில் பலபடி நிலைகளை சாதித்தார்கள். ஒற்றை மீடியாவாக இருந்த காட்சியகத்தில் இக்கோட்பாடு ஆசிரியரின் குரலை இணைத்து டூயல் (இரட்டை) மீடியா ஆக்கியது. 1990க்கும் 2000க்கும் இடையே நடந்த பிரமாண்ட மாறுபாடுகள் முன்னேற்றங்கள் அறிவாற்றல் ஏற்றுதல் கோட்பாட்டால் நிகழ்ந்தவையே.

கிரஹாம் ஹிட்ச் இப்படி இரட்டை மீடியாவாக இருந்த ஒன்றை அனிமேசன், பன்மொழி சார்ந்த உரையாடல் போன்ற மீடியாவை இணைத்தது மிகப் பிரபலமானது. ஆலன் பயியோ எனும் அறிவாற்றல் ஏற்றல் கோட்பாட்டின் வித்தகர் வீடியோ பதிவுகளை பைட்ஸ்களாக மாற்றி இணைய வழி பதிவிறக்கமாகும் கற்றல் தேடல் தரவாக மாற்றுவதையும் பார்க்கிறோம். இதுதான் ஒற்றை இரட்டை மீடியா என்று இருந்ததை மல்டி மீடியாவாக மாற்றியது.

4. காரண காரியக் கோட்பாடு

இன்றைய பெருந்தரவு யுகத்தின் பிரதான கணினி கற்றல் கோட்பாடாக இன்று காரணக் கோட்பாடு *(Causation Theory)* வடிவெடுத்துள்ளது. கணினி வழியே சிக்கல் தீர்வு *Problem soling* என்பதன் பொருட்டு இந்தக் கோட்பாடு உருவானது. கற்றல் செயல்பாடு ஒவ்வொன்றையும் இக்கோட்பாடு ஒவ்வொரு சிக்கலாக முன் வைக்கிறது. ஒரு சிக்கலை தீர்க்க வேண்டுமானால் அதன் காரணங்களை ஆராய வேண்டும். அவற்றை எல்லாம் படிப்படியாக நீக்க வேண்டும்.

காரண காரியக் கோட்பாட்டில் டாக்டர் இசிகாவா 40-60 என்ற விகிதாச்சார கணக்கீட்டை முன்வைத்தார். கற்றலின் படிநிலை ஒவ்வொன்றுமே ஒரு சிக்கல். *(problem)* அவற்றை நீக்குதல்

தீர்வளித்தல் என்பதே கற்றலின் வெற்றி. அதில் கற்போரின் பங்கு 40 சதவிகிதம். இணையவழி பாடங்கள், பயிற்சியாளர்கள் பங்கு 60 சதவிகிதமாக இருக்கும். கற்போரின் சுயமுயற்சி இல்லாமல் கற்றல் சாத்தியமே இல்லை.

கற்றலின்படி நிலைகளை சிக்கல் என்று மாற்றிட சென்று ஏன்களை முன் வைக்கிறார்கள். உதாரணமாக வாகன ஓட்டத்தை கற்க, வாகனம் ஓடாது (சிக்கல்) முன்வைக்கப்படுகிறது. மின்கலம் வேலை செய்வது குறித்த கற்றலின் ஏன்களை பரிசீலிப்போம்.

1. ஏன்? ஒன்று- மின்கலம் இயக்கமற்றுள்ளது ஏன்?
2. ஏன்? இரண்டு - மாறு மின்னாக்கி இயங்காதது ஏன்?
3. ஏன்? மூன்று - மாறு மின்னாக்கியின் பட்டி உடைந்தது ஏன்?
4. ஏன்? நான்கு- மாறு மின்னாக்கியின் பட்டி நல்ல நிலையில் இல்லாமல் போனது ஏன்?
5. ஏன்? ஐந்து- வாகனம் பரிந்துரைக்கப்பட்ட செப்பனிடல் கால அட்டவணைப்படி பராமரிக்கப்படாதது ஏன்? (செப்பனிடல் கால அட்டவணை வழியே ஒரு பயணம்).

இந்த காரணகாரிய புரட்சி தற்போது உச்சத்தை அடைந்து உள்ளது. இந்த கோட்பாடு இரு மொழி வழியே நம் முன் வைக்கப்படுகிறது. ஒன்று காரண காரிய வரை படம். மற்றொன்று ஒரு சிம்பல் மொழி கணித வழி. அல்ஜீப்ரா போல இதன் பயன்பாட்டு மொழி உள்ளது. புள்ளியியல், கணினி இயல், கணக்கீட்டியல், கணிதவியல், பொருளியல் என பலவற்றை இணைக்கும் கணினி வழிகற்றல் கோட்பாடு என்று இது அழைக்கப்படுகிறது.

குறிப்பாக அறிவியல், பிரச்சனை அடிப்படை கல்வி, விமர்சனப்பூர்வ கல்வி இவற்றை கணினி மயமாக்கிட இந்த காரண காரியக் கோட்பாடு உதவும்.

கற்றல் எப்படி நடக்கிறது. அதற்கான படிநிலைகள் என்ன? வகுப்பறை கற்றலின் கூறுகள் இணைய வழிக்கல்விக்கும் அப்படியே பொருந்தும். கல்வியின் நிஜமான - உயிரோட்டம் எதிர் உரையாடலில் இருக்கிறது என்கிறார் நோம் சாம்ஸ்கி. ஒரு கருத்து முன் வைக்கப்படும்போது அதை சரிபார்க்கவும், ஏற்புடையதாக இல்லை என்றால் எதிர் உரையாடவும், கற்றலில் இடம் பெற்றால்தான் முழுமையான கல்வி.

கல்வியின் - வகுப்பறை கற்றலின் படிநிலைகள் என்ன? கற்றல் கோட்பாடுகளை பற்றிய முக்கியமான இந்த அத்தியாயத்தை

முடிப்பதற்கு முன் நாம் ஒரு முறை பரிசீலிப்போம். கற்றல் நடவடிக்கை என்பது ஆறு படிநிலைகள் கொண்டது என்று கல்வியியல் அறிஞர் அலெக்சி லியோன்டியேவ் அறிவிக்கிறார்.

1. கற்றலின் நோக்கம். அதாவது கற்கப் போகும் பாடத்தில் கற்றல் பயன்களை அறிதல் முதல்படிநிலை. *(Learning Outcome)*

2. பாடப் பொருள் மீதான ஈடுபாட்டை ஏற்படுத்துதல்.

3. ஈடுபாட்டை முறைப்படுத்தும் கற்றல், கற்பித்தல், நடவடிக்கைகள்.

4. கேள்விகள் தேடல் மூலம் நடக்கும் சுயமதிப்பீடு.

5. கற்றதை தனது மொழிவழி மறு உற்பத்தி செய்வதன் மூலம் சுய அறிவாக மாற்றுதல்.

6. கற்றல் நடந்ததை ஊர்ஜிதம் செய்ய மதிப்பீடு செய்தல்.

நாம் பார்த்தவரையில் கணினி வழி கற்றல் கோட்பாடுகளுக்கும் கூட மேற்கண்ட இந்த படிநிலைகள் பொருந்தும். ஒரு டிஜிட்டல் சந்ததியின் டாக்டர் ஒரு டிஜிட்டல் டாக்டராக இருப்பது போலவே, அவர்களது ஆசிரியரும் டிஜிட்டல் ஆசிரியராக இருப்பது அவசியமாகும். உலக அளவில் டிஜிட்டல் ஆசிரியர் பயிற்சி எப்படி இருக்கிறது. நம் இந்தியா அதை எப்படி எதிர்கொள்ளப்போகிறது. அதுவே நம் முன் மிச்சமிருக்கும் கேள்வி.

துணை நின்றவை

1. *E - learning - theory and practice -* கரோலின் ஹேத்ரோன்தவால்ட் மற்றும் ரிச்சர்டு அண்ட்ரூஸ், சேஷ்புக்ஸ், கனடா.

2. *The Art of teaching on - line -* லேரி கோப்பர்மான், சி.பி.புக்ஸ் (சாண்டோ பப்ளிஷிங்) UK.

3. *Learning theory and online Technolgies -* லிண்டா ஹாராசிம், ராண்டம் புக்ஸ்.

4. *Open and Distance Education Theories Revised* தொகுத்தவர் - யங். ஐ. ஸ்பிரிங்கர் புக்ஸ், சிங்கப்பூர்.

5. *Theory and Practice of online Learning -* ரிச்சர்டு பேக்கர், ஆண்டர்சன், அல்பானா பல்கலைக்கழக வெளியீடு.

ஆசிரியர் பணியும் தான் பெற்ற கல்வியை நினைத்து பார்க்கும் யாராக

இருந்தாலும் பாடத்தையோ, மதிப்பெண்ணையோ நினைப்பது இல்லை. ஆசிரியர்களைத்தான் நினைக்கிறார்கள். கல்வியில் இருந்து பிரிக்கவே முடியாத அங்கம் ஆசிரியர். கற்றல் முறையின் உயிரோட்டம் ஆசிரியரிடமே உள்ளது.

- பேராசிரியர் கிருஷ்ணகுமார்
  (NCERT-முன்னாள் இயக்குநர்)

கல்வியை தொழில்நுட்ப மயமாக்குவது காலத்தின் தேவை ஆகி விட்டது. ஆனால், ஆசிரியர் எனும் கல்வியின் அங்கம் மனது வைக்காமல் அந்த அத்தியாவசமான மாற்றம் சாத்தியப்படுமா என்பது சந்தேகமே.

- பேரா. டி. பி. ஜாசுவா
  (கேம்பிரிட்ஜ் பல்கலைக்கழகம்)

ஆன்லைன் கல்வி என்பது ஒரு பேரலை.... அது எல்லா வகைப் படகுகளையும் மேலே தூக்கிவிடப் போகிறது.

- ஆனந்த் அகர்வால்
  (இந்திய கணினி வித்தகர்)

கல்வி 4.0 ஆசிரியர்களின் பணியை வகுப்பறையை விட்டு உலக அரங்கிற்கு எடுத்துப்போக இருக்கிறது. அதன் முதல் தேவை பயிற்சி. இணையக் கல்வியின் ஆசிரியர்களை இணையமே உருவாக்கவும் செய்யும்.

- பேரா.கிளாடு பேர்னார்டு
  (யேல் பல்கலைக்கழகம்)

10

கல்வி 4.0வும் டிஜிட்டல் பள்ளியும்

கல்வி 4.0 என்பது கணினி வழி இணையப் பள்ளிகள் கொண்டதாக இருக்கும் என்று 1997இல் அமெரிக்க உளவியல் கல்வி வித்தகர் ரிச்சர்டு.ஈ.மேயர் அறிவித்தார். தனது `மல்டி மீடியா கற்றல்` (multimedia learning) எனும் நூலில் அப்படிப்பட்ட ஒரு பள்ளி எப்படி இருக்கும்... நமது பாரம்பரிய பள்ளிக் கூடங்களுக்கும் இவைகளுக்குமான வேறுபாடு என்ன... இவற்றிற்கான ஆசிரியர் என்பவர் யார் அவர்களுக்கான பயிற்சிகள் எப்படிப்பட்டவையாக இருக்கும் என்பவை குறித்த பல அனுமானங்களை வெளியிட்டார். மேயர் ஒரு அறிவாற்றல் ஏற்றுதல் கோட்பாட்டுவாதி.

குறிப்பாக ஜேர்மேயின் அறிவாற்றல் ஏற்றுதலின் மிக அடிப்படை படிநிலைகளான 1. கற்போர் வேலை (Task) குறித்த தகவலாக்கம் 2. அது குறித்த புரிதலாக்கம் 3. அவற்றை செய்வதற்கான அறிவாற்றல் தேக்க உருவாக்கம் 4. கற்போர் வேலை பூர்த்தி அடைதல் எனும் நான்கையும் கணினியாக்கம் செய்து திருப்புமுனையை சாதித்தவர்.

விர்ச்சுவல் பள்ளிகள் - மெய்நிகர் டிஜிட்டல் பள்ளிகள் என்பவை இன்று உலகெங்கும் வந்துவிட்டன. அப்படிப்பட்ட இணைய பள்ளிகளில் கற்றல் எப்படி நடக்கிறது என்பதை அறிவது ஆசிரியர்களின் முதல் பணி.

கற்றல் (Learning)

கற்றதை துரத்தல் (de-learning)

புதியன கற்றல் (Re-learning)

எனும் மூவகை சாராம்சத்தை கல்வி 4.0க்கு வழங்கியவர் ரிச்சர்டு.ஈ.மேயர்.

அதே போல மல்டி மீடியா கற்றலால் கற்போர் விளைவு (Learner effect) ஏற்படுகிறது என்பதையும் ஸ்தாபித்தவர் அவர். இணையவழி கணினிக் கற்றலில் கற்போர் விளைவு ஐந்து வகையாக நடக்கிறது என்று 2000ஆம் ஆண்டு ஆய்வுக் கட்டுரையின் மூலம் மல்டி மீடியாவில் அவர் அறிமுகம் செய்தார். நான்காவது தொழிற்புரட்சியின் போக்கையே 'கற்போர் விளைவு' _ அணுகுமுறை மாற்றியது. மேயர் வழங்கிய கற்போர் விளைவின்படி ஆசிரியர் அறிய வேண்டியவை.

1. மல்டி மீடியா கொள்கை

ஆழமான கற்றல், அதிக ஆர்வ கற்றல் எப்போது சாத்தியமாகிறது. சொற்களோடு - கிராஃபிக்ஸ் (வரைபட விளக்கம்) இரண்டுமே சரிவிகித முறையில் கலந்து வழங்கும் போதும் அவற்றோடு வர்ணனை சேரும்போதும் விவரிக்கும் ஆற்றல் அதிகரிக்கிறது. இதுதான் மல்டிமீடியா ஏற்படுத்தும் கற்றலை துரிதப்படுத்தும் விளைவு.

2. முறைமைக் கொள்கை

ஒரு குறிப்பிட்ட பாடத் (தலைப்பு) தொகுப்பை வழங்கும் முறைகளை கற்போர் விருப்பத்திற்கு ஏற்றாற்போல மாற்றிக் கொள்ளும் வசதியை இந்தக் கொள்கை கோருகிறது. உங்களது விருப்பத்திற்கு ஏற்ப குரலை அதிகப்படுத்தலாம், மீடியாவை வரைபடமற்ற வெறும் நகரும் சொற்களாக்கிக் கொள்ளலாம். கற்போரின் தேவைக்கு ஏற்ப அவற்றை டியூன் செய்யும் மென்பொருளை இக்கொள்கை கொண்டு வந்தது.

3. இணக்கக் கொள்கை

அதே சமயம் கையில் எடுக்கப்பட்ட பாடம் அதன் முக்கியத்துவம் அதன் தேவை... அந்தப் பாடத்தை பயிற்சி நிலையில் கொண்டு செல்வதில் உள்ள அடிப்படை கட்டமைப்பை இணக்கமான முறையில் கற்போரிடம் எடுத்து செல்வதை இந்தக் கொள்கை கட்டாயமாக்குகிறது.

4. தொடர்ச்சிக் கொள்கை

இணையக்கல்வியில் ஒரு பாடத்தலைப்பை கற்றலுக்கு அறிமுகம் செய்யும்போது மொத்த பாடத்தை பகுதி பகுதியாக

பிரித்து உடைத்து தகவலை ஒவ்வொரு உடைப்பட்ட பகுதிக்கும் விதவிதமான மல்டி - கிராஃபிக்ஸ் முறைக்கு உட்படுத்த வேண்டும். ஒன்று விவரிப்பாகவும், ஒன்று டாக்குமென்ட்ரியாகவும், ஒன்று கார்ட்டூன் கதையாக்கமாகவும், ஒன்று கலந்துரையாடலாகவும் இப்படி பன்முக படைப்பாக அவற்றை வழங்குதல், கூடவே சரியான தொடர்ச்சியை பேணுதல்... கற்றலை வேகப்படுத்தும்.

5. கற்போர் - கட்டுப்பாட்டுக்கொள்கை

தான் இணையவழி கணினிக் கற்றலை மேற்கொள்ளும்போது, ஒரு கற்போர் (Learner) தான் விரும்பும்படி பாடங்களை வழங்க இணையத்தை கட்டளைகள் மூலம் தனக்கும் தன் கற்றலுக்கும் ஏற்ற வேகம், தான் நினைக்கும் படியாக மீடியாவகை, மொழி, பின்னணி என தேர்வு செய்து கொள்ளும் வசதியை கற்போர் - கட்டுப்பாட்டுக் கொள்கை வழங்குகிறது.

புளூம் வகைப்பிரித்தல்

மெய்நிகர் - டிஜிட்டல் - பள்ளிகள் என ஆன்லைனிலேயே முழு பள்ளிக்கூடத்தையும் இணைத்தவர் பேராசிரியை கில்லி சால்மான். இங்கிலாந்தின் சுசெக்ஸ் மாகாணத்தில் பிறந்து வளர்ந்த கணினி கல்வியியல் பெண் அறிஞர். இவர் முன்மொழிந்த ஆன்லைன் பள்ளி எனும் கருத்தாக்கம் 1997இல் வெளிவந்தது. மேயரின் இணையப்பள்ளி குறித்த கருத்தாக்கமும், கில்லி சால்மானின் ஆன்லைன் மெய்நிகர் பள்ளி கருத்தாக்கமும் லேசாக மாறுபடுகின்றன என்றாலும் பொதுவாக இவ்வகை கணினி வழிப் பள்ளிகள் - கல்விக்கூடங்களில் நமது கட்டடப்பள்ளிகளில் இருந்து வேறுபடுகின்றன.

இப்போது எதற்காக ஆன்லைன் பள்ளிகள் என நீங்கள் கேட்கலாம். எல்லாரும் - ஊரும் சேரியும் - சேர்ந்து படிக்கும் பள்ளிகள் வந்தபோதும் இதே கேள்விதான் கேட்கப்பட்டது. பிறகு இக்கல்வியின் ஒவ்வொரு படிநிலையும் அப்படித்தான் விமர்சிக்கப்பட்டது. ஆனால், கணினி வழி பள்ளிகளை கல்வி 4.0 முன்மொழியும்போது அது பள்ளி குறித்த எல்லா அடிப்படைகளையும் தகர்த்து விடுகிறதே. ஆசிரியர்களின் பணியும் மாறுகிறதே.

நாம் அதன் அம்சங்களுக்குள் நுழையும் முன்பாக புளூம் - வகைப்பிரித்தல் என்று அறிவாற்றல் பெருதலை வகைப்பிரிக்கும் கல்வி அறிக்கையை அறிய வேண்டும். ஏனெனில் 2001ஆம் ஆண்டு

புளூம் - கல்வி - வகைப்பிரித்தலில் கொண்டுவரப்பட்ட மேன்மைபடுத்தப்பட்ட மாற்றங்களே முதல் ஆன்லைன் பள்ளியை நிறுவிட காரணமாக அமைந்தது. கல்வியின் நோக்கங்கள் குறித்த நான்காம் தொழிற்புரட்சியின் அணுகுமுறையை செப்பனிட்டது புளூம் - வகைப்பிரித்தல் *(Bloom's Taxanomy)* அறிக்கைதான் என்பது வல்லுநர்களின் கருத்து.

பெஞ்சமின் புளூம் பென்சில்வேனியாவைச் சேர்ந்த கல்வியியல் உளவியல் அறிஞர். கற்றலை ஆழமாக்கிட, வல்லுநராக ஆக்கும் முழுமைக் கல்வி குறித்த வகைப்படுத்தலை வெளியிட்ட குழுவின் தலைவராவார். ஒரு யூத குடும்பத்தில் ரஷ்யாவில் பிறந்தாலும், இடம்பெயர்ந்து அவரது தந்தை குடும்பத்துடன் அமெரிக்கா வந்தார். புகைப்பட பிரேம் போடும் கடை நடத்தினார். சிக்காக்கோ அரசு தேர்வுகள் இயக்குநரகத்தில் 1940இல் பணிக்கு சேர்ந்தார். கல்வியின் தரத்தை மேம்படுத்த தேர்வு முறையில் கொண்டு வரவேண்டிய மாற்றங்களை முடிவு செய்ய அமெரிக்க அரசு 1949இல் தனது முதல் குழுவை அமைத்தது. தேர்வுகளை செப்பனிடுவதன் மூலம் கல்வியின் தரத்தை மேம்படுத்த முடியும் என்பதை தன்னால் எற்றுக்கொள்ள முடியாது என்று சொல்லி உளவியலாளர் பெஞ்சமின் புளூம் குழுவிலிருந்தே வெளியேறினார்.

இது அமெரிக்காவின் கல்வி வட்டாரங்களில் மிகப்பெரிய பரபரப்பை ஏற்படுத்தியது. ஆனால், சிக்காக்கோ பல்கலைக்கழகம் அவரை அழைத்து தேர்வுத்துறை பதிவாளர் ஆக்கியதுடன் கற்றல் தரத்தை மேம்படுத்தும் வழிமுறை - வழிகாட்டு குழுவிலும் இணைத்தது. ஜெர்மனியில் ஹாம்பர்க் நகரில் நடைபெற்ற யுனெஸ்கோவின் சர்வதேச கல்வி அமைப்பாக்க மாநாட்டில் அவரது உரை இடம்பெற்றபோது (1950), கற்றலை நிபுணத்துவ தரத்திற்கு உயர்த்த தேவையானவைகளை முன்மொழிய ஒரு கமிட்டியை பெஞ்சமின் புளூம் தலைமையில் அமைத்தார்கள்.

இந்தக் கமிட்டியின் இறுதி முடிவுகளை, கல்வி நோக்கங்களை அடைவதன் வகைப்பாடுகள் எனும் ஆவணத்தை 1956இல் புளூம் வெளியிட்டார். புளூம் தலைமையிலான குழு இந்தத் தரவுகளை வெளியிட்டாலும் அது புளூம் வகைப்பிரித்தல் என்றே அழைக்கப்படுகிறது. மீண்டும் 1964இல் புளூம் தனது கல்வியின் நிபுணத்துவ தரம் குறித்த அடுத்த பாகத்தை தொகுத்து வெளியிட்டார். 2001ஆம் ஆண்டு இந்த நிபுணத்துவ தர வகைப்பாடு

மீண்டும் ஒருமுறை மாறுதலுக்கு உட்படுத்தப்பட்டது. புளூமின் கல்வி - நிபுணத்துவ செயல்பாடு தேர்வு மைய கல்வியை, கற்றல் - கற்பித்தல் படிநிலை மைய கல்வியாக மாற்றியது. அந்த வகைப்பாட்டு படிநிலை ஒரு முக்கோணம் ஆகும்.

புளூம் - கல்வி நிபுணத்துவ தர வகைப்பாட்டில் - அறிவாற்றல் களம், உணர்வாற்றல் களம், செயல்பாட்டுக்களம் என்று மூன்று களங்களாக கற்றல் பிரிக்கப்படுகிறது. மூன்று களங்களிலும் படிநிலைகள் தனித்தனியே உண்டு. அவை 83 சதவிகிதம் மிகச் சரியாக நடைமுறைப்படுத்தப்பட்டாலே போதும். நிபுணத்துவ தரத்தை கற்றல் நடவடிக்கையால் ஏற்படுத்த முடியும்.

1. அறிவாற்றல் களம் (Congnitise Domain)

(படி நிலைகள்)

1. அறிவுத்தொகுப்பு
2. வழங்கப்பட்ட பாடப்பகுதியின் புரிதல்
3. அதன் பயன்முறை அறிதல்
4. பாடத்தை பகுப்பாய்வு செய்யும் வாய்ப்பு
5. படைப்பாக்கம்
6. மதிப்பீடு செய்தல்

ஒரு பாடம் வகுப்பறையில் அறிவாற்றல் களத்தில் மேலிருந்து கீழ் மேற்கண்ட ஆறு படிநிலைகளையும் தவறாமல் பின்பற்றும்போது கற்றலின் ஆழமான நிரந்தரத் தன்மைக்கு வழி உண்டு.

2. உணர்வாற்றல் களம்

(படிநிலைகள்)

1. உள்வாங்குதல்
2. உள்வாங்கும்போது எதிர்வினை புரியும் வாய்ப்பு
3. மதிப்பிட்டு அதன் அடிப்படையில் பெறும் அறிவை வரிசைப்படுத்தி பதியும் வாய்ப்பு
4. உள்வாங்கும் யாவற்றையும் ஒருங்கிணைக்கும் வாய்ப்பு
5. சிறப்பியல்பாக்கம்.

வகுப்பறையில் அல்லது இணையக் கூடலில் அறிவாற்றலை விட உணர்வாற்றல் அதிக முக்கியத்துவம் வாய்ந்தது ஆகும். ‘கற்றல் என்பது அறிவுப்பூர்வமானது அல்ல. அது உணர்வுப்பூர்வமானது’ என்பது பெஞ்சமின் புளூமின் கூற்று.

3. செயல்பாட்டுக் - களம்

கற்றல் நடவடிக்கை அறிவை ஏற்றுதல் உணர்வுப்பூர்வ ஈடுபாடு இவற்றோடு செயல்பாடுகளையும் உள்ளடக்கியது. எனவே புளூம் - வகைப்படுத்தலில் செயல் - களம் முக்கியத்துவம் பெறுகிறது. இது ஏழு படிநிலைகளால் ஆனது.

1. கருத்தாக்கத்தை உருவாக்கிக் கொள்ளுதல்
2. தொகுதியாக்கம் செய்தல்
3. வழிகாட்டுதல் மறுமொழிவு
4. பொறிமுறைமையின் செயலாக்க வாய்ப்பு
5. சிக்கல் - புரிவது நோக்கிய மறுமொழிவு
6. அறிவுதளத்திற்கு கருத்தாக்கத்தை தகவமைத்தல்
7. சுய அறிவை தோற்றங் கொள்ள வைத்தல்

புளூம் வகைப்படுத்தலின்படி 2001ஆம் ஆண்டு கணினி பயன்பாடு மூலம் உலக தகவல் தொடர்பு புரட்சி வெடித்தது எனலாம். சர்வதேச சந்தை மயத்தில் இருந்து டிஜிட்டல் மயமாக்கம் என்பது அனைத்து வகை துறைகளையும் நீக்கமற வந்து நிரந்தரமாக புகுந்தது. உதாரணமாக கல்வியில் 2006இல் நுழைந்த கான்ஸ் அகாடமி. அமெரிக்க கல்வியாளர் சல்மான்கான் ஒரு அற்புதமான அறிவியல் ஆசிரியர். தனது வகுப்பறையில் மூன்றாண்டுகள் தொடர்ச்சியாக நடத்திய அறிவியல் பாடங்களை சிறுசிறு துண்டுப்படங்களாக (உயர்ந்தபட்சம் பத்து நிமிடம்) வீடியோ எடுத்து இணையம் மூலம் யூ டியூப் சேனல் வழியே அனைவருக்கும் பயன்படும்படி பதிவேற்றம் செய்தார். இதுதான் தொடக்கம்.

உலகெங்கும் பல இடங்களில் இருந்தும் இதுபோன்ற முயற்சிகள் தொடர்ந்தன. ஸ்மார்ட் போர்டுகள் என்று வகுப்பறையில் டிஜிட்டில் - மய பாடங்கள் புகுந்தன. கான் அகாடமி போல முன் தயாரிக்கப்பட்ட புளூம் வகைப்படுத்தல் மென்பொருள் வழிமுறை கற்றல் - ஒலி ஒளிப்பட தரவுகள் ஆன்லைனில்

எப்போதும் கிடைப்பது போலவும் ஆசிரியர்கள் எப்போது வேண்டுமானாலும் வகுப்பறையில் மாணவர்க்கு காட்சிப்படுத்தவும் உலகெங்கும் அறிமுகம் ஆனது. எச்.ஹிக்சன் தனது ‘What online can teach on campus?’ எனும் வான்கே இதழில் வெளிவந்த ஆய்வுக் கட்டுரையில் (2017) கான் அகாடமி - யூ டியூப் சேனலில் மட்டும் 18 மில்லியன் பயனாளிகள் என அறிவித்தது. 2008 முதல் இணைய வழி கல்வியின் அதிவேகப் பாய்ச்சல் இன்றைய கல்வி 4.0 என்பது இணையப் பள்ளியாக இருக்கும் என்று அறிவிக்கும் நிலைவரை வந்திருக்கிறது.

அ. மாபெரும் திறந்த கணினிவழி படிப்புகள்

(Massive Open online Courses)

எத்தனையோ தொடக்கங்களை பற்றி நாம் விவரிக்க முடியும் என்றாலும் எம்.ஓ.ஓ.சி. எனும் திறந்த கணினி வழி கற்றல், சிறப்பு அந்தஸ்தை பெறக் காரணம் அதில் கற்றல் என்பது கணினி மற்றும் பயனாளி இருவரும் பரஸ்பரம் பரிமாறிக் கொள்ளும் உலகின் முதல் இருவழி - பாடத்திட்டமாக இருந்ததுதான்.

ஆனால், கல்வி நிலையத்திற்கே வராமல் வீட்டிலிருந்தே படிக்கும் தொலைத்தொடர்பு கல்வி என்பது 1928லேயே அறிமுகம் ஆகிவிட்டது. வானொலி வழியே நடந்த சுகாதார விழிப்புணர்வு சான்றிதழ் வகுப்பு என்று சோவியத் யூனியனில் அறிமுகம் ஆனது. நீங்கள் வானொலி கேட்டு அவ்வப்போது கேட்கப்படும் கேள்விகளுக்கு பதிலை தபாலில் எழுதி அனுப்பினால் உங்கள் வீட்டு முகவரிக்கு சான்றிதழ் வந்துவிடும். பிறகு 1954இல் ஸ்டான்போர்டு பல்கலைக்கழகம் - ஹானர்ஸ் படிப்பு என்று வேலை இடங்களில் இரவில் வீடியோ டாக்குமெண்டரிகளை காட்டி (பகலில் வேலை பார்க்கலாம்) தேர்வு நடத்தி முதுகலை பட்டமே கொடுத்தார்கள்.

இந்தியாவிலும் 1960களிலேயே தபால்வழி உயர்படிப்பு வந்துவிட்டது. 1994இல் இந்திராகாந்தி திறந்த நிலைப் பல்கலைக்கழகம் இஸ்ரோவின் உதவியோடு வீடியோ கான்பிரன்ஸிங் வழி வகுப்புகளை அறிமுகம் செய்தது. பிறகு நாம் ஏற்கெனவே பார்த்ததுபோல கல்வி செயற்கைக் கோள்கள் மூலம் (கலாம் - ஜனாதிபதியாக இருந்த ஆண்டுகளில்) தொலைக்காட்சி வழி நாடு தழுவிய வகுப்புகள் அறிமுகம் ஆயின.

ஆனால் இணையவழி முயற்சிகளில் முதன்மையானது, திறந்த கல்விப் பாட வளங்கள் (Open Educational Resources) என்பதாகும். மூக் (MOOC) தொடங்கியது இதன் மூலம்தான். கான்சாஸ் கல்வியாளர் பார்விக் ஆரம்பகால திறந்த கல்விப்பாட வள இயக்கத்தின் முக்கிய பங்களிப்பாளராக இருந்தார். தான் சார்ந்திருந்த ஆல்பிரட் அரசு கல்லூரியில் ஒரு வகுப்பில் 50 பேரை விட கூடுதலாக மாணவர்கள் இருந்தால் அதை ஆன்லைன் ஆக்கி உலகை அதிர்ச்சியுற வைத்தார். கடும் விமர்சனங்கள் எழுந்தன. அந்த 2005இல் ஆன்லைன் கல்வி என்பது இன்றுள்ள தொழில் நுட்ப முன்னேற்றமும் அடையாத நிலை, ஆனால் பார்விக் விடவில்லை. கடுமையாக போராடினார். கல்லூரி வகுப்பறையில் நேரே கல்வி கற்றவர்களுக்கும் இணைய வழி வகுப்புகளில் - வீடியோ கான்பிரன்ஸ் - கணினி தேடல் மூலம் கற்றவர்களுக்கும் இடையே இறுதித் தேர்வு மதிப்பெண் வேற்றுமை அதிகம் இல்லை. கற்றல் ஆன்லைன் வகுப்புகளில் மேலும் ஆழமாக சுய ஈடுபாட்டோடு நடந்திருந்தது என்பது உட்பட பல முடிவுகளை பரவலாக உலகிற்கு அறிவித்தார். முதல் திருப்புமுனை.

இதே திறந்த கல்வி பாட வள இயக்கவாதிகள் 2006இல் விக்கிவெர்சிட்டி என்ற இணையத்தின் முதல் பல்கலைக்கழகத்தை தொடங்கினார்கள். இணையத்தில் யார் வேண்டுமானாலும் எடுத்து பயன்படுத்தும் பாடங்களை ஏற்றுதல் ஒரு கடமையாக கொள்ளப்பட்டது. உலகெங்கும் அது ஒரு டிரெண்டிங்காகவும் ஆக்கப்பட்டதால் திறந்தவெளி (பப்ளிக்டொமெய்ன்) என இதை அழைத்தார்கள்.

அந்த நாட்களில் பப்ளிக்டொமெய்ன் எனும் திறந்த இணைய வெளியில் விக்கிவெர்சிட்டி உட்பட 20 இணையதளங்கள் வழியே பாடங்களாக பயன்படத்தக்க - கல்வி வளங்களை ஆயிரக்கணக்கில் ஏற்றுவது புது டிரெண்டிங் ஆனது. இன்று ஒரு கோடிக்கு மேலான கற்றல் வளங்கள் இணையத்தில் உள்ளன.

மூக் (MOOC) இயக்கத்தின் அடுத்த படிநிலை புத்தகமற்ற நூலகங்கள் - அதாவது டிஜிட்டல் நூலகங்கள் பி.டி.எஃப் (Portable Document format) எனும் கோப்பு உருவாக்க மென்பொருளை அடோப் - சிஸ்டம்ஸ் எனும் நிறுவனம் 1993இல் அறிமுகம் செய்தது. விண்டோஸ் எனும் மைக்ரோ சாஃப்ட் மேசை கணினியாக்கத்தில் அது 1993லேயே இணைக்கப்பட்டாலும் - பயன்பாடு என்பது உரிமம் சார்ந்ததாக இருந்தது. 2008ஆம் ஆண்டு

அது திறந்த - தரமயமாகி பப்ளிக் டொமெய்னில் இணைக்கப்பட்டது. தொழிற் துறையின் நான்காவது தொழிற்புரட்சிகால தொடக்கத்தில் தரக்கட்டுப்பாட்டு சர்வதேச கமிட்டி - பி.டி.எஃபை அங்கீகரித்தது. கேம்லோட் எனும் கணினியாக்கக் குழு அடேப் நிறுவன துணைத்தலைவர் ஜான் வார்னாக்குடன் இணைந்து கண்டுபிடித்த பி.டி.எஃப் இன்றைய கல்வி 4.0வின் முக்கிய ரத்த நாளமாக வர்ணிக்கப்படுகிறது. 2008 முதல் 2012க்குள்ளான நான்கே ஆண்டுகளில் உலகெங்கும் 16 லட்சம் பாடபுத்தகங்களின் பி.டி. எஃப் வடிவம் மூக் (MOOC) இயக்கத்தில் இணைந்தது.

அடுத்த அவசியம் அறிய வேண்டிய விஷயம் டெஸ்க் டாக் பப்ளிஷிங் (DTP) எனும் ஆவண தயாரிப்பு மென் பொருளாக்கம். டிஜிட்டல் தட்டச்சில் பிரமாண்ட திருப்பு முனை டெஸ்க் டாப் பப்ளிஷிங் (DTP). இது ஒரு பக்க அமைப்பாக்க மென்பொருளாக்கம். அச்சிட்டு வெளியிடப்படும் புத்தகங்களுக்கான சந்தைக்காகவே உருவாக்கப்பட்ட மென்பொருள் இது. ஆனால் இன்று ஆன்லைன் கல்வியின் பல்வகை பாடத்தரவுகளை பதிவேற்றம் செய்ய இது பயன்படுகிறது. உலகின் பெரும்பாலான அனைத்து நூல்களும், தினசரி பேப்பர், வார மாத இதழ்கள் தொடங்கி வாட்ஸ்அப் டெக்ஸ்ட் வரை யாவுமே டெஸ்க் டாப் டைப்பிங்காக மாறி விட்டது. ஆப்பிள் நிறுவனம் 1985இல் லேசர் - ரைட்டர் பிரிண்டரை அறிமுகம் செய்தாலும் 1994இல் பேஜ் - மேக்கர் எனும் மல்டி - பிரதிமாற்றமென் - பிரதி மாற்ற மென்-பொருள் அறிமுகமானபோதுதான் டெஸ்க்டாப் பப்ளிஷிங் (DTP) முழுபயன்பாட்டிற்கு வந்தது.

எனவே கணினித் தொழில்நுட்பத்தை ஆசிரியர்கள் உருவாக்கவில்லை. ஆனால், கற்றலில் கணினிப் பயன்பாடு என்பது ஆசிரியர்கள் இல்லாமல் சாத்தியப்படவில்லை. அதில் படிப்படியாக அடையப்பட்ட ஆறாவது படிநிலைதான் மூக் (MOOC). முதலில் வந்தது, கணினி - உதவியோடு நடந்த பாடம் நடத்தும்முறை (Computer Assisted Instruction). பிறகு கற்போரையும் இணைத்த கணினியைப் பயன்படுத்தும் கற்றல் (Computer Assisted Learning), மூன்றாம் படிநிலை கணினி வழிக்கல்வி (Computer Based Education) இ-கற்றல் அல்லது - கற்றல் மேலாண்மை சிஸ்டம் (Learning Management Systems), சுயமான - தேடல்வழிகற்றல் (Self-directed Learning) பிறகுதான் மூக் (Massive Open Online Courses) எனும் இணையப் படிப்புகள் வந்தன.

ஆ. டிஜிட்டல் ஆசிரியரின் பணிகள்

ஆன்லைன் பள்ளிகள் எனும் மெய்நிகர் கல்வியை இன்று எப்படி நடத்துகிறோம் என்பதற்கு நாம் தமிழக மாடலை பரிசீலிக்க வேண்டும். ஏற்கெனவே ஓரளவு இந்த நூலின் வேறொரு பக்கத்தில் அவை விவரிக்கப்பட்டிருந்தன. ஆனால், இப்போது ஆன்லைன் பள்ளிகளை உருவாக்கும் படிநிலைகளை நாம் அறியவேண்டி உள்ளது. தமிழகத்தில் பள்ளிகளின் இணையக் கல்வியை நாம் புரிந்துணர தலைப்படுவோம். அதன் சாதக பாதகங்களை பிறகு ஆராய்வோம்.

1. முதலில் ஒவ்வொரு வகுப்பும் - பிரிவும் வாட்ஸ்-அப் குழுவாக இணைக்கப்படுகிறது. (ஆசிரியர்களும் சேர்த்து)
2. ஜூம் (அல்லது வேறு பல) செயலியை பதிவிறக்கம் செய்யுமாறு மாணவர்களுக்கு அறிவுறுத்தப்படுகிறது.
3. வீடுகளின் தராதரத்தைப் பொறுத்து டெஸ்க் டாப், மடிக்கணினி, இதர வகை மின்னணு காட்கட்ஸ் (ஐ-பாட், ஐ-பேடு, டேபு அல்லது திறன் கைபேசி இப்படி) மாணவர்கள் பயன்படுத்தி ஜூம் செயலியை பதிவிறக்கம் செய்து - ‘கூட்டத்தில் இணையவும்’ (Join Meeting) நாளுக்காக காத்திருக்கிறார்கள்.
4. பாடம், நாள், நேரம் இவற்றையும் யூசர் ஐ டி மற்றும் ஒரு கடவுச் சொல்லும் சேர்த்து சம்பந்தப்பட்ட பாட ஆசிரியர் - அழைப்பு (invitation) அனுப்புகிறார்.
5. சரியான நேரப்படி மாணவர்கள் ஒவ்வொருவராக ஜூம் (Zoom) கூட்டத்தில் இணைகிறார்கள்.

அது ஒரு வகுப்பு. ஆனால் அவர்கள் யாருமே ஒரே அறையில் இல்லை. எங்கெங்கோ இருக்கிறார்கள். அவர்களில் யார் பேசலாம் எப்போது பேசலாம் என்பதை ஆசிரியை (கூட்டத்தின் ஹோஸ்ட்) தன் கையில் வைத்திருக்கிறார். அவரது பாடத்தை நடத்திட ஏற்கெனவே அவர் மூன்று மிக முக்கியமான விஷயங்களை முன் தயாரித்து வைத்திருக்க வேண்டிய அவசியம் இருக்கிறது.

1. வகுப்பு தொடங்கும் முன்பே - முதல்படி நிலை என்பது பாடங்களை - அதாவது பாடப்புத்தக அத்தியாயங்களின் பி.டி.எஃப் (PDF) வாட்ஸ்அப் - குழுக்களின் வழியே

பகிரப்பட்டிருக்கும். ஆசிரியர் தனக்குமுன் பாடநூலின் பக்கத்தை உருபெருக்கி மாணவர்களும் வைத்திருக்கிறார்களா என்பதை ஊர்ஜிதம் செய்கிறார்.

2. கூடவே - பலவகை செயற்கை - நுண்ணறிவு சார்ந்த இணையத்தின் பாடப்பொருள் குறித்த - வளங்களை (வீடியோ, கிராஃபிக் போன்றவை) திரட்டி பாடம் நடத்தும் போது கற்றல் நடவடிக்கைக்காக தயாராக வைத்திருப்பார்.

3. தனது வகுப்பில் கரும்பலகை - சாக்பீஸ் பயன்படுத்தி எழுதிக் காட்டிய, வரைந்து காட்டிய பாடங்களை இந்த இணைய வகுப்பில் அவர் பவர் - பாயிண்ட் எனப்படும் திரை - ஸ்லைடு கணினி மென்பொருளை பயன்படுத்தி உருவாக்கி வைத்திருப்பார்.

பவர் பாயிண்ட் (PPT) எனும் திரை - ஸ்லைடும் இன்று ஒரு செயலியாக உள்ளது. பவர்பாயிண்ட் 1987லேயே ராபர்ட் காஸ்கின்ஸ் எனும் பெர்க்லி (கலிபோர்னியா)கணினி நிபுணர் கண்டுபிடித்த மென்பொருள். அதை 1994இல் மைக்ரோசாஃப்ட் நிறுவனம் வாங்கி வெகுஜன பயன்பாட்டிற்கு கொண்டு வந்தது. இப்போது தமிழகத்தின் அனைத்து வகை இணைய ஆசிரியர்களும் இந்த மென்பொருள் வழியே காட்சி வில்லைகளை தயாரித்து இணைய வகுப்புகளுக்கு வண்ண வண்ண படங்களுடன் தயாராகிறார்கள்.

இப்படி பாடப்பொருளை ஏற்றுவது என்பதை இணையத்தை முழுமையாக பயன்படுத்தி விதவிதமான கற்றல் அனுபவத்தோடு தர முடியும். பாடத்தின் ஒரு பகுதியை கிராஃபிக்ஸ் முறையிலும் ஒரு பகுதியை டாக்குமெண்டரி (யூடியூப்) வீடியோவாகவும் ஒரு பகுதியை தன் சொந்த குரலில் பி.பி.டி (பவர்பாயிண்ட்) மூலமும் நடத்தும்போது மல்டி மீடியா விளைவை மாணவர்கள் அனுபவிப்பதையும் கற்றல் ஈடுபாடு அதிகரிப்பதையும் நாம் கண்கூடாக பார்க்க முடியும்.

அடுத்தபடி நிலை வகுப்பு நடத்துதல். ஆசிரியரே இணைய வகுப்பின் - பாடப்பிரதிநிதி. மாணவர்களின் முழு கவனத்தையும் திரையின் பக்கம் ஈர்க்க வேண்டி உள்ளது. அவர்களை மியூட் (குரல்தடை) செய்து தனது குரலை கேட்க வைத்து வகுப்பை அவர் தொடங்குகிறார்.

வகுப்புகள் பலவிதம். நீங்கள் நினைப்பதுபோல பள்ளி முதல் கல்லூரி வரை வகுப்பறை என்றாலே கரும்பலகை உள்ள சுவர் சேர்த்து நாலு சுவர்கள், ஆசிரியர் மேசை நாற்காலி - மாணவர் பெஞ்சு டெஸ்க் என்பது போல இணைய வகுப்புகள் ஒரே மாதிரி இருப்பது கிடையாது. ஒவ்வொரு `குழு - கூடல்` செயலியும் ஒவ்வொரு வகையான கூட்ட அமைப்பு முறை கொண்டதாகும். சிலவற்றை பரிசீலிப்போம்.

இன்று பத்திரிகைகள் முதல் மருத்துவமனைகள் வரை எல்லாமே - செயலிகள் மூலம் டிஜிட்டல் மயமாகி விட்டன. 1995 அக்டோபரில் சிங்கப்பூர் அதிபர் ஓங்டாங் சாஸ் முதல் தமிழ் செயலியை தொடங்கி வைத்தார். ஈ கலப்பை எனும் அந்த செயலி மூலம் விசைப் பலகைகள் (தமிழ் தட்டச்சு) தமிழுக்கு இசைவாக்கம் செய்ய முடிந்தன. இப்போது அது தமிழா என்ற செயலியாக உள்ளது.

இன்று தமிழக ஆசிரியர்கள் இணைய பள்ளிகள் போல வகுப்புகளை நடத்துகிறார்கள். ஒவ்வொரு பாட ஆசிரியரும் ஒரு மணிநேரம் என்று காலை முதல் மதியம் மற்றும் கணினி - கைபேசி செயலி வழியே பாடங்களை நடத்துகிறார். எனவே ஆன்லைன் கல்வி என்று இவைகளை அழைப்பதைவிட ஆன்லைன் பள்ளி என்றே நாம் இவைகளை அழைத்து விடலாம். கல்வி 4.0 வின் வரவு இங்கே இப்படி நடந்துள்ளது என்பது கண்கூடு. இந்த ஆசிரியர்கள் கீழ்க்கண்ட சில இணைய செயலிகளை பயன்படுத்துகிறார்கள்.

1.ஜூம் (ZOOM) செயலி

எரிக்வான் எனும் கணினி வித்தகர் உருவாக்கிய வீடியோ - டெலிபோன் முறை செயலி இது. 2011இல் தொடங்கப்பட்டது. யூனிகார்ன் எனும் நிறுவனமாக அது இப்போது பூதாகரமாக வளர்ந்து விட்டது. ஜூம் செயலி மூலம் நடக்கும் வகுப்பறைகளில் 150 மாணவர்கள் வரை தாராளமாக பங்கேற்க முடியும். கூட்ட அமைப்பாளர் அந்தஸ்து ஆசிரியர் அறைக்கு வழங்கப்படுகிறது. செலவு அதிகம் பிடிக்காத - நிறைய இலவச சோதனை முயற்சிகள் செய்ய முடிந்த அமைப்பு. பி.பி.டி. முதல் பி.டி. எஃப் வரை யாவற்றையும் செயல்படுத்த முடியும். கடந்த 2020-21ஆம் கல்வியாண்டில் தமிழகத்தில் அதிக வகுப்பறை பயன்பாடுகளுக்கு ஆசிரியர்களால் விரும்பி உபயோகிக்கப்பட்ட கற்றல் செயலி இது. இன்று நடக்கும் வகுப்புகளை ஆன்லைன்

வகுப்பு என்று சொல்வதைவிட ஜூம் - கிளாஸ் என்றே மக்கள் அழைக்கும் அளவிற்கு அதிக பயன்பாடு கொண்டது.

2. கூகுள் - மீட்

ஹேங் அவுட் (Hang Out) என்று ஆரம்பத்தில் இந்த இணையக் கூட்ட செயலி அழைக்கப்பட்டது. கூகுள் ஹேங் அவுட் மற்றும் கூகுள் சாட் (Google Chat) இரு வகை செயலிகளையும் உருவாக்கிய கூகுள் நிறுவனம் 2017இல் அவற்றை ஒன்றிணைத்து கூகுள் - மீட் செயலியை மார்ச் மாதம் அறிமுகம் செய்தது. இந்த வகை வகுப்பறைகளில் ஆசிரியரிடம் நேரடியாக உரையாடுவதைவிட டைப் செய்து சாட் செய்ய வசதி உள்ளது. ஜூமை விட அதிகநேர வீடியோ பதிவேற்றம் செய்யலாம். ஆரம்பத்தில் 30 பேர் மட்டுமே கலந்து கொள்ள முடியும் என்று இருந்த கூகுள் - மீட் தற்போது 200 பேர் வரை தாக்கு பிடிக்கிறது. கூகுள் - மீட்டில் மாணவர்கள் ஸ்கிரீன் ஷேர் செய்து கொள்ளலாம்.

3. **டீம்ஸ் செயலி (மைக்ரோ சாஃப்ட்)**

மைக்ரோ சாஃப்ட் நிறுவனத்தின் டீம்ஸ் (TEAMS) இந்த கோவிட் - 19 கால டிஜிட்டல் வகுப்பறைகளின், ஆசிரியர்கள் அதிகம் பயன்படுத்தும் செயலிகளில் ஒன்றாக உள்ளது. விண்டோஸ் தவிர லினக்ஸ், மக்காஸ், ஆண்டிராய்டு என உங்களது தளம் எதுவாக இருந்தாலும் பயனாகும் செயலி. இதுவும் 2017இல் மார்ச் மாதம் அறிமுகப்படுத்தப்பட்டது. உண்மையில் பர்லானோ செயலி என்று குழு - சாட் மென்பொருள் மைன்ட் அலைன் என்று ஏற்கெனவே நடைமுறையில் இருந்ததைத்தான் மைக்ரோ சாஃப்ட் தனதாக்கிக் கொண்டு அறிமுகம் செய்திருந்தது. இந்த டீம்ஸ் செயலியின் சிறப்பு வெறும் சாட்பாக்ஸ் தகவல் பகிர்வோடு எமோ ஜீஸ் எனும் உணர்வுகளை பதியலாம். கோப்புகளை பகிர்தல், மிகவும் எளிதாக உள்ளது. இதன் மூலம் வீட்டுப்பாடங்களை ஆசிரியர்கள் ‘வகுப்பில்’ பகிர்வது சிரமமின்றி நடக்கிறது. அதைவிட பெரிய விஷயம் - விரும்பினால் ஒரு ஆசிரியராக உங்களுக்கு என்று ஒரு சேனல் தனியே தொடங்கிட டீம்ஸில் வழி உண்டு.

4. **சிஸ்கோ - வெப் எக்ஸ்**

வெப் எக்ஸ் எனும் அமெரிக்காவின் கணினி மென்பொருள் நிறுவனம் 1995இல் உருவாக்கிய ஆரம்ப செயலிகளில் ஒன்று இந்த வெப் எக்ஸ். அதை 2007இல் சிஸ்கோ சிஸ்டம்ஸ் வாங்கி

மேம்படுத்தி அறிமுகம் செய்துள்ளது. அதன் தலைமை அலுவலகம் கலிபோர்னியாவில் உள்ளது. இதனை உருவாக்கிய இருவரில் ஒருவர் இந்தியர் சுப்ரா அய்யர். வெப் எக்ஸ் நிறுவன ஸ்தாபகர்களில் ஒருவர். அய்யர், நாடார் என்றெல்லாம் பெயரில் சேர்த்துக் கொள்வதே இப்போது அயல்நாட்டில் பேஷன். 1957இல் மும்பையில் பிறந்தவர் சுப்ரா. ஐ.ஐ.டி. பாம்பேயில் படித்து 1982இல் அமெரிக்கா பறந்தவர். இந்த வெப் எக்ஸ் செயலியின் கால அளவு 50 நிமிடங்கள். ஜூம் செயலி 40 நிமிடம் முதல் காலவரையற்றும் தொடர முடியும். வெப் எக்ஸ் தனது பதிவு செய்த முகவர்களை 24 மணிநேரம் பயன்படுத்த அனுமதிக்கிறது. சில பள்ளிகளில் வெப் எக்ஸ் பயனாளி லைசன்ஸ் பெற்று ஒரே ஐ.டி. வழியே முழுநாளும் ஆசிரியர்கள் `ஆன்லைன்` பள்ளி நடத்துகிறார்கள்.

5. **கூகுள் கிளாஸ் ரூம்**

இன்று ஆன்லைன் கல்வியின் 100 மில்லியன் பயனாளிகளை உலகெங்கும் கொண்டிருக்கும் பிரமாண்ட செயலி கூகுள் கிளாஸ்ரூம். 2014லேயே அறிமுகம் ஆகிவிட்டது. இதன் சிறப்பு, இது கல்விக்காக என்று பிரத்தியேகமாக உருவாக்கப்பட்ட செயலி. மிகவும் பயனுள்ள சிறப்பம்சங்கள் பலவற்றை ஆசிரியர்களுக்கு வழங்குகிறது. உதாரணமாக நீங்கள் வருகை பதிவேடு தனியே எடுத்து நேரத்தை வீணடிக்க வேண்டாம். டவுன்லோடு ஆகிவிடுகிறது. ஆவணங்கள் பாட அத்தியாயம், ஸ்லைடுகள், நாட்காட்டி, ஜிமெயில் உங்களது அசைன்மெண்ட் ஷீட் இவைகளை எல்லாம் ஒன்றிணைத்து நீங்கள் பதிவு மேற்கொண்டால் உங்களது குரல் வரும்போது அதுவாகவே திரையில் வழங்கும் வசதி உள்ளது. ஆசிரியர்கள் ஒவ்வொரு தனிப்பட்ட மாணவரின் கல்விச் செயல்பாடுகளை - அவ்வப்போதே பதிவு செய்து சொல்லி பிறகு - ரிவிஷன் ஹிஸ்டரி எனும் பாக்ஸை ஓபன் செய்து அறிந்து செயலாற்றலாம். மாணவர்களில் குறிப்பிடப்பட்ட தேதியில் ஒரு கல்விப்பணியை முடிக்குமாறு வேலைதரப்பட்டால் அவர்களது கணினி/கைபேசியில் ஞாபகமூட்டி பல செயலை தூண்டும் வசதியும் உள்ளது.

இது போன்ற இன்னும் பற்பல செயலிகள் உள்ளன. ஆனால் அவற்றில் ஒன்றை தேவைக்கு ஏற்ப தெரிவு செய்து பயன்படுத்துகிறார்கள். இப்போது நாம் அடுத்தபடி நிலையான - பாடத்தை தயாரித்தல் எனும் பணியை ஆய்வு செய்வோம்.

ஏனெனில் சாதாரண வகுப்பறைக்கும் ஆன்லைன் பள்ளிக்கும் பாடத்தயாரிப்பு முறை வேறுபடுகிறது.

இ பாடத் தயாரிப்பு பணி

'பாடத்தை திட்டமிடுதல்' (Lesson-Plan) எனும் படிநிலை இன்று முற்றிலும் மாற்றப்பட்டுவிட்டது. ஆன்லைனாக கல்வி மாறுவதற்கு முன்பு பாடத்திட்ட தயாரிப்பில் - பாடத்தலைப்பு, பாடத்தின் நோக்கம், பாடச்சுருக்கம், பாடத்தை நடத்தும் ஊடகம், பயன்படும் உப - கல்விக்கருவிகள், வகுப்பறை செயல்பாடுகள், காலம், மதிப்பீடு என்ற தலைப்புகளின் கீழ் பாட - திட்டமிடலை ஆசிரியர்கள் சமர்ப்பிப்பார்கள். பல பள்ளிகளில் வாராவாரம் திங்களன்று காலையிலேயே பாடத்திட்ட - நோட்டு, (நோட்ஸ் ஆஃப் லெசன்) தலைமை ஆசிரியரிடம் சமர்ப்பிக்க வேண்டும். வார இறுதியில் அவற்றை திட்டமிட்டபடியே முடித்தோமா என்பதற்கு பணிமுடிப்பு அறிக்கை (வொர்க் டன் ரெஜிஸ்டர்) சமர்ப்பிப்பார்கள்.

ஆன்லைன் கல்வியில் இந்த முறை மாற்றம் கண்டுள்ளது. சாதாரண வகுப்பறையின் தயாரிப்பு முறை வேறு. பயனாகும் கற்றல் - உபகரணங்கள் வேறு - வரைபடம், குளோப், அறிவியலில் ஒரு வேதி அட்டவணை இப்படி அடுக்கிக்கொண்டே போகலாம். ஆனால் ஆன்லைன் கல்வி உபகரணங்கள் ஆன்லைனிலேயே நமக்கு கிடைப்பதாக உள்ளது. தொழில்நுட்பம் எனும் தனிப்பாடம் இருந்த நாட்கள் போய் இப்போது தொழில்நுட்ப வழி ஆங்கிலபாடம், தொழில்நுட்ப வழி தமிழ்பாடம், தொழில்நுட்ப வழி கணிதம், இயற்பியல், உயிரியல் என்று காலம் மாறிவிட்டது. விடுமுறை விண்ணப்பம் இன்று மாணவர்கள் இ-மெயிலில் (மின் அஞ்சலில்) டெக்ஸ்ட் செய்வதைப் பார்க்கலாம்.

இன்று பாடத்திட்டமிடலுக்கு ஆசிரியர்கள் பயன்படுத்தும் - வழி அம்சங்கள். லர்னிங் டூல்ஸ் என்றும் அழைக்கிறார்கள். சிலவற்றை பார்க்கலாம்.

*1. **அனிமொட்டோ** (Animots):* இந்த இணைய-டூல் முற்றிலும் இலவசம்; ஜேசன் சியாவோ மற்றும் ஸ்டீவ் கிளப்டன் இணைந்து 2006இல் உருவாக்கியது. ஆசிரியர்கள் தாங்களாகவே வகுப்பில் வழங்க வீடியோ தயாரிக்க பயன்படும் எளிய எழுத்து, குரல், காட்சி மூன்றையும் இணைத்து பிறகு எடிட் செய்யவும் உதவுகிறது.

2. **குரோக்கடோக்** *(Crocodoc)* : இந்த கற்றல்-கருவி ஆசிரியர்களுக்கு மைக்ரோ சாஃப்ட் எக்ஸ்எல் கோப்புகளை எளிதில் பி.டி.எஃப் ஆக்கவோ எச்.டி.எம்.எல்-5 முறையில் அவற்றை மாணவர்கள் திரையில் காணவோ எளிதாக வழிவகுக்கிறது. தங்களது டாக்குமெண்ட் (ஆவணத்தை) டிஸ்ப்ளே செய்வதோடு அவற்றை எடிட் செய்யவும் இது உதவுகிறது.

3. **ஸ்லைடு - ஷேர்** *(Slide-Share)* : பெரும்பாலான ஆசிரியர்கள் இன்று தங்களது பாடத்தயாரிப்பிற்கு ஸ்லைடு ஷேர் எனும் வெப்-டூல் பயன்படுத்துகிறார்கள். பி.பி.டியின் எளிய வடிவம். இதை உருவாக்கிய கணினி பெண் விஞ்ஞானி ராஷ்மி சின்கா, இந்தியாவை பிறப்பிடமாகக் கொண்டவர். அலகாபாத் பல்கலைக்கழக முன்னாள் மாணவி. 2006ஆம் ஆண்டு அறிமுகமாகி 2012இல் லிஸ்க்டின் நிறுவனத்தில் இணைக்கப்பட்டது. இந்தியாவிலிருந்து பெரும்பாலும் ஆசிரியர்கள் 27 மில்லியன் பயனாளிகளாக பெருகி சென்ற 2020இல் ஸ்லைடு-ஷேர் செய்துள்ளனர்.

4. ஸ்கூப்பி *(Schoopy)*: இந்த வெப்-டூல் ஆசிரியர்களுக்கு இணையவழி பாடம் நடத்தும்போதே வீட்டு வேலைகள் தர மிகவும் வசதியாக உள்ள இணைய செயலி. நொடியில் பாடம் நடத்திக் கொண்டே நாட்காட்டியை ஸ்கூப்பி காட்டிட - பாடத்தின் எழுத்து வேலை, வீட்டுத்தேர்வு என வரிசைப்படுத்த உதவுகிறது. ஸ்கூப்பி கனடாவில் 2013இல் அறிமுகம் ஆனது.

5. **மை-புராஜக்ட்-பேஜ்:** 'செயல் திட்டம்' வழங்கும் கல்வியாக நமது கல்விமுறை எப்போதோ மாறிவிட்டது. மூன்று பாடத்தலைப்புகளில் ஒன்று புராஜக்ட் ஆக மாணவர்களே ஆய்வு செய்து திரட்டும் விஷயங்களை எழுத்து வடிவில் ஆய்வு அறிக்கையாக சமர்ப்பிப்பதைதான் புராஜக்ட் என்கிறோம். பாட ஆசிரியர்கள் இந்த மை-புராஜக்ட்- பேஜ் டாட் காம் இணையத்திலிருந்து இந்த டூலை சேர்த்து பாடதிட்டம் தயாரிக்கும்போது மிக எளிதில் அதுவே ஆன்லைன் கற்றல் முறை 'செயல்திட்டங்களை' மாணவர்க்கு வழங்க உதவுகிறது.

6. **வெப்- போஸ்டர் விசார்டு** *(Web Poster Wizard)*: குறிப்பாக ஆரம்பப்பள்ளி ஆசிரியர்கள், இளம் கற்போரான ஒன்றாம் வகுப்பு, இரண்டாம் வகுப்பு மாணவர்களுக்கு பாட வொர்க் ஷீட் தயாரிக்க இந்த செயலி பயன்படுகிறது.

ஒரு பாடத்தை தயாரித்து வழங்க மேற்கண்டவற்றைப் போல பலப்பல இணைய செயலிகள் உண்டு. பாடதிட்டம் (லெசன்-பிளான்) தயாரிக்கவென்றே சில டூல்கள் உள்ளன. கூகுள் டிரைவ், கன்வா லெசன் பிளான் செயலி, லர்ன் பூஸ்ட், போன்ற டூல்களை பயன்படுத்தி பாடதிட்டமிடல் தயாரித்தல் இன்று சில நிமிடங்களில் முடிந்துவிடும் வேலையாக இருக்கிறது.

ஈ· மதிப்பிடுதல் பணி

டிஜிட்டல் ஆசிரியர்கள் அடுத்து செய்ய வேண்டிய பணி கற்றல் நடந்திருக்கிறதா என மதிப்பீடு செய்தல் ஆகும். இது சாதாரண வகுப்பறையில் தினசரி தேர்வு, வாரத்தேர்வு, மாதத்தேர்வு, வகுப்புத்தேர்வு என பிரிக்கப்படுகிறது. இவைகளைத் தவிர காலாண்டு, அரையாண்டு மற்றும் முழு ஆண்டு தேர்வு என்பது இப்போதெல்லாம் எல்.கே.ஜி.க்கும் கூட உண்டு. பள்ளி இறுதி ஆண்டுகள் என்று அழைக்கப்படும் பத்தாம் வகுப்பு, பிறகு மேல்நிலை ஆண்டுகளான பதினொன்று மற்றும் பன்னிரண்டாம் வகுப்பில் பொதுத்தேர்வு நடத்துகிறார்கள்.

டிஜிட்டல் வகுப்பறைகளில் - அதாவது ஆன்லைன் பள்ளிகளில் தேர்வு சாத்தியமா இணையவழியில் கற்றல் நடந்ததை மதிப்பீடு செய்ய பலவகையான வசதிகள் உண்டு. பொதுவான தேர்வுகள், தெரிவு விடை வினாக்கள் (Multiple Choice), கேஸ் ஸ்டடி, குயிஸ் (வினாடி-வினா) நேர்முகத்தேர்வு, துறைசார்ந்த சுயமான தேர்வு என பலவகைத் தேர்வு செயலிகள் இணையத்திலிருந்து ஆசிரியர்கள் எடுத்து பயன்படுத்துகிறார்கள். இந்த முறைக்கு ‘இணையவழி கற்றல் மதிப்பீட்டுமுறை’ என்று பெயர்.

அ.தனிநபர் தேர்வு

இவ்வகை தேர்வுகள் ஒவ்வொரு மாணவருக்கும் ஒவ்வொரு முறையில் தேர்வு நடத்த கணினியில் உள்ள மென்பொருள் உதவுகிறது. அடிப்படைகளை ஆசிரியர் என்பவர் முடிவு செய்வார். இன்டெலிஜென்ட் டியூட்டரிங் சிஸ்டம் என்று இவற்றை தொகுக்கிறார்கள். உதாரணமாக தமிழ் பாடத்தில் ஒரு குறிப்பிட்ட வகுப்பில் திருக்குறள் பற்றி தேர்வு நடத்திட ஆசிரியர் முடிவு செய்தார் எனில் அதற்கு என்று எற்கெனவே முன் தயாரிக்கப்பட்ட வினா வங்கிகள் கொண்ட தேர்வுச் செயலிகள் உள்ளன. எக்ஸ் எனும் மாணவர், தான் தேர்வுக்கு தயார் என்று பதிவேற்றம் செய்தால், அவருக்கு எத்தனை கேள்விகள் வழங்க வேண்டும்,

அதற்கு மொத்த மதிப்பெண் எவ்வளவு, ஒவ்வொரு சரியான விடைக்கும் மதிப்பெண் எத்தனை என ஆசிரியரே முன்தயாரிப்பு மூலம் அத்தேர்வை புரோகிராமிங் செய்கிறார். ஒவ்வொரு மாணவருக்கும் வேறு வேறு கேள்விகள் அல்லது வேறு வேறு வரிசைப்படி தேர்வுகள் நடத்தப்படுகின்றன. கணினியிலேயே கடிகாரம் ஓடும். தேர்வு நேரம் முடிய இருப்பதை அதுவே அறிவிக்கும். தேர்வு முடிந்ததும் மதிப்பெண் திரையில் வருகிறது. ஒவ்வொரு மாணவரும் பெற்ற மதிப்பெண்ணை செயலி ஆசிரியருக்கு தொகுத்தும் வழங்கிவிடுகிறது.

ஆ. குழுத் தேர்வு

அதே போல ஒரு குழுவாக அல்லது வகுப்பு-பிரிவு வாரியாகவும் ஒரே கேள்வித்தாளை கொடுத்து தேர்வு நடத்தலாம். இவ்வகை தேர்வுகளுக்கும் பாடம் வகுப்பு பயிற்று மொழிவாரியாக வினா வங்கிகள் இணையத்தில் உள்ளன. பயிற்சி வினாக்கள், நேரடி தேர்வு இரண்டுவகை. அதிலும் கணினி வழி தட்டச்சு (டெக்ஸ்டிங்) முறையில் பதிவுகளை பதிவேற்றுதல் முதல்வகை. காகிதத்தில் எழுதி அதை ஸ்கேன் (படம்) எடுத்து அனுப்புதல் அடுத்த வகை.

1. மனிதர்கள் ஆசிரியர்கள் நேரடியாக கண்காணிக்கும் தேர்வுகள். இந்தவகை தேர்வுகளில் வெப்-கேமரா அல்லது வீடியோ முறை பின்பற்றப்படும். நீங்கள் வீடியோவை மியூட் போடக்கூடாது. தேர்வு தொடங்கும் முன் முழு வகுப்பும் இணைந்ததும் தன் திரையில் அனைவரும் தெரிகிறார்களா அவர்களது வேலை மேசையில் ஏதாவது புத்தகம் அல்லது கற்றல் கருவிகள்- தேர்வில் ஏமாற்ற வைத்திருக்கிறாரா என்று 360 டிகிரி - மாணவர் சுற்றிலும் காட்டிட ஆசிரியர் பார்க்கிறார். பிறகு அவரது திரையில் முழு வகுப்பு மாணவர்களையும் எடுத்துப் பார்க்க முடியும். அவரது கண்காணிப்பில் நடக்கும் ஆன்லைன் தேர்வு முதல் ரகம்.

2. கணினியே கண்காணிக்கும் வகைத் தேர்வுகள் : இரண்டாம் வகை குழுத்தேர்வுகளை கணினியே கண்காணிக்கும் விதமாக அமைக்கிறார்கள்.

முதலில் தேர்வு தொடங்கும் முன் 360 டிகிரி பார்வை என்று உங்கள் கைபேசி அல்லது மடிக்கணினியை முழுமையாக சுழற்றி ஒரு சுற்று அறையை காட்ட வேண்டும். தேர்வு எழுதும் காலக்கெடு தொடங்கிவிட்டால் எழுந்து செல்வது... ஒரே திசையை 25 வினாடிகளுக்கு மேல் பார்ப்பது... பேச்சு சத்தம், நீங்கள்

பேசுவது இப்படி எது நடந்தாலும் உடனடியாக கணினி தேர்வை ரத்து செய்துவிடும்.

தேர்வுக்கு தக்கவாறு ஆசிரியர்-கணினியின் தேர்வு செயலியை புரோகிராமிங் செய்து விழுமியங்களை ஏற்றி விடுவார். அவர் குறிப்பிடும் இணைய முகவரி அல்லது மின்னஞ்சல் முகவரிக்கு தேர்வு முடிவுகளை செயலியே அனுப்பி வைத்துவிடும். அல்லது மாணவர்களின் விடைத்தாள்கள் அவரது கைபேசியில் பி.டி.எஃப் பைலாக வந்து சேர, கைபேசியிலேயே அவர் அவற்றை மதிப்பீடு செய்து விட முடியும். இந்த புரோக்டார்ட்டர் தேர்வு தொழில்நுட்ப மென்பொருட்கள் பல இப்போது இப்படித்தான் செயல்படுகின்றன.

உ. பிறப்பணிகள்

1. தேர்வுகள் என்பவை எல்லாவற்றையுமே தீர்மானிப்பது இல்லை. கற்போரின் திறன்களை மதிப்பீடு செய்ய தேர்வுகள் போதாது என்பது பல ஆண்டுகாக சொல்லப்பட்டு வரும் உண்மை. எனவே ஆசிரியரின் பணி மேலும் விரிவடைகிறது. அவர் மாணவர்களின் செயல்பாட்டுத்திறன், கற்றல் மேம்பாடு இவற்றை ஊக்குவிக்க ஆன்லைனில், மாணவர் கலந்துரையாடல், வெபினார் என்று அழைக்கப்படும் கணினி வழி கருத்தரங்கம், குவிஸ் புராஜெக்ட் போன்றவற்றை முன்மொழிந்து கற்றலை மேம்படுத்த வேண்டும்.

2. மாதம் ஒருமுறையேனும் தன் ஜூம் அல்லது பிற செயலிகள் மூலம், பெற்றோர்களை இணையவழி சந்தித்து மாணவர் நலன் கற்றல் மேம்பாடு, அதிலுள்ள நடைமுறை பிரச்சனைகள் இவற்றை பேச முடியும்.

3. ஒரு காலத்தில் ஆசிரியர் என்பவர் தனது பாடத்துறையை அறிந்தாலே போதுமானதாக இருந்தது. பிறகு பாடத்துறை சார்ந்த பாடத்திட்டத்தையும் பாடப் புத்தகத்தையும் அறிய வேண்டிய நிர்ப்பந்தம் ஏற்பட்டது. பாடத்தை அறிந்தால் போதாது தன்னிடம் கல்வி கற்க வருகின்ற மாணவர்களையும் அறிய வேண்டும் என்கிற கல்வி - உளவியல் வந்தது - இப்போது இவை யாவற்றோடும் - பாடத்தை ஆன்லைனில் எடுத்துச் செல்லும் தொழில்நுட்பத்தையும் முழுமையாக அறிந்திருப்பது பணிகளில் ஒன்றாகிறது.

டிஜிட்டல் ஆசிரியர் என்பவர் வெறும் தொழில்நுட்பம் அறிந்தவராக இருந்தால் மட்டுமே போதாது. அவர் தனது துறை - பாடம் சார்ந்த இணையத்தரவுகள் வீடியோக்கள் கேள்வித்தாள்கள்,

புதிய டிரெண்டிங் என பலவற்றை அறிந்து நவீனத்துவம் அடைந்து இளைய சமுதாயத்தின் நம்பிக்கையை பெற வேண்டி உள்ளது. இன்று குழந்தைகள் கைபேசி இயக்குவதிலிருந்து இணைய பிளாக் நடத்துவது வரை குட்டி மலாலாக்களாகவே வலம் வருகின்றனர். அவர்களது ஆதர்சன ஆசிரியர்களாக மாறும் வளரும் பிரமாண்ட பணியே டிஜிட்டல் யுக ஆசிரியரின் தலையாய பணியாக உள்ளது.

துணை நின்றவை

1) *Teaching in the on line - Class Room* எழுதியவர் டியூக் லெமோவ், வீல்லிவெளியீடு, (ஜான்வீல்லி - சன்ஸ்) நியூ ஜெர்ஸி.

2. எக்செலண்ட் ஆன் லைன் டீச்சிங், சக்சஸ் செமஸ்டர் ஆன்லைன்- அரோன் ஏ.ஜான்சன், பென்குயினின் வெளியீடு-2019.

3. டீச்சிங் ஆன்லைன்-பிராக்டிகல் கைடு, கோ.சூசன், ரோசன் ஸ்டீவ் ஆகியோர் இணைந்து எழுதிய நூல் - ராண்டம் புக்ஸ்.

4. *Teaching effectively with Zoom*, டான் லெவி டான் வெளியீடு (அமேசான்) - 2020.

5. *Zoom Teachers* - 2020, கேதரீன் கார்மன், இண்டிபெண்டன்ட் பப்ளிஷர்ஸ் (அமேசான்) - 2020.

6. *Active-Learning online* - ஸ்டீபன் எம்.கோஸிலின் அலீனியா வர்னிஸ் பப்ளிஷர்ஸ்(2020).

இரண்டு கல்விகள் இந்தியர்களுக்கு தேவை. ஒன்று வாழ்வுக்கான பொருளீட்ட உதவிட வேண்டும். மற்றொன்று எப்படி வாழ வேண்டும் என்பதற்கான பாதையைக் காட்ட வேண்டும்.

- ஜான் ஆடம்ஸ்
(இந்திய - பிரித்தானிய கல்வி சிந்தனையாளர்)

கல்வி என நான் நினைப்பது குழந்தையின் ஒட்டு மொத்த ஆகச் சிறந்த வளர்ச்சி. மனம், உடல் மற்றும் ஆன்ம வளர்ச்சி. அதற்கு நவீன அம்சங்களும் இணைய வேண்டும்.

- மகாத்மா காந்தி

அறிவு எப்போதுமே இன்னும் இன்னும் என்று கோருகிறது. அது ஒரு நெருப்பு மாதிரி ஒரு நிலை வரை வெளி சக்தி ஒன்று தூண்டிவிட்டுக் கொண்டே இருக்க வேண்டும். பிறகு ஒரு நிலையில் தன்னைத்தானே பிரகாசித்துக்கொள்ள வேண்டும்.

- சாவித்ரி பாய் பூலே

இந்தியக் கல்வி இன்று வெறும் பந்தயமாக மாறி இருப்பது வருத்தம் அளிக்கிறது. வாழ்வுக்கான பந்தயமாக ஒருபோதும் கல்வி ஆகிவிடாது. வாழ்வுக்கான அடித்தளமாகவும், உயரச் செல்லும் ஏணியாகவும் கல்வி இருக்க வேண்டுமாயின் அஸ்திவாரம் ஆழமாகவும் நிதானமாக வேரூன்றியதாகவும் இருக்க வேண்டும்

- பேரா. யஷ்பால்

11

கல்வி 4.0வும் இந்தியக் கல்வியும்

இந்தியக் கல்வியின் கவலைதரும் அம்சம் அது பலவித முரண்களால் ஆனது என்பதாகும். அப்படியான முரண்களை இந்த நோய் தொற்று காலம் மேலும் புரையோடிப் போக வைத்து விட்டது.

எப்போதுமே நம் கல்வி அப்படித்தான் இருந்து வந்துள்ளது. முறையான கல்வியில் ஏதேதோ இணைக்கப்பட்டு கறார் முறை தேர்வுகளோடு தேர்ச்சி, விழுக்காடு, மதிப்பெண் என்று அலற விடுவார்கள். ஆனால், ஒரு யதார்த்த நிகழ்வு நமது கல்வி எவ்வளவுக்கு நம்மை ஏமாற்றி விட்டது என்பதை நமக்கு கதறக் கதற கற்றுத் தந்து விடுகிறது. உதாரணமாக 2004இல் டிசம்பர் 26ஆம் தேதி நம்மை தாக்கியதே சுனாமி எனும் பேரலை, அது வரை அந்தச் சொல்லை பற்றியோ கடலில் பூகம்பம் வந்தால் இப்படி விபரீதம் நிகழும் என்றோ 12ம் வகுப்பு முடிக்கும் வரை (எல்.கே.ஜி. தொடங்கி) 14 வருட கல்வியில் ஒரு சந்து பொந்து இண்டுஇடுக்கு எங்குமே நமக்கு சொல்லித்தராத கல்வி எதற்கு? 1984இல் போபால் விஷவாயு சம்பவம் 10,000 பேரை சும்மா சில வினாடிகளில் கொன்றது. ஒரு லட்சம் கால்நடைகள் செத்தன. கால் நடைகள் இன்னும் ஒரு லட்சம் கூட சாகலாம், ஏனெனில் அவைகளுக்கு படிப்பறிவு கிடையாது. மருத்துவர்கள், பொறியாளர்கள், பெரிய வக்கீல்கள் எல்லாம் இறந்தார்கள். காரணம், உங்க ஊரில் என்ன வகை வேதித் தொழிற்சாலை உள்ளது. அசம்பாவிதம் நடந்தால் என்ன செய்ய வேண்டும் என உங்களுக்கு பள்ளி கல்லூரி இரண்டிலுமே எதுவுமே பாடமாக நடத்தப்படவில்லை. வெறும் துணி அல்லது கர்ச்சீப்பை தண்ணீர்

தோய்த்து மூக்கில் கண்ணில் கட்டி இருந்தால் போதும் உயிர்ச்சேதம் இருந்திருக்காது. 6,000 பேர் பார்வைத் திறன் இழந்திருக்க மாட்டார்கள்.

இதைக் கல்வி சொல்லித்தரவில்லை. மாறாக நாம் படிக்காத படிப்பில்லை. ஆசிய யானைகளுக்கு 26 பற்கள் என்பதில் தொடங்கி, பசிபிக் சமுத்திரத்தின் ஆழம் 6,000 மீட்டர் உள்ளது என்பது வரை தகவல்களே கல்வி. ஆனால், இதுபோன்ற சம்பவங்கள் நம் கல்வியின் முகத்திரையை கிழித்து விடுகின்றன. அதே போலத்தான் இந்த கோவிட்-19 நோய் பேரிடர் காலமும். இது லாக் - டவுன் யுகம். லாக்-டவுன் அல்லது தனிமைப்படுத்துதல் போன்ற சொற்களை நம் கல்வி இப்போதுதான் கற்கிறது. இனிவரும் ஆண்டுகளில் லாக்-டவுன், தனிமைப்படுத்துதல், சமூக இடைவெளி, முகக்கவசம் என பல புதிய சொற்களை நாம் கல்வியில் இணைப்போம். ஆனால், இந்த மூன்று சம்பவங்களிலும் நமக்கு என்ன தெரியவருகிறது?

1. நம் கல்வியை நம்ப முடியாது.

2. இந்த புதிய சொற்கள் சுனாமி, லாக்-டவுன் இப்படி... இவை ஆயிரக்கணக்கான உயிர்களை பலி கொடுத்து நாம் கல்வியில் இணைக்கும் காஸ்ட்லி மாற்றம்.

3. இன்னும் இந்த மாதிரி என் கல்வி - நான் எல்லாம் படித்து முடித்து விட்டேன் - என்று நினைத்தாலும் - எத்தனை விஷயங்களை எனக்கு சொல்லவில்லையோ எனும் அச்ச உணர்வு தவிர்க்க முடியாதது.

இந்த லாக் டவுன் யுகம் நமக்கு அப்படி என்ன சொல்லிக் கொடுத்தது என்று கேட்டுக்கொள்வோம்.

பள்ளி எனும் கட்டடம் மூடப்பட்டால் கல்வியை எப்படி குழந்தைகளிடம் எடுத்துச் செல்வது என்கிற மாற்று வழி பற்றிய எந்த முன் தயாரிப்பும் நம்மிடம் இருக்கவில்லை. ஆனால், உலகெங்கும் 1.6 பில்லியன் குழந்தைகள் பள்ளிகளில் இருந்து வீட்டில் அடைப்பட்டு கிடந்தாலும் - மாற்று வழிக் கல்வியில் கல்விப் பயணத்தைத் தொடர்கின்றன.

மாற்று வழியா... என்று கேட்கிறீர்களா...

முதலில் அமெரிக்காவையே எடுத்துக்கொள்வோம். ஃபுளோரிடா நல்ல முன் உதாரணம். ஏற்கெனவே பார்த்தாலும் திரும்பவும்

நினைவு கூர்வோம். கறுப்பின குழந்தைகள் அதிகம் இருக்கும் ஒரு மாகாணம் அது. சென்ற 2020 மார்ச் 10 அன்று அங்கே லாக்-டவுன் அறிவிக்கப்பட்டது. மிக மோசமாக கோவிட் தாக்கி இறப்புகளும் இழப்புகளும் மிக உச்சம் தொட்ட நாடு அமெரிக்கா. ஆனால் மார்ச் - ஏழாம் தேதி ஒரு முக்கிய சர்வேவை எடுத்து முடித்தார்கள். ஃபுளோரிடாவில் எந்தெந்த குழந்தைகளிடம் கணினியோ அல்லது கைபேசியோ இல்லை என்பதையும், யார் யாரிடம் இணைய இணைப்பு இல்லை என்பதையும் கணக்கெடுத்தார்கள். தன்னார்வலர்கள் - ரோட்டரி, லயன்ஸ் என்று உதவ முன் வந்தார்கள். இது குறித்து முதல் அத்தியாயத்தில் ஓரளவு பார்த்தோம்.

மார்ச், 12 அன்று பள்ளியில் சாலையிலேயே ஒரு கியூவை வரவைத்து மாணவர்கள் யார் யாரிடம் எந்த மின்னணு இணைய சாதனமும் இல்லையோ அவர்களுக்கு பழைய செல், உபரி கணினி என ஆளுக்கு ஒன்று தரும் அளவுக்கு இரக்கமுள்ளவர்கள் உதவி கிடைத்தது. அரசு ஆங்காங்கே விலை இன்றி இணைய டவர்களை ஏற்படுத்திட மார்ச் 14 அன்று தொடங்கியது புதிய வகைக் கல்வி. ஃபுளோரிடா தினமும் மூன்று மணி நேர இணையக் கல்வி சேவையைத் தொடங்கியது. அதே சமயம் 18 வயது வரை அங்கே பள்ளிகளில் வழங்கப்படும் மதிய உணவும் நிறுத்தப்படவில்லை. இன்றும் கூட மதியம் சரியாக 12:20 மணிக்கு ஒரு சிறிய கதவு திறக்கும் வரிசையாக சமூக இடைவெளி மாஸ்க் அணிந்து நிற்கும் குழந்தைகளிடம் உணவைப் பொட்டலமாக கொடுத்து விடுகிறார்கள். ஃபுளோரிடாவில் ஜோபிடனின் ஜனநாயகக் கட்சி மாகாண ஆட்சியில் இருந்தது. நாடெங்கும் அமெரிக்காவில் இதை அப்படியே விஸ்தரித்தார்கள்.

அடுத்த முன் உதாரணம் அயர்லாந்து. கல்வியில் சிறந்த 20 நாடுகள் பட்டியலில் 13வது இடத்தில் அயர்லாந்து உள்ளது. அங்கே வித்தியாசமான முறையில் லாக்-டவுன் இன்றும் கடைப்பிடிக்கப்படுகிறது. வீட்டில் முடங்குதல் வாரத்தில் இரண்டுநாள். ஆனால் பொதுவாக லாக்-டவுன் இரண்டு கி.மீ. வரை பரப்பளவை சரியாக கோடிட்டு, ஒவ்வொரு இரண்டு கிலோ மீட்டராக பகுதி எண் வழங்கப்பட்டு ஒரு பகுதியை சேர்ந்தவர் அடுத்த ஸோனிற்கு வரக்கூடாது எனும் வகை லாக்டவுன் இருந்தாலும் பள்ளிகள் செயல்படவில்லை. அயர்லாந்து கல்விக் கவுன்சில் 2017இல் தனக்கென்று எஃப்.எம். வானொலி

சேவை ஒன்றை தொடங்கி இருந்த நிலையில், இந்த லாக்-டவுன் தொடங்கும் முன் தன் பள்ளிகளில் கல்வி கற்கும் எல்லா குழந்தைகளுக்கும் நான்கு மாதத்தில் ஒரு கையகல எஃப்.எம். வானொலிப் பெட்டியை வழங்கி விட்டார்கள். கல்வி வானொலியில் ஒரு நாளைக்கு இத்தனையாவது நேரத்தில் இத்தனையாவது வகுப்பிற்கு பாடம் நடத்தினார்கள். கூடவே மேல் நிலை மற்றும் கல்லூரிகளுக்கு இணைய வகுப்புகளை அறிமுகம் செய்தார்கள். வானொலிகள் உள்ளூர் சேவையாக மாற்றப்பட்டு பெரும்பாலான குழந்தைகள் தங்களது சொந்த வகுப்பு ஆசிரியரின் குரலையே கேட்டார்கள். ஓரளவிற்கு கல்வி தடையின்றி தொடர்ந்தது. எஃப். எம். வானொலியில் வாரம் மூன்று முறை தொலைபேசி வழியே கேள்வி எழுப்பி விளக்கம் பெறும் சிறப்பு நேர்காணல் பெரிய வெற்றி.

அடுத்து நாம் போலந்தை எடுத்துக்கொள்வோம். மற்ற நாடுகளைவிட 2020ஆம் ஆண்டு பிப்ரவரியிலேயே அவர்கள் கல்விக் கூடங்களை மூடினார்கள். 70% கல்விக் கூடங்கள் போலந்தில் தனியார் வசம். அரசு கல்வியை தடையின்றி எடுத்துச் செல்ல தனியார் கல்வித்துறைக்கு - நிதி உதவிக் கடனை உடனே அறிவித்தது. மருத்துவமனைகளில் படுக்கைகள் இருப்பது எவ்வளவு அவசியமோ அதைப் போலவே கல்வி தடைபடாமல் தொடருவதும் அவசியம் என சம அளவு பரிசீலிக்கப்பட்டது. பிப்ரவரியில் குழந்தைகளுக்கு பள்ளிகள் மூடப்பட்டாலும் ஆசிரியர்களுக்கு கணினி வழி இணையக் கல்வி குறித்த குறுகிய கால பயிற்சி ஒன்றை 12 நாட்கள் நாடு முழுவதும் இலவசமாகவே அரசு தன் செலவில் நடத்தி முடித்தது. பிறகு ஒரு மாத காலம் ஒவ்வொரு பள்ளிக்கும் இணைய வகுப்புகளை ஏற்படுத்த தொழில்நுட்ப ரீதியிலான உதவிகளை வழங்கியது அரசு. சுய நிதி கல்வி நிறுவனங்களுக்கு அரசு - கடனுதவி செய்ததால் அரசே முன்னின்று நடத்தும் இரண்டாம் உலக யுத்த பாதிப்பு அடைந்த குழந்தைகள் மற்றும் அவர்களது சந்ததிக்குமான பள்ளிகளின் மாணவர்களை தன் இணைய வகுப்புகளில் தனியார் பள்ளிகள் விலையின்றி இணைத்துக் கொண்டன. இன்று இணைய வழித்தேர்வுகளை நடத்திட உலகின் பல நாடுகளுக்கு போலந்தின் ஆசிரியர்கள் ஏற்படுத்திய கணினி வினா வங்கிகள் பயன்படுகின்றன. உயர் கல்வி முழுவதுமாக இணைய மயம் ஆகிவிட்டது. பள்ளியிலிருந்து வெளியேறியோர் (டிராப்அவுட்) பூஜ்ஜியம்.

அடுத்து பின்லாந்து எல்லா நாடுகளையும் போலவே அங்கும் கடந்த 2020ஆம் ஆண்டு மார்ச் மாதத்தில் கோவிட்-19 பரவல் அதிகரித்த நிலையில் பள்ளிகள் மூடப்பட்டன. அங்கே ஏற்கெனவே தொடர்பு வழி கற்பித்தல் (contact teaching) எனும் முறை உள்ளது. விடுமுறையிலும் கிறிஸ்துமஸ், கடுங்குளிர் காலங்களிலும் அந்தந்த குடியிருப்பு பகுதிகளில் வசிக்கும் ஆசிரியர்கள் ஒரு குழுவாகவோ தனித்தோ மாணவர்களது வீடுகள் தெருக்கள், அடுக்குமாடி வளாகங்களில் - நடத்தும் நுண் - பயிற்றுவிப்பு முறை. இதை வழக்கம்போல கையிலெடுத்தார்கள். கல்வியை வழங்குபவர்களுக்கு பின்லாந்து கல்வி மற்றும் கலாச்சார அமைச்சகம் கொரோனா கால பள்ளி - உணவு (School Meals) எப்படி வழங்கப்படவேண்டும் என்பதற்கு வழிகாட்டு நெறிமுறைகளை வெளியிட்டது. உணவு தினமும் அந்தந்த குடியிருப்பு பகுதிகளுக்கு அனுப்பப்பட்டது. தொடர்பு - கற்பித்தல் குழுக்கள் உணவை மாணவர்களுக்கு எடுத்துச் சென்றன. கல்வி தடைபடவில்லை. தொடர்பு - கற்பித்தல் (contact-teaching) இந்த 2021ஆம் வருட மழலையர் பிரிவுகளை அந்தந்த இடங்களிலேயே தொடங்கி விட்டது. ஏற்கெனவே பள்ளிகளில் மாணவர் ஆசிரியர் விகிதாச்சாரம் 11:1 (அதாவது பதினோரு மாணவர்க்கு ஒரு ஆசிரியர்) இது நோய் தொற்று தொடர்பு - கற்பித்தலுக்காக 6:1 என்று மாற்றப்பட்டது.

நாம் அவசியம் அறிய வேண்டியது டென்மார்க் நாட்டின் கல்வி குறித்ததாகும். 2020 ஏப்ரல் மாதம் டென்மார்க்கின் பிரதமர் மெட் பிரெடரிக்சன், அந்த ஆண்டுக்கான தேர்வுகளை ஒத்தி வைக்க வேண்டி இருந்தது. பொதுவாக உலக அளவிலான பிஸா தேர்வைத் தவிர கீழ் வகுப்புகளில் வேறு பெரிய தேர்வுகள் கிடையாது. ஆனால், பள்ளி இறுதி வகுப்புகள் முடிக்கும்போது விருப்பத்தேர்வு என்று ஒன்று உண்டு. அந்தந்த கல்லூரிகள் /பல்கலைக்கழகங்கள் சேர்க்கைக்கு பல வகையான முறைகளை கடைப்பிடிக்கும் இறுதி ஆண்டின் முதன்மைத் தேர்வை டென்மார்க் மிகவும் வித்தியாசமாக நடத்தியது. மாணவர்களுக்கு பள்ளி இறுதி ஆண்டு பாடங்களில் இருந்து ஒவ்வொரு பாடத்திற்கும் ஏழு தலைப்புகளில் செயல்திட்டம் (புராஜெக்ட்) தரப்பட்டது. தவிர வீட்டில் பெற்றோர்களுக்கு உதவி செய்யும் 10 நாள் வீடியோ எடுத்து ஆசிரியர்களுக்கு அனுப்ப வேண்டும். பிறகு திறந்த வெளி வகுப்பு என்று வீட்டில் இருந்து 500 மீட்டர்கள் வரை சென்று மரங்கள் செடி கொடிகளை பராமரிக்க தண்ணீர் ஊற்றுதல், தூய்மைப்பணி

செய்தல் என கற்றலை விரிவுபடுத்தினார்கள். முறையான (பள்ளிக்) கல்வி முடங்கியதால் முறைசாரா கல்வியை கையிலெடுத்தார்கள். ரோட்டரி - லயன்ஸ் என தன்னார்வலர்கள் தற்காலிக பயிற்றுனர்களாகி தங்கள் குடியிருப்பு பகுதி குழந்தைகளின் கல்விக்கு மாற்றாக கைவேலைகளை (பூங்கொத்து செய்தல், எம்பிராய்டரி, தொப்பி செய்வது இப்படி) பழக்கி வருகிறார்கள்.

அரசின் முழு பண உதவியோடு இஸ்ரேல், இங்கிலாந்து, நார்வே, கனடா மற்றும் தென்கொரியாவில் பள்ளிகளை மூடிய போதிலும் அனைவருக்கும் சமஉரிமைக் கல்வி ஆன்லைனில் தொடர்கிறது. ஏற்கெனவே சிங்கப்பூர், ஜப்பான் மற்றும் சுவீடனின் காகிதமில்லா கல்வி முறை என்று - இணையக்கல்வியை அமல்படுத்தி இருக்கிறார்கள். தென்கொரியா நம் இந்தியாவைப் போன்ற ஒரு நடுத்தர நாடு - இத்தாலியும் அப்படியே. இரு நாடுகளிலும் ஓராண்டாக - நோய்தொற்று கல்வியை விக்கி மீடியா எனும் விக்கிப்பீடியா இணைய கலைக்களஞ்சிய நிறுவனம் தொலைத்தொடர்பு - ஆன்லைன் விடுமுறை பயிற்சி ஆக்கி ஆசிரியர்களை தயார்படுத்தி மாணவர்களுக்கு மிகவும் பிடித்தமான கவரும் வகையிலான 6 மாத - கல்வி கோர்ஸ் ஒன்றை வெற்றிகரமாக நடத்தி முடித்துள்ளது. இது ஏழை செல்வந்தர் வேற்றுமை இல்லாமல் அனைத்து குழந்தைகளுக்கும் அரசு செய்த சிறப்பான கல்வி சேவை. இவ்வளவு ஏன் ஸ்லோவேனியா மற்றும் ரஷ்யாவில் நடமாடும் பள்ளி என்று வகுப்பறை ரயில்களில் பாதுகாப்பாக ஊர் ஊராக நடத்தப்பட்டது.

இந்தியா பள்ளிகளை 2020 மார்ச்-24 அன்று மூடியது. ஒரே மாற்று வழிகல்வியை சீராக அறிமுகம் செய்திருக்க முடியும். பின்லாந்து போல தொடர்பு-கற்பித்தலை செய்திருக்கலாம். டென்மார்க்கைப் போல புராஜக்ட் கல்வியாக்கி இருக்கலாம். அல்லது இஸ்ரேல் நாட்டைப்போல இணையக் கல்வியாக மாற்றி இருக்கலாம். ஆனால், யாவருக்கும் ஒரே வகை கல்வி இருந்திருக்க வேண்டும். அது நடக்கவில்லை. காரணம் ஏற்கெனவே நம் நாட்டில் ஏழைக்கு ஒரு கல்வி பணம் படைத்தோர்க்கு ஒரு கல்வி.

அரசு பள்ளி மாணவர்கள் - தனியார் மாணவர்கள் எல்லாருக்கும் புளோரிடாவைப்போல மடிக்கணினியோ அல்லது திறன் கைபேசியோ கொடுத்திருக்க முடியாதா? கண்டிப்பாக முடியும். ஆனால், அப்படி செய்யவில்லை. பள்ளிகளை மூடியதால் சத்துணவை நிறுத்தியது எந்தவிதத்தில் நியாயம் என்று நீங்கள்

கேட்க முடியாது. இணையத்தில் பூஜ்யம் கல்வி ஆண்டு என்று கொடுத்துப் பாருங்கள். `இந்தியா` என்று உடனே பதில் வரும். பள்ளிக்கூடங்கள் உலகெங்கும் மூடிதான் உள்ளன என்கிறார்கள். ஆனால் கல்வி தடைப்படவில்லை. தேர்வு யாருமே வகுப்பில் நடத்தவில்லை என்கிறார்கள். ஆனால், மாற்று வழி தேர்ச்சி முறை அங்கெல்லாம் உள்ளது. ஆல்-பாஸ் கலாச்சாரம் நம் தமிழகத்தில் மட்டுமே உள்ளது. சிங்கப்பூரிலும் தேர்வுகளை நடத்த முடியவில்லை. ஆனால் பாஸ் என்று அரசு சொல்லவில்லை. தொலைபேசி வழியாய்த் தேர்வு என்று (TIT-Telephone Interview Test) நடத்தினார்கள். ஆசிரியர் குழந்தைகளிடம் தொலைபேசியில் உரையாடுவார். கேள்விகள் பதில்கள் என நடக்கும். பிறகு தேர்ச்சி என வீட்டிற்கு குறுஞ்செய்தி வரும். எல்லாருமே தேர்ச்சி. ஆனால் என்ன வித்தியாசம். குழந்தைகள் தேர்ச்சி என்பது அவர்களுக்கு அரசு வழங்கிய பிச்சை அல்ல. தானே தொலைபேசி கேள்விகளுக்கு பதில் சொல்லி பெற்றது என்கிற கவுரவ மனநிலையை பெற்ற நிகழ்வு அது. கல்வியின் மிக அவசியமான அம்சம் குழந்தைகள் சுயநம்பிக்கை, சுய மரியாதையை எற்படுத்துவதுதானே.

பள்ளிக்கு மாற்று என்று தொலைக்காட்சி பாடம் பார்க்கலாம் என்று அறிவித்தோம். அது மேல் வகுப்புகளுக்கு மட்டும்தான் - பிறகு தனியார் பள்ளிகள் மடமடவென்று கைபேசியை பயன்படுத்தி வாட்ஸ்-அப் வீடியோ வகுப்பு அல்லது இணைய - ஜூம் செயலி வகுப்பு என கற்றலை எடுத்துச் சென்றது. அப்போதாவது அரசுப் பள்ளியை சார்ந்திருந்த குழந்தைகளுக்கு நாம் கைபேசிகளை விலையின்றி வழங்கி ஆன்லைன் மூலம் மாற்று வகுப்பறைகளை கொண்டு சென்றிருக்கலாம் அல்லது நுண் வகுப்புகளை ஊர் ஊராக நடத்தி இருக்கலாம். எதுவும் நடக்கவில்லை. தனியார் பள்ளியின் இணைய வகுப்பு முயற்சி பல பெற்றோர்களுக்கு பெரிய செலவு பிடிக்கும் விஷயமாக ஆகிப்போனது. இணைய வழிக்கல்விக்கு தன் குழந்தைக்கு ஒரு கைபேசி கூட வாங்கித்தர முடியாத நிலையில் பல லட்சம் குழந்தைகளை அரசுப் பள்ளிகளை நோக்கி அழைத்து வந்து சேர்த்தார்கள்.

அப்போதாவது அரசு கற்றலுக்கான குறைந்தபட்ச நோக்கத்தை உருவாக்கி இருக்கலாம். யுனெஸ்கோ நிறுவனம் 2017ஆம் ஆண்டு சர்வதேச கல்விக் கமிஷன் ஒன்றை ஏற்படுத்தியது. 2030 வருடத்தில் உலகக் கல்வி அடைய வேண்டிய இலக்குகளை இந்த கமிஷன்

முன் வைத்தது. அதுதான் டார்கெட் சஸ்டெயினபிள் டெவலப்மெண்ட் கோல் - 4 (S D G - 4) எனும் அறிக்கை. இந்த 2021 மார்ச்சில் அதே கமிஷன் உலகக் கல்வி குறித்த அப்டேட் ஒன்றை தந்திருக்கிறது. அதன்படி இந்தியா உட்பட 17 நாடுகளில் கல்வி 20 வருடங்கள் பின் நோக்கி போய் விட்டது என்று அது கவலையோடு அறிவித்தது.

ஒரு முழு வருடத்தில் தமிழ்நாட்டின் குழந்தைகள் என ஆகி இருக்கிறார்கள். பெரும்பாலான தனியார் பள்ளி மாணவர்களின் கல்வி தடைப்படவில்லை. ஆனால், அதற்கு பெற்றோர்கள் நோய்-சம்பளமின்மை காலத்தில் கூட பெரிய விலை (கட்டணம்) கொடுக்க வேண்டி இருந்தது.

1. ஒரு சந்ததிக்கே கல்வி சீரழிவு நடந்துள்ளது. பெரும்பான்மை குழந்தைகள் கல்வி கற்கும் அரசுப்பள்ளி ஒரு வருடத்தை பூஜ்ய கல்வி ஆண்டாக்கி (உலகிலேயே அப்படி செய்த ஒரே நாடு) சிதைத்தது.

2. ஒருபுறம் தனியார் மாணவர்களின் ஆன்லைன் கல்வி. நம் சமூகத்தில் 87 சதவிகித மக்களிடம் திறன் பேசிகள் உள்ளன. ஆனாலும் இணைய வழி கல்வியை அரசு தனது பொறுப்பில் ஏற்காததால் - டிஜிட்டல் வழி ஏற்றத்தாழ்வு எனும் புதை குழியில் நம் கல்வி விழுந்து விட்டது (Digital-Divide)

3. விளிம்பு நிலை மக்கள் வயல் வெளி வேலைகள் காய்கறி கடை, உணவு விடுதி பொட்டலம் மடிப்பது என தன் குழந்தைகளை சிறு சிறு பணிகளுக்கு (சும்மா இருக்கிறார்கள் என்று) அழைத்துப் போவதால் - இனி நிரந்தரமாகவே பள்ளிக்கு அவர்கள் திரும்பாமலும் போகலாம் எனும் நிலை...

இத்தனை சோதனைகளையும் முரண்களையும் மீறி - அரசு வரும் கல்வி ஆண்டும் நோய் தொற்றுக்கு பலி ஆகாமல் இருக்க பள்ளிகளை திறக்க முடியாத சூழலில் ஆன்லைன் கல்வி என்பதை கையிலெடுத்தால் மட்டுமே கற்றல் தடைப்படாமல் காப்பாற்ற முடியும். அரசின் நலத்திட்டமாக ஆன்லைன் கல்வி, இதுவே உடனடி தேவை.

ஆன்லைன் கற்றலை அரசின் நலத்திட்டமாக மாற்றி கல்லூரி வரை கொண்டு செல்ல முடியும். இந்தியா மாதிரியான பெருத்த மக்கள் தொகைக் கொண்ட ஒரு நாட்டில் ஓராண்டுக்கு மேலும்

பள்ளிகளை மூடி வைப்பது பல வகை இடர்பாடுகளை கொண்டு வரும். அதற்கான தற்காலிக மாற்றாக நாம் ஆன்லைன் கல்வியை பார்க்க வேண்டும். கூடவே பள்ளிக்கூடங்களின் ஏனைய (சத்துணவு உட்பட) குழந்தை நல செயல்பாடுகளையும் தொடர வேண்டும். அரசே இப்படி எடுத்து நடத்துவது சாத்தியமில்லை. தனியார்தான் இதை செய்ய முடியும் என்று வாதிடுகிறார்கள்.

அரசு நடத்தாமல் போனால் தனியார்வசம் இந்த நான்காம் தொழிற்புரட்சியின் கற்றல் தாரைவர்க்கப்பட்டால் அதன் விளைவுகள் பொருளாதார ரீதியால் சாதாரண மக்களை மிகவும் பாதிக்கும். நம் தமிழகம் ஏனைய அறிவியல் தொழில்நுட்ப வழி கற்றலில் நாட்டிற்கே முன்னுதாரணமாக இருந்ததைப் போலவே நாம் இந்த கல்வி 4.0வை அரசு வழியே எப்படி செய்யலாம் என்பதற்கு ஒரு முன்னுதாரணத்தை சென்ற கல்வியாண்டில் ஏற்படுத்தி இருக்கிறோம். அதுதான் சென்னை பெரு மாநகராட்சி பள்ளிகளின் 5,000 பத்தாம் வகுப்பு பள்ளி இறுதி ஆண்டு மாணவர்களுக்கு நடந்த அற்புதம்.

சென்னை மாநகராட்சி 1912இல் 40 தொடக்கப் பள்ளிகளுடன் தனது கல்விச் சேவையை தொடங்கியது. 1924இல் சிங்காரவேலர்-மாநகராட்சி வார்டு கவுன்சிலராக இருந்தபோது தனது வார்டின் 11 பள்ளிகளில் மதியம் பள்ளியிலேயே குழந்தைகளுக்கு உணவு வழங்கி ஒரு சிறப்பான தொடக்கத்தை சாதித்து நாட்டிற்கே வழிகாட்டினார். 1991இல் கணினி வழிகல்வி எனத் தொடங்கி தமிழகத்தில் 174 - மடிக்கணினிகளை 2000 ஆண்டே தனது ஒரு பள்ளியின் மேல்நிலை மாணவர்க்கு அறிமுகம் செய்த பெருமையும் சென்னை பெருநகர மாநகராட்சி கல்வித்துறைக்கு உண்டு. இன்று இணைய வகுப்புகளை தனது நலக் கல்வியாக அளித்த அந்த வெற்றிக்கதைக்கு வருவோம்.

2020 மார்ச் 24 முதல் பள்ளிகள் தமிழகம் முழுவதும் மூடப்பட்டபோது சென்னை பெருநகர மாநகராட்சியின் கல்வி கமிஷனர் கிரேஸ் - மார்ச் 31 அன்றே அனைத்து மாநகராட்சி பள்ளி ஆசிரியர்கள் கூட்டத்தை பகுதி பகுதியாக நடத்தினார். சென்னையின் கனவு எனும் தன்னார்வலர் அமைப்போடு ஒரு ஒப்பந்தம் போடப்பட்டது. தனது பள்ளிகளில் பயிலும் 4,886 பத்தாம் வகுப்பு போக இருக்கும் மாணவர்களுக்கும் மாநகராட்சியே திறன் பேசிகளை வழங்கியது. பள்ளிகளில் வெப்-கேமரா தருவிக்கப்பட்டு, வகுப்பறைகள் ஸ்டூடியோக்களாக்கப்பட்டன.

ஆசிரியர்களுக்கு ஆன்லைன் (ஜூம்) வகுப்புகளை நடத்திட சிறப்பு பயிற்சி நடத்தினார்கள். தினமும் மூன்று மணிநேரம் தனது வீடுகளில் குடிசைகளில் உட்கார்ந்து இணைய வகுப்பில் மாணவர்கள் இணைந்தார்கள்.

- மாணவர்கள் மிகவும் பின்தங்கிய பொருளாதார சூழலில் இருந்து வந்தவர்கள். அவர்களால் எவ்வகையாலும் எந்த பணச்செலவும் செய்ய முடியாது என்பதை உணர்ந்து ஒரு நாளைக்கு பாகஸ்கான் தன்னார்வலர் அமைப்பும், வித்யாரெட்டியின் துளிர் அமைப்பும் - கைபேசிகளுக்கு 20 ஜிபிவரை டேட்டாவும் ஏற்றிட வழிவகுத்தன.
- நாட்டிலேயே முதன் முறையாக ஏப்ரல்-6ஆம் தேதி 2020ஆம் வருடம் அரசின் நலத்திட்டமாக கிரேஸ் அம்மையாரின் வழிகாட்டுதலில் நம் தமிழ்நாடு இணைய வழி (ஜூம்) வகுப்புகளை அரசு சார்ந்த கட்டணமில்லா கல்வி நிலையங்களான சென்னை பெருநகராட்சியின் பள்ளிகளில் அறிமுகம் செய்தது.

கிரேஸ் ஐ.ஏ.எஸ், சொல்வதுபோல் `இந்த புதிய - இயல்பு (நியூ-நார்மல்) கல்வியில் ஆன்லைன் முறை கற்றலை கோருகிறது` இதுதான் முன்னுதாரணம். இந்த முன்னுதாரணம் வரவேற்கத்தகுந்த அம்சங்களையும் விமர்சிக்கத் தகுந்த அம்சங்களையும் - இரண்டையுமே உள்ளடக்கியது. மாணவர்களின் கீழ்க்கண்ட எதிர்வினைகளை பரிசீலிப்போம். கீழ்க்கண்ட யாவும் மாணவர்கள் பேசியது.

- கல்வி நிலையங்கள் மூடப்பட்டால் உடனடியாக சும்மா இருக்கிறார்கள் என்று குழந்தைகளை வேலைக்கு அனுப்பும் நிலையை - மூன்று மணிநேர ஆன்லைன் கற்றல் - முடிவுக்கு கொண்டு வந்து விடும். ஏனெனில் வகுப்புகளின் முடிவில் எழுத்து வேலையும் தருகிறார்கள்.
- ஒவ்வொரு மாணவரும் தனது கற்றல் என்பதை பாடப் புத்தகம் தாண்டி இன்று இணையத்தில் கொட்டிக்கிடக்கும் திறந்த அறிவுத் திரட்டுகளின் வழியே விரிவுபடுத்திக் கொள்ள முடியும்.
- ஆசிரியர் அமைய வேண்டும். நல்ல ஆசிரியர் அமையா விட்டால் அந்தப் பாடத்தில் மதிப்பெண் குறையும் - கற்றல் குறையும் எனும் நிலையைத் தாண்டி -இணைய வீடியோக்கள்

ஏனையத் தரவுகள் மூலம் தரமான கற்றலின் கதவுகளை இவ்வகை இணையக் கற்றல் திறந்து விடுகிறது.

- ஒளி/ஒலிப்பதிவு (ரெக்கார்ர்டிங்) போட்டு விட்டால் போதும். திரும்பவும் ஓய்வாக இருக்கும்போது மீண்டும் ஒருமுறை பாடத்தை கவனமாக பார்க்க/கேட்க வழி உண்டு. நிஜமான வகுப்பில் இது சாத்தியமே இல்லை.

- வகுப்பறை கற்றலில் கேள்வி கேட்க அஞ்சும் சங்கோஜ மனநிலை அகன்று விடுகிறது. சாட்-பாக்ஸில் பாட சந்தேகங்களை தட்டச்சு செய்து விடுகிறார்கள். பதில் உடனே கிடைத்துவிடுகிறது.

- தேர்வுகளை தினமும் நடத்த முடிகிறது. ஆன்லைன் தேர்வுகள் எளியவை. அவ்வப்போதே மதிப்பெண் அறியும் முறை வியக்க வைக்கிறது.

- கணக்கு பாடம் குறிப்பிட்டு சொல்ல வேண்டிய ஒன்று. ஆசிரியர் கணக்குகளை எடுத்து கரும்பலகையில் போட்டு அதை வீடியோ வடிவில் நேரடி ஒளிபரப்பாக தருகிறார்கள். அதை பலமுறை திரும்ப போட்டுப் பார்த்து - கணக்கின்படி நிலைகளை சரியாக புரிந்து கொள்ள முடிகிறது. கணிதம் என்பது எல்லாராலும் ஒரே வேகத்தில் கற்க முடியாத பாடம். அவரவர்களது வேகப்படி கைபேசியில் திரும்பப் போட்டு - ஒளிப்பதிவில் கற்கும்போது கடினத்தன்மை மறைந்துவிடுகிறது.

- பாடப்புத்தக வினா வங்கி தவிர இணையம் வழங்கும் பல கூடுதலான கணக்குகள், அறிவியல் விவரங்கள், சமூக அறிவியல் டாக்குமெண்டரி என்று அவர்களது கற்றல் உலகமே விரிவடைந்துவிட்டது. சில மாணவர்கள் தெலுங்கு, பிரெஞ்சு என கற்றார்கள். இது முறையான கல்வியில் முறைசாரா கல்வியை இணைக்கிறது.

• பள்ளிகள் மூடப்பட்டுள்ள நிலையில் ஆசிரியர் - மாணவர் உறவை சரிவிகிதத்தில் பேணி - கல்வி சார்ந்த பள்ளிசார்ந்த எல்லா செயல்பாடுகளையும் வாட்ஸ்அப் குழுக்களில் பகிர்ந்து விட முடிகிறது. வகுப்பறை வன்முறை இல்லை.

- இந்த இணைய கற்றல் நடவடிக்கை ஓராண்டு தொடர்ந்ததால் மாணவர் இடைநிற்றல் (Drop Out) பூஜ்யம். யாருமே

கல்வியில் இருந்து விலகவில்லை. மாநகராட்சி பள்ளிகளில் இருந்து இடைநிற்றல் இல்லாத பத்தாம் வகுப்பின் முதல் செட் என்று பெருமைப்படுகிறார்கள்.

- தேர்வு குறித்த அச்சம், கற்றலில் பின்தங்கி விட்டோம் எனும் மனச்சோர்வு இவைகளை ஆன்லைன் கற்றல் மறக்க வைக்கிறது. ஆனால், பிரச்சனைகள் இல்லாமல் இல்லை. கிரேஸ் அம்மையாரும் சில ஆசிரியைகளும் சென்னை மாநகர கல்வி மேலாளர் ராம் பிரசாத் (டீச் ஃபார் இந்தியா) ஆகியோர் குறிப்பிட்ட சில சிக்கல்கள் நம் தமிழக சூழலுக்கே உரியவை.

சில மாணவர்களின் பெற்றோர்கள் - இலவசமாக கற்றலுக்காக வழங்கப்பட்ட கைபேசியை அடகு வைக்க துடித்தார்கள். இரண்டு முறை காவல்நிலையம் வரை கூட மாணவர்களும் ஆசிரியரும் போக வேண்டி இருந்தது. அதாவது மதுப் பிரியரான தந்தை அதற்காக `எதையும்` தியாகம் செய்யும் மோசமான சமூக மனநோய் முதல் சிக்கல்.

மாணவர்கள் திறன் கைபேசியை இணையத்தின் `தவறான` சட்ட விரோதமான செயல்களுக்கும், வயதுக்கு மீறிய சில ஒழுங்கீன செயல்பாடுகளுக்கும் பயன்படுத்தாமல் இருக்க - ஜூம் கவுன்சிலிங் செய்ய வேண்டி இருந்தது. இது போன்றவற்றை தவிர்க்க - கற்றல் செயலிகள் மட்டுமே செயல்படும் விதமாக திறன் பேசிகளில் தடையரண்களை ஏற்படுத்தும் திட்டத்தையும் வகுத்தார்கள்.

மாணவர்களின் எழுதும் ஆற்றல் குறைந்தது. இது நமது கல்வியில் - தனியார் ஆன்லைன் மாணவர்களுக்கும் பொருந்தும். அவர்கள் எழுதுவதே குறைந்துவிட்டது. (கற்றல் தொடர்ந்தாலும் கற்றலே நடக்காத நிலைக்கு இது பரவாயில்லை) வகுப்பறை நாட்களைப் போல எழுத்து வேலைகள் தொடராததால் விடைகளை சொல்கிறார்கள். எழுதுவதை வெறுக்கிறார்கள். ஆன்லைன் கல்வி மாணவர்களில் பெரும்பாலோர் டெக்ஸ்ட் செய்பவர்களாக மாறிவிட்டார்கள். வேகமாக டெக்ஸ்ட் செய்கிறார்கள். மிக மெதுவாகவே எழுதுகிறார்கள்.

ஆன்லைன் வகுப்புகளை தொடரும் மாணவர்கள் (தனியார் மற்றும் மாநகராட்சி பள்ளி) வாழ்க்கை தனக்கும் தொலைத்தொடர்பு

கருவிகளுக்கும் இடையிலானதே (சக மனிதர்கள் மீதான தொடர்பு அறுந்த நிலை) என்று தனிமைப்படும் அபாயமும் உள்ளது என்பது சில பெற்றோர்களின் குற்றச்சாட்டு.

ஆன்லைன் கல்வியின் மிகப்பெரிய பக்க விளைவு, மாணவர்களில் பலர் வீடியோ கேம் வெறியர்களாக அதில் போதை ஏறியவர்களாக ஆகிவிட்ட அவலம்தான்.

ஆனால், மேற்கண்ட யாவுமே தீர்க்க முடியாத சிக்கல்கள் கிடையாது. அனைத்துவகை குழந்தைகளுக்குமான தரமான வேலை வாய்ப்பு உத்திரவாதத்துடன் கூடிய கல்வியை நாடு முழுவதும் நிர்மாணிக்க இந்திய சமூக-கல்விப் போராளிகள் போராடாத நாளில்லை. இன்று இந்தியக் கல்வி சந்திக்கும் சவால்கள் ஒன்றிரண்டு அல்ல.

இந்த நூலில் நாம் ஏற்கெனவே இரண்டு இந்தியக் கல்வி முரண்களை விவாதித்து உள்ளோம். மேலும் பல முரண்கள் உள்ளன. அனைவருக்கும் ஒரே சீரான பொதுப் பள்ளிகள் என்பது நமது நீண்டநாள் கனவு.

1. விலைக்கு கல்வி *Vs* விலையில்லா கல்வி : என்பது நமது முதல் முரண்பாடாக உள்ளது. தனியார் பள்ளிகள் அரசுப் பள்ளிகள் என்றும் இந்த முரணை சுட்டலாம். அரசுப் பள்ளிகளில் எல்லாம் இருந்தும் ஆசிரியர்களின் மெத்தனம் - துரதிர்ஷ்டமான ஒன்று. இன்று விழிப்புணர்வு நிலை எட்டப்பட்டுள்ளது. விலைக்கு வாங்கும் எல்லாமே தரமானவை. இலவசமானது எல்லாமே மட்டம் எனும் மனநிலைதான் பிரச்சனை. கட்டாயக் கல்வி உரிமை சட்டம் (2009) வந்த பிறகும் கூட கல்வி 14 வயது வரை எல்லாக் குழந்தைகளுக்கும் அரசே விலையின்றி வழங்க வேண்டும் என்பதைக் கொண்டு வர தடைகள் உள்ளன. எல்லா பிரஜைகளுக்கும் கல்லூரி பட்டப்படிப்பு வரை விலையில்லா கல்வியை 61 நாடுகள் தருகின்றன. இந்தியாவிலும் முடியும். தன் எல்லா பிரஜைகளுக்கும் கல்லூரி முடிக்கும் வரை எந்தக் கட்டணமும் வாங்காமல் கல்வியை வழங்க போதுமான நிதி ஆதாரம் அரசிடம் உள்ளது என்பது நோபல் அறிஞர் அமர்தியாசென்னின் கூற்று.

இப்போது இந்த முரணை முடிவுக்கு கொண்டு வர, நாம் அனைத்து குழந்தைகளுக்கும் கற்றல் உபகரணமாக திறன்

கைபேசியையோ அல்லது ஐ-பாடோ மடிக்கணினியோ வழங்கும் அவசர திட்டமே இன்றையத் தேவை. தாமதித்தால் முழுக்கல்வியும் தனியார் வசம் ஆகிவிடும் அபாயம் உள்ளது.

ஏனெனில் ஆன்லைன் கல்வி என்பது இன்றைய இந்தியாவில் பல கோடிகள் புரளும் வர்த்தகம் ஆகும். 2011ஆம் ஆண்டு வெறும் 17 கோடியாக இருந்த ஆண்டு வரவு செலவு 2014க்கு பிறகு ஆன்லைன் மூன்றாண்டுகளில் 2018இல் 100 கோடி வர்த்தகமாகியது. இன்று 2021 முதல் காலாண்டில் ஆன்லைன் கல்வி 312 கோடி வர்த்தகமாக மாறிவிட்டதை பிக்-டேட்டா சுட்டுகிறது. பெரிய வர்த்தக ஜாம்பவான்கள் களத்தில் உள்ளார்கள். முகேஷ் அம்பானியின் எம்பைப் (Embibe) ஆன்லைன் கல்வி நிறுவனம் தனது ரிலையன்ஸ் டிஜிட்டல் வழியே லாக்-டவுன் தொடங்கிய (கடந்த மார்ச்) மாதத்தில் 27 நாட்களில் 500 கோடி முதலீடு செய்தது. பைஜூ ரவீந்திரன், வேதாந்து - வம்சி கிருஷ்ணா, என ஒரு பெரிய தனியார் கட்டமைப்பு இந்திய ஆன்லைன் கல்வியை முழுமையாக கைப்பற்ற தயாராக உள்ளன.

அஸ்ஸாமில் அரசு-கல்லூரி மாணவர்களுக்கு ஆன்லைன் கல்வி தொடருவதை அரசு தொலைத்தொடர்பு நிறுவனமான பி.எஸ். என்.எல். மூலம் புதிதாக 190 டவர்களை அமைத்து தொலை தொடர்பற்ற கிராமங்களுக்கு கல்வியை எடுத்துச்செல்ல அதைப் பயன்படுத்தியது. விலையற்ற ஆன்லைன் என்று மாணவர்களுக்கு டேட்டா (உயர்ந்தபட்ச லிமிட் உண்டு) மொபைலில் வழங்கவும் பி.எஸ்.என்.எல். முன் வந்தது. இது நல்ல தொடக்கம்.

2. பள்ளிக்கல்வி Vs நுழைவுத் தேர்வு பயிற்சி : என்பது தற்போது கடந்த நான்காண்டுகளில் உருவான முரண் ஆகும். தேசிய - தகுதித் தேர்வு என்று மேற்படிப்பிற்கு நீட்/ஜெ.இ.இ. என அறிவித்து ஒரு வகை நுழைவுத் தேர்வுக் கலாச்சாரம் அறிமுகம் ஆகி உள்ளது. கல்வியின் தரத்தை வைத்து உயர்கல்வி, அதே போல யுபிஎஸ்சி, டிஎன்பிஎஸ்சி இவற்றை வைத்து - திறன் தேர்வுகள் வழியே வேலை என்று கொண்டு வந்திருக்கிறார்கள். பள்ளிக்கல்வியை விட பல மடங்கு முக்கியத்துவத்தை நீட் தேர்வு பயிற்சி பெறும் சூழல். பயிற்சி நிறுவன வர்த்தகம் பல்லாயிரம் கோடி வர்த்தகமாக வளர்ந்துள்ளது. ஆகாஷ்/ஆலன் என்றும் சர்வதேச தரம் என்று குறைந்தபட்சம் ஆண்டுக்கு ஒரு மாணவருக்கு 4 லட்சம் செலவு ஆகிறது.

பள்ளிப்பாடத்தில் தேர்வுகள். மூன்றாம் வகுப்பு ஐந்தாம் வகுப்பு பொதுத்தேர்வு. எட்டாம் வகுப்பில் ஒரு பொதுத்தேர்வு. வரிசையாக தேர்வுகள் என்று ஆகிவிட்டது. இந்த முரண் விநோத அம்சம் கொண்டது. நீங்கள் விரும்பும் பல்கலைக்கழகத்தை படிப்பை தேர்ந்தெடுத்து படிப்பது வேறு; ஒரு பல்கலைக்கழகம் தான் விரும்பியவர்களை தெரிவு செய்து கொள்வது என்பது வேறு.

எதுவானாலும் பயிற்சியோ, பாடமோ, அதை யாவருமே பெற முடிந்தபடி கல்வி சம வாய்ப்புகளை தருவதாக இருக்க வேண்டும். 14 வருடங்கள் பள்ளிப்படிப்பு முடிந்து மூன்று பொதுத்தேர்வுகள் (வகுப்பு 3,5,8) எட்டு செமஸ்டர்கள் (புதிய கல்விக் கொள்கைபடி ஒன்பது, பத்து, பதினொன்று, பன்னிரண்டு வகுப்புகள் ஆண்டுகள் இரு செமஸ்டர்) எழுதி வாங்கிய மதிப்பெண்களை எந்தவித உயர்கல்விக்கும் பரிசீலிக்க மாட்டோம். நுழைவுத் தேர்வு மதிப்பெண்தான் எல்லாவற்றையும் தீர்மானிக்கும் என்று முடிவெடுத்தது மற்றொரு முரண்.

நுழைவுத்தேர்வு - கலாச்சாரத்தை கைவிட வேண்டும் அல்லது பள்ளிப்போக மீதி நேரத்திலும் விடுமுறை நாளிலும் அரசே முன் வந்து விலையின்றி ஆன்லைன் நுழைவுத்தேர்வு பயிற்சி நடத்தலாம். நான்காம் தொழிற்புரட்சி வேலை இடங்களுக்கு செல்ல அறிவியல் - தொழில்நுட்ப கல்விக்காக இணையத்தில் ஏராளமான ஆன்லைன் படிப்புகள் உள்ளன. அவற்றில் சேர்ந்திட மாணவர்களுக்கு ஒரு ஆன்லைன் கோர்ஸ் கட்டாயமாக்கி அரசே செலவு செய்யலாம். பள்ளிக் கல்விக்கு நடுவிலேயே அதையும் முடிக்கலாம்.

3. மதிப்பெண்கள் Vs திறன்கள் : இது அந்த காலத்தில் இருந்தே தொடரும் முரண். நமது கல்வி மதிப்பெண் துரத்தும் கல்வியாகவே உள்ளது. முன் தயாரிக்கப்பட்ட கேள்வி, பதில்கள். புத்தகங்களை விட கைடுகள் விற்பனை சூடுபறக்கிறது. தேர்வு அதிலும் பொதுத்தேர்வு மதிப்பெண்கள், மாணவர்களுக்கு ஏற்படுத்தும் மனம்சார்ந்த உடல் சார்ந்த உபாதைகள் கொடியவை. மதிப்பெண் எனும் ஒரு சொல் செய்த (தற்)கொலைதான் எத்தனை. இதற்காக ஊரை விட்டே ஓடியவர்கள் பாதி பரீட்சையோடு வாழ்க்கையை முடித்தவர்கள் என்று அடுக்கிக்கொண்டே போகலாம்.

அப்படி மதிப்பெண் மதிப்பெண் என்று முதல் ரேங்க் வாங்கியவர்கள் எல்லாம் எங்கே என்று பார்த்தால், அவர்களிடம்

திறன்கள் இருப்பது இல்லை. மனிதர்களை வேலை வாங்கும் அந்த குழுத் தலைமை திறன், புதியவற்றை கண்டுபிடிக்கும் திறன் படைப்பாற்றல் என யாவுமே பின்பெஞ்சு வாதிகளின் ரத்தத்தில் ஊறிப்போனதாக உள்ளது. எனவே கல்வி என்பது திறன் மேம்பாடா தேர்வு மதிப்பெண்ணா என்பதே நமது பிரதான கேள்வியாக உருவெடுக்கிறது. பள்ளிக்கூடங்களில் இரண்டையும் சரிவிகிதத்தில் தர முடிவது இல்லை. சொல்லப்போனால் படைப்பாக்கம், புதிய கண்டுபிடிப்புகள் நடக்கும் இடமாக பள்ளி செயல்படாது. எனவேதான் இணையக்கல்வி நமது தேவையாக மாறுகிறது. கவிதை, ஓவியம், சதுரங்கம், சிக்கல், சவால் தீர்வுகள் என வாய்ப்புகளை அது அள்ளி வழங்குகிறது. கற்றலின் தேர்வு, மனப்பாடமின்றி அறிந்த புரிந்தவற்றை பதிவிடும் தேர்வாகவும் இருப்பதால் இரண்டுமே சரிவிகிதத்தில் செயல்பட இணையக் கல்வியால் உதவ முடியும்.

4. உள்ளூர் அறிவு Vs உலக அறிவு : இந்த முரண் நம் கல்வியின் பலவீனம் ஆகும். நமது கல்வித் தகவல்களால் ஆனது. நம் மாணவர்களுக்கு உள்ளூர் அறிவும் இருக்காது உலக அறிவும் இருக்காது. மின்பொறியியல் முடித்து பெரிய வேலையில் இருப்பார் ஒருத்தர். வீட்டில் பியூஸ் போய் மின்சாரம் தடைப்பட்டுவிட்டால் அவரால் ஒன்றும் செய்ய முடியாது. தனது சொந்த ஊரில் தயாராகும் திண்டுக்கல் பூட்டு பற்றிய எந்த விஷயமும் திண்டுக்கல் மாணவர்கள் / தமிழக மாணவர்கள் / இந்திய மாணவர்கள் அறியமாட்டார்கள். சரி உலக அறிவு வந்திருக்குமா என்றால் அது அவர்களது பாடப்பகுதிக்குள் வந்திருக்க வேண்டும். அதிலும் தேர்வுக்கு வரும் அளவிற்கு முக்கியப் பாடப்பகுதியாகவும் இருந்திருக்க வேண்டும். இல்லையேல் அவுட் ஆஃப் போர்ஷன் என்று சொல்லி விடுவார்கள்.

பாடப்புத்தகத்தில் அச்சிடப்பட்டு விநியோகிக்கப்பட்ட விஷயங்கள் எல்லாமே பெரும்பாலும் கடந்த காலத்தவை. முடிந்துபோன விஷயங்கள். ஆனால் இணைய வழி கற்றல் - உள்ளூர் அறிவு, உலக அறிவு, அறிவின் தொடர்ச்சி என யாவற்றையும் உள்ளடக்கியது ஆகும். இறந்தகாலம், நிகழ்காலம், வருங்காலம் மூன்று கோடுகளும் இணையும் மையப்புள்ளியில் இருந்து ஞானம் பெறவைப்பது ஆன்லைன் கல்வி.

5. கும்பலாக கற்றல் Vs தனிக்கவனக் கற்றல் : வகுப்பறை என்பது நம் கல்வியில் நாற்பது முதல் எழுபதுபேர் வரை இருக்கக்கூடியதாக இருக்கிறது. கோத்தாரிக் கல்விக்குழு 20 மாணவர்களுக்கு ஒரு ஆசிரியரை முன்மொழிந்தது. கல்வி உரிமைச்சட்டம் (2009) 35 மாணவர்களுக்கு ஒரு ஆசிரியர் என்று வகுத்தது. இரண்டையுமே பின்பற்ற இந்தியா திணறுகிறது என்பதே உண்மை. எனவே கூட்டமாக கற்றல் என்பது சூழலாக உள்ளது. இதற்கும் குழுவாக கற்றல் என்பதற்கும் வேறுபாடு உண்டு - குழுவாக கற்றல் என்பது பரஸ்பரம் அறிவை பகிர்தல் ஆகும். கூட்டமாக கும்பலாக கற்றல் எதிர் - கற்றலாக மாறிவிடவே வாய்ப்புகள் அதிகம். ஆசிரியர் என்பவர் எல்லாரையும் அமைதியாக இருக்க வைத்திருப்பதையே பெரிய சவாலாக எதிர் கொள்கிறார். எரிச்சல்படுகிறார். எல்லார் முன்னாலும் திட்டிவிட்டார், அவமானப்படுத்திவிட்டார் என ஓடிய குழந்தைகள் பல. அப்படியே கற்றல், கற்பித்தல் தொடர்ந்தாலும் ஆசிரியரின் குரல் எல்லாரையும் சென்றடைவது கடினமாக உள்ளது. சில மாணவர்களின் கண்பார்வை மருத்துவ பிரச்சனைகள் கரும்பலகையில் உள்ளதை வாசித்து அறிய முடியாதபடி அவர் தள்ளி உட்கார்ந்து உள்ளார்.

ஒவ்வொரு மாணவர் மீதும் தனிக்கவனம் செலுத்தும் கல்வி அதற்கு மாற்றாக இருக்குமா. ஆனால் அப்படியான `தனிக்கவனம்` தேடி, நாடி டியூஷன் கலாச்சாரத்திற்குள் மாணவர்கள் வீழ்வது நம் கல்வியின் அடுத்த சாபக்கேடு. காலையில் நான்கு மணிக்கு தொடங்கும் டியூஷன் பயணம் பள்ளி முடிந்தும் தொடர்ந்து இரவில் எட்டு ஒன்பது மணிவரை பாடம் பாடமாக வீதி வீதியாக டியூஷன் ஆசிரியர் வீடு தேடிப்போவது கொடுமை. அதுவே இங்கு மேனிலைப்பள்ளிக் கல்வி.

இவற்றில் இருந்து மீள - நமக்கேற்றபடி குரல் ஒலியை சரி செய்து, அருகில் மானிட்டரில் ஆசிரியரை கண்டு.. தேவையாயின் திரும்ப பலமுறை போட்டுப் பார்த்து கற்கும் ஆன்லைன் கணினி வழி வகுப்பு சரியான தீர்வாகும். சாத்தியத்தை ஆராயலாம்.

6. மாநிலக்கல்வி - சர்வதேசக்கல்வி : நமது கல்வி முதலில் நான்கு ஐந்து ரகமான கல்வியாக இருந்தது. மெட்ரிக், ஸ்டேட் போர்டு, ஆங்கிலோ இந்தியன், சி.பி.எஸ்.சி, ஐ.சி.எஸ்.சி என்று பல கல்வி இயக்குனரகங்கள் செயல்பட்டன. ஒவ்வொன்றும் ஒவ்வொரு வகை பாடபுத்தகம். ஒவ்வொருவகை பாடமுறையாகவும் இருந்தது. அதை மாநிலக்கல்வி (மெட்ரிக், ஆங்கிலோ இந்தியன்,

ஸ்டேட்போர்டு கல்வி இணைத்து) தேசியக் கல்வி (சி.பி.எஸ்.சி) சர்வதேசக் கல்வி (ஐ.சி.எஸ்.சி) என்று பிரித்தார்கள்.

எனவே புதிய முரண் உருவாக்கப்பட்டது. அதாவது மாநிலக்கல்வி சிறந்தது இல்லை. தேசியக் கல்வி உயர்ந்தது. நீட் போன்ற தேர்வுகளுக்கு சர்வதேசக் கல்வி இன்னும்கூட சிறந்தது என்றெல்லாம் கருத்துகள் நிலவுகின்றன. நமக்கு எப்போதுமே நம்மிடம் இருப்பதை விட மற்றவர்களிடம் உள்ளது ஏதோ அது ரொம்ப ஒஸ்தியாகவே தெரியும். அது இந்திய இயல்பு. ஆனால், நாம் நமது கல்வியை இணைய வழி ஆன்லைன் கல்வியாக மாற்றும்போது அது மாநிலக்கல்வி தேசியக் கல்வி மற்றும் சர்வதேசக் கல்வி என்ற மூன்றாகவும் ஆகிவிடுகிறது.

7. மனப்பாடக்கல்வி Vs புரிந்து படிக்கும் கல்வி : நம் கல்வியின் அடிப்படை முரண்களில் இதுவும் ஒன்று. திருவள்ளுவர் இன்று வந்தால் திருக்குறளை கமா, முற்றுப்புள்ளி எல்லாம் சரியாக வைத்து அடிபிறழாமல் எத்தனை குறளை எழுதுவாரோ? ஆனால், நம் கல்வி மனப்பாடப் பகுதியை விடுவதாக இல்லை. தகவலை பலவாறு மனப்பாடம் செய்து எழுதி எழுதிப் பார்த்து - ஸ்பெல்லிங் தப்பு கூட வராமல் அப்படியே தேர்வில் எழுதுவது மட்டுமே முழுமதிப்பெண் பெறும். உங்களுக்கு புதிய அறிவு தேவையே கிடையாது. கீ-சொற்கள் (பிரதான-சொற்கள்) என்று எல்லாப் பாடங்களிலும் கேள்வி - பதிலுக்கு தேர்வு செய்து வைத்திருக்கிறார்கள். நீங்கள் தேர்வு எழுதி விடைத்தாளை கொடுத்து விட்டால், அதைப் படித்து திருத்திய காலம் முடிந்து விட்டது. இப்போதெல்லாம் ஆசிரியர்கள் தேர்வு விடைகள் - எனும் கீ (*Answer Key*) ஒன்றை தேர்வுத்துறை மூலம் பெறுகிறார்கள். நீங்கள் மனப்பாடம் செய்து `அப்படியே' எழுதியதை தனது விடை- கீ யுடன் ஒப்பிட்டு, மதிப்பெண் தருகிறார்கள்.

இதனால் புரிந்து தெளிந்து கற்றல், சுய அறிவாக மாற்றி சொந்த மொழியில் விடைகளை எழுதுவது படைப்பாற்றல் என யாவுக்கும் சாவுமணி அடிக்கப்பட்டது. தேர்வு முடிந்த கையோடு மனப்பாடம் செய்து வைத்த யாவுமே மறந்து மறைந்து போகிறது. உங்களிடம் சான்றிதழ் இருக்கும் அறிவு கிடையாது. இதனை இணைய வழிக்கற்றல் போக்க முடியும். `கட் அண்டு பேஸ்ட்' செய்தால் கணினி வழி தேர்வு செயலிகள் உங்கள் விடையை டெலிட் செய்து விடுகின்றன. காப்பி அடித்து புத்தகம் எழுதுபவர்கள் கூட

இணைய இ-வெளியீட்டில் சிக்கி விடுகிறார்கள். `எதிர்வினை ஆற்றுவதன் முலமே கல்வி சாத்தியம்` எனும் நோம் சாம்ஸ்கியின் கூற்றை மீண்டும் நினைவுபடுத்த விரும்புகிறேன். இணைய வழிக்கல்வியில் உங்களது கருத்துகளுக்கு முக்கியத்துவம் தரப்படுகிறது. உங்களுக்கு கற்றலின்போது ஒரு கருத்தில் உடன்பாடு இல்லை எனில் அக்கருத்தின் மறுப்பு உடனடியாக மறுபக்க விவாதங்களையும் கொண்டுவந்து திரையில் கொட்டுகிறது.

8. வயது அடிப்படை கல்வி - சுதந்திரக் கற்றல் : நமது கல்வியின் அடுத்த முரண் வித்தியாசமானது. சீனுவாச ராமானுஜம் ஆறாம் வகுப்பு படிக்கும்போது கல்லூரி மாணவர்களுக்கு கணக்கு வீட்டுப்பாடம் எழுதி ஓரணா ரெண்டனா பெறுவாராம். நம் கல்வி உங்களது அறிவை சிறை வைக்கும் கல்வி ஆகும். ஆறாம் வகுப்பு மாணவர் தன் வகுப்பின் எல்லாப் பாடங்களையும் ஒரே மாதத்தில் படித்து முடித்துவிட்டால் ஏழாம் வகுப்பு பாடத்தை எடுக்க முடியாது. ஆறாம் வகுப்பு எனும் அந்த ஆண்டு முடியும் வரை, ரிசல்ட் வரும் வரை ஆறாம் வகுப்பு கணக்கு அறிவியல் என செக்குமாடு போல அதையே சுற்றி வரவேண்டும். கணிதம் என்பது வயது அடிப்படையில் வளருகிற அறிவல்ல. அது ஒரு திறன். கணக்கீட்டுத்திறன். அதற்கு சுதந்திரக் கற்றல் அனுமதிக்கப்படவேண்டும். ஆறாம் வகுப்பு கணக்கு பாடப்புத்தகத்தில் உள்ள எல்லா கணக்குகளையும் ஒருவர் போட்டு விடைகண்டு முடித்து விட்டால் அவர் அன்றிலிருந்து ஏழாம் வகுப்புகளுக்கு, அதை முடித்தால் எட்டாம் வகுப்பு கணக்கு என பயணிக்கும் சுதந்திரம் தரப்பட்டால்தான் மேதைகளை உருவாக்க முடியும். அதற்கு இணைய வழி கற்றல் மிகச் சரியான பாதையாக இருக்கும்.

நமது பாடபுத்தக கணக்குகளோடு இணையத்திலிருந்து ஏறக்குறைய எல்லா நாடுகளின் கணக்கு பாடப்புத்தகங்களும் பதிவிறக்கம் செய்து கணக்குகளை போடலாம். அறிவை விசாலமாக்கலாம். இதுபோல எல்லாப் பாடங்களுக்குமே அங்கு ஏராளமான தீர்வுகள் உண்டு.

8. அனைத்துப் பாடதேர்ச்சி Vs ஒரு துறை நிபுணத்துவம் : இந்த முரணுக்கும் நம் சீனுவாச ராமானுஜனே சாட்சி. அவர் கணக்கில் சூரர். பள்ளிப் படிப்பு முடிந்து இண்டர் (அந்தக் கால மேல்நிலை வகுப்பு) இணைந்து கல்வியை தொடர்ந்தார். இண்டர் முடித்தால் கல்லூரி பட்டப்படிப்பு சேரலாம். அவர் அத்தேர்வில் கணிதத்தில்

நூற்றுக்கு நூறு பெற்றார். ஆனால், வேறு இரண்டு பாடங்களில் தேர்ச்சி பெறவில்லை. அப்போதெல்லாம் ஒரு பாடத்தில் விட்டாலும் மறுபடி எல்லாப் பாடங்களையும் எழுத வேண்டும். மீண்டும் எழுதினார். மறுபடி கணக்கில் நூற்றுக்கு நூறு. ஆனால், ஒரு பாடத்தில் தோல்வி. எனவே சீனுவாச ராமானுஜன் எனும் கணித மேதை கல்லூரி படிப்பிற்கு முன்னேறவில்லை. இன்று பத்தாம் வகுப்பு வரை ஐந்து பாடங்கள் உள்ளன. மேல்நிலை வகுப்பில் ஆறு பாடங்கள் உள்ளன. இன்றும் கூட நீங்கள் ஐந்திலும் தேறினால் மட்டுமே பத்தாம் வகுப்பு முடிந்து, மேல்நிலை வகுப்பிற்கு போக முடியும். அதே போல ஆறும் தேறினால் மட்டுமே மேல்நிலை தேர்ச்சி பெற்று கல்லூரி போக முடியும். ஒருவேளை நீங்கள் சமூக அறிவியலில் அதீத திறன்பெற்ற மேதமை நிலைநோக்கி ஆர்வத்தோடு கற்று நூற்றுக்கு நூறு வாங்கி ஆங்கில மொழிப்பாடத்தில் 34 வாங்கினாலும் தேர்வில் தோல்வி என்றே கருதப்படுகிறீர்கள். நம் கல்வி ஒரு குறிப்பிட்ட துறையில் மேதமை அடைதலை ஆதரிப்பது இல்லை.

கணினி வழிக்கற்றல் - தேர்ச்சி அடைய முடியாமல் போன பாடத்தை ஒன்றும் செய்ய முடியாது. ஆனால் சாதாரண வகுப்பறை போலன்றி அது நீங்கள் விரும்பும் துறை சார்ந்த - புதையல்கள் பலவற்றை கொண்டு வந்து உங்களை உயர்த்தும் - உலக அளவிலான உங்களுக்கு ஈடான அத்துறை வல்லுநர்களின் தொடர்பையும் ஏற்படுத்தும்.

9. பாடப்புத்தகம் Vs பொது வாசிப்பு : நமது கல்வியின் மற்றொரு பெரிய துயரம். நாம் பாடப்புத்தகங்களைத் தவிர, வேறு எதுவுமே படிக்காதவர்களாக நம் குழந்தைகளை சீரழித்து விடுகிறோம் என்பது. பாடப்புத்தகங்களின் சுமை, அவை தரும் இறுக்கம் மனஅழுத்தம் அவைகளின் மீது ஒரு வகை எதிர்-உணர்வு நிலையை ஏற்படுத்தி பிறகு எந்தப் புத்தகம் என்றாலும் அதைப் பார்த்து உடன் ஓடிப்போகும் மனநிலையே ஏற்படுகிறது. கல்வி கொண்டு வர வேண்டிய தினசரி செய்தித்தாள் வாசிப்பது, நூலகம் செல்லும் பழக்கம் என எல்லாவற்றையும் நம் கல்வி செய்ய முடியாத சூழலே நிலவுகிறது. பாடப்பகுதி முடிப்பது, தேர்வுக்கு தயார் செய்வது, தேர்வு நடத்துவது, தேர்வுத்தாள் திருத்துவது, பிறகு மறுபடி பாடப்பகுதியை முடிப்பது என ஒரு வட்டத்திற்குள் கல்வி ஆசிரியர்களை சுழல வைக்கிறது. வேறு எதிலுமே அவர்களால் கவனம் செலுத்த முடியாது.

கணினி வழி இணையக்கல்வியால் பொது புத்தக வாசிப்பு மாணவர்களுக்கு வந்தடைய வாய்ப்புகள் அதிகம். ஏனெனில் இணையத்தில் எல்லா வகை புத்தகங்களும் கொட்டிக் கிடக்கின்றன. பொது வாசிப்பை மேம்படுத்தாத கல்வியில் பலனில்லை. அறிவில் சிறந்த பிரஜைகள் தின-பேப்பர் முதல் சிறந்த புத்தகங்கள் வரை வாசித்து பகிர்ந்து புதிய எண்ணங்களை விதைப்பவர்கள்.

நான்காம் தொழிற் புரட்சியின் அங்கமாகக் கருதப்படும் கல்வி 4.0 என்பது பள்ளிக்கூடமோ ஆசிரியர்களோ தேவைப்படாத வகை கல்வி அல்ல. ஆனால், கல்வி முறையின் முக்கிய அடித்தளமாக இணைய தொழில்நுட்பத்தையும் செயற்கை நுண்ணறிவையும் இணைக்கும் கல்வியின் புதிய அவதாரம் ஆகும். டிஜிட்டல் சந்ததியின் நாளைய சாதனைகளுக்கு ஏற்றார்போல அவர்களை செதுக்கிட உதவும் சூழல்களைக் கொண்ட நவீன கல்வி என்பதே கல்வி 4.0.

கல்வி 4.0 - கல்விக் கூடம் - அம்சங்கள்

கல்வி 4.0 பள்ளிகளுக்கு வெளியே வீட்டிலிருந்து நடக்கும் கல்வி மட்டுமே அல்ல. தற்போதைய நோய் தொற்று காலத்தில் இணைய வழியில் வீட்டிலிருந்து நடக்கும் கல்வி போல அது காட்டப்படுகிறது. கல்வி 4.0 முன் மொழியும் கல்வி வளாகம் எப்படி இருக்கும். சீனாவின் ஷாங்காய், சிங்கப்பூர், ஜப்பானின் டோக்கியோ, பின்லாந்தின் ஹெல்சின்கி, டென்மார்க்கின் கோப்பன் ஹேகன், தென்கொரியாவின் சியோல் போன்ற இடங்களில் இன்று கல்விக் கூடங்கள் அப்படித்தான் உள்ளன. சிறப்புகள் சிலவற்றை பார்ப்போம்.

1. **இம்மர்சன் திரை அரங்குகள்**

இது குறைந்தபட்சம் 60 பேர் நின்றபடி கற்கும் மெய்நிகர் யதார்த்த அரங்கு. கற்றலின் நேரடி ஈடுபாடு இங்கு - உங்களுக்கு சுய அனுபவம் தரும். மனித உடலின் செல்களைபற்றி கற்றால் நீங்களே செல்களுக்குள் இருப்பீர்கள் பயணிப்பீர்கள். கையிலெடுத்து இதுதான் மைட்டோ காண் ரியா என சுயமாக ஆராயலாம்.

2. பாட உரை அரங்கு

ஆசிரியர் நேரிலும் வரலாம். திரை வழியேயும் உலகின் எந்த மூலையில் இருந்தும் பாடம் நடத்தலாம். அவர் நேரடி ஒளிபரப்பாகவோ அல்லது முன் பதிவு உரையாகவோ இருக்கலாம். தொடுதிரை, மெய்நிகர் திரை இரண்டும் இணைக்கப்பட்டது.

3. கலந்துரையாடல் டிஜிட்டல் அறை

அறையில் மாணவர்களுக்கு பயன்படுத்த ஐ-பாட், மடிக்கணினி வைக்கப்பட்டிருக்கும். உங்களது சக மாணவர்களோடு அந்த அறையில் இருந்தபடியே அயல்நாடு - அயர் ஊர்களில் உங்களது வகுப்பே கற்கும் ஏனைய இணைப்பு வகுப்பு மாணவர்களோடு உரையாடல் பாடம் சம்பந்தமான கருத்துரையாடல் செய்யும் முறை.

4. டிஜிட்டல் நூலகம்

இது ஒரு ஐ-பாட் அறை. அங்கே சுவர்களில் வரிசையாக ஐ-பாட்கள் மாட்டப்பட்டிருக்கும். கூடவே காது ஒலிக் கருவியும் உண்டு. இவை ஒவ்வொன்றும் பல ஆயிரம் புத்தகங்கள் கொண்டவை - புத்தகத்தை டிஜிட்டலாக வாசிக்கலாம். புளூ டூத் முறையில் உங்கள் கைபேசியில் ஏற்றிக்கொள்ளலாம் அல்லது ஒலி வடிவ புத்தகமாகக் கேட்கலாம். ஆய்வுகளின் தொகுதிகளும் ஆய்வு டேட்டாவும் கூட கிடைக்கும்.

5. ஆய்வுத்திரை அரங்கம்

இயற்பியல் முதல் உயிரியல் வரை மெய்நிகர் யதார்த்த ஆய்வுகள் செய்யும் செயற்கை நுண்ணறிவு ஆய்வகங்கள். வான் பார்க்கலாம், விஞ்ஞானிகளை நேரில் சந்தித்து ஆய்வுகளை விர்ச்சுவல் முறையில் கலந்துரையாடலாம். உதாரணமாக ஓம்ஸ் விதியை டிஜிட்டல் ஓம்ஸ்ஸே வந்து விவரிப்பர். பல மொழி பேசுவார். கல்வி 4.0வின் பெரிய அதிசயம் இது. திருவள்ளுவரே உங்களுக்கு தன் குறளை விவரிப்பார்.

6. போட்டி - அரங்கம்

மிகச் சிறப்பான உலக அரங்கங்கள் இவை. உலகின் எந்த மூலையில் தொழில்நுட்ப அறிவியல் கண்காட்சி முதல் கவிதை போட்டி வரை எது நடந்தாலும், உங்கள் பள்ளியில் இருந்தே பங்கு பெறலாம். நோபல் அறிஞர்கள் `முன்` அறிவியல் ஆய்வுக் கட்டுரை வாசிக்கலாம்.

7. விளையாட்டு - கிளப் - ஸ்பேஸ்

பிரமாண்ட இடம் - பலவகை விளையாட்டுகள் உண்டு. உடல் திறன் வளர்த்தல், சமூக நட்பு வட்டம், உலக அளவிலான கண்காணிப்புடன் இது இருக்கும். ஒவ்வொரு கல்வி 4.0

பள்ளியிலும் அறிவுத்திறன், உடற்திறன், விளையாட்டுகள் நடக்கும்.

8. பயிற்சி அரங்கம்

இந்த அம்சங்களோடு கல்லூரிகள் பல்கலைக்கழகங்களில் இருந்து நேரடியாக உங்களது ஈடுபாட்டை கற்றல் திறனை இணைய வழி அறிந்து, உங்களுக்கு தங்களது கல்லூரியில் இணைவதற்கு பள்ளியிலேயே பயிற்சியை நேரடியாக வழங்கும் ஒரு கல்வி 4.0 பயிற்சி அரங்கம் இருக்கும்.

எனவே இணையவழி கல்வி 4.0 என்பது பள்ளியை துறந்து வீட்டிலிருந்து நடப்பது மட்டுமே அல்ல. பள்ளியின் தொழில்நுட்ப மேம்பாட்டை சாதித்து உங்களது வகுப்பறையை உலக மேடையாக மாற்றும் தொழிற்புரட்சியின் முயற்சி.

நம் தமிழகத்தை பொறுத்தவரை பள்ளிக்கூடம் என்பது வெறும் பாடம் நடத்தும் கட்டடமல்ல.

1. பள்ளிக்கூடம் குழந்தைகளுக்கு பசி ஆற்றும் சத்துணவு கட்டடம்.

2. பள்ளிக்கூடம் சுகாதார மையம். அங்கே குழந்தைகளின் உடல் நலம் பேண சத்து மாத்திரைகள் தருவது முதல் தடுப்பூசிகளை போடுவது வரை பலவற்றை செய்து அவர்களது ஆரோக்கியத்தை பேணிடும் இடம்.

3. நமது பள்ளிக்கூடம் என்பது சாதி மதங்களை மொழி இன வேற்றுமைகளை மறந்து பொது ஜனமாய் ஒரு கற்றல் கும்பலாய் ஒன்று சேரும் இடம்.

4. புயல், மழை, நோய், பேரிடர் எது வந்தாலும் பாதிக்கப்பட்ட மக்களுக்கு அரசு உதவிகள் கிடைக்க ஊரில் இருக்கும் பாதுகாப்பு மையம்.

இணையவழி கற்றல் - கணினிமயக் கற்றல் என்பதை கல்வி 4.0 இந்தப் பள்ளிகளுக்குள் நடக்கும் உலகக் கல்வியாகவே முன்மொழிகிறது. அது தமிழக இந்திய அரசின் மக்கள் நலக் கல்வியாக அனைத்து வகை குழந்தைகளையும் சென்றடைய அவர்கள் யாவருக்கும் விலையின்றி அதற்கான உபகரணங்களை வழங்கி இணைய வசதியோடு 21ஆம் நூற்றாண்டு கல்வி சேவையாக அறிமுகம் ஆக வேண்டும் என்பதே நமது நிலைப்பாடு. அதை அவசர கால வேகத்தோடு, அரசு கையில் எடுக்கவில்லை

எனில், பெரிய கார்ப்பரேட்களின் மூலதனமாகி கல்வி வர்த்தக வலையில் வீழ்ந்து விடும்.

நாம், நம் தமிழக டிஜிட்டல் சந்ததியின் ஆசிரியர் என்பதில் பெருமை கொள்வோம். அதற்கு ஏற்றாற்போல நம்மையும் டிஜிட்டல் ஆசிரியராக செதுக்கிக்கொள்வோம். கல்வி 4.0வை அனைவருக்குமான மக்கள் கல்வி இயக்கம் ஆக்குவோம்.

இந்திய அரசின் புதிய கல்விக் கொள்கையில் கல்வி 4.0 அம்சங்கள் முன்மொழியப்பட்டுள்ளன என்பது உண்மைதான். ஆனால், அதை அரசே ஏற்று நடத்தும் பொதுக் கல்வியாக அது முன்மொழியவில்லை. ஆயிரக்கணக்கான அரசுப் பள்ளிகளை கைவிடும் அம்சங்கள் அதில் உள்ளன என்பது கவலை தரும் அம்சம்.

தீக்ஷா, இ-பாடசுலா மற்றும் ஸ்வயம் போன்ற மைய அரசின் கட்டுப்பாட்டில் இருக்கும் கல்விக்கான இணைய மேடைகளை - தனியார்வசம் ஒப்படைத்து விடும் அவசரம் நம்மை திகைக்க வைக்கிறது. மேலும் மேலும் தேர்வு மையக் கல்வியாகவும் நுழைவுத்தேர்வு கலாச்சாரமாகவும் கல்வியை பயிற்சி மையங்களிடம் தாரைவார்க்கும் வர்த்தக நோக்கம் நம்மை கொதிக்க வைக்கிறது. நவீன யுகத்தை நோக்கிய கல்வியாக, நான்காவது தொழிற்புரட்சி சார்ந்த கல்வி 4.0 சிறப்பாக செயல்பட நாம் மூன்று விஷயங்களை விட்டுக் கொடுக்கவே முடியாது.

1. கல்வி எப்போதும் மாநிலப் பட்டியலில்தான் இருக்க வேண்டும்.

2. அனைவருக்கும் விலையில்லா இ-கற்றல் எனும் புதிய அரசு - கல்விக் கொள்கை எட்டப்பட வேண்டும்.

3. உலகக் கல்வி தேவை. ஆனால், அது தாய் மொழியில் புரிந்து உணர்ந்து கற்றலாகும்போதுதான் பலனளிக்கும். இணையத்தில் தமிழில் - கற்றல் வளங்கள் சேர்க்கப்பட நாம் அனைவரும் செயல்பட வேண்டும்.

உலகெங்கும் உள்ள தமிழ் சமுதாயத்திற்கான பொதுக் கல்வியை - இந்த நூற்றாண்டிற்குள் நம்மால் எட்ட முடியும்.

டிஜிட்டல் கல்வி நவீன கல்வி. அது தேவையில்லை. நமக்கு பழைய வகுப்பறையே சரி என உதறித்தள்ளாமல் நம் வருங்கால

சமுதாயத்தை வளமான இ-கற்றலில் இணைப்போம், உலகோடு ஒப்ப நடைபோட்டு எதிர்காலத்தை வென்றெடுப்போம். இனி இ-கற்றல் குழந்தைகளுக்கு பாதுகாப்பானதா எனும் இறுதிக் கேள்விக்குள் பயணிப்போம்.

துணைநின்றவை

1. *Issues in Indian Education*, எம்.எல்.தவான், இஷா புக்ஸ், 2014.
2. இந்தியக் கல்வி - வளர்ச்சியும் சவால்களும், எம்.ஏ.ரகுமான் மற்றும் சுகந்தா சர்கார், கல்பஸ் பப்ளிகேஷன்ஸ் (இணைய PDF)
3. *Online education in India - The good, the bad and the ugly.*

- பிரசாந்தி காரியாலயா, சரிதா காமத் இந்தியா பயோ சைன்ஸ் வெளியீடு.

4. நான்காம் தொழிற்புரட்சிக்காலக் கல்வி - மூன்றாம் உலகின் அவலங்கள் - ஏ.டாசெட், ரௌட்லஜ், லண்டன்.
5. அனைவருக்கும் விலையில்லா தரமானக் கல்வி & தொடரும் போராட்டம் - ரிப்போர்ட் - 2019 பிரண்ட்லைன் இதழ்.
6. காக்னிஸன்ட் - எதிர்காலத்தின் 21 பணிகள் w.w.w. Cognizant.com
7. *Education For the People and Planet*, கே.வோபு உலகக் கல்வி கண்காணிப்பு அறிக்கை (2016) யுனெஸ்கோ வெளியீடு.
8. *The Fourth Education - Revolution*, அந்தோனி ஷெல்டன், டிமோதி மெட்காஃப் மற்றும் ஓலாடிமெஜி அபிடோயி - யுனிவெர்சிட்டி ஆஃப் பக்கிங்காம்பிரஸ் வெளியீடு - முதல்பதிப்பு 2018, இரண்டாம் பதிப்பு 2020.

ஒரு நாட்டின் ஒட்டு மொத்த உற்பத்தியை வைத்தோ, தனிநபர் வருமானத்தை வைத்தோ அந்த நாட்டின் வளர்ச்சியை எடைபோடக்கூடாது. அங்குள்ள கல்வி, சுகாதாரம் இவை அரசாங்கத்தால் எப்படி எடுத்துச் செல்லப்படுகிறது என்பதே உண்மையான வளர்ச்சியின் குறியீடு.

- *அபஜிட் பானர்ஜி,*
  நோபல் பொருளாதார அறிஞர்

உலகின் மொத்த அறிவுத்திரட்டும் இன்று பொருளாதார, மத இன மொழி வேற்றுமை இன்றி நம் கையகல - மின் கருவியில், நம் பாக்கெட்டில், வைத்திருக்க முடிகிறது என்பதே கல்விப்புரட்சியின் உச்சகட்ட வெற்றியாகும். இணையமே மனித இனத்தின் ஆகப் பெரிய சாதனை.

- *நிக்கி வெர்டு, நூலாசிரியர்*
  (Disrupt Yourself or Be Disrupted Tags)

படைப்பாக்கம் என்பதே கல்வி 4.0 வின் முக்கிய உயிர்நாடி. கூட்டாக கற்றல் அதன் பயில்முறை, பிரபஞ்ச அறிவு அதன் பாடப்பொருள், அனைவருக்கும் அவரவர் இடத்தில் கல்வி, அதன் 21ஆம் நூற்றாண்டு அடையாளம்.

- *கல்பனா ஸ்ரீவாஸ்தவா,*
  தலைவர், இந்திய உளவியல் மருத்துவர் கழகம்.

அதிக மின் சாதன பயன்பாட்டு யுகத்தில் நம் குழந்தைகளின் ஆரோக்கியம் என்பது உணவு சம்பந்தப்பட்டு மட்டுமே இருக்காது. ஆரோக்கியமான திரை - பயன்பாட்டு வாழ்க்கையையும் நாம் பரிசீலிக்க வேண்டும்.

- *டெட்ரோஸ் அதனோன்*
  தலைவர், உலக சுகாதார நிறுவனம்

12

கல்வி 4.0வும் குழந்தைகள் நலமும்

நிஜமான சூழலில் குழந்தைகளின் உரிமைகள் செயல்படுவதைப்போல, செயற்கை நுண்ணறிவு யுகத்தில் இணையமாக்கல் உலகிலும் குழந்தைகளின் உரிமைகளை மீட்டெடுப்பது 21ஆம் நூற்றாண்டு கல்விப் போராளிகளின் போராட்டங்களில் முதன்மையானதாக இருக்கப்போகிறது.

சமீபத்தில் இணைய வகுப்பில் சென்னை பள்ளி ஆசிரியர் ஒருவர் - பெண் குழந்தைகளுக்கு பாலியல் வக்கிர தொல்லைகள் கொடுத்து சிக்கிக் கொண்ட நிகழ்வை நாம் எப்படி பார்ப்பது? இணைய வகுப்பு என்பதால் பிடிபட்டார். இதே தன் சாதா வகுப்பறையில் ஐந்தாண்டுகள் அந்த மிருகம் தன் கோரத்தாண்டவத்தை பாதுகாப்பாக ஆடி இருப்பது எதைக் காட்டுகிறது? சாதா வகுப்பறையை விட இணையம் பாதுகாப்பானது.

ஆனால், நாம் இப்போது செயற்கை நுண்ணறிவு யுகத்தின் முதல் சந்ததிகளிடையே வாழ்கிறோம் என்பதை முதல் அத்தியாயத்தில் தெளிவாகக் கண்டோம். இந்த டிஜிட்டல் - சந்ததி - விளையாடுவதே ஆன்லைனில்தான். பெரும்பாலானவர்கள் தங்கள் நட்பு வட்டத்தோடு `சாட்' செய்பவர்கள். நேரடி நட்பை விட முகநூல்-வாட்ஸ்அப் நட்பில் திளைப்பவர்கள். வீடியோ கால் மூலம் தாத்தா பாட்டியிடம் உறவு வைத்துள்ளவர்கள் உங்களுக்கு விமர்சனங்கள் இருக்கலாம். எல்லாரும் அப்படி இல்லையே என்று கூட தோன்றலாம். ஆனால், அது தொடங்கிவிட்டது என்பதே உண்மை. இந்தச் சூழல், ஊருக்கு ஊர் நாட்டுக்கு நாடு வேறுபடலாம். ஆனால் குழந்தைகளின் மைய உலகம் மின்னணு

சாதனங்களாகி வேகமாக உருமாற்றம் அடைந்து விடுகிறது. இது மூன்று விதமான உறவு முறைகளை குழந்தைகள் உலகில் ஏற்படுத்துகிறது.

1. குழந்தைகளுக்கும் - கருவிக்கும் இடையிலான உறவு.

2. குழந்தைகளுக்கும் - கருவி வழியே கிடைத்த ஏனைய மனிதர்களுக்குமான உறவு.

3. கருவி சார்ந்த குழந்தையின் - குடும்ப உறவு.

இதுதான் இன்றைய யதார்த்தம். கருவி எனும் கைபேசி அல்லது லாப்டாப், மேசை கணினி என்று இல்லாத குழந்தைகளின் உலகம் வேகமாக அருகிவருகிறது. இரண்டு ஆண்டுகளுக்கு முன்பு யுனிசெஃப் மற்றும் சர்வதேச டெலிகம்யூனிகேஷன் யூனியன் வெளியிட்ட புள்ளி விவரங்கள்படி (2018) உலக அளவில் இணையத்தொடர்பு எவ்விதத்திலும் இல்லாத குழந்தைகள் மூன்றில் இரண்டு பங்கு என்று இருந்தது. இன்று (2021-22)- அவ்விதம் குறைந்தபட்சம் திறன்பேசியேனும் இல்லாத குழந்தைகள் மூன்றில் - ஒரு பங்காக அருகிப்போயினர். பல நாடுகள் நோய் தொற்று காலத்தில், கல்வி சேவையின் முறைமை - ஆன்லைனுக்கு தாவியதால் புதிய - இயல்பு (நியூ-நார்மல்) நிலைக்கு வந்து சேர வேண்டிய நிர்ப்பந்தம் பெற்றோர்களுக்கு ஏற்பட்டுள்ளது.

1. புதிய-இயல்பு நிலை (நியூ-நார்மல்) என்பது என்ன?

புதிய - இயல்பு நிலை என்பது புதிய உலக பிரச்சனைக்கு ஏற்றார் போல வாழும் சூழல்கள், பொருளாதார நிலை, சமூகம் இவற்றில் - அந்த பிரச்சனை வருவதற்கு முன்பு இருந்ததை விட ஏற்படும் அடிப்படை புதிய மாறுதல்களை குறிக்கும் - வரலாற்று சொல்லாக்கம் ஆகும்.

புதிய - இயல்பு நிலை என்பது வரலாற்றில் பயன்படுத்தப்படுவது இன்று புதிதல்ல. முதன்முதலில் வரலாற்றாளர் ஹென்றி வைஸ் வுட் - இந்தப் பதத்தை முதல் உலகப்போர் காலகட்டத்தில் 1918இல் பயன்படுத்தினார். ஹென்றி வைஸ்வுட்தான் உலகின் முதல் வேகமாக இரவோடு இரவாக அச்சிட்டு காலைக்குள் வாசிப்பாளர்களை அடையும் முதல் (அன்றைய) அதிவேக நியூஸ்-பேப்பரை நியூயார்க் நகரில் அறிமுகம் செய்தவர். `யுத்தகாலம், யுத்தகாலத்தில் இருந்த இயல்பு, இன்றைய புதிய இயல்பு,

இவற்றைக்கொண்டு புதிய இயல்பை அப்படியே கடைப்பிடிப்பதா அல்லது பழைய இயல்புக்கு திரும்பலாமா?` எனும் கேள்வியோடு ஒரு முழு புத்தகமே எழுதியவர் ஹென்றி வைஸ்வுட்.

அன்று அந்த 1919இல் பழைய இயல்பு எனும் நிலைக்கு பழையபடி உலகம் திரும்பவில்லை. புதிய - இயல்பு கொடுத்த விமானப்போக்குவரத்து - டெலிபோன் உட்பட அறிவியல் தந்த (முதல் உலகப்போர்) பரிசுகள் புதிய - இயல்பை அப்படியே தக்க வைக்கவே தூண்டின. மின்சாரமயமான புதிய இயல்பு என்பதை கைவிட உலகம் தயாராக இருக்கவில்லை. பிறகு இந்தப் பதம் முற்றிலும் மறக்கப்பட்டது. பல்வேறு புதிய புதிய தொழில்நுட்ப-மாறுதல்கள் இரண்டாம் உலக யுத்தம், கம்யூனிச உலகம், உலகமயமாதல் என புதிய புதிய இயல்பு நிலைகளை இந்தப் புவியின் சமூக வாழ்க்கை அனுபவித்தது. வீட்டு வாழ்க்கையில் குட்டிக்குடும்பம், அடுக்குமாடி குடியிருப்பாக்கம், தொலைக்காட்சி, முதியோர் இல்லம், ஒன்றரை வயதிலேயே குழந்தைகளை கொண்டுபோய்விடும் கெச் எனும் பள்ளிக்கு முந்தைய கல்வி, செயற்கைக்கோள், எஃப்.எம். ரேடியோ என புதிய புதிய இயல்புகளை நாம் சந்தித்தே வருகிறோம்.

ஆனால் புதிய - இயல்பு எனும் சொல்லாக்கத்தை ரோஜர் மெக்நாமி எனும் இசைஞர் மற்றும் நவீன தொழில் அதிபர் 2003இல் திரும்பவும் பிரபலமாக்கினார். அதே தலைப்பில் ஒரு இசை ஆல்பம் வெளியிட்டதுடன் - பாஸ்ட் கம்பெனி எனும் அமெரிக்க - பொருளாதார மாத இதழிலும் ஒரு தொடர் கட்டுரை எழுதினார்.

உலகத் தொழில் சார்ந்த நிதி சந்தை - கணினி வழி ஏற்பட்ட இணைய புரட்சி மூலம் டாட்-காம் யுகமாக மாறிய பிறகான புதிய-இயல்பை பற்றியது ரோஜர் மெக்நாமியின் அணுகுமுறை.

டாட்காம் யுகம், புதிய - இயல்பை (நியூ- நார்மல்) தோற்றுவித்தது உண்மைதான். மனிதர்களின் வீட்டு முகவரி போய் - மின் அஞ்சல் முகவரி வந்ததும், உலகே ஒரு கம்ப்யூட்டர் கிராமமாக சுருங்கியதும் - புதிய இயல்பு இல்லாமல் என்ன? உலகமயமாதலின் மிக முக்கிய படிநிலை இந்த டாட் காம் யுகம். அனைத்து வேலைகளுமே ஆன்லைன் ஆனது. பழைய வேலைகள் பலவும் பறிபோயின. புதிய வகை வேலைகள் அறிமுகம் ஆயின. இதெல்லாம் நகரத்து சமாச்சாரம் என்று உங்களால் சொல்லிவிட முடியாது.

ஏனெனில் 2002ஆம் ஆண்டுவரை இருந்து வந்த பல விஷயங்கள் மாற்றம் கண்டன. உதாரணமாக கடலில் மீன்பிடித்தவர்கள் இரவு முழுவதும் கடலில் போராடி மீன்களோடு கரைசேர்ந்த பிறகுதான், அந்த சந்தையில் என்ன விலை என்பதை நேரில் அறிந்து அதற்கு ஏற்றாற்போல் தங்களது மீன்களின் விலையை நிர்ணயிக்கும் நிலை இருந்தது. காலதாமத விலை நிர்ணயம் மீனவர்களைவிட இடைத்தரகர்களுக்கே சாதகமான சூழலை ஏற்படுத்துவதாகவும் இருந்தது. ஆனால், டாட்.காம் யுகம் வந்தபிறகு கடலில் இருக்கும் ஒவ்வொரு நிமிடமும் கரையில் மீன்விலை குறித்த அப்-டேட் கிடைத்துக்கொண்டே இருக்கும் புதிய சூழல் உருவானது. இது மீனவர்கள் தாங்கள் பிடித்த மீனின் மொத்த வரவு எவ்வளவு என்பதை கணிக்க உதவியது என்றால் நாம் டாட் காம் - யுகம் அறிமுகம் செய்த புதிய - இயல்பை அறியமுடியும்.

`புதிய இயல்பு` (நியூ-நார்மல்) எனும் தலைப்பில் 2012இல் அமெரிக்க சிட்காம் தொலைக்காட்சி தொடர் 2012-2013 (ஒரு வருடம்) எம்.பி.சி.டிவியில் ஒளிபரப்பானது. 2020இல் நைஜீரிய திரைப்பட இயக்குநர், டெனியோலா ஒலாட்டனி என்பவர் தி நியூ நார்மல் எனும் தலைப்பில் ஒரு காமெடி திரைப்படம் எடுத்து ஆன்லைனில் வெளியிட்டார்.

எனவே நமது இன்றைய நோய் தொற்று காலம் புதிய - இயல்பை அறிமுகம் செய்துள்ளது. முதலில் கென்சாஸ் சுகாதார பல்கலைக்கழகத்தின் மருவத்துவர்கள்தான் நமது கோவிட்- 19 யுகத்திற்கு புதிய-இயல்பு நிலை (New-Normal) என்று பெயர் வைத்து விளக்கத் தொடங்கினார்கள்.

மனிதருக்கு மனிதர் தொடர்பு கொள்வது முதல், சமூக இடைவெளியை கடைப்பிடித்தல், வீட்டிலிருந்தே அலுவலகப் பணியை மேற்கொள்ளுதல் என மனித அன்றாட வாழ்வில் மிக சிக்கலான பல மாற்றங்களை கோவிட் தொற்று ஏற்படுத்தும் என்று 2020 மார்ச் மாதமே அவர்கள் கணித்தார்கள்.

2. கல்வியில் - புதிய இயல்பு நிலை (நியூ-நார்மல்)

இன்று உலகெங்கும் 1.8 பில்லியன் குழந்தைகள் பள்ளிக்குப் போகாமல் வீட்டிலேயே முடங்கிக் கிடக்கிறார்கள். 161 நாடுகளில் பள்ளிகள் மூடப்பட்டுள்ளன. 102 நாடுகளில் கல்லூரிகளும் செயல்படவில்லை. லாக்-டவுன் தளர்த்தப்பட்டு - பள்ளி தவிர

ஏறக்குறைய மீதியாவுமே திறக்கப்பட்ட சூழலில் கூட குழந்தைகளை - வீட்டிலேயே இருக்குமாறு அரசுகள் முடக்கின. கடந்த இரண்டு ஆண்டுகள் தொடர்ந்து பெரும்பாலும் தேர்வுகள் இன்றியே தேர்ச்சி நடந்தது. பல்கலைக்கழகங்கள் ஆன்லைன் தேர்வுமுறைக்குத் தாவின.

எனவே இரண்டு முழு வருடங்களாக வீட்டில் கல்வி தொடரும் சூழலை, புதிய இயல்பு நிலை உருவாக்கியது. இதன் காரணமாக கற்றல் செயல்பாடுகள் அரசுப் பள்ளிகளை நம்பி இருந்த குழந்தைகளுக்கு தடைப்பட்டன. முன்பே நாம் பார்த்தது போல இது ஒரு பக்கத்து கதை மட்டுமே. மீண்டும் குழந்தை - பணியமர்த்துதல், பால்ய திருமணம் என பழைய சமூக நோய்கள் தலைதூக்குகின்றன.

கற்றல் செயல்பாடு தடைப்பட்ட ஆரம்ப-நடுநிலை பள்ளிக் குழந்தைகளுக்கு - டிஸ்லெக்சியா (வாசிப்பு கற்றல் குறைபாடு), டிஸ்கிரேசியா (எழுதுவதில் ஏற்படும் கற்றல் குறைபாடு), டிஸ்காலிகுலா (கணக்கிடுவதில் இருக்கும் கற்றல் குறைபாடு) என பலவகை-கற்றல் தொடர்பான சிக்கல்கள் இப்போது ஏற்பட்டுள்ளன. இவற்றை சரிசெய்வதும் பள்ளிக்கல்வியை இந்தக் குழந்தைகள் தங்கள் இருப்பிடத்தில் இருந்தே தொடர வழிவகுப்பது அரசின் கடமை ஆகும்.

ஆனால், ஆன்லைனில் கல்வியைத் தொடரும் விதமாக- புதிய இயல்பு நிலை - ஒரு மாற்றுப்பாதையை கல்விக்கு வழங்கியது. இதன்மூலம் கற்றல் - கற்பித்தலை தொடரச் செய்த ஏனைய சமூகம் பணக்கார சமூகம் என்று சொல்லிவிட முடியாது. தன் குழந்தை கல்வியை வீட்டிலிருந்தே தொடர தாலியை கூட அடகு வைத்து ஒரு திறன் பேசியை வாங்கிக் கையில் கொடுத்த பல பெற்றோர்களை நான் அறிவேன். இன்று இந்தியாவில் ஏறக்குறைய நாம் 87%பேர் வீட்டில் ஒரு திறன் பேசியாவது வைத்திருப்பதை சமீபத்திய புள்ளி விவரங்கள் ஊர்ஜிதம் செய்கின்றன. இன்றைய இந்திய மொபைல் போன் சந்தையில் 60% விற்பனையாவது சீனத்தில் உருவாக்கப்பட்ட கைபேசி அமைப்புகள் ஆகும். இவை இயல்பைவிட பல மடங்கு விலை குறைந்தவை. இரண்டு மூன்று குழந்தைகள் இருக்கும் வீடுகளில் அவர்களுக்கு காலநேரம் பிரித்து ஒரு திறன்-பேசி பயன்படுத்தப்படுகிறது. மூன்று குடும்பங்கள் சேர்ந்து ஒரு திறன்பேசி பயன்படுத்தும் உலகமும் உள்ளது. வீட்டிலேயே - வங்கியில் கடன் பெற்று முழு மேசை கணினி

இணைய இணைப்பு பெற்று கல்விக்காக வசதியாக உருவாக்கித்தரப்பட்ட அமைப்புகளும் உண்டு.

தமிழகத்தின் 87 சதவிகித உயர்நிலை பள்ளி மாணவர்கள் இன்று ஏதேனும் ஒரு வகையில் - இணையத் தொடர்புடன் கூடிய செயல்பாடுகளில் உள்ளதாக சமீபத்தில் யுனிசெஃப் அமைப்பின் இந்திய அமைப்பாளர், ரெனாட்டா தெசாலியன் ஒரு அதிர்ச்சித் தகவலை வெளியிட்டார். 2013ஆம் ஆண்டு வெறும் 36 சதவிகிதமாக இருந்த இந்த வகை இணைய செயல்பாட்டு மாணவர் எண்ணிக்கை - 2020 கோவிட் - நோய் தொற்றின்போது 87 சதவிகிதமாக அதிகரித்து விட்டது. வாட்ஸ்அப் வகுப்புகள் அரசுப்பள்ளிகளாலும் துணிச்சலோடு எடுத்துச் செல்லப்படுவதால் கிராமம் நகரம் என்று மாணவர்கள் (அவர்களில் பெரும்பாலோர் VIII வகுப்பு மற்றும் அதற்கு மேல் உள்ளவர்கள்) எல்லா இடங்களிலும் இணையவழி கல்விச் செயல்பாடுகளில் இருப்பதாக பள்ளிக்கல்வித்துறையும் ஒப்புதல் வழங்குகிறது.

இந்த புதிய இயல்பு நிலை - கல்வியை வீட்டிலிருந்தே தொடரும் செயல்பாடாக மாற்றி உள்ளது மட்டுமல்ல குழந்தைகளின் உலகத்தையும் மாற்றிவிட்டது. கற்றல் நடவடிக்கைகள் மாறி உள்ளன. மேலும் ஒரு உதாரணம் கல்வியில் - பின்தங்கிய வறுமை மாவட்டமான கடலூரில் அதன் கல்வி அதிகாரிகள் பிளஸ்டூ மாணவர்க்கு ஆன்லைனில் அலகுத்தேர்வுகள் அனைத்து அரசுப் பள்ளி மாணவர்களையும் கூட இணைத்து வாட்ஸ்அப் குழுக்கள் அமைத்து நடத்துவது என்று முடிவு செய்தார்கள். இது நடந்தது 2021 ஏப்ரல் இறுதியில் பல பேரிடம் கைபேசியே இருக்காது என்று பல தலைமை ஆசிரியர்கள் சூடம் அடித்து சத்தியம் செய்யவும் தயாராக இருந்தார்கள். அதெல்லாம் முடியாது முயற்சி செய்து பாருங்கள் என்று அதிகாரிகள் தரப்பு சொல்லி விட்டது. களத்தில் - செயலில் இறங்கிய தலைமை ஆசிரியர்களுக்கு பெரிய அதிர்ச்சி காத்திருந்தது. 96 சதவிகித மாணவர்களை வாட்ஸ்அப் குழுக்களில் இணைக்க முடிந்தது. இத்தனைக்கும் கடலூர் மாவட்டம் பொருளாதார ரீதியில் மிகவும் நலிவடைந்த மாவட்டம் ஆகும். அனைத்து பிளஸ்டூ மாணவர்களின் வீடுகளிலும் குடும்பத்திற்கு ஒரு திறன்பேசியாவது இருக்கிறது என்பதற்கு மேலும் ஒரு சாட்சி.

எனவே ஆன்லைன் கல்வி என்கிற இந்த புதிய இயல்பு நிலையை (நியு-நார்மல்) அனைத்து குழந்தைகளுக்குமான கல்வி

உரிமையாக மாற்றுவது நம் முதல் கடமை ஆகும். அனைத்து குழந்தைகளுக்கும் ஒரு மின்னணு சாதனத்தை தயாரித்து இலவசமாக அரசே அதை வழங்கவும் முடியும். ஒரு வேடிக்கையான விஷயம் என்னவென்றால் இந்த நோய் தொற்று காலம் ஒரே சமயத்தில் உலக மயமாதலையும் தனித்தனி நாடு மயமாதலையும் உருவாக்குகிறது. அதாவது எல்லா நாடுகளுமே விமான சேவையை ரத்து செய்துவிட்டன. ஒரு நாட்டிலிருந்து இன்னொரு நாட்டிற்கு செல்வதற்கு நுழைவு - அனுமதி விசா முற்றிலும் ரத்து. நீங்கள் எங்கே இருக்கிறீர்களோ அங்கேயே இருந்து விட வேண்டியதுதான். அதே சமயத்தை சர்வதேச இணைய சேவையும் இணைய வழியே - வீட்டிலிருந்தே வேலை பார்ப்பதும் உலகின் மூலை முடுக்குகளைக் கூட இணைத்து இருக்கிறது. டெக்னோ-முதலாளியம் (தொழில்நுட்ப மூலதனம்) மட்டும் மேலும் தீவிரமாக வளர்ச்சி கண்டது.

கிளவுட் (cloud) எனும் இணையவெளி ஒரு சுனாமி மாதிரி நமது வாழ்வை மூழ்கடித்துள்ளது. நமது இந்த புதிய இயல்பு நிலையில் பெரிய அளவில் விவாதிக்கப்படுவது கல்விதான். ஏனெனில் கல்வி பற்றிய விவாதம் மட்டும்தான் நிகழ்காலத்தை அலசி எதிர்காலத்தையும் சேர்த்து, மனித வளத்தின் பார்வையில் விவரிக்கும் ஒன்றாக இருக்கும். கல்வியை தொழில்நுட்பமயமாக்கிடும் வேலை ஏற்கெனவே - கார்ப்பரேட் மய வர்த்தகத்தால் தொடங்கப்பட்டு மெல்ல வளர்ந்து வந்தாலும் நோய் தொற்று கால பள்ளி மூடல்கள் என்பது ஒரு மாதம் அல்லது ஒரு வருடத்தில் செய்வோம் என்று இருந்த தொழில்நுட்பமய கல்வி முயற்சிகளை ஒரு சில நாட்களில் செய்து முடிக்க வேண்டிய ஒன்றாகி விட்டது.

ஒட்டுமொத்த கார்ப்பரேட் கணினி வழி கல்வி வர்த்தகத்தின் நோக்கம் அறிவை - உற்பத்தி செய்து அதை சிறந்த வணிக சரக்காக்கி, நுகர்வுப் பண்டமாக சந்தையில் இறக்குதல். பள்ளிகள் மூடி இருப்பதற்கான - தீர்வு - மாற்றுவழி வர்த்தக மைய - கணினிக்கல்வி மட்டுமே என்று ஆக்கிவிடுதல். இது ஓரளவு வெற்றிபெற்றது. ஆனால் இணையத்தில் கியூ-ஆர் கோடு மற்றும் இதர ஆசிரியர் தரவுகள் தமிழக கல்விக் (education domain) களத்தை பெருமளவு வர்த்தக நோக்கம் இல்லாமல் வைத்திருந்தது. பாடப்புத்தகம் அரசு வழங்கும் ஒன்றாக இருக்கும் வரை பெருமளவு தனியார் - கணினி மய கல்வி வியாபாரம் கட்டுக்குள் வைக்கப்படும் ஒன்றாகவே இருக்கிறது.

நாம் இரண்டாவது அத்தியாயத்தில் கண்ட டீலார் குழு அறிக்கை - கணினியை செயலாக்க கற்றலை 21ஆம் நூற்றாண்டின் கற்றல் சார்ந்த அடிப்படைகளில் ஒன்றாக அறிவித்தது. அத்தோடு டிஜிட்டல் மயமாக்கல் அனைத்து வகை குழந்தைகளுக்கும் மிகவும் தேவையாகவும் முன்வைத்தது. இந்த நோய் தொற்று காலத்திலும் அது மாறிவிடவில்லை. உலக கல்வி தரத்தை பரிசோதிக்கும் பிஸா தேர்வு (OECD)கள் கூட - கணினி வளம், பல்துறை கலவை - தொகுப்பறிவு என்ற பாடங்களை ஏற்று டீலார் அறிக்கையின் பரிந்துரைகளை முறையாக பின்பற்றியது.

3. குழந்தையா, மாணவரா, தேர்வரா

டீலார் குழு அறிக்கையை ஏற்று உலக அளவில் கல்வியை பாரபட்சமின்றி அனைத்து குடிமக்களுக்கும் தரத்தோடு எடுத்துச்செல்ல உறுதி அளித்து கல்வி ஆவணத்தில் கைச்சான்று இட்ட நாடுகளில் நமது இந்தியாவும் ஒன்று. ஏற்கெனவே 2009ஆம் ஆண்டு கல்வி - நம் இந்திய குழந்தைகளின் அடிப்படை உரிமையாக பிரகடனப்படுத்தப்பட்டதையும் நாம் பார்த்தோம். வகுப்பறை, பாடமுறை, பயிற்றுமுறை இவை நம் நாடு முழுவதும் பிராந்திய அடிப்படையில் சிறுமாறுதல்களோடு இருந்தாலும், 2005ஆம் வருடத்திய - கலை திட்ட வடிவமைப்பின்படி பாரமில்லாத - பங்கேற்றல் கல்வியாக குழந்தைகளின் பார்வையில் வடிவமைக்கப்பட்டிருந்தது. தேர்வு என்கிற ஒரே சம்பவத்தின் மூலம் ஒரு குழந்தையின் அறிவு நிலையை முடிவு செய்யாமல் தொடர் - மற்றும் முழுமையான மதிப்பிடலை ஆசிரியரே மேற்கொள்ளவும் கற்றலில் மனஅழுத்தத்தை குறைக்கவும் வழி வகுக்கப்பட்டது. இதன் மூலம் ஒரு ஊரின் எல்லாக் குழந்தைகளையும் பள்ளிக்கல்வியால் தக்கவைக்கவும் முடிந்தது. பேராசிரியர் யஷ்பால் குழு - அறிக்கையான இந்த 2005ஆம் ஆண்டு கலைதிட்ட வடிவமைப்பு கற்போரை குழந்தைகள் என்று சரியாக அழைத்தது. யுனிசெஃப் பார்வையில் 18 வயது வரை ஒருவர் குழந்தையே.

கோத்தாரிக்குழு அறிக்கை அவர்களை மாணவர்கள் என்றழைத்தது. மாணவர்கள் - ஆசிரியர்கள் - இணைந்து செயல்படும். 'சேவை' கல்வி என்று அக்குழு அறிவிக்கிறது. இந்தியாவை சமூகம் என்று அது அழைத்தது. தற்போது வரை பின்பற்றப்பட்டும் பத்தாண்டு உயர்நிலை பள்ளிக்கல்வி இரண்டாண்டு மேல்நிலைக்கல்வி பிறகு மூன்றாண்டு பட்டப்படிப்பு

எனும் கல்வி முறையை அறிமுகம் செய்த கோத்தாரிக்குழு நம் கல்வியின் நோக்கங்கள் என்ற கீழ்க்கண்டவற்றை வரிசைப்படுத்தியது.

1. கல்வி - சாதாரண மனிதர்களை தன் அன்றாட வாழ்வின் போராட்டங்களுக்கு தயார் செய்ய வேண்டும்.
2. சுய-கட்டுப்பாடு மிக்க, இந்திய அரசியல் சட்டத்தின்படி நடக்கும் மதசார்பற்ற பிரஜையை உருவாக்குதல்.
3. 'பிறர்நலம் நாடும்' - பொது நல பண்புகளை நம் கல்வி வளர்க்க வேண்டும்.
4. தேடுதல் - எனும் கல்வி ஆர்வங்களை மாணவர் மனதில் விதைத்தல்
5. எதிர்காலத்தில் - இப்போது நாம் அறியாத புதிய வகை சவால்களையும் துணிந்து எதிர்கொள்ளும் வலிமையை நம் சந்ததிக்கு ஏற்படுத்த வேண்டும்.

மேற்கண்ட உன்னதமான நோக்கங்கள் இன்றைய நமது கணினி வழி ஆன்லைன் கற்றலுக்கும் பொருந்தும். தமிழகக் கல்வியில் சமீபத்தில் நடந்த சாதனை - பாராட்டத் தகுந்த விஷயம். கல்வியாளர் உதயசந்திரனின் தலைமையிலும் நேரடி நிர்வாகத்தின் கீழும் கொண்டுவரப்பட்ட தமிழக பாட புத்தக தயாரிப்பு. பேரறிஞர்கள், விஞ்ஞானிகள் முதல் ஒவ்வொரு துறையின் தமிழ் மொழி சார்ந்த வல்லுநரும் பாடப்புத்தகக் குழுவில் ஒரு அங்கமாக்கப்பட்டு கருத்துகள் பதியப்பட்டன. பட்டிதொட்டியில் கூட நம் தமிழகக் கல்வி எப்படி இருக்க வேண்டும் என்று மக்கள் விவாதித்து கருத்துகளை பதிந்தார்கள் பகிர்ந்தார்கள்.

ஏற்கெனவே நாம் குறிப்பிட்டதுபோல குயிக்ரெஸ்பான்ஸ் (Quick Response) எனும் கணினி விரிவாக்க குறியீடு (கியூ.ஆர். கோட்) சேர்க்கப்பட்டது என்பது சிறப்புகளில் ஒன்று மட்டும்தான். ஒவ்வொரு பாடத்தையும் பக்கத்தையும் நம் தமிழகக் கல்வி செதுக்கியதை நீங்கள் பார்க்கலாம்.

ஒவ்வொரு பாடமும் இறந்த காலம், நிகழ்காலம் மற்றும் எதிர்காலத்தை ஒரு புள்ளியில் இணைத்து அந்தப் புள்ளியை குழந்தைக்கு திறந்து விளக்குகிறது.

1. முதல் படிநிலையில் ஒவ்வொரு பாடமும் கற்போரை குழந்தையாக கருதுவதைப் பார்க்கலாம் - வெறும் ஆர்வமே முதல் குறி.

2. பாடம் - இரண்டாம் கட்டத்தில் மாணவராக அவரை நடத்துவதைப் பார்க்கலாம் - தகவலை கற்றறிய வைப்பதே குறி.

3. மூன்றாம் படிநிலையில் பாடம் கற்போரை ஒரு இளம் - அறிஞராக நடத்துகிறது - தேடலை மேலும் விதைப்பதே குறி.

இந்தப்படி நிலைகள் அறிவியல் பாடத்தில் அவர்களை இளம் விஞ்ஞானிகளாக, கணித பாடத்தில் கணித - வித்தகர்களாக, மொழிப்பாடங்களில் இலக்கிய படைப்பாளிகளாக, சமூகவியல் பாடத்தில் தன்னார்வல சீர்திருத்த - சமூக சேவகராக உணரவைப்பதை குறிக்கோளாகக் கொண்டதாகும். இந்திய கல்விக்கே வழிகாட்டும் இந்தப் பாடப்புத்தகங்களை தக்க வைக்க வேண்டிய அவசியம் உள்ளது.

மேற்கண்ட பாடப்பொருள் தயாரிப்பு படிநிலைகளை கணினிவழி ஆன்லைன் பாடமுறைக்கு உட்படுத்தும்போது கற்றலுடன் தரம் மேலும் பலபடிகள் மேலே செல்ல வாய்ப்பு உள்ளது. இணைய கற்றல் வளங்களை புதிதாகவும் உற்பத்தி செய்து தமிழ்க்கல்வியில் இணைத்திட - ஆலோசனைகள் வழங்கிட போர்க்கால அடிப்படையில் கல்வியாளர்கள் - வல்லுநர்கள் குழுக்களை அமைக்க வேண்டிய அவசரம் உள்ளது.

ஆனால் இன்றையக் கல்வியின் பெரிய விவாதமும் சர்ச்சையும் டாக்டர் கஸ்தூரி ரங்கன் கல்விக் குழு அறிக்கையையும் மத்திய அரசின் புதிய கல்விக் கொள்கையையும் பற்றியது ஆகும். ராஷ்டிரீய ஷிக்ஷா அயோக் என்று பிரதமர் அனைத்து மாநிலங்களின் ஒட்டுமொத்த கல்வியின் அதிகாரத்தையும் தன்னகத்தே எடுத்துக்கொள்ளும் சர்வாதிகார அறிக்கை இது என்பது கல்வியின் சமூகப் போராளிகளின் குற்றச்சாட்டு.

டாக்டர் கஸ்தூரி ரங்கன் இஸ்ரோ இயக்குநராக இருந்தவர் அவரது தலைமையிலான கல்விக்குழுவும் நூற்றாண்டுக்கான இந்திய கல்வியை பல அற்புதங்களுடன் செப்பனிட்டு இருக்க வேண்டும். மாறாக அறிக்கையின் பெரும்பாலான பக்கங்கள் கல்வியின் அதிகார மையங்களை புதிதாக உருவாக்கி அவை பார்க்கையில் இருக்க வேண்டும் என்பதை விவாதிப்பதிலேயே உள்ளது. காவி மயமாதலுக்கும் குறைவில்லை. ஏற்கெனவே நாம் பார்த்தது போல...

கோத்தாரிக்குழு அறிக்கை (ஒப்பிடுவது தவிர்க்க முடியாதது) கல்வியை சேவை (service) என்று அழைத்தது. கஸ்தூரி ரங்கன் குழு அறிக்கை கல்வியை முதலீடு (investment) என்று பல இடங்களில் சுட்டுகிறது. இந்தியாவை கோத்தாரிக் குழு அறிக்கை சமூகம் (society) என்று அழைத்தது. கஸ்தூரி ரங்கன் குழு அறிக்கை இந்தியாவை கல்விச்சந்தை (the education hub Market) என்று அழைக்கிறது. கோத்தாரிக்குழு அறிக்கை கற்போரை மாணவர்கள் என்றே அழைத்தது. கஸ்தூரி ரங்கன் குழு அறிக்கையோ அவர்களை தேர்வர்கள் (candidates) என்ற பதத்தால் சுட்டத் தவறவில்லை.

எனவே நோக்கங்கள் மாறுகின்றன. கல்வி இப்போது சேவையாக அல்ல, கடும் தேர்வுகள் வழியே முன்னேற வேண்டிய பந்தயமாக கல்வி மாற்றப்படுகிறது. கல்வியில் தேசிய தேர்வு நிறுவனம் (National Testing Agency) எனும் புதிய மூன்றாம் நபர் - ஒரு பந்தய மைதான நடுவராக இணைக்கப்பட்டு பிஸா தேர்வு (மூன்றாம் வகுப்பு) முதல் நீட் (மருத்துவ நுழைவுத்தேர்வு) பல்கலைக்கழக அகில இந்திய நுழைவுத்தேர்வு என யாவற்றையும் நடத்தி பந்தய மைதானமாக கல்வியை ஆக்கி குழந்தைகளை மாணவர்களை, தேர்வர்கள் எனும் பந்தயக் குதிரைகளாக்கி பதறியபடி ஓட வைக்க இருக்கிறார்கள். எனவே பள்ளிக் கல்வியை விட, இந்த நுழைவுத் தேர்வுகளுக்கான தயாரிப்பே கல்வி ஆகப்போகிறது. பெரிய கார்ப்பரேட்களின் பயிற்சி வகுப்புகள் ஏராளமான பணம் புழங்கும் சந்தையாக கல்வியை - ஆன்லைன் வடிவமாக்கி விடும் சூழல் இன்று நிலவுகிறது.

நோய் தொற்று கால இடைநிற்றல், குழந்தைகளுக்கு முறையான கல்வி தடைப்பட்டதால் - டிஸ்லெக்ஸியா போன்ற கற்றல் குறைபாடுகள் சமூக அவலமாகி இருக்கும் இன்றைய சூழலில் -இந்த புதிய கல்விக்கொள்கை சார்ந்த விஷயங்களை அரசு சில ஆண்டுகளுக்கு தள்ளி வைக்க வேண்டி இருக்கிறது.

4. கல்வியும் - பஞ்சாயத்து அமைப்பும்

கல்வி - மாநிலப் பட்டியலில் இடம்பெற்றால் மட்டுமே அது அனைத்து வகை குழந்தைகளையும் (யுனிசெஃப் - 2013 சர்வதேச இலக்கு 2030 ஆவணத்தின்படி) சென்று அடைய வைக்க முடியும். மாநில அரசுகளிடம் கல்வியை ஒப்படைத்தால் போதாது என்பதற்கு சென்ற அத்தியாயத்தில் நாம் பார்த்த சென்னை பெரு

மாநகராட்சி மேற்கொண்ட ஆன்லைன் கல்வி திட்டம் ஒரு உதாரணம். தமிழகக் கல்வி தன் அதிகார மையமாக சென்னையின் டி.பி.ஐ வளாகமே இருப்பது பல இடர்பாடுகளை ஏற்படுத்துகிறது. நமது தமிழக கல்வி தொலைக்காட்சி தனது சேவைகளை சென்னையில் இருந்தே நடத்துகிறது. இந்த நோய் தொற்று காலத்தின் ஒரே அரசு சார்ந்த கல்விப்பணி என்பதால் அதைக் குறித்து பேசுவது அவசியமாகிறது. பட்டி தொட்டிகளில் சென்று அதன் குரல் சேருவது பெரிய சவாலாக இருக்கிறது.

இந்த விஷயத்தில் கேரளம் நம்மைவிட சிறப்பான தொலைக்காட்சி கல்விச் சேவையை கொண்டுள்ளது. கல்வியாளரும் சமூகப் போராளியுமான விக்டர் பெயரில் இயங்கும் அந்த கல்வி சேனல் அந்தந்த ஊரின் உள்ளூர் சேனலாக செயல்படுகிறது. ஒரு குறிப்பிட்ட உள்மாவட்ட பிரிவின் ஆசிரியர்கள் அந்தந்த பகுதி தொலைக்காட்சியில் தோன்றி பாடம் நடத்துவது குழந்தைகளுக்கு பெரும்பாலும் தங்கள் பள்ளி ஆசிரியரே (நேரில்) டிவியில் பார்க்கும் வாய்ப்பை தருகிறது.

தமிழகத்தில் 1980கள் வரை அடிப்படை கல்வி எனும் தொடக்க கல்வியும் - பஞ்சாயத்து யூனியன்களின் கையில்தான் இருந்தது. அந்தந்த கிராம சபையும் பஞ்சாயத்தும் உள்ளாட்சி நிர்வாகமும் நடத்தும் ஒன்றாக அந்தந்த பகுதிகளின் கல்வி ஒப்படைக்கப்பட்டால் - ஆன்லைன் கல்வி முதல் - பள்ளி இடை நிற்றல் வரை பலவற்றை நேரடியாக செயல்படுத்தும் உள்ளூர் அமைப்புகள் தங்களது ஈடுபாட்டின் மூலம் பல அற்புதங்களை கல்வியில் நிகழ்த்த முடியும். உள்ளாட்சி அமைப்பான பஞ்சாயத்துகளின் பட்ஜெட்டாக கல்வி மாறும்போது மட்டுமே - உண்மையான ஜனநாயகக் கல்வி சாத்தியம் என்பதோடு அனைவருக்குமான ஆன்லைன் கல்வியை எட்டுவதும் உறுதிப்பட முடியும்.

சென்னை பெரு - மாநகராட்சியின் கல்விக்கான தனி அதிகாரிகள் அவர்களுக்கு கீழே மாநகராட்சிப் பள்ளிகளை நடத்துவதுபோல பஞ்சாயத்துகள் பள்ளிகளை நடத்தத் தொடங்கும்போது கல்வியின் வர்த்தக நோக்கம் தனியார் மயமும் முடிவுக்கு வரும். அரசு பள்ளியில் தரமில்லை எனும் பேச்சு - பஞ்சாயத்து அளவிலான தலையீட்டாலும் அங்கங்கே நடக்கும் ஊர் பற்றோடு கூடிய தர மேம்பாட்டு ஈடுபாடு காரணமாகவும் முன்னேற்றப்பாதையில் நடைபோட்டு பொதுப்பள்ளிகளை கொண்டு வரும்.

5.. ஆன்லைன் உலகும் குழந்தைகள் உரிமைகளும்

குழந்தைகள் உரிமை என்பது எப்படி கட்டிடமாக செயல்படும் பள்ளிகளில் நடைமுறையில் உள்ளதோ அதைப் போலவே - ஆன்லைன் கல்விக்கும் உண்டு. தமிழகத்தில் திறன்பேசி முதல் - லாப்டாப், ஐ-பாட் என பலவகை மின்சாதனங்களை கையாளும் லட்சக்கணக்கான குழந்தைகளை இன்றைய நோய் தொற்று காலம் உருவாக்கி உள்ளது.

ஆன்லைனில் கல்வி மட்டுமல்ல பெரும்பாலான சிறார்கள் வீடியோ கேம் முதல் சமூக வலைதளங்கள் பல்வேறு செயல்பாடுகள் மூலம் தன் திறன்பேசிகளே தங்கள் உலகம் என்றாகிவிட்டார்கள். செயற்கை நுண்ணறிவு யுகத்தின் முதல் முழுமையான டிஜிட்டல் சந்ததியின் உடல் நலனுக்காகவும் அடிப்படை பாதுகாப்பிற்காகவும் உரிமைக்காகவும் நாம் என்னென்ன தெரிந்து கொள்ள வேண்டும் என்கிற விஷயத்திற்கு இப்போது வருகிறோம்.

சென்னை - சி.பி.எஸ்.சி. சார்ந்த மிகப் பிரபலமான பள்ளியில் சமீபத்தில் ஒரு வணிகவியல் ஆசிரியர் நடத்திய ஆன்லைன் கல்வி குழந்தை - பாலியல் வக்கிரத்தை அறிந்து நாடே அதிர்ச்சி அடைந்தது. பாதிக்கப்பட்ட பல பள்ளிகளின் மாணவிகளும் அடுத்தடுத்து புகார் தெரிவித்து வருகிறார்கள். போக்சோ குழந்தைகள் பாதுகாப்பு சட்டம் உட்பட யாவும் இணைய செயல்பாடுகளுக்கும் பொருந்தியதை நாம் பார்த்தோம். குழந்தைகள் உரிமை எனும் சொல்லாக்கத்தில் இருந்து தொடங்குவோம்.

குழந்தைகள் உரிமை எனும் சொல்லாக்கம் 1919இல் சோவியத் கல்வியாளர் நதேழா குருப்ஸ்காயா அறிமுகம் செய்தது ஆகும். குழந்தை என்பது அரை மனிதன் அல்ல, முழு மனிதப்பிறவி. எனவே வளர்ச்சி அடைந்த மனிதனுக்கு என்ன உரிமைகள் எல்லாம் உள்ளதோ அவை குழந்தைகளுக்கும் இருக்க வேண்டும் என்பது அவரது குழந்தை உரிமைக் கொள்கையாக இருந்தது. 1924இல் எக்லாண்டைன் ஜெப் (அப்போதைய குழந்தைகள் காப்பக சர்வ நிதியத்தின் ஸ்தாபகர்) மற்றும் ஜானுஸ்க் கோர்க்சாக் (ஆஸ்திரிய நாட்டின் குழந்தை மருத்துவர், கல்வியாளர்) ஆகியோர் தலைமையில் ஜெனிவா ஒப்பந்தத்தின் குழந்தைகள் நலப்பிரிவுகளை பரிந்துரைக்குமாறு ஒரு குழுவை - லீக் ஆஃப் நேஷன்ஸ் அமைப்பு

உருவாக்கியது. இது இரண்டாவது படிநிலை. எனவே போர்க் - காலங்களில் கூட குழந்தைகளை ராணுவ பணிகளுக்கு பயன்படுத்தக் கூடாது என்பன போன்ற உரிமைகள் முதலில் வந்தன. ஆலைகளில் பெரியவர்களுக்கு இணையான வேலையை குழந்தைகளுக்குத் தரக்கூடாது எனும் கட்டுப்பாடுகள் வந்தன. குழந்தைகள் பள்ளிக்குச் செல்ல வேண்டும் எனும் ஒரு கட்டாய சட்டத்தை பிரிட்டன், நியூசிலாந்து, கனடா போன்ற நாடுகள் கொண்டுவந்தன.

1946 - அடுத்த திருப்புமுனை. ஐ.நா.சபை யூனிசெஃப் அமைப்பை ஏற்படுத்துகிறது. உலகெங்கும் குழந்தைகள் உரிமை குறித்த விழிப்புணர்வு ஏற்படுத்த நிதி ஒதுக்கினார்கள். 1948 சர்வதேச மனித உரிமைகள் குறித்த ஆவணத்தில் 112 நாடுகள் கைச்சான்றிட்டன. குறிப்பாக இதில் உள்ள ஷரத்து எண் 25, தாய்மார்கள் மற்றும் குழந்தைகள் உரிமைகள் பற்றியது.

தனியாகவே குழந்தைகள் உரிமை பிரகடனம் என்ற ஒன்றை ஐ.நா. சபை 1959இல் வெளியிடுகிறது. குழந்தைகளுக்கு கல்வி கற்கும் சுதந்திரம் தான் விரும்புகிறவர்களுடன் விளையாடும் சுதந்திரம், அவர்களை அரவணைக்கும் ஆதரிக்கும் வளர்ப்பு சூழலைப் பெறும் உரிமை, சுகாதார நலம் தந்து காப்பதும் அரசின் கடமை ஆகும். இந்த பிரகடனத்தில் இந்தியா உட்பட ஐ.நா. சபையில் அங்கம் வகித்த அனைத்து நாடுகளும், கைச்சான்றிட்டன. அவரவர்களின் நாடுகளில் அதே பிரகடனத்தை சட்டமாக்கினார்கள்.

1968 - ஐ.நா. நடத்திய சர்வதேச மனித உரிமை மாநாட்டில் குழந்தைகள் மீதான சுரண்டல், வன்முறை குறித்த தனி அமர்வு நடத்தப்பட்டது. குழந்தை - குற்றவாளிகளை - முதியவர்களோடு சேர்த்து சிறையில் அடைப்பதை தடை செய்து சீர்திருத்த பள்ளிகள் முன்மொழியப்பட்டன. ஆனால், 1973இல்தான் சர்வதேச தொழிலாளர் நிறுவனம், குழந்தை எனும் பதம் 18 வயது வரை பொருந்தும் என்று அறிவிக்கிறது. 18 வயது நிரம்பாமல், ஆனால் பணியில் அமர்த்தப்பட்டுள்ள யாராக இருந்தாலும் அது குழந்தை தொழிலாளரே என்று ஐ.நா. முதன் முதலாக அறிவித்தது.

இந்தியா உட்பட அனைத்து நாடுகளிலும் சர்வதேச குழந்தைகள் நல ஆண்டாக 1979ஐ ஐ.நா.சபை அறிவித்தது. குழந்தைகள் நலம், கல்வி, சுகாதாரம் உரிமை பலவற்றையும் கண்காணிக்கும் பொறுப்பு யுனிசெஃப்பிடம் ஒப்படைக்கப்பட்டு யுனிசெஃப்பின்

அலுவலகம் ஒவ்வொரு நாட்டிலும் மாநிலத்திற்கு ஒன்று திறக்கப்பட்டது.

இந்தியா ஐ.நா.வின் குழந்தை உரிமை பிரகடனத்தில் 1992இல் கைச்சான்றிட்டது. அதே போல நாம் 2009இல் குழந்தைகள் கல்வி உரிமை சட்டத்தை கொண்டு வந்தோம். 2011இல் குழந்தைகள் உரிமைக்கான சர்வதேச புரிந்துணர்வு ஒப்பந்தம் கொண்டுவரப்பட்டபோது அதை ஏற்றுக்கொண்ட 191 நாடுகளில் இந்தியாவும் ஒன்று என்பதும் குறிப்பிடத்தக்கது.

இணையமும் - குழந்தைகள் உரிமையும்

இருவகையான போராட்டம் இது. அனைத்து வகை குழந்தைகளுக்கும் இணையத்தை அதன் வழி கல்வியை உரிமையாக்குவது முதல் போராட்டம். சர்வதேச தகவல் தொழில்நுட்ப யூனியன் இந்தியாவில் - அடிப்படை கட்டமைப்புகளை மேம்படுத்தினாலொழிய, இணைய சேவையை அனைவருக்குமானதாக எடுத்துச் செல்வது சாத்தியமில்லாதது என்று கூறிவிட்டது.

இணையம் குழந்தைகளுக்கு பாதுகாப்பானதா என்பதும் பரிசீலிக்கப்படவேண்டிய கேள்வியாகும். குழந்தை பாதுகாப்பு வளையம் மிக்கதாக செயற்கை நுண்ணறிவை எப்படி மாற்றுவது? இணையத்தில் எது குழந்தைகளுக்கு நல்லது எது மோசமானது என்பதை எப்படி தீர்மானிப்பது? யார் அதை முடிவு செய்வது? குழந்தைகளையும் இளம் சிறார்களையும் பதின் பருவத்தினரையும் ஆபத்தானவை குறித்து அறிய வைத்து அவற்றிடமிருந்து எப்படி தப்புவிப்பது?

நமது கோவிட்டுக்கு முந்தைய நாட்களில் பள்ளிகளில் நேரடியாக அவர்களை சந்திக்க முடியும். அவர்களது உரிமைகளை அவர்களுக்கே விவரித்து - பாலியல் வன்கொடுமை, குட் டச், பேட் டச் என்று விளக்கி விட முடிந்தது. உதாரணமாக சினிமா கொட்டகைக்கு எத்தனையோ பெற்றோர்கள் தங்கள் குழந்தைகளை தனியே அனுப்ப மாட்டார்கள். யாரோ ஊர் பேர் தெரியாதவர் பீச்சுக்கு போகும்போது தன் குழந்தையை புகைப்படம் எடுப்பதை யாருமே விரும்ப மாட்டார்கள். கண்டகண்ட தேவையில்லாத வக்கிர படம் போட்ட பத்திரிகைகளை வீட்டிற்கு வாங்கிவர யாரும் தன் குழந்தைகளை அனுமதிக்க மாட்டார்கள். அதே போல் முன்பின் பெயர் தெரியாத ஒரு மூன்றாம் நபரோடு தன் குழந்தை

நட்பு கொள்வதையும் சிரித்துப் பேசுவதையும் யாரும் விரும்ப மாட்டார்கள். ஆனால், இவை அனைத்தையுமே அவர்களே அறியாமல் குழந்தைகள் இணையத்தில் செய்கின்றன. முன்பின் அறியாத ஏனைய இணைய சகாக்களோடு குழந்தைகள் வீடியோகேம் விளையாடுகின்றன. சில அயல்நாடுகளில் செய்திகளை இணையத்தில் வெளியிடும்போது புகைப்படங்களில் உள்ள குழந்தைகளின் முகங்களை பிளர்முறைக்கு உட்படுத்தி புள்ளிகளாக்கி மறைத்து வெளியிடுகிறார்கள். குழந்தைகள் உரிமைகளை இணையத்தில் பேணிட இணையவாதிகளுக்கு பல கட்டுப்பாடுகளை கொண்டு வருகிறார்கள்.

ஆனாலும் மெய்நிகர் உலகமான இணைய உலகம் எந்த கட்டுப்பாடும் கண்காணிப்பும் இல்லாத உலகமாகவே உள்ளது. வீடியோ இணைய விளையாட்டுகளை குழந்தைகள் விளையாடும்போது மறு முனையில் தன்னை குழந்தை என்று அழைத்துக் கொள்ளும் வயது முதிர்ந்தவர் (Adult) விளையாடுவது இன்று சகஜமாக நடந்துவரும் கிரைம். `ராயல் - போர்க்களம்` போன்ற வீடியோ விளையாட்டுகள் உதாரணமாக - நிறைய குழந்தைகள் ஒன்றிணைந்து சமூக - வலைதள பொறியில் சிக்கி சிறார் சீரழிவுவாதிகளிடம் சிக்குவது இன்று உலகின் கவனத்திற்கு வந்துள்ளது. பெற்றோர்களால் இவற்றை முறையாக கண்காணிக்க முடியவில்லை. அதிலும் இன்று படிக்கும் வீட்டுப்பாடமே இணையவழி கணினி மயமானதால் மிக சிக்கலான விஷயமாக இது மாறி உள்ளது.

நாம் இணையத்திற்கே ஏராளமான சிறார் உரிமை கட்டுப்பாடுகளை கொண்டு வருகிறோம். 2021 பிப்ரவரியில் சிறார் - உரிமைகள் குறித்த ஐ.நா. குழு பொது கருத்துரை - 25 எனும் ஆவணத்தை வெளியிட்டுள்ளது. டிஜிட்டல் சூழல் - குழந்தைகள் உரிமை ஆவணம் என்று அது அழைக்கப்படுகிறது. குழந்தைகளை - அதீத விருப்பதை ஏற்படுத்தி ஏமாற்றுவது பொய் - வதந்தி - ஏமாற்று செய்திகளை பகிர்வது, அதே போல வீடியோ கேம் மற்றும் இதர அம்சங்களைக் கொண்டு 14 வயதுக்கு உட்பட்ட குழந்தைகளை இணைய அடிமையாதலுக்கு உட்படுத்துதல், குழந்தை பாலியல் குற்றச்செயல்கள் எனப் பல அம்சங்கள் தண்டனைக்குரிய குற்றங்களாக ஐ.நா.சபை அறிவிக்கிறது.

குழந்தைகளுக்கு ஏதுவான இணைய வளங்களுக்கு தனியாக சான்றிதழ் வழங்கும் அமைப்புகளை தொடங்கி உள்ளார்கள்.

செயலிகளில் குழந்தை நேய செயலிகள் தனியே அறிமுகமாகியும் உள்ளன. குழந்தைகளுக்கு வைக்கப்படும் ஆன்லைன் தேர்வுகள் குறித்த மதிப்பெண் புள்ளி விவரங்களை ரகசியமாக பேணிடவும் இந்த ஆவணம் கோருகிறது. குழந்தைகளுக்கான - உடல்நலம் மன நலம் பேணுகின்ற நோக்கத்தை ஆசிரியர்கள் ஊர்ஜிதம் செய்ய வேண்டும். அதற்காக ஆன்லைன் வகுப்பெடுக்கும் ஆசிரியர்களுக்கு என்று தனியே வழிகாட்டு நெறிமுறைகளை கல்வித்துறை சார்பாக வெளியிட வேண்டும் என்று 2021 பிப்ரவரியில் வெளியிடப்பட்ட ஐ.நா.சபையின் இணையம் சார்ந்த குழந்தைகள் உரிமைகள் தொடர்பான பொதுக்கருத்தை ஆவணம் 25 கோருகிறது.

ஆன்லைன் செயல்பாடுகள் குறித்த குழந்தைகள் நலனை முழுமையாக - ஒரு ஆசிரியராக பெற்றோராக கல்வி ஆர்வலராக - ஆய்ந்தறிய நாம் இரண்டு முக்கிய வழிகாட்டு ஆவணங்களை பரிசீலிப்பது நல்லது. ஆன்லைன் வகுப்பிற்கான தமிழக அரசின் அரசாணை என்ன சொல்கிறது?

1. அரசாணை (எம்எஸ்) எண் 65

இணையவழிக்கல்வி - ஆசிரியர்கள் மற்றும் பள்ளிகளுக்கான வழிகாட்டு நெறிமுறைகள்:

இந்த வழிகாட்டு நெறிமுறைகளை தமிழக அரசின் பள்ளிக்கல்வித்துறை 2020ஆம் ஆண்டு ஜூலை 29 அன்றே வெளியிட்டது. மாவட்ட முதன்மை கல்வி அலுவலரின் மூலம் இந்த அரசாணை ஒவ்வொரு பள்ளிக்கும் தமிழ் மற்றும் ஆங்கிலம் இருமொழிகளிலும் வழங்கப்பட்டது. அதை முதலில் பரிசீலிப்போம்.

இணையக் கல்வி ஆசிரியர்கள் என்ன செய்ய வேண்டும்

1. இணைய வகுப்புகள் தொடங்கும்போது உணர்வுப்பூர்வமான ஆதரவை வழங்கி - இணையத்தை கல்வி சார்ந்த செயல்பாடுகளுக்கே பயன்படுத்த போதுமான ஆலோசனை (Counselling) மாணவர்க்கு வழங்கப்பட வேண்டும்.

2. இணையவழி கற்றல் குறித்தும், இணையவழி கற்றலில் ஈடுபடுவதில் உள்ள தடைகளை எவ்வாறு அகற்றுவது என்பதை பற்றியும், மாணவர்களோடு பேச வேண்டும்.

3. பாதுகாப்பான இணையக்கல்வி என்பது நமது சுயகட்டுப்பாடு, சுய-பாதுகாப்பு உணர்வு போன்றவற்றை உள்ளடக்கியது என்பதை மாணவர்களுக்கு உணர்த்துதல்.

4. தேவைப்படின் பாதுகாப்பான இணையக்கல்வி குறித்து பெற்றோர்களிடமும் பேசவேண்டும். ஆசிரியர்கள், மாணவர்கள் அரசு அறிவித்துள்ள ஆடை அணிகலன் குறித்த விதியை பின்பற்ற வேண்டும்.

5. ஒரே இடத்தில் மணிக்கணக்கில் உட்கார்ந்திருக்கும் இணைய கற்றல் செயல்பாடுகளின்போது சீரான இடைவெளியில் உடலை நீட்டவும், உடலை சுழற்றவும், அடிக்கடி கண்களை சிமிட்டவும் மின்னணு சாதனங்களை கழுத்துவலி ஏற்படாதபடி சரியான வசதியான நிலையில் வைத்து உபயோகிக்கவும் அறிவுறுத்த வேண்டும்.

6. ஆன்லைன் வகுப்புகள் தொடர்ந்து நடைபெறும்போது போதுமான இடைவெளியில் இயற்கை உபாதைகளை களையவும் அவ்வப்போது குடிநீர் அருந்தவும் மாணவர்களுக்கு அறிவுரை வழங்க வேண்டும்.

7. இணையவழி கற்றலில் இணையும் ஒவ்வொரு மாணவரிடமும் நேரடி - உரையாடல் குறைந்தபட்சம் மூன்று நிமிடம் அவரது ஆன்லைன் கற்றலின் சிரமங்களை கேட்டு அறிந்து அவற்றை களைந்திட முனையவும்.

ஆசிரியர்கள் மற்றும் மாணவர்களின் நடத்தை விதி மீறல்களை தவிர்க்க வகுப்புகளை - ரெக்கார்டிங் (பதிவு) செய்ய வேண்டும் என அரசு உத்திரவிட்டுள்ளது.

ஆசிரியர்கள் பின்பற்ற வேண்டிய இதுபோன்ற மாணவர் நலன் சார்ந்த பணிகளோடு கீழ்க்கண்ட 6.6(2) ஷரத்து மின்னணு சாதன இணைப்பு பற்றிய விழிப்புணர்வை ஏற்படுத்துகிறது.

6.6(2) பெற்றோர்கள் மற்றும் பாதுகாவலர்கள் குழந்தைகள் ஆன்லைன் வகுப்புகளில் பங்குபெற மின்னணு சாதனங்களை அமைப்புகளை வழங்கும்போது - முற்றிலும் மின் கசிவற்ற பாதுகாப்பான கற்றல்-மேலாண்மை மென்பொருள் (Learning Management Software) வழங்கப்பட்டதா என்பதை ஊர்ஜிதம் செய்யவும். இவை பள்ளிகளின் இணைய செயலி முறையை பின்பற்றி செயல்பட முடியுமா என்பதையும் ஒருமுறைக்கு பலமுறை பரிசோதிக்கவும்.

இன்னொரு மிக சுவாரசியமான ஷரத்தும் இந்த ஆவணத்தில் உண்டு. அதுதான் எட்டாவது ஷரத்து.

8. ஒரு குடும்பத்தில் ஒரே ஒரு திறன்பேசி அல்லது மேசை கணினியே இருந்து ஒன்றுக்கு மேற்பட்ட குழந்தைகள் இருந்து, ஒரே நேரத்தில் இணையவழி வகுப்புகள் நடந்தால், உள்ளதிலேயே மேல் வகுப்பு படிக்கும் மூத்த குழந்தைக்கு மின்னணு சாதனம் வழங்குவதில் முன்னுரிமை அளிக்க வேண்டும். இது குடும்ப உட்பூசல்களால் வரும் மனஉளைச்சல்களை தவிர்க்கும்.

இந்த இணையக்கல்வி வழிகாட்டு நெறிமுறை அரசாணை பள்ளிகள் என்ன செய்ய வேண்டும் என்பதற்கு கீழ்க்கண்ட வழிகாட்டுதல்களை வழங்குகிறது.

அ. பள்ளிகள் மாணவர்களின் ஆன்லைன் வகுப்புகள் சம்பந்தமாக வார-நாள் அடிப்படையிலான கால-பாட அட்டவணை ஒன்றை தயாரித்து வகுப்பு பிரிவு வாரியாக வழங்கி முறைப்படுத்த வேண்டும்.

ஆ. ஒரு மகளிர் கல்வி கற்கும் பள்ளியில் மூத்த ஆசிரியை (பெண்-ஆசிரியர்) தலைமையில் - புகார் மற்றும் கண்காணிப்பு குழு ஒன்றை அமைக்க வேண்டும். அந்தக் குழுவில் பெற்றோர்களும் இடம் பெற வேண்டும்.

இ. பொறுப்பான மற்றும் நம்பகமான வீட்டுப் பெரியவர்களால் குழந்தைகளின் இணைய வகுப்புகள் மேற்பார்வை இடப்படவேண்டும் என்று பள்ளி மேலாண்மைக்குழு மூலம் பெற்றோர்களுக்கு சுற்றறிக்கை அனுப்ப வேண்டும்.

ஈ. பள்ளியில் ஆன்லைன் வகுப்பெடுக்கும் ஆசிரியர்கள், பாடப்பொருள் கற்றல் கற்பித்தல் தவிர வேறு எந்த தேவையற்ற இணைய விஷயத்தையும் மாணவர்களோடு பகிராமல் இருக்க ஒரு பள்ளி அளவிலான பாடமுறை சார்ந்த விதிமுறைகளை வகுக்க வேண்டும்.

உ. ஒவ்வொரு பள்ளியிலும் இணையவழி ஆன்லைன் வகுப்புகளை சார்ந்த மாணவர்கள் பெற்றோர்களால் எளிதில் அணுக முடிந்த ஆலோசக (counselor) ஆசிரியர் ஒருவரை பள்ளி நியமிக்க வேண்டும். அவர் பள்ளிக்கல்வி துறைக்கும் பள்ளிக்கும் இடையே பலமாகவும் செயல்படுவார். கூடுமானவரை இந்தப் பணி ஒரு ஆசிரியைக்கே வழங்குவது நல்லது.

-TNTP(TamilNadu Teacher's Platform Online Courses - Teacher Proffessional Development) என்கிற பெற்றோர் ஆசிரியர் கழகத்தால் நடத்தப்படும் இணைய கற்றல் தொடர்பான பாதுகாப்பு நடவடிக்கைகள் குறித்த பயிற்சி வகுப்பு ஆன்லைனிலேயே நடத்தப்பட்டது.

ஆன்லைன் கற்றலில் பள்ளி மற்றும் பள்ளியின் ஆசிரியர்கள் மீதான புகார்களை தெரிவிக்க ஒரு மின்னஞ்சல் முகவரியும் (grievance redressal attnpta@gmail.com) ஒரு இலவச தொலைபேசி சேவையும் (14417) பள்ளிக்கல்வி இயக்குநரகத்தால் அறிமுகமும் செய்யப்பட்டது. கல்வி 4.0வின் முதல் வழிகாட்டு அரசாணை என்கிற பெருமையை நாம் இந்த அரசாணைக்கு வழங்க முடியும்.

எனவே இணைய வகுப்புகளின் - மாணவர் நலன் காக்கும் அரசின் நடவடிக்கைகள் ஓராண்டாக ஏற்கெனவே கடைப்பிடிக்கப்பட்டும் வருகிறது. இது வெறும் கல்வி செயல்பாடுகளுக்கானது. இணையத்தை நாம் ஏற்கெனவே கண்டது போல மாணவர்கள் பலவகையான செயல்பாடுகளுக்கும் பயன்படுத்துகிறார்கள். எனவே நாம் இணைய செயல்பாடுகள் சார்ந்த மாணவர் நலனை பற்றி முழுமையாய் அறிய அடுத்த மிக முக்கியமான ஆவணம் ஒன்றை பரிசீலிக்க இருக்கிறோம்.

அந்த இரண்டாவது ஆவணம் இந்திய குழந்தை மருத்துவர்கள் சங்கம் (Indian Academy of Pediatrics (IAP) வெளியிட்ட பெற்றோர்களுக்கான (குழந்தைகளின்)மின்திரை கால - வழிகாட்டுதல்கள் எனும் ஆவணம் ஆகும். இது 2021 ஏப்ரல் இரண்டாவது வாரத்தில் வெளியிடப்பட்டது. இந்த ஆவணத்தை மருத்துவர் பிரீத்தி எம். காலாக்வி தலைமையில் ஒரு குழந்தைகளின் மருத்துவர் குழு தயாரித்துள்ளது. நோய் தொற்று காலத்தில் பல மடங்கு அதிகரித்து விட்ட திறன்பேசி, ஐ-பாட், மடிக்கணனி - அன்றாட மின் திரை பயன்பாடு குறித்து விழிப்புணர்வோடு ஆலோசனையும் வழங்கிய முக்கிய வழிகாட்டும் ஆவணம் இது.

- நீண்ட நேரம் ஆன்லைன் வகுப்பு அல்லது வீடியோ விளையாட்டு, டிவி என்று மின்திரையை பார்த்தபடி இருக்கும் குழந்தைக்கு கண்பார்வை பாதிக்குமா?
- ஒரு திறன்பேசியை எந்த வயதில் குழந்தைகளுக்கு அறிமுகம் செய்வது ஆரோக்கியமானது?

- சமூக வலைதளங்களில் குழந்தைகளை அனுமதிக்கலாமா? வாட்ஸ்அப், ஸ்னாப் சாட், டிவிட்டர், இன்ஸ்டாகிராம் - எந்த வயதில் அனுமதிப்பது நல்லது?
- ஒரு குழந்தை போதைக்கு அடிமை ஆவதுபோல, கணினி திரைக்கு - அதீத ஒட்டுதல் கொள்வதை எப்படி தடுப்பது?
- தினசரி திரைக்காலம் (ஸ்கிரீன்டைம்)என்று வயதிற்கு ஏற்றாற்போல வரையறுக்கப்பட்டுள்ளதா? மருத்துவர் பரிந்துரை என்ன?

மேற்கண்ட பொதுவான கவலைகளுக்கு இந்திய குழந்தைகள் நல மருத்துவர்களின் அறிக்கை ஆழமான பதில்களை கொடுத்துள்ளது. கல்வி 4.0 காலகட்டத்தில் நாம் பெற்றோர்கள், ஆசிரியர்கள் மற்றும் சமூகத்தை இது சார்ந்து விழிப்புணர்வு கொள்ள வைப்பது அவசியம் ஆகும். அவற்றின் மிக முக்கிய விஷயங்களை கேள்வி பதிலாகவே கொடுத்திருக்கிறேன். கல்வி 4.0 வில் அக்கறையுள்ள யாவருமே கண்டிப்பாக அறிய வேண்டிய உண்மைகள் அவை.

1. திரைக்காலம் (ஸ்கிரீன் டைம்) என்றால் என்ன?

ஒரு நபர் நாளொன்றுக்கு, ஒட்டுமொத்தமாக டிவி, கணினி, கைபேசி, டேப்லெட் மற்றும் ஏனைய மின்னணு திரை சார்ந்து கழிக்கும் மொத்த நேரம் ஸ்கிரீன் டைம் எனப்படுகிறது. நான் அப்படி இல்லை என்று சொல்பவர்கள் தங்களது - கழிவறை, குளியல், உணவுநேரம் என்று கைதிறன்-பேசியோடே கழிப்பதைப் பார்க்கலாம். உணவைக் கட்டுப்பாடோடும் சரிவிகிதத்திலும் எடுத்துக்கொள்ள வேண்டும் என்று இருப்பதைப் போலவே குழந்தைகள் திரை முன்னும் இத்தனை நேரமே இருக்கலாம் என்கிற சரிவிகித கால அறிவுரைகளை உலக வல்லுநர்கள் வெளியிட்டு இருக்கிறார்கள். எத்தனை காலம் ஒருநாளைக்கு நாம் மின்-திரையில் கண் பார்க்கிறோம் என்பதை வைத்து அது சுகாதாரமானதா, கெடுதலானதா என்பதைக் கணக்கிடவும் முடியும். பள்ளி வேலை, கல்விசார்ந்த செயல்பாடுகள், நெருங்கிய குடும்பம் மற்றும் சகத் தோழர்களோடு கழிக்கும் திரைக்காலம் ஆரோக்கியமானதாக கருதப்படுகிறது. தேவையற்ற தொலைக்காட்சி வன்முறை மிக்க வீடியோ விளையாட்டுகள், பாதுகாப்பற்ற இணைய சமூக வலைதளங்களில் கழிக்கும் திரைக் காலம் பொது ஆரோக்கியத்திற்கு எதிரான திரைக் காலம் என்று பிரிக்கப்படுகிறது.

2. எவ்வளவு நேரம் ஒரு குழந்தையின் அன்றாட திரைக்காலம் இருக்கலாம்?

- இரண்டு வயதுக்கு உட்பட்ட குழந்தைகளுக்கு கண்டிப்பாக முற்றிலும் தவிர்க்கப்படவேண்டும். எப்போதாவது வீடியோ காலில் நெருங்கிய உறவினர்களோடு உரையாடுவது தவிர வேறு மின்திரை கூடாது.
- 2 வயது முதல் 5 வயது வரையான குழந்தைகளின் அன்றாட மின்திரைக்காலம் நாளொன்றுக்கு ஒரு மணி நேரம் ஒன்றரை மணி நேரத்தை தாண்டக்கூடாது.
- மற்ற வயதில் மூத்த சிறார்களுக்கு அன்றாட மின்திரை நேர அளவு என்பது அவர்களது ஏனைய செயல்பாடுகளோடு கலந்து நிர்ணயிக்கப்படவேண்டும். ஒரு மணி நேரத்திற்கு ஒரு முறை உடல் ரீதியான வேலைகள் சரிவிகித உறக்கம், ஓவியம், வாசிப்பு, திறந்தவெளி விளையாட்டு - இவற்றோடு கூடிய திரை நேர அளவு சரியாக இருக்கும்.
- உணவுநேரம், குடும்பநேரம், விளையாட்டு நேரம், உறக்க நேரம், பொழுதுபோக்கு போன்றவைகளில் ஏதாவது ஒன்று முற்றிலும் நின்று - அதற்குப் பதிலாக திரைக் காலம் புகுந்தால் அது அபரீத - ஆபத்தான திரைக் காலம் என்று அழைக்கப்படுகிறது.

3. மின்-திரை கால அளவை கண்டு கொள்ளாமல் விட்டுவிட்டால் என்ன மாதிரியான சுகாதாரக் கேடுகள் குழந்தைகளுக்கு ஏற்படும்?

அபரீத - ஆபத்தான மின்திரைக் காலம் பலவகையான சுகாதாரக் கேடுகளை ஒரு குழந்தைக்கு ஏற்படுத்தி விடும்.

1. உடலியல் சுகாதாரக்கேடு: ஊளைசதை (ஒபிசிட்டி) உறக்க பாதிப்பு, கடுமையான தொடர் தலைவலி, கண்-அழுத்த நிலை, கழுத்து, முதுகு வலி மற்றும் கை முட்டிகளில் ஏற்படும் கடுமையான தேய்மான நிலை, நாள் முழுதும் எதிலும் சரியாக கவனம் அற்ற மந்த வாழ்நிலை.

2. மன அடிப்படை சுகாதாரக்கேடு: மின்திரைக் காலம் கல்வி செயல்பாடுகளுக்கும் அப்பால் மிக ஆபத்தான நிலையை தொடர்ந்து அடையும்போது, மிக மோசமான மனோவியல் பிரச்சனைகள் ஏற்படுகின்றன. கல்வி செயல்பாடு என்பது ஆசிரியர் - மாணவர் இடையேயான பரஸ்பர இணைய உரையாடல் வழி

நடக்கும் வரை - அங்கே மாணவரது குரலுக்கும் வாய்ப்பு இருக்கும் வரை - மன ரீதியான வெளிப்பாடுகள் அமையும் வரை - பெரிய பக்கவிளைவுகள் இல்லை.

ஆனால், பல மணிநேரங்கள் தொடருகின்ற பிற மின்திரைக் கால செயல்பாடுகள் மோசமான பின் விளைவுகள் கொண்டவை.

1. பேச்சுக்குறைபாடு ஏற்படுகிறது. பிறர் அருகில் வந்து பேசினால் எரிச்சல் ஏற்படும். தட்டச்சு முறை மேம்பட்டதாக உணர வைக்கிறது. நாள் முழுவதுமே ஒரு வார்த்தையும் பேசாது கழியும் போது உரையாடும் திறன் கடுமையாய் பாதிக்கப்படும் என்று மருத்துவ துறை அறிக்கை எச்சரிக்கிறது.
2. அதீத - செயல்பாட்டு நிலை (Hyper Activity): ஓய்வே இல்லாமல் தீவிரமாக செயல்படுதல். அதிவேக எதிர்வினைகளை எதிர்பார்த்தல். உறக்கமின்மை ஒரு நோயாக மாறுதல்.
3. FOMO (விடுபட்டுவிடுவோமோ எனும் அச்ச நிலை (Fear of Missed out) ஏற்படுகிறது. கற்றல் நடவடிக்கை சீராக அனைவரையும் உள்ளடக்கியதாக இருப்பதான மனநிலை மிக அவசியம். கற்றலைத் தவிர தனக்கு உடனடியாக அறிய வந்த நட்பு வட்டம் பெறுகிற மின் சாதனங்கள் வசதிகள் பற்றிய தாழ் உணர்ச்சி.
4. சைபர் - புல்லிங் (Cyber - Bulling) : இணையக் குற்றங்களிலேயே மிகக் கொடுமையானது இணையவழி நடக்கும் அச்சுறுத்தல், வலியோரை கொடுமைப் படுத்துதல் மற்றும் வஞ்சித்தல் ஆகும். அதிகார - அவமதிப்பு நடவடிக்கைகளுக்கு இணையவழி சமூக வலைதளங்களில் குழந்தைகளே அதிக பாதிப்பை அடைகின்றன.
5. ஊடக - அடிமையாதல்: பல மணி நேர ஊடக - செயல்பாடு கவனிக்கப்படாதபோது, பெரியவர் கண்காணிப்பு இல்லாமல் போகும்போது, குழந்தைகள் ஊடக அடிமை நிலை ஏற்பட்டு போதை நிலை அடைகிறார்கள்.
6. பாலியல் சமச்சீர் கேடு : வயதுக்கு அதிகமான பாலியல் செயல்பாடுகளை இணைய வழி பார்த்து அதற்கு அடிமையாகும் குழந்தைகள் - அது குறித்த பல தவறான மனநிலை மற்றும் அதீத - வெறிச் செயல்பாட்டு நிலையை

அடைய வாய்ப்பு. அதனால்தான் திறன்பேசி அல்லது கணினி வழிக் கல்வி பெற்றோர்கள் / பெரியவர்கள் கண்காணிப்பில் நடக்க வேண்டும் என்று சொல்கிறோம்.

7. கவனக்குறைவு மற்றும் அதீத மனச்சோர்வு நிலை: அபரிதமான - பிற இணைய செயல்பாடுகள் கட்டுக்குள் இல்லாமல் போகும்போது - அதனால் ஏற்படும் சுய புரிதல் ஒரு கட்டத்தில் அதீத மனச்சோர்வாக மாறி தற்கொலை போன்ற கடும் பின் விளைவை ஏற்படுத்துகின்றன. இதனால் கற்றல் நடவடிக்கை - இணைய செயல்பாடு உட்பட குழந்தைகளின் இணைய தொடர்புகளை வீட்டில் பெரியவர்கள் மேற்பார்வையின் கீழே நடப்பது மிக அவசியம் என்பது மருத்துவக்குழுவின் பரிந்துரை.

4. கற்றல் நடவடிக்கைகள் சார்ந்த இணைய செயல்பாடுகள் குறித்து மருத்துவக் குழுவின் அறிக்கை என்ன சொல்கிறது?

- இணையவழி கற்றல் பள்ளி சார்ந்த மன அழுத்தங்களில் இருந்து குழந்தைகளை விடுவித்து சுய கற்றலை ஊக்குவிக்கிறது.
- ஆசிரியர் மைய கற்றலை - உலகளாவிய இணைய மைய கற்றலாக மாற்றும்போது குழந்தைகளின் அறிவு நிலை மேம்படுகிறது.
- ஏற்கெனவே மின் சாதனங்களை கையாள்வதில் இயல்பாகவே தனித்திறன் பெற்ற டிஜிட்டல் சந்ததி கற்றலின் மேம்பட்ட நிலைகளை அடைய தானும் பங்களிக்கும் கற்றல் நடவடிக்கையின் - வேடிக்கை பார்ப்பவராக இல்லாமல் - பங்குதாரர்களாக - கூட்டு செயலாற்றுனர்களாக ஆவதே இணையவழிக் கல்வியின் நம்பிக்கை தரும் அம்சம் ஆகும்.
- இணையவழி கற்றல் குழந்தைகளுக்கு புதிய பல திறன் சாளரங்களை திறந்து விட்டுள்ளதே உண்மை. யூடியூப், வலைப்பூ (Blog) போன்ற வசதிகள் அவர்களின் தனித்திறன்களாக, இசை, நடனம், பேச்சு, எழுத்து அறிவியல் செயல்பாடு என பலவற்றை உலக அளவில் மேடையேற்றுகிறது.
- பள்ளிக்கல்வியில் கடைசி பெஞ்ச் மாணவராக இருக்கும் - ஒருவர் ஆசிரியரிடம் சந்தேகம் கேட்டால் சக மாணவரிடம்

கற்றல் சிரமத்தை பகிர்தல் போன்றவை செயல்படுத்துவதில் சங்கோஜ மனநிலை உள்ளவர்கள் யாவரும் ஒரே பெஞ்ச் - என கையாளும் இணைய வகுப்பறைகளால் - சம அந்தஸ்து பெறுவது சாதகமான நிலையை கற்றலில் ஏற்படுத்தும்.

- கூட்டாக - ஒருங்கிணைந்து கற்றல் (Collaborative) கற்றல் மற்றும் கற்றதை பகிர்தல், படைப்பாக்கம், இவை இணையக் கற்றல் மூலம் எளிதாக நடைபெறுகிறது.

5. **இணைய கற்றல் செயல்பாடுகளுக்கு மின்சாதனங்களை மாணவர்கள் பயன்படுத்த வீட்டில் செயல்படுத்த வேண்டிய முக்கிய வழிகாட்டுதல்கள் என்ன?**

இந்தியக் குழந்தைகள் நல மருத்துவர்கள் சங்கம் இணையக் கற்றல் செயல்பாடுகளுக்கு மின் சாதனங்களை இயக்கும்போது கீழ்க்கண்ட வகையில் வசதிகள் செய்து தர வலியுறுத்துகிறது.

1. காற்றோட்டமான அறையில் - பெரும்பாலும் வீட்டின் முன் ஹாலில் மேசை நாற்காலியில் அமர்ந்தபடி இணையக் கற்றல் நடக்க வேண்டும். சமிக்ஞை இல்லை என்பதைக் காரணம் காட்டி மொட்டை மாடி போன்ற இடங்களுக்குச் செல்வதை விட ஒரு சரியான ஜன்னல் அருகே இருந்தால் போதுமானது.
2. குறைந்தது 1 முதல் 1 1/2 அடி தள்ளி திரை இருக்குமாறு மின்சாதனத்தை அமர்த்த வேண்டும். திறன்பேசி பயன்படுத்தப்படும் நிலையில் அதை முகத்திற்கு நேர் எதிரே ஒரு மேடான இடத்தில் இருக்குமாறு வைத்து பயன்படுத்த வேண்டும்.
3. ஒரு மணி நேரத்திற்கு மட்டுமே தொடர்ந்து அமர்ந்த நிலையில் இருக்கலாம். எழுந்து நிற்றல் நடத்தல் போன்றவை தேவை.
4. கால்களை தரையில்படுமாறு அமர்ந்து தொடைகளை முழுமையாக தாங்கும் நாற்காலிகள் முதுகுக்கு சற்றுமேலே வரை பின்புலன் பெற்றவையாக அமைக்கப்பட்டிருப்பது நல்லது.
5. உறங்குவதற்கு ஒரு மணி நேரம் முன்னதாகவே மின்திரை நீல ஒளி பாய்வதிலிருந்து வழிகளை மீட்டுவிட வேண்டும். அதிக நேர இணைய செயல்பாடு குழந்தைகளுக்கு உறக்கமின்மையை ஏற்படுத்தும்

6. கணினி மற்றும் திறன்பேசி திரை பார்த்தலில் இந்திய குழந்தைகள் நல மருத்துவ சங்கம் - 20, 20, 20 எனும் பொது விதியை கடைப்பிடிக்குமாறு கோருகிறது.

I) ஒவ்வொரு 20 நிமிடங்களுக்கும் ஒருமுறை.

II) 20 வினாடிகள் திரை பார்க்காமல் அதிலிருந்து விழியை அகற்றுதல்.

III) 20 அடிக்கும் தள்ளி உள்ள ஒரு பொருளை உங்கள் விழிகளால் 20 வினாடிகள் உற்றுநோக்கவும்.

இந்த 20, 20, 20 சுகாதார விதியை கடைப்பிடிக்கிறார்களா என்பதை வீட்டில் பெரியவர்கள் குழந்தைகளை கண்காணிக்க வேண்டும்.

7. திறன் பேசியை காணும் முறை : ஒவ்வொரு திறன்பேசியும் குறைந்தபட்சம் 1.5 கிலோ எடை கொண்டதாகும். அவற்றை நீண்ட நேரம் வலது கையில் ஏந்தி இருப்பது குழந்தைகளுக்கு வலி மிகுந்த அனுபவத்தை தருவதோடு முதுகுத் தண்டு வலியை ஏற்படுத்தக் கூடியது ஆகும்.

1. திறன் பேசிகளை கைகளில் வைத்திருந்து கழுத்தை மேலும் கீழும் அசைத்துப் பார்க்கக் கூடாது. மாறாக விழிகளை மட்டுமே மேலும் கீழும் அசைத்து - காணும் முறையை கற்க வேண்டும்.

2. பெரும்பாலும் தகவல் - தொடர்பு மற்றும், தவிர்க்க முடியாதபோது இணைய வகுப்புகளை திறன் பேசியில் செயல்படுத்தலாம். வீடியோ விளையாட்டுகள் உட்பட ஏனைய இணைய செயல்பாடுகளுக்கு திறன்பேசி சரியான தீர்வல்ல என்பதை உணர வேண்டும்.

மருத்துவக்குழு அறிக்கையோ அல்லது தமிழக அரசாணையோ - கல்வி 4.0 நடைமுறையில் நாம் பின்பற்ற வேண்டியனவற்றை சரியாக முன்மொழிவதை கவனிக்க வேண்டும். இது உலகம் முழுவதும் பொருந்தும்.

கல்வி 4.0 என்பது மூன்றாவது தொழிற்புரட்சி நாட்களின் கல்வியிலிருந்து, நான்கு விதங்களில் வேறுபடுவதைப் பார்க்கலாம்.

1. கல்வியை நாடி குழந்தைகளை பள்ளிகளில் கொண்டு வந்து சேர்ப்பது என்பது மூன்றாம் தொழிற்புரட்சிகால கல்வி. பள்ளிக்கு வராமல் இருந்து விட்டால் கற்றல் நடக்க வாய்ப்பில்லை. ஆனால் கல்வி 4.0 குழந்தைகள் இருக்கும்

இடத்திற்கே கல்வியை கொண்டு செல்கிறது.

2. ஆசிரியர் எனும் ஒரு நபரை மட்டுமே சார்ந்து மூன்றாம் தொழிற்புரட்சிக்கால கல்வி பயணித்தது. கல்வி 4.0 எனும் நான்காம் தொழிற்புரட்சி கால கல்வி உலகளாவிய அறிவுத் திரட்டை குழந்தைகள் முன் வைத்து ஆசிரியரை ஒரு தொகுப்பாளராக, ஒருங்கிணைப்பாளராக செயல்பட வைக்கிறது.

3. மூன்றாம் தொழிற்புரட்சி கால கல்வி - ஒரு பள்ளியில் இருக்கும் வசதிகளைப் பொறுத்து தரமானதாகவோ அல்லது தரமற்றோ போய்விடும் அபாய சூழலில் நடந்த ஒன்று. கல்வி 4.0 - சர்வதேச ஒன்றுபட்ட கல்வியாக பரிணாமம் அடையும் வாய்ப்புகளுடன் உள்ளது.

4. ஒருங்கிணைந்த கற்றல் என்பது முதன்முறையாக கல்வி 4.0 மூலம் நமது பட்டி தொட்டிகளிலும் குழந்தைகளுக்கு அறிமுகமாக முடியும். இணைய பயன்பாட்டில் இணையும் வாய்ப்பு நமது கிராமப்புற அறிவு மேம்பாட்டை உச்சமடைய வைத்து சாதி மத - சிறைகளை உடைத்து உலக பிரஜையாக உயர்ந்திட நம் குழந்தைகளுக்கு கல்வி 4.0 தரும் வாய்ப்பாக மலர்கிறது. இதைவிட முக்கியமான ஒரு விஷயம் உண்டு.

இடர்பாடுகள் இல்லாமல் இல்லை. குழந்தையின் வளர்ச்சிக்கு அவசியம் என ஆசிரியர்கள் கருதும் எதுவும் பாடத்திட்டம்தான் ஒரு ஆசிரியரை - இதோ புத்தகம் இதில் உள்ளதை மட்டுமே நடத்த வேண்டும், என மிரட்டும் அதிகார அமைப்பிடமிருந்து விடுபட்டு ஒரு ஆசிரியர் ஒரு குறிப்பிட்ட பாடப்பகுதி தொடர்பாக இணைய மற்றும் சுயதேடல் - கற்பனைவளம் - படைப்பாக்கம் என பயன்படுத்தி தன் விருப்ப வகுப்பறையாக தனது இணைய வகுப்புகளை நடத்தும் சுதந்திரத்தை கல்வி 4.0 வழங்குகிறது என்பதில் சந்தேகமே இல்லை.

1953லேயே மேல்நிலைக் கல்வி கமிஷன் இந்தியாவில் பாடப்புத்தகங்களில் எப்போதும் நிலவும் குறைபாடுகளை களைய வேண்டும் என்றும், ஒரு குறிப்பிட்ட இயலை கற்பிக்க ஒரே ஒரு புத்தகம் மட்டுமே என்ற நிலை சரியல்ல என்பதை அடிக்கோடிட்டது. இத்தனை ஆண்டுகளுக்குப் பிறகு இப்போது கல்வி 4.0 சுதந்திரமாக பாட வெளியை பயன்படுத்தும் கல்வியாக அறிமுகமாகிறது. இவ்வகையில் ஆசிரியரின் தேடல், அவரது தனித்திறமை, துறை

அறிவு என்று யாவற்றையும் சரி விகிதத்தில் மதித்து ஆசிரியர் நலமும் நாடும் ஒரு புதிய போக்கு கல்வி 4.0வில் அமையும் என்று நம்புவோம்.

நான்காம் தொழிற்புரட்சி வழங்க இருக்கும் வேலை வாய்ப்புகள் நம் டிஜிட்டல் சந்ததிக்கு கிடைத்திட - செயற்கை நுண்ணறிவு, மெய்நிகர் யதார்த்தம் சார்ந்த இணையக்கல்விப் புரட்சிக்குத் தயாராவோம். மாணவர் நலம், ஆசிரியர் நலம், சமூக நலம் யாவற்றுக்கும் ஏற்றாற்போல தமிழகத்தில் கல்வி 4.0வை கட்டமைப்பது நம் அனைவரின் கடமையாகும்.

துணை நின்றவை

1. நியூ - நார்மல் - வாழ்க்கை மாற்றம் குறித்த வரலாறு - தி ஸ்கில் கலெக்டிவ் - *the skill collective. com*
2. நியூ - நார்மல் 2020 - உலக சுகாதார நிறுவனம் : *w.w.w.who.int/docs/w pro-document.*
3. கோத்தாரி கல்விக்குழு அறிக்கை - 1964 - 66, இந்திய மனிதவள மேம்பாட்டு அமைச்சகம் - - *http://archive.org*
4. யஷ்பால் கல்விக் குழு அறிக்கை - 2000 ஆண்டும் *w.w.w.academics, india.com*
5. தேசியக் கலைதிட்ட வடிவமைப்பு, 2005, தேசியக் கல்வி ஆராய்ச்சி மற்றும் பயிற்சி நிறுவனம், தமிழாக்கம் முனைவர் அ. வள்ளிநாயகம், வெளியீடு, தமிழ்நாடு பாடநூல் கழகம், சென்னை - 6.
6. இந்தியாவில் குழந்தைகள் உரிமை - குழந்தைகளும் அவர்களின் உரிமைகளும், டாக்டர் சவிதா பக்தி, தேசிய மனித உரிமை ஆணைய வெளியீடு, 2006 - ராஜிகா பிரஸ்.
7. இணையமும் குழந்தைகள் உரிமையும், யுனிசெஃப் அறிக்கை - 25, 2020 (பிப்ரவரி) *w.w.w.unicef.com*
8. தமிழக பள்ளிக்கல்வித்துறை அரசாணை எம்.எஸ் - 65 இணைய - வழிக்கல்வி - ஆசிரியர்கள் மற்றும் பள்ளிகளுக்கான வழிகாட்டு நெறிமுறைகள் - பள்ளிக்கல்வி ஆணையர்.
9. இந்திய குழந்தைகள் நல மருத்துவக் கழகம் *Indian Academy of Pediatrics) - Guidelines for parents - screen Time Guidelines)* - பிரீத்தி எம். காலாக்லி, நரேந்திர பி.ரத்தி, ஷுவெண்டுராய், சுதிப்தத்தா, வெளியீடு - 2021.

10. தொழிற்புரட்சியும் கல்வியும், எம்ஃபோர்டு, புளூம்பரி வெளியீடு - 2019.

11. டாக்டர் கஸ்தூரி ரங்கன் கல்விக்குழு முழு அறிக்கை - தமிழ் வடிவம். பாரதி புத்தகாலயம், வெளியீடு - 2019.

பிற்சேர்க்கை - 1

கணினித்தமிழ் சொல்லாக்கம்

(இந்த நூலில் பயன்படுத்தப்பட்டுள்ள கலைச்சொற்கள்)

1) Access - அணுக்கம்
2) Activate - இயக்கு
3) Depending - பொருத்தி
4) Address - web - இணைய முகவரி
5) Algorithm -தீர்வுநெறி
6) Analog representation - ஒப்புடை மீள்வடிவாக்கம்
7) Animation - அனிமேஷன் /அசைவூட்டம்
8) Application Level - பயன்பாட்டு நிலை
9) Application Programming - பயன்பாட்டு நிரலாக்கம்
10) App - செயலி
11) Archive File - காப்பக கோப்பு
12) Artificial Intelligence - செயற்கை நுண்ணறிவு
13) Audio blog - ஒலிதப் பதிவு
14) Automatted Data Processing - தன்னியக்கத் தரவுச் செயலாக்கம்
15) Back-up - காப்பு நகல்
16) Bar Code - பட்டைக் குறிமுறை
17) Binary Code - இரும குறிமுறை (பைனரி)
18) Binary Operation - இரும செயற்பாடு
19) Blog - வலைப்பூ/வலைப்பதிவு
20) Blogging - வலைப் பதிதல்
21) Browsing - தேடி/உலாவி/உலாவுதல்/தேடல்
22) Catalog - விவரப்பட்டியல்
23) CD Player - குறுவட்டு - இயக்கி
24) Central Processing Unit - மையச் செயலகம்
25) Chain Printer - தொடர்ப் பதிப்பான்
26) Chat - இணைய தட்டச்சு வழி உரையாடல்
27) Colour Coding - வண்ணக்குறிமுறை
28) Colour graphics - வண்ண வரைகலை
29) Command Key - கட்டளை - விசை

30) Communication Link - தொடர்பு இணைப்பு
31) Communication Satelite - தகவல் தொடர்பு செயற்கைக் கோள்
32) Compact disc - குறு வட்டு /இறு வட்டு
33) Compiler - தொகுப்பி
34) Compiler Language - தொகுப்பு மொழி
35) Component - உறுப்புக் கூறு
36) Computer game - கணினி வழி விளையாட்டு
37) Computer Language - கணினி நிரல் மொழி
38) Computer Operation - கணினி செயல்பாடுகள்
39) Computer Resources - கணினி வளங்கள்
40) Content Policy - உள்ளடக்கக் கொள்கை
41) Cookies - நினைவிகள்
42) Copyright Status - காப்புரிமை நிலை
43) Custom Software - தனிப்பயன் மென்பொருள்
44) Data - தரவு
45) Data Processing - தரவு செயலாக்கம்
46) Decode - குறிமுறை நீக்கி
47) Default - இயல் இருப்பு
48) Deletion - அழித்தல் / நீக்குதல்
49) Desk Top Computer - மேசை கணினி
50) Developer - உருவாக்குநர், மேம்படுத்துநர்
51) Device - கருவி
52) Disk drive - வட்டு இயக்கி
53) Document - ஆவணம்
54) Double Click - இரட்டைச் சொடுக்கு
55) Download - பதிவிறக்கம்
56) E-book - இணைய நூல் / மின்னூல்
57) Edit - திருத்து
58) Educational Software - கல்வி சார்ந்த மென்பொருள்
59) E-governance - இணைய - ஆளுகை
60) Electronic - மின்னணு
61) E-mail - மின்னஞ்சல்
62) Embedded - பொதிந்துள்ள /பொதிந்த
63) Emulation - போலச் செய்தல்
64) Encoding - குறியாக்கம்/மறு குறியாக்கம்
65) Encyclopedia - கலைக்களஞ்சியம்

66) *Expansion slots* - விரிவாக்க செருகுவாய்கள்
67) *Extended info* - விரிவாக்கப்பட்ட தகவல்
68) *External link* - புற இணைப்புகள்
69) *External Search Engine* - புறத்தேடல்-அமைப்புபொறி
70) *Features* - கூறுகள்
71) *Field* - புலம்
72) *File* - கோப்பு
73) *File Management* - கோப்பு மேலாண்மை
74) *File - Share* - கோப்பு பகிர்தல்
75) *Floppy disk* - நெகிழ் வட்டு
76) *Folder* - கோப்பு உறை
77) *Font* - எழுத்துரு
78) *Free Software* - கட்டற்ற மென்பொருள்
79) *Function* - செயற்கூறு/செயல்பாடு
80) *Gallery* - காட்சியகம்
81) *Global Possioning System (GPS)* - கோள இருப்பிட முறைமை
82) *Graphic* - வரையியல்/வரைகலை
83) *Groups* - குழுக்கள்
84) *Hand held devices* - கையடக்க கருவிகள்
85) *Hand held Scanner* - கையடக்க வருடு படியாக்கம்
86) *Hard disc*- நிலைவட்டு
87) *Hardware* - வன்பொருள்
88) *High speed computer* - அதிவேக கணினி
89) *idomain* - வலைக்கொற்றம்
90) *image* - பிரதி/படிமம்
91) *incompatible* - முரண்பாடு
92) *index* - சுட்டெண்
93) *index variable* - சுட்டு மாறி
94) *information Data* - தகவல் தரவு
95) *information Super High ways* - தகவல் மீப்பெருவழிகள்
96) *information Technology* - தகவல் தொழில்நுட்பம்
97) *Input Unit* - உள்ளீட்டுப் பகுதி
98) *Install* - நிறுவு
99) *installation* - நிறுவுதல்
100) *Integrated chips* - சுற்றமைப்புச் சில்லுகள்
101) *Integrated Circuit* - ஒருங்கிணைப்பு சுற்றமைவு

102) Interactive sites - ஊடாட்ட தளங்கள்
103) Interface - இடைமுகப்பு
104) Internal error - உள்ளகப் பிழை
105) internet - இணையம்
106) interation - பன்முறைச்செயலாக்கம்
107) Key-board - விசைப்பலகை/தட்டச்சு பலகை
108) Key-word - குறிப்பான் (குறிப்புச் சொல்)
109) Key-Pad - விசைத்தளம்
110) Laptop - மடிக்கணினி
111) Layout - தளவமைப்பு
112) LCD Monitor - எல்.சி.டி(திரவப்பளிங்கு திரையரங்கம்)
113) Left Click - இடது சொடுக்கு
114) Lexical error - சொற்பொருள் பிழை
115) Link - இணைப்பு
116) Log in - புகுபதி/உட்புகு
117) Log out - விடுபதி/வெளியேறு
118) Machine Language - கருவிமொழி
119) Machine Translation - இயந்திரவழி மொழிபெயர்ப்பு
120) Magnetic Disk - காந்த வட்டு
121) Main Page - முகப்புப் பக்கம்
122) Media - ஊடகம்
123) Media Player - ஊடக இயக்கி
124) Memory Unit - நினைவகப் பகுதி
125) Memory - நினைவகம்
126) Menu - பட்டியல்
127) Meta data - மீ தரவு
128) (Bit) Maped Screen - நுண் திரை
129) Moderation - மட்டுறுத்தல்
130) Moderator - மட்டுறுத்துனர்
131) Monetize - மதிப்புடை செய்
132) Moniter - கணினித்திரை
133) Mouse - சொடுக்கி
134) Multimedia - மல்டிமீடியா/பல்லூடகம்
135) Multi tasking - பல் பணியாக்கம்
136) Navigation - வழி செலுத்துதல்
137) Network - பிணையம்/வலையமைப்பு
138) Networking - வலைப்பின்னல்

139) New Post - புதிய இடுகை
140) Operating system - இயக்க முறைமை
141) Out Sourcing - இயங்குக் கட்டகம்
142) Exodus - அயலாக்கம்
143) Page Layout - பக்க வடிவமைப்பு
144) Pannel - பலகை
145) Password - கடவுச் சொல்
146) Personal Computer - தனிக் கணினி
147) Piracy - களவு நகல் ஆக்கம்
148) Portable Printer - கையடக்க அச்சு - இயந்திரம்
149) Portal - வலைவாசல்
150) Post - இடுகை
151) Privacy - தனியுரிமை
152) Programme - நிரல்
153) Programmer - நிரலர்
154) Ram (Random access Memory) - நிலையா நினைவகம்
155) Reference desk - எடுகோள் மேடை
156) Rerfesh - புதுப்பி
157) Reinstall - மீள் நிறுவு
158) Reprogramming - மறு நிரலாக்கம்
159) Screen Saver - திரைகாப்பு
160) Select - தேர்ந்தெடு
161) server - வழங்கி
162) Settings - அமைப்புகள்
163) Sign in - புது பதிகை/புகுபதிவு
164) Sign off - விடுபதிகை/விடு பதிவு
165) Sign out - வெளியேறு
166) Software - மென்பொருள்
167) Software package - மென்பொருள் பொதி
168) Sorting algorithms - வரிசையாக்கத் தீர்வுநெறிகள்
169) Source - மூலம்
170) Space - வெளி/இடம்
171) Spacing - இடவெளியிடல்
172) Spell Checker - சொற்பிழை திருத்தி
173) Structured Programming - கட்டுரு நிரலாக்கம்
174) Super Computer - மீக்கணினி/ மிகுவேகக் கணினி
175) Sysop - முறைமை செயற்படுத்துதல்

176) System Operator - முறைமை இயக்குநர்
177) System Programmer - முறைமை நிரலாளர்
178) Tab - டாப்/தத்தல்
179) Technology - தளவமைப்பு
180) Template - வளர்ப்புரு
181) Terminal - முனையம்
182) Terminal - உரை - பேச்சாக்கம்
183) Tool bar - கருவிப்பட்டை
184) Top level Domain - உயர்மட்ட களம்
185) Upgrade - மேம்படுத்துதல்
186) upload - பதிவேற்று
187) Version - பதிப்பு
188) Video blog - ஒளிதப் பதிவு
189) Virtual Server - மெய்நிகர் வழங்கி
190) Virtual Reality - மெய்நிகர் யதார்த்தம்
191) Voice Recognition - குரலறிதல்/குரல் இனங்காணல்
192) Word Processor - சொற்செயலாக்கி
193) Work Sheet - பணித்தாள்
194) World wide web - வைய விரிவுவலை (டபிள்யு. டபிள்யு. டபிள்யு)
195) Agumented Reality - புனைவுசேர் எதார்த்தம்
196) Face Book - முகநூல்
197) Robot - மனித இயந்திரம்
198) Antena - அலைவாங்கி
199) Antivirus - நச்சுநிரல் எதிர்ப்பி
200) Computerised data Processing - கணினி மய தரவுச் செயலாக்கம்
201) Big-data - பெருந்தரவு
202) Quantum Computing - குவாண்டக் கணினியியல்
203) Smart Phone - திறன் பேசி / திறன் கைபேசி
204) Automation - தன்னியக்கம் (ஆட்டோமேஷன்)
205) Screen Time - திரைக் காலம்

பிற்சேர்க்கை - 2

கல்வி 4.0 – கற்றல் சார்ந்த முக்கிய செயலிகள்

குறிப்பு: செயலிகளை நேரடியாக பயன்படுத்த அவை ஆங்கிலத்திலேயே கொடுக்கப்பட்டுள்ளன. இவை யாவுமே விலையற்ற கற்றல் செயலிகள். கட்டணம் எதுவும் இல்லை.

1. *Gracie & Friends Birthday Cafe*
2. *Cyberchase Shape Quest*
3. *Matific - Maths App.*
4. *Inside Mathematics*
5. *NRICH (கணிதம்)*
6. *Prodigy*
7. *Fraction Mash*
8. *Math Snacks*
9. *Choreograph*
10. *Desmos*
11. *Geo Gebra*
12. *Khan Acadmy kids*
13. *Toontastic 3D*
14. *826 Digital*
15. *Common Lit*
16. *Rewordify*
17. *Gitical Media Project*
18. *Whoo's Reading*
19. *Nano Wrino young writer's Programme*
20. *Zotero Bib*
21. *Nova (அறிவியல் பாட செயலி)*
22. *Code. org*
23. *CK -12*
24. *phET int*

eractive Simulations
25. Ok Go Sandbox
26. NASA (NASA- ஏற்படுத்திய அறிவியல் செயலி!)
27. Prep magic
28. High - advance Science
29. Science Journal by Google
30. Bio interactive (உயிரியல் - செயலி)
31. Google Earth (புவியியல் - செயலி)
32. Penpal Schools (கலாச்சார பரிவர்த்தனை - செயலி)
33. Smithsonian open Access (அருங்காட்சியக செயலி)
34. Ken Burns in the Class Room (ஆவணபட செயலி)
35. Teach Rock
36. Amenberg Class Room
37. Facing History and overselves (மெய்நிகர் யதார்த்த வரலாறு - செயலி)
38. Ancient History Encyclopedia
39. Stanford History Education Groups
40. Global oreness Project
41. Adobe Spark
42. Google Art & Culture
43. Canva (பாட - வடிவமைப்பு செயலி)
44. Paper by we Transfer (வரைபட செயலி)
45. Shadow Puppet Edu (தொடக்கப் பள்ளி)
46. Pocket (ஒளிபபட சேமிப்பு செயலி)
47. Haiku Deck (Visuals - App)
48. TED (ஊக்க உரைகள் / வழிகாட்டுதல் செயலி)
49. Duolingo (பன்மொழி கற்றல் செயலி)
50. Google Class Room
51. Quizizz: Planto Learn (மதிப்பீட்டு செயலி)
52. Edx (கற்பித்தல் நேச செயலி)
53. Too noisy Pro (வகுப்பறை இரைச்சலை கட்டுப்படுத்தும் செயலி)
54. Evernote (செயல்திட்டம் தர உதவும் செயலி)
55. Study Blue Flash Cards & Qinzzes
56. Edu Creations
57. Drop box
58. Slack (குழுக்கறல் செயலி)

59. *Class Dojo* பெற்றோர் ஆசிரியர் இணைப்பு செயலி)
60. *Remind : School Communication*
61. *Schoolgy* (கற்றல் - கற்பித்தல் செயல்பாடுகள்)
62. *Edmodo* (கலந்துரையாடல் வகுப்பறை செயலி)
63. *Socrative Teacher* (தொடக்கப் பள்ளி)
64. *Moodle* (அதிவேக கற்றல் செயலி)
65. *Zoom App* (வகுப்பறை செயலி)
66. *Kahoot! Play & Create Quizzes*
67. *Plan board - Free Lesson Planner*
68. *Final thoughts* (ஆசிரியர் செயலி)
69. *neritnation* (கட்டணம் உண்டு)
70. *Byjus* (கட்டணம் உண்டு)
71. *my CBSE guide*
72. *Vidyakul* (கட்டணம் உண்டு)
73. *Topper* (சந்தேகம் தீர்க்கும் செயலி)
74. *Doubtnut* (கட்டணம் உண்டு)
75. *Khan Academy*
76. *Socrative Teacher* (தொடக்கப் பள்ளி)

---

www.ingramcontent.com/pod-product-compliance
Lightning Source LLC
LaVergne TN
LVHW090306051026
849518LV00005B/1673
* 9 7 8 8 1 9 4 8 1 7 9 3 2 *